முறிநாவு

மலையாள மூலம் : மனோஜ் குரூர்

தமிழில் : கே.வி.ஜெயஸ்ரீ

முறிநாவு	:	நாவல்
மலையாள மூலம்	:	மனோஜ் குரூர்
தமிழில்	:	கே.வி. ஜெயஸ்ரீ
	:	© ஆசிரியருக்கு
அட்டை வடிவமைப்பு	:	பி.எஸ். வம்சி
ஓவியங்கள்	:	பாக்கியநாத்
முதற்பதிப்பு	:	டிசம்பர் 2023
வெளியீடு	:	வம்சி புக்ஸ்
		19, டி.எம்.சாரோன்,
		திருவண்ணாமலை - 606 601
		செல்: 9445870995 , 04175 - 235806
அச்சாக்கம்	:	மணி ஆப்செட், சென்னை - 600 077
விலை	:	₹ 600/-
ISBN	:	978-93-93725-42-4

Murinaavu	:	Novel
From Malayalam	:	Manoj Kuroor
In Tamil	:	K.V. Jeyasri
	:	© Author
Cover Design	:	B.S. Vamsi
Illustrations	:	Bakkiyanath
First Edition	:	December 2023
Published by	:	Vamsi books
		19.D.M.Saron,
		Tiruvannamalai - 606 601.
		9445870995 , 04175 & 235806
Printed by	:	Mani Offset, Chennai - 600 077
Price	:	₹ 600/-
ISBN	:	978-93-93725-42-4

www.vamsibooks.com - e-mail: kvshylajatvm@gmail.com

மனோஜ் குரூர்

1971ல் கோட்டயத்தில் பிறந்தார். பசேலியஸ் கல்லூரி, சங்கனாச்சேரி எஸ். பி. கல்லூரி, எம். ஜி. யுனிவர்சிட்டி ஸ்கூல் ஆப் லெட்டர்ஸ் என்ற இடங்களில் உயர்கல்வி. மலையாள இலக்கியத்தில் எம்.ஏ., எம். பில்., பி.எச்.டி., பட்டங்கள்.

1997 முதல் பல்வேறு என். எஸ். எஸ். கல்லூரிகளில் விரிவுரையாளர் பணி.

கவிதைத் தொகுப்புகள்

1. உத்தம புருஷன் கத பறயும்போள்
2. நதோன்னத: நதி வழி 44 (ED)
3. மனோஜ்குரூர் கவிதகள்
4. எழுத்து

கதைப்பாடல்கள்

1. கோமா
2. சுடோக்கு

சங்கீத ஆய்வுகள்

1. ரஹ்மானியா, இந்திய சங்கீதத்தின் ஆகோள சஞ்சாரம்
2. நிறப் பகிட்டுள்ள நிருத்த சங்கீதம்
3. சப்தவும் சரீரவும்

ஒன்பது திரைப்படங்களுக்குப் பாடல்கள், ஒரு திரைப்படத்திற்குக் கதைவசனம் எழுதியிருக்கிறார்.

நாவல்
நிலம் பூத்து மலர்ந்த நாள்

பெற்ற விருதுகள்

குஞ்ஞுப்பிள்ளை நினைவுப் பரிசு (1997)
எஸ்.பி.டி. கவிதை விருது (2005)
கேரள சாகித்ய அகாடமி கனகஸ்ரீ விருது (2008)
தோப்பில் ரவி விருது - நிலம் பூத்து மலர்ந்த நாள்
பத்மராஜன் விருது - முறிநாவு
Radio mirchi lyricist of the year 2015

மனைவி: சந்தியாதேவி

பிள்ளைகள் : மகள் - ஸ்ரீதேவி, மகன் - விசாக்

Address:

 Manoj Kuroor

Cheriya Kuroor

Parampuzha P O

Kottayam 686 004

Kerala

e mail: monojkuroor@gmail.com

கே.வி. ஜெயஸ்ரீ

கேரளத்தில் பாலக்காடு நகரத்தைப் பூர்வீகமாகக் கொண்ட ஜெயஸ்ரீ ஆர்வமிகுதியால் தமிழில் ஆய்வியல் நிறைஞர் பட்டம் பெற்று, திருக்கோவிலூர் அங்கவை, சங்கவை மேல்நிலைப்பள்ளியில் தலைமையாசிரியராகப் பணிபுரிகிறார்.

அவரது மொழிபெயர்ப்புத் தொகுப்புகள்

1. இதுதான் என் பெயர் - பால் சக்காரியா - சிறுகதைகள் (கவிதா வெளியீடு)

2. பிரியாணி - சந்தோஷ் ஏச்சிக்கானம்- சிறுகதைகள் (பாரதி புத்தகாலயம்)

3. கவிதையும் நீதியும் - சுகதகுமாரியுடன் ஒரு நேர்காணல் (பாரதி புத்தகாலயம்)

4. பால் சக்காரியாவின் தேர்ந்தெடுக்கப்பட்ட சிறுகதைகள் (சாகித்ய அகாடமி வெளியீடு)

வம்சி புக்ஸ் வெளியீடுகள்

5. இரண்டாம் குடியேற்றம் - பால் சக்காரியா - சிறுகதைகள்

6. அல்போன்சம்மாவின் மரணமும் இறுதிச் சடங்கும் - பால் சக்காரியா - சிறுகதைகள்

7. யேசு கதைகள் - பால் சக்காரியா - சிறுகதைகள்

8. நிசப்தம் - சியாமளா சசிகுமார் - கவிதைகள்

9. வார்த்தைகள் கிடைக்காத தீவில் - ஏ. அய்யப்பன் - கவிதைகள்

10. ஒற்றைக்கதவு - சந்தோஷ் ஏச்சிக்கானம் - கதைகள்

11. ஹிமாலயம் - ஷௌக்கத் - பயணக் கட்டுரை

12. நிலம் பூத்து மலர்ந்த நாள் - மனோஜ் குரூர் - நாவல்

13. உஷ்ணராசி - கே. வி. மோகன்குமார் - நாவல்

குழந்தைகளுக்கான புத்தகம் என்.பி.டி.வெளியீடு

14. ஜிரோ மிட்டே

15. புக்கா கற்றுக்கொண்ட பாடம்

பெற்ற விருதுகள்

1. திருப்பூர் கலை இலக்கியப் பேரவை விருது.

2. திருப்பூர் தமிழ்ச் சங்க விருது.

3. நல்லி திசைஎட்டும் விருது.

4. திருப்பூர் அங்கம்மாள் முத்துசாமி நினைவு அறக்கட்டளை விருது - 2014

5. திருவண்ணாமலை புதிய பார்வை அறக்கட்டளை சாதனை மகளிர் விருது - 2017

6. திருப்பூர் மத்திய அரிமா சங்கம் சக்தி விருது - 2017

7. புதுக்கோட்டை புத்தகத் திருவிழா விருது - 2017 (நிலம் பூத்து மலர்ந்த நாள்)

8. நெய்வேலி புத்தகத் திருவிழா விருது - 2018

9. மொழிபெயர்ப்புக்கான சாகித்ய அகாடமி விருது - 2019 (நிலம் பூத்து மலர்ந்த நாள்)

10. நிகரி விருது

11. திருவனந்தபுரம் தமிழ்ச் சங்கம் விருது

12. கோவல் தமிழ்ச் சங்க ஞானியாரடிகள் விருது

நிலம் பூத்து மலர்ந்த நாள் நாவல் திருப்பத்தூர் தூயநெஞ்சக் கல்லூரியிலும், பெரம்பலூர் தந்தை.ஹேரன்ஸ் ரோவர் கல்லூரியிலும், கேரளப் பல்கலைக்கழகத்தின் தமிழ்த் துறையிலும் பாடமாக வைக்கப்பட்டுள்ளது.

இவரது மொழிபெயர்ப்பில் பால் சக்காரியாவின் 'ஒரு நாளுக்கான வேலை' எனும் சிறுகதை நாகர்கோவில் திருச்சிலுவை தன்னாட்சிக் கல்லூரியில் பொதுத்தமிழ் பாடத்திட்டத்தில் வைக்கப்பட்டுள்ளது.

கணவர் : மொழிபெயர்ப்பாளர் உத்திரகுமாரன்

பிள்ளைகள் : மகள் சுகானா - மகன் அமரபாரதி

முகவரி

கே.வி. ஜெயஸ்ரீ
கானகம், சு.கீழ்நாச்சிப்பட்டு, தென்மாத்தூர்
திருவண்ணாமலை - 606 603
செல் - 94430 38996
E mail : transjeyasri@gmail.com

என்னுரை

உஷ்ணராசி மொழிபெயர்ப்புக்குப் பிறகான என் வாசிப்பு தொடர்ந்த நாட்களில், மனோஜ் குரூர் தன்னுடைய இரண்டாவது நாவலில் இருந்தார். அது மாத்ருபூமி பத்திரிகையில் தொடராக வரும் செய்தியை அவர் முகநூலில் பகிர்ந்திருந்தார். அதன் பின்னூட்டத்தில் நண்பர் சுதாகர் கஸ்தூரி 'ஜெயஸ்ரீயின் கவனத்திற்கு' என்று குறிப்பிட்டு இருந்தார். எளிய புன்னகையுடன் நான் அதைக் கடந்திருந்தேன்.

அவருடைய இரண்டாவது படைப்பை மொழிபெயர்க்கும் எண்ணம் அப்போது என்னிடம் அறவே இல்லை. மனோஜின் நிலம் பூத்து மலர்ந்த நாள் கொண்டாட்டத்திலும், அது தந்த மகிழ்விலும் நான் நிறைந்திருந்தேன்.

அந்த நூல் புத்தகமாக வந்தபோது அவரை அணுகிய நண்பர் ஒருவர், 'தமிழில் மொழிபெயர்க்கும் உரிமையைத் தர முடியுமா?' என்று கேட்க, மனோஜ் 'நீங்கள் ஜெயஸ்ரீயிடம் கேளுங்கள். அவர்கள் செய்யவில்லையென்றால் நீங்கள் மொழிபெயர்த்துக் கொள்ளலாம்' என்று சொன்ன நாளில் நான் இந்நாவலின் மொழிபெயர்ப்புக்காக நியோகிக்கப்பட்டதாக உணர்ந்தேன்.

என் மீது, என் எழுத்தின் மீது, என் மொழிபெயர்ப்பின் மீது நம்பிக்கை வைத்து தன்னுடைய இரண்டாவது நாவலையும் மொழிபெயர்க்கும் வாய்ப்பளித்த மனோஜ் குரூருக்கு என் ப்ரியமும், நன்றிகளும்...

முதல் புள்ளியை எடுத்துக் கொடுத்த சுதாகர் கஸ்தூரிக்கு என் வணக்கங்கள்...

தென்னிந்தியாவின் சமுதாய, பண்பாட்டு, தத்துவப் பரப்பின் இரண்டாயிரம் ஆண்டுகால அளவைத் தன் கையால், எழுத்தால் காவியமாக்கும் மனோஜின் இரண்டாம் நாவல் முறிநாவு.

இதில் எட்டு முதல் பன்னிரெண்டு நூற்றாண்டு வரையிலான காலத்தையும் இடத்தையும் சமூகத்தையும் தத்துவங்களையும் அவர் சொல்லிச் செல்கிறார். சைவ வைணவ சமண பௌத்த ஆசீவக சமயங்களின் மீதான அவரின் ஆழ்ந்த பார்வை வெகு அழகான நாவலாக விரிகிறது.

இந்நாவலின் முதல் மொழிபெயர்ப்புக்கு எடுத்துக்கொண்ட காலம் பதினைந்து மாதங்கள். அதன் பிறகு இதோ புத்தகமாக வருவதற்கு, செப்பனிடுவதற்கு மேலும் பன்னிரெண்டு மாதங்கள்.

அயர்ச்சியும், அலுப்பும், ஓய்வற்ற உழைப்பும் கோரும் பகல்நேர அலுவலகப் பணிகளுக்கு மாற்றாக, மருந்தாக என் விடியற்காலைகளிலும் இரவுகளிலும் என்னை உயிர்ப்போடு வைத்திருந்தவர்கள் குமரனும் நீலியும் அலங்காரனும் மஸ்கரியும் காக்கம்மாவும். அவர்கள் இல்லையெனில் இந்த இரண்டு வருடங்கள் என்னைக் காணாமல் செய்திருக்கும்.

பக்தி இலக்கியக் காலகட்டத்தை விவரிக்கும் நாவலைச் செப்பனிடத் தகுதியானவர் எனும் என் நம்பிக்கையையும் விருப்பத்தையும் ஏற்று தன் வேலை பளுவையும், உடல் சோர்வையும் பொருட்படுத்தாமல் இந்நூலைச் செப்பனிட்டுத் தந்த நண்பர் ஜா.ராஜகோபாலனுக்கு என் அன்பின் நன்றிகள் எனும் ஓரிரு வார்த்தைகளில் முடித்துக்கொள்ள முடியவில்லை. ஓராயிரம் வணக்கங்கள் நண்பரே...

பேருதவியும் மிகப்பெரும் உழைப்பையும் நல்கிய சகதோழன் உத்திரகுமாரனுக்கு அன்பின் நன்றிகள்....

தொடர்ச்சியாய் என் நூல்களுக்கு அட்டைப்படம் உருவாக்கும் மகன் வம்சி மிகச் சிறந்ததொரு அட்டைப்படத்தை வழங்கியிருக்கிறான். அன்பும் நன்றியும் வம்சி...

பூர்வகுடிகளின் மொழியின் சில சந்தேகங்களைத் தீர்த்து வைத்த ஓடியன் லட்சுமணன், தொடர்ந்து உற்சாகமூட்டி உடன் பயணித்த தோழி பரமேஸ்வரி, 'அம்மா நாவலை முடித்துவிட்டீர்களா? படிக்க ஆவலாக இருக்கிறேன்' என்று கேட்டுக்கொண்டேயிருக்கும் மகன் அமரபாரதி. இவர்களின் உரமே இந்நூலின் நிறைவு. நன்றி நண்பர்களே...

மலையாள நூல் நெடுக வரையப்பட்டிருந்த ஓவியங்களைப் பார்த்தபோது தமிழிலும் அவற்றைக் கொண்டு வரலாமே என்ற என் விருப்பத்தை மறுப்பேதுமின்றி ஏற்று, ஓவியங்களையும் கையளித்த மலையாள ஓவியர் பாக்யநாத் அவர்களுக்கு நெகழ்வான கைக்குலுக்கல்கள்...

பள்ளி வேலைகளின் அழுத்தத்திற்கு இடையிலும் தொடர்ந்து என்னைத் தூண்டியபடி புத்தகத்தை முடிக்க வைத்த பதிப்பாளர், தங்கை ஷைலஜாவிற்குப் பேரன்பு...

புத்தக வடிவமைப்புக்குச் செழுமையூட்டிய தங்கைகள் மோகனாவுக்கும், அஜிதாவுக்கும் நன்றிகள்...

நிலம் பூத்து மலர்ந்த நாளை ஏற்றுக் கொண்டாடிய தமிழ்ச் சமூகம் முறிநாவையும் ஏற்றுக்கொள்ளும் எனும் எதிர்பார்ப்பில்...

பேரன்புடன்

கே. வி. ஜெயஸ்ரீ

26.12.2024

முன்மொழி

என்னை எக்காலத்திலிருந்தும் என்னால் கண்டடைய முடியும், உங்களையும்.

கி.பி. எட்டாம் நூற்றாண்டின் இறுதியில் வாழ்ந்த குமரனையும் பன்னிரெண்டாம் நூற்றாண்டின் இறுதியில் அவனைப் பின்தொடர்ந்த அலங்காரனையும் எனக்கு நேருக்குநேர் பரிச்சயமுண்டு.

காலத்தின் பிளர்ந்த நாக்கின் ஒரு பகுதியாகிப் புறப்பட்ட சில மொழிகள்தான் குமரன் நடந்த பாதைகளை வரைந்து கொடுத்தன. வெம்பொலி நாட்டில் கௌணாற்றின் கரையில் நெட்டையச்சேரியில் பிறந்து, காலங்கள்தோறும் அலைந்து, மலைநாட்டின் வடக்கெல்லையில் எங்கோ இருக்கும் அவளூரில் வந்து சேர்ந்தவன் அவன். அங்கே வந்து சேரும் ஒருவனுக்குச் சிலவற்றை நிறைவேற்றாமலிருக்க முடியாதல்லவா? வேலத்தானும் நீலியும் வெள்ளப்பனும் குஞ்ஞனாசானும் குஞ்ஞாதியும் வினயானந்தனும் மட்டுமல்ல, அவனைச் சந்தித்த ஒவ்வொருவரும் அவனுக்கு அந்த இடத்தை அடைய வழி காண்பிக்காமல் இருக்க முடியாதல்லவா?

அதே நாவின் மறுபாதியிலிருந்து சிதறி விழுந்த வரிகளினூடே குமரனின் நாட்டில் அதே குலத்தில் பிறந்த அலங்காரனின் கதையையும் நான் அறிவேன். ஏதோ ஓர் ஓசையைப் பின்தொடர்ந்து புறப்பட்டு அவன் சென்றடைந்ததும் அவளூரையே. பால்யகாலத் தோழன் ஆதாயியும் பின்னர் சந்தித்த உஸ்மானும் ஆயிசாவும் ஆசீவக சந்நியாசியான மஸ்கரியும் புத்த தர்மத்தின் இரு பாதைகளின் வழியாக

சஞ்சரித்த பிக்குகளான ஆர்யதேவனும் தர்மசீலனும் சொந்த தகப்பன் சிறுகண்டனும் அவளூரில் பிறந்த கன்னட வசனகவி கொக்கவ்வாவும் சித்தரான ஆதிநாதன் போன்றோரும் அவனுடன் சேர்ந்து நடந்தவர்கள்.

அவளூரின் மரங்களில் குடியிருந்த யட்சிகள் சில இரவுகளில் நிறைய கதைகள் சொல்லின. அப்போதுதான் இங்கே என் தோட்டத்தில் பாலைப்பூக்கள் பூத்தன.

இப்போது சொன்ன கதைகளில் வந்து போனவர்களெல்லாம் என்னுடனும் இருக்கிறார்கள். முறிந்த நாவிலிருந்து வரும் பேச்சுகள் அவர்களை மட்டுமல்ல என்னையும் சுழற்றுகின்றன.

அதனால் இந்த எழுத்து, என்னையும் உங்களையும் போல முறிந்து... முறிந்து...

1

அத்தியாயம் ஒன்று

என்னால் அப்படி இல்லாமல் ஆகிவிட முடியாதென்று உங்களுக்குத் தோன்றுகிறதா? என் நினைவுகள் வெறுங்கதைகளெனவும் அவற்றையெல்லாம் அழிப்பதுதான் நல்லதெனவும் நீங்கள் எண்ணுகிறீர்களா? ஆனால் அது கொஞ்சம் சிரமம்தான். நான் என்னுள்ளே யாருக்காக இப்படியெல்லாம் சேர்த்துக்கட்டி வைத்திருக்கிறேன்? நான் கண்டும் கேட்டும் மறந்த சில கதைகளைத்தான் சொல்ல வேண்டியிருக்கிறது, ஒத்துக்கொள்கிறேன். சுயம் நிஜமா பொய்யா என்ற உறுதி இல்லாவிட்டாலும் இப்போதும் தொடரும் என் வாழ்வும் அதனைப்பற்றி நான் சொல்லும் கதையும் ஒருபோதும் ஒன்றாக இருக்காது என்பதும் எனக்குத் தெரியும். அனுபவித்தது எதையும் சற்று சொல்லப்பட்டாலே வாழ்வு வேறு, மொழி வேறு என்று எவராலும் புரிந்துகொள்ளக் கூடியதே! இப்படியெல்லாம் இருந்தாலும் எனக்குள் உண்டல்லவா சில ஆந்தல்கள்? எதையாவது சொல்வதற்கான பொருள் உண்டென்று எண்ணி உச்சரிக்கத் தொடங்கும் வார்த்தைகளினூடே, பொருளற்ற ஓசைகளினூடே, ஓர் ஓசையும் வெளிக்கொணரப்படாத காட்சிகளினூடே, அப்போது என்னுள் சுற்றிச்சூழலும் எண்ணங்களினூடே அல்லவா நான் வாழ்கிறேன்? இவற்றையெல்லாம் கேட்டுக் கொண்டிருக்கும் நீங்கள் அல்லவா என்னை நான் ஆக்குகிறீர்கள்? அதுமட்டுமல்லவே, சொல்லப்படும்

இந்தக் கதைகளிலிருந்து இலையின் நரம்புகள்வழி தன் சொந்த மரத்தின் வேர்களைக் கண்டடைவது போல, நீங்கள் உங்களின் சுயத்தைக் கண்டடைகிறீர்கள் என்பதையும் நான் அறிகிறேன். அப்படியெனில், நானில்லாமல் போனால் அதன் இழப்பு உங்களுக்கும் அல்லவா?

இதைக் கேட்டுக் கோபம் கொள்ளாதீர். சிக்கல் சிடுக்குகள் இன்னும் இருக்கின்றன. பல பொழுதுகளைக் குறித்து நான் சொல்ல வேண்டி இருக்கிறது. எது முன்னால் எது பின்னால் என்றறிய முடியாததுபோல, சுற்றுவழிகள் கிறங்கிச் சேர்ந்ததுபோல ஒரே இடத்திலேயே கட்டிப் போடப்பட்ட பல பொழுதுகள். இடங்களும் அப்படித்தான் உறைந்து இருப்பதாகவே தோன்றும். அது வெறும் தோற்றம்தான். சுற்றுதலும் அவிழ்தலுமே எல்லா இடங்களிலும் நிகழும். எப்படியெனினும் இடமும் பொழுதும் சேர்ந்து சுற்றும் இந்தப் பெரும் பம்பரத்தின்மேல், உணர்ந்துகொள்ள முடியாத ஒரு வடிவத்திலும் வந்து சேராமல், வளர்ச்சியற்ற ஒரு புழுப்பூச்சியைப் போல இருந்தேன் நான். என்னைப் பற்றி நான் சொல்வதை மற்றொரு இடத்திலிருந்து நீங்கள் கேட்கவும் செய்கிறீர்கள். என்னை என்னாலேயே தாங்க முடியாததால் உங்கள்மீது இறக்கி வைப்பதாகவும், அது உங்களைப் பற்றியும் கூடத்தான் என்று புரிந்தும் நீங்கள் அப்படி நடிப்பதேயில்லை. எவ்வளவு விசித்திரமான நிகழ்வுகள் அல்லவா?

வார்த்தைகளைத் தேடுவதற்கிடையில் எதிர்பாராமல் கையில் வந்திருந்த குறிப்பைப் பார்த்தபடி குமரன் நெடுநேரம் அமர்ந்திருந்தான். அது, தான் எழுதியதே என்பது நினைவில் வந்தபோது தன் சாயலிலேயே மற்றொருவனைக் கண்டது போன்ற ஓர் அதிர்வே முதலில் தோன்றியது. புறவுலகை வாசலுக்கு வெளியே காத்திருக்க வைத்துவிட்டு, தனியொரு உலகை உள்ளே உருவாக்குவதன் நீண்ட இடைவேளைகளில் முன்பெல்லாம் இப்படி

சிலதெல்லாம் எழுதப்பட்டிருந்தன. தான் கண்டதும் கேட்டதுமான வாழ்க்கை அனுபவங்களைப் பிறருக்குச் சொல்வதில் மனிதருக்கு இருக்கும் பேராசையைத் தன்னால் முடிந்தமட்டும் நிறைவேற்ற எடுத்துக்கொண்ட எத்தனங்களை அதில் மீண்டும் மீண்டும் வாசித்தபோது, சிலவற்றை மேலும் சேர்ப்பதற்கும், சிலவற்றை முழுமையாகவே திருத்துவதற்கும் விரல்களுக்கிடையில் எழுத்தாணியைத் திருகினாலும் அவன் அதைச் சட்டென கீழே வைக்கவே செய்தான்.

வேண்டாம். இப்போது முழுமையாக்க வேண்டியது இதுவல்ல. இதை எழுதிய கைகள் தன்னுடையதுதான் எனினும் அதன் உள்ளடக்கமும் மொழியும் அவளுடையதுதான். இத்துடன் ஒரு வார்த்தையைச் சேர்க்க வேண்டுமெனினும் அவள் கனிய வேண்டும். எழுத்தும் எழுத்தாணியும் தவிர வேறொன்றும் சொந்தமற்ற ஒருவனால் வெறுமனே பிரதியெடுக்கத்தானே முடியும்? குமரன் அதுவரை செய்துகொண்டிருந்த செயலை மீண்டும் தொடர்ந்தான்.

முதலும் முடிவுமற்ற பழையதொரு பனையோலைக் கட்டையெடுத்து அதை அவன் திருப்பித் திருப்பிப் பார்க்கத் தொடங்கினான். வாசிப்புப் பலகையின்மீது மெதுவாக வைத்தபோது அதன் ஓலைகளில் சில கட்டிலிருந்து வெளியே போக அவசரம் காட்டின. அந்த இடங்களில் கட்டி எழுப்பியிருந்த தங்களின் உலகம், ஒரு நொடியில் தகர்ந்து போவதன் நடுக்கத்தில் கரையான்கள் வெளியேறி ஓடத் தொடங்கின. அவற்றின் குவியலை ஓலையின் சாம்பல் நிறம் கலந்த சில கரையான்கள் வரைந்து காண்பித்துக் கொண்டிருந்தன. தூசியின் கனத்தைச் சுமந்து வெளிநடப்பு செய்யும் அந்தச் சிறிய உடல்களின் அசைவுகளைப் பார்த்துக் கொண்டிருந்தபோது, அவனுள் பெருமொரு குற்றவுணர்வு தோன்றியது. ஒவ்வொரு உயிரையும் திரும்ப அழைக்க

மனோஜ் குரூர் 17

இயலாமையுடன் கை நீட்டினான். மிகச்சிறிய காட்சிகள்கூட பின்துணையற்ற பிரபஞ்சத்தின் அரிய பொருட்களை வெளிப்படுத்துவதைக் கண்டு அவன் கண்களை இறுக மூடினான்.

யாரையும் நோகடிக்காத ஒரு வாழ்க்கை சாத்தியமற்றதுதான் என்பது குமரனும் அறியாததல்ல. எனினும் ஏதேனும் ஒரு சமாதானம் தேவைதானே. சிற்றுயிரிகள் பெரும்பாலும் மெதுவாகக் கலைந்து செல்வதுவரை காத்திருக்க அவன் தீர்மானித்தான். காலம் குமரனுக்கு ஒரு சிக்கலாகவே இருந்ததில்லை. சேர வேண்டிய இடத்தைச் சென்றடைய, வேகமாகப் போனவர்களை ஒரு சிறு புன்னகையுடன் பார்த்துக் கொண்டிருப்பதே அவன் வழக்கம். மரங்களைப் பார்க்கும்படிதான் அவர்களிடம் அவன் கூறுவான். அதைத் தன்னிடமே தொடரும்போது விதை வெடித்து முளைத்து கீழே வேர்களாகவும் மேலே வளர்ந்து கிளைகளாகவும் படர்வது வரையிலான காலம் அவனுள்ளே மெதுவாக சலசலக்கத் தொடங்கும். முளைக்கவே காலங்கள் எடுக்கும் ஒரு மரத்தின் விதையை நட்டு, பத்தாண்டுகள் கழித்துக் காய்க்கும் அதன் பழத்தைத் தின்பதற்குக் காத்திருக்கும் ஒரு விவசாயியே தானென்று நினைப்பான். தான் இல்லாமல் போகும்போதும் தன் வியர்வையைக் குடித்து வளர்ந்த அந்த மரம் அங்கேயே இருக்குமென்று உறுதியாகத் தோன்றும்போது முன்னெப்போதையும்விட வாழ்வோடு நெருங்கி நிற்கவும் முயல்வான். எல்லா மரங்களின் பெயர்களையும் தெரிந்துகொள்ளவும் வேண்டும். அப்பெயர்களைப் பொருளில் கோர்த்து நிறுத்தும் ரகசியம் என்னவென்று அறியவும் வேண்டும். தான் செய்து கொண்டிருக்கும் இந்த எல்லையற்ற பணிக்கு ஏதேனும் ஓர் அர்த்தம் வேண்டுமல்லவா?

அவிழத் தொடங்கிய சரடிலிருந்து வெளியே விழத் துடித்த ஒவ்வொரு ஓலையையும் அவன் மெதுவாக அடுக்கத் தொடங்கினான். எவ்வளவு முயன்றும் நார்களில் இருந்து கழன்று பருபருப்பான

அவற்றின் ஓரத்திலிருந்து சில துண்டுகள் பெயர்ந்து பலகையில் பரவத்தான் செய்தன. நாரும் தூசியும் சேர்ந்து மூக்கில் கிறுகிறுத்தபோது, தும்மாமல் இருக்க பெருமுயற்சி செய்தான்.

அவன் ஒரு நிகண்டு உருவாக்குகிறான். ஏதோவொரு அடுக்கு இருப்பதாக பாவித்து சிதறிக் கிடக்கும் நூறாயிரம் உருவங்கள் நிறைந்த இந்த உலகத்தைப் போல அவனுடைய எழுத்தறையில் வார்த்தைகள் பரவிக் கிடக்கின்றன. எழுத்துகளின் குவியலாக அடுக்கப்பட்ட பனையோலைக் கட்டுகள், நாள்தோறும் பல உயரங்களில் மேல்நோக்கி வளரவும் செய்தன. அவற்றின் உச்சி, ஒரு பக்கமாகச் சாயத் தொடங்கும்போது அவற்றைப் பகுத்தெடுத்து அவன் புதியதொரு அடுக்கினை உருவாக்குவான். இதோ காணப்படும் ஓலைச் சுவடிகளை சாதாரணமாகச் சேர்த்து வைத்தாலே அகராதி முழுமையடையும். எக்காலத்தும் தனக்குள் முழுமையடைந்த நூல்! என்றைக்கும் முழுமை அடையாமல் இருப்பது என்பது அதன் மற்றொரு விதி. அதை அவன் என்றோ முழுமையாக்கியதுதான். அப்போதெல்லாம் எங்கிருந்தெல்லாமோ புதுப்புது வார்த்தைகள் ஓடி வந்தன. அவற்றிற்கும் அமர இடம் கொடுத்தபோதும் மீண்டும் உயரமுடியாமல் அவற்றின் மேற்புறங்கள் மறுபடியும் சரியத் தொடங்கின. அருகில் மேலும்மேலும் அடுக்குகள் உருவாயின.

என்னவொரு துயரமிது! ஒருபோதும் முழுமையடையாத பணி. எல்லாச் சொற்களையும் சேர்த்து முடித்த பிறகும் சில சொற்கள் மிச்சமிருப்பதாகவே தோன்றுகிறது. ஒருபோதும் மனநிறைவு தராத முழுமையடைவதற்கான காத்திருப்பு. கடந்து சென்றவற்றையெல்லாம் மறக்கவே குமரன் இந்தப் பணியில் மூழ்கினான். ஆனாலும் தன் கூட்டை விட்டு வெளியேறிய குளவிகள் திரும்ப வந்து சேர்வதுபோல சில நினைவுகள் கூர்முனைகளுடன் திரும்ப வரும். அவனுடைய நிகண்டின் வார்த்தைகளைப் போலவே அவை உள்ளே நுழைந்து

பதுங்கி இருக்கும். சில நினைவுகள் கூட்டை உடைத்துக்கொண்டு மீண்டும் பறக்கும். நடுவில் பிளந்த நாக்குகளாக வேறு சில நினைவுகள் துடித்துக்கொண்டே இருக்கும். அப்போது அவன் விம்மவோ திட்டவோ செய்வான். மெதுவாக கை பட்டால் ஆடி உலைவதும், கனமான ஒரு காற்றில் சிதறிப் பறப்பதுமான ஓலைகளின் அசைவு கிறுகிறுவென்ற ஓசையை உருவாக்கும். ஒவ்வொரு நிமிடமும் மனதுக்குள் வந்து சேரும் எல்லையில்லா எண்ணங்கள் போல அவற்றைக் குறிக்கும் முழக்கமான வார்த்தைகள் எழுத்து அறையைப் பிடித்து உலுக்குவதாகத் தோன்றும். அடுத்த நிமிடத்திலேயே அவை எழுத்துகளில் அசைவின்றிக் கிடக்கும் சில வடிவங்களாக மட்டுமே மாறும்போது ஓசைகள் அனைத்தும் ஒடுங்கி, அந்த அறை அதன் நீண்ட மௌனத்தைச் சுயமாக மீட்டெடுக்கும். என்றைக்கும் போல அன்றும் ஓசையும் மௌனமும் தொடர்ந்து கொண்டிருந்தபோது குமரன் சற்றுநேரம் ஓலையிலிருந்து பார்வையைப் பின்னுக்கிழுத்தான். உள்ளம் சற்று அடங்குவதுவரை கண்மூடி இருந்தான்.

சுற்றிலும் பறக்கும் பூச்சிகளின் மெல்லிய சிறகடிப்பு. பார்வைக்கு எட்டாத சில சிற்றுயிர்களின் தொந்தரவு தரும் ஸ்பரிசங்கள். தரையில் இழைவதும் உயரத்தில் பறப்பதுமாக சிறிதுநேரம் தன்னைச் சுற்றிலும் வாழ்ந்து துடித்துத் துவளும் எண்ணற்ற உயிரிகளில் எதனெதன் பெயர்கள் தனக்குத் தெரியும் என்று அவன் யோசித்துப் பார்த்தான். பொருள்தேடும் இந்தப் பணிக்கே என்ன பொருள் இருக்கின்றது என்று அவ்வப்போது சஞ்சலப்பட்டான். அப்போதும் வார்த்தைகளின் பெருங்கூட்டம் பேய்களைப் போல இளித்துக் கொண்டும் சலசலத்துக் கொண்டும் அவனைச் சுற்றிக் கொண்டிருந்தன.

வார்த்தைகள்! கொம்பும் இறகுமுள்ள பூச்சிகளின் வடிவத்தில் எழுத்துகள் சேர்ந்து முன்னால் வரிசை கட்டியபோது குமரன் பனையோலையை நிமிர்த்திக் காண்பித்தான்.

'ந்தா, இங்க வந்து உக்காரு'

ஒவ்வொரு முழுமையிலும் நின்று இளைக்கும் வாக்கியங்களின் பொருள் என்னவென்று யோசிக்க அவனுக்குத் தோன்றவில்லை. வார்த்தைகளுடையதுதான் உலகம்; வரிகளுடையதல்லவென்று அவன் பலமுறை தன்னிடமே சொல்லிக் கொள்கிறான். இல்லையென்றாலும் தமக்குள் ஒற்றுமை இல்லாமல் நிரல்படக்கிடக்கும் பல உருவங்களைக் கூட்டிச்சேர்த்து ஒரு வரிசைக்கிரமம் உண்டென்று பாவிப்பதில் என்ன பொருள் இருக்கிறது? வாக்கியங்களைச் சேர்த்துக் கோர்த்தெடுத்த பெரும் காப்பியத்தைவிட தமக்குள் இணையாத வார்த்தைகள் சேர்த்தடுக்கிய ஒரு நிகண்டுக்குத்தான் இந்த உலகை சற்றே தெளிவாகக் காட்டமுடியும். அகராதியை உருவாக்குபவனே உலகின் உண்மை அறிந்த கவி.

அவ்வப்போது மூளையில் ஒட்டிக் கொள்ளும் மற்றொரு சிந்தனை, அப்போதும் குமரனை அதன் சிலந்திக் கால்களால் மூடியது. முதன்முதலில் இதற்கெல்லாம் பெயர் வைத்தது யாராக இருக்கும்? என்னைப் போன்ற ஒருவனெனில், என்னுடையது போன்ற எண்ணம்தான் அவனுக்கும் எனில், பனிக்குப் பனி என்றும் வெயிலுக்கு வெயில் என்றும் பெயர் வந்திருக்குமா? உயரத்தின் எழுச்சியை மலையென்றும், வழிந்தோடும் நீர்ப்பெருக்கை ஆறென்றும் தனக்கு அழைக்கத் தோன்றுமா? ஒன்றின் பெயரால் பிறிதொன்றை அழைத்தால் என்ன? நிகண்டு! என்னவொரு பெயர்! இதைக் கேட்கும்போது ஆணிகள் கழன்ற ஒரு மரக்கூண்டுதான் நினைவில் வருகிறது. தானறிந்த ஒவ்வொன்றிற்கும் முதலில் பெயர் வைத்தவனை அவன் கற்பனை செய்ய முயன்றான். அம்மனிதனின் உள்ளத்தினுள்ளே கடந்து சென்ற, என்னவென்று உணரமுடியாத எண்ணங்களை நினைவுகூர முயன்றும் இயலாததால் குமரன் தன் தோல்வியை

ஒப்புக்கொண்டான். நிச்சயமாக ஓர் ஆணாக இருக்க முடியாது. மற்றொன்றிலிருந்து பிறவி கொள்ளும் ஒவ்வொன்றையும் போலவே வார்த்தைகள் முதலில் உருவானதும் பெண்ணிலிருந்தாகவே வாய்ப்புள்ளது. அவள் உச்சரித்தபோது அவற்றுக்குப் பொருள் தானே வந்து சேர்ந்திருக்க வேண்டும். அதுவன்றி ஒன்றையும் மற்றொன்றாகக் காணமுடியாத தன்னைப்போன்ற ஒருவனின் உலர்ந்த மூளையில் இந்தப் பெயர்கள் ஒரு அசரீரி போல எப்படிப் பதியும்? ஆனாலும் ஒன்று இருக்கிறது. பெயர் ஒருமுறை வைக்கப்பட்டால் போதும். அவன் அதைத் தன்னுடையதாகவே எண்ணிக்கொள்வான். அவற்றின் பொருளை அவளுக்கே சொல்லிக் கொடுக்கவும் செய்வான்.

குமரன் வெளியே வந்தான். அந்தக் குன்றின் மேலிருந்து பார்த்தால் கண்பார்வையில் தென்படுவதெல்லாவற்றையும் எத்தனையோ முறை பார்த்து முடித்திருக்கிறான். ஆனால் ஒவ்வொரு பொருளையும் முதன்முதலாகப் பார்ப்பது போலவே மீண்டும் பார்க்கத் தொடங்கினான். நினைவில் வந்தவற்றுள் பலவற்றின் பெயர்களை அழித்துவிட முயன்றான். அப்போதெல்லாம் முன்பைவிட ஆழத்தோடு அவை உள்ளே ஒட்டிக் கொள்ளவே செய்தன. சிலவற்றைப் பார்த்தபோது அவற்றுக்குப் பெயரில்லை என்பதை அறிந்து அவன் நிம்மதியடைந்தான். ஒருவேளை தனக்குத் தெரியாமல் இருந்தால்? என்னவெனினும் ஆதிமனிதன் கண்ட பிரபஞ்சத்தை அவ்வாறே அவற்றில் காண்பதாகக் குமரன் பாவித்தான். அது நல்லதொரு சுவையான ஏற்பாடு என்று தனக்குள்ளாகவே பாராட்டிக் கொண்டான். இனி அவற்றுக்குப் பெயரிடக் கூடிய ஒருத்தியை உள்ளேயே தேட வேண்டும். அவள் சற்று கனிவு காட்டினால் போதும். இங்கே காணும் ஒவ்வொன்றிற்கும் நானே பெயரிடுவேன். எனக்கு மட்டுமேயான ஒரு மொழியை நானே உருவாக்குவேன். ஒரு மொழியை அடையாளப்படுத்த இப்போது உருவாக்கும்

அகராதியுடன் என்னையும் அடையாளப்படுத்த வேறொன்றையும் உருவாக்க வேண்டும்.

கூடாது! உன்னையே அடையாளப்படுத்திக் கொள்வதற்கு நீ யார்? உள்ளிருந்து ஒரு தடை உயர்ந்தபோது குமரன் எழுத்தறைக்குத் திரும்பினான். தானே குவித்து வைத்த மற்ற வார்த்தைகளுக்கிடையில் என்றைக்கும் போல் அடைகாக்கத் தொடங்கினான். சற்று நேரத்திற்காவது பெயரில்லாமல் போன மரங்களின் இடையிலிருந்து பெண்குரலில் ஓர் இசையைக் கேட்டான். அது ஒரு விசும்பலாகவோ சிரிப்பாகவோ மாறி இருக்கலாம். வழக்கம்போல கேட்கும் தொலைவிற்கு அப்பால் கனத்த நிசப்தத்தில் சென்று அது மறைந்துபோயும் இருக்கலாம்.

அத்தியாயம் இரண்டு

செய்வதற்கு நிறைய இருக்கிறதென்றும் ஒன்றுமேயில்லை என்றும் ஒன்றாகவே தோன்றி இருந்த நாட்களின் இறுதியில், குமரன் தன் நூலின் விதியைத் தீர்மானித்தான். அவன் பனையோலைக் கட்டுகளினருகே சென்றான். உயிரெழுத்துகளின் அகரவரிசையிலும் மெய்யெழுத்துகளின் அகரவரிசையிலும் ஏதேதோ அடையாளங்களின் வரிசையிலும் அடுக்கப்பட்டிருந்த ஓலைக்கட்டுகளை மேலும் ஒழுங்குபடுத்திக் கொண்டு தன் பணி முழுமையடைந்திருப்பதாக திருப்தியடைந்து அவற்றைச் சரடினால் கட்டி வைத்துவிட்டு இரு கைகளையும் உதறி எழுந்துகொண்டான். இதற்குமேல் இதில் ஏதாவது சேர்க்க வேண்டுமென்றால் வேறு யாராவது செய்யட்டும். நிகண்டு எப்போதும் புதிய புதிய வார்த்தைகளைக் கனவு கண்டுகொண்டே இருக்கும். துல்லியமாக ஓரிடத்தில் முடிவடையவோ ஒருவனை மட்டும் தன் படைப்பாளியாக ஏற்றுக்கொள்ளவோ விரும்பாத ஒருவிதமான கர்வம் அதன் உடன்பிறந்தது. அதற்கு விட்டுக் கொடுப்பது மட்டுமே தான் செய்யக் கூடியது.

ஓலைகளையெல்லாம் அவன் ஒரு துணியில் மூட்டையாகக் கட்டிக் கொண்டான். எந்தவொரு ஓலையும் வெளியே இல்லை என்பதை உறுதிப்படுத்திக்கொண்டு வெளியேறினான். தான் உருவாக்கிய நிகண்டை அதன் மொழிக்குரியவரிடம் ஒப்படைப்பதற்கான வேளை வந்திருக்கிறது.

குன்றின்மீது சுழற்றியடிக்கும் காற்று, துணிமூட்டையை இலக்காக்கி

குமரனை வளைத்தது. கட்டினை அவிழ்த்து உள்ளே நுழைவதற்கான அதன் முயற்சிகளை அவன் தடுத்தான்.

'ஒருவன் சொந்தம் வாழ்வெப்பட்டு ஆகெ கெடச்சதே இது. அதெ முடிக்காதேடா'

காற்று அவன் சொன்னதைக் கேட்டதாகவே தோன்றவில்லை. போதையில் வழி தவறிய ஒருவனைப் போல அது குமரனைச் சுற்றியே சுழன்றது. அவன் அந்த மூட்டையை நெஞ்சோடு சேர்த்தணைத்து மெதுவாக முன்னால் நடந்தான். பல மடிப்புகளாகக் கீழ்நோக்கி நீளும் குன்றின் சரிவு. புற்களை ஒதுக்கி மாற்றி காலடையாளங்களைத் தெளிவாகக் காட்டித் தந்த ஒற்றையடிப் பாதையும்கூட மாயமாகியிருந்ததால், திசையை அடையாளம் கண்டு நடப்பதுதான் ஒரேயொரு வழி. குமரனுக்கு அது அவ்வளவு சிரமமான செயலாகத் தோன்றவில்லை. வருடங்கள் பல கடந்தபிறகு இங்கே வந்து சேருவதற்கு முன்பாகவே நன்கு பரிச்சமான இடங்களே சுற்றியிருப்பவை. தன்னை அவை மறந்து போனாலும் தன்னுள்ளே உள்ளது எதுவும் மறையாது. அங்கேயிருந்த வழிகளை உள்ளுக்குள்ளேயே தெளிவுபடுத்திக் கொண்டு குன்றின் சரிவுகளைச் சுற்றி கீழ்ழே இறங்கத் தொடங்கினான்.

குன்று இறங்கியதும் காடு தொடங்குகிறது. பலவகைக் கொடிகளும் கிளைகளும் கைகோர்த்துப் பிணைந்து நிற்கும் மரக்கூட்டங்களுக்கு இடையில் நடப்பது சற்று கடினம்தான். அவற்றுக்கிடையில் பாம்புகளோ மிருகங்களோ ஒளிந்திருக்கக்கூடும். சற்று தயங்குவதற்குள் பதுங்கி இருக்கும் பயவுணர்வைக் கடந்து, உடையவர்களிடம் திருப்பித் தர வேண்டிய சொத்துதானே தன் கையில் உள்ளது என்ற எச்சரிக்கை உணர்வு மேலெழுந்தது. தன் வாழ்வைவிட முக்கியத்துவம் அளிக்க

வேண்டியது, நிகண்டின் பிற்கால வாழ்வுக்குத்தானென்ற உணர்வை குமரன் முன்பே அடைந்திருந்தான்.

மரக்கூட்டங்களுக்கிடையிலான நடை அவனுக்கு முன்பே விருப்பமானதுதான். சங்கடமும் கனவும் எதிர்பார்ப்பும் நிராசையுமெல்லாம் மாறிமாறி இழைவதும் முரல்வதும் கிளைகள் உயர்த்துவதுமாக தனக்குள் நடப்பது போன்றது அது. கொடிகளை அகற்றிவிட்டு மரங்களுக்கு இடையிலாக, குனிந்து கடந்து அவன் முன்னோக்கிச் சென்றான். அருகே ஆற்றின் ஓசை சலசலவெனக் கேட்கத் தொடங்கவும் உற்சாகம் மிகுந்தது. இலக்கை நெருங்குகிறான்.

அவளூர். ஆற்றுக்கு அக்கரையிலுள்ளது அந்த நாடு. நெடுங்காலமாக எழுத்தறையில் இருந்து அனுபவித்த வேதனைகள் எல்லாம் முடிவடையப் போகிறது. ஒரு வாழ்வின் நியோகம் முழுமை அடையப்போகிறது. அவளூரை அடைந்ததும் மூப்பத்தியைப் பார்க்க வேண்டும். பனையோலைக் கட்டுகளைக் கைமாற்ற வேண்டும். தான் ஏற்றுக்கொண்ட பாரத்தை இறக்கிவைத்து முழு விடுதலை அடைய வேண்டும்.

ஆற்றங்கரையை நெருங்கிய குமரன் இடுப்பில் செருகியிருந்த கத்தியை உருவி, சாய்ந்து நின்றிருந்த மூங்கிலிலிருந்து மெல்லிய கொடியொன்றினைக் கீறி எடுத்தான். துணிமூட்டைகளைத் தலையில் வைத்துவிட்டு அதையும் கழுத்தையும் சேர்த்துக் கட்டினான். உடுத்தியிருந்த வேட்டியை அவிழ்த்துவிட்டு அதை அந்தக் கட்டின் மீதாக மீண்டும் ஒருமுறை சேர்த்து முறுக்கியபின் ஆற்றில் இறங்கினான்.

நன்றாகக் குளிர்கிறது. நீரில் நல்ல சுழிப்பும் உள்ளது. எதையும் பொருட்படுத்தாமல் அவன் நீந்தத் தொடங்கினான். ஆற்றின் இடையில் நின்றிருந்த பாறைக் கூட்டங்களின் அருகே சென்று அதன்

மேற்புறம் பற்றிக்கொண்டு ஏறினான். சற்றுநேரம் அங்கு நின்றபடியே மறுகரையைப் பார்த்தான். சில பறவைகள் மான்கள் குரங்குகளைத் தவிர மனித ஜீவன்கள் ஒன்றைக்கூடக் காணவில்லை.

தளர்வு சற்று குறைந்ததாகத் தோன்றியது. மீண்டும் ஆற்றில் இறங்கி நீந்தத் தொடங்கினான். நீரின் சுழிப்பு அதிகரித்திருக்கிறது. கைகால்கள் குழைய, தசைகள் இழுத்து முறுகின. அவளூரின் கரையை நெருங்குகையில் குமரன் தளர்ந்திருந்தான்.

கட்டுகளை அவிழ்த்துவிட்டு இரு கைகளையும் பின்னால் ஊன்றிச் சற்றுநேரம் சாய்ந்தமர்ந்த போதும், கடன் வாங்கிய பொருளைத் திரும்பக் கொடுக்க வேண்டியது போன்றதொரு இக்கட்டு அவனை நீண்ட நேரம் ஓய்வு எடுக்க அனுமதிக்கவில்லை. எழுந்து நடந்தான். அங்கே ஒருவரைக்கூட காண முடியாதது, அப்போதைக்கு ஓர் எதிர்பார்ப்பாகவும் பின்னர் பயமாகவும் வளரத் தொடங்கியிருந்தது.

அவன் ஊர்களை இலக்காக்கி நடந்தான். ஆட்களெல்லாம் ஏதாவது விழாவிற்குப் போய் இருப்பார்களோ? அப்படியென்றால் ஆரவாரக் கூச்சலோ, வாத்திய முழக்கங்களோ கேட்க வேண்டுமே? ஆனால் இங்கே கூட்டநெரிசல் காணப்படும் இடங்களிலெல்லாம் ஆள்நடமாட்டமின்றி இருக்கின்றன. எங்கேயும் ஒரு மனிதக் குரலும் கேட்கவில்லையே? யானை புகுந்து மிதித்துத் தகர்ந்தது போன்ற ஒரு குடிலின் முன் சென்று நின்றபோது, பயம் உள்ளிருந்து இறங்கி அதன் நிழல் குமரனின் முன்னால் விரிந்தது. பதுங்கிப் பதுங்கி அவன் குடிலுக்குள் சென்று பார்த்தான். ஒருவரைக்கூடக் காணவில்லை. அங்கிருந்து இறங்கி நடந்தபோது கால்களில் ஏதோ இடறியது. விழாமலிருக்க இல்லாத கொடியினை நோக்கிக் கை நீட்டினான்.

மற்றொரு குடிலின் முற்றத்தை அடைந்தபோது கால்களின் சலனம் தானாகவே நிலைத்துவிட்டது. முன்னால் கிடப்பது அழுகத் தொடங்கியிருந்த ஒரு பிணம்தான் என்பதைத் தெரிந்துகொள்வது

மனோஜ் குரூர்

எளிதாகவே இருந்தது. முறிந்து கிடந்த அதன் கைப்பிடிக்குள் அப்போதும் இறுகப் பிடித்திருந்த கூர்வாளின் மங்காத ஒளி அவனை ஆழமாகப் பார்த்தது. உடல் உறுப்புகளில் இருந்து உயர்ந்து வந்த துர்வாடை தன்னைச் சுற்றிச் சுழன்றபோது மூக்கைப் இறுகப் பொத்திக்கொண்டான். துணி மூட்டையைக் கீழே இறக்கி வைத்துவிட்டு அருகிலிருந்த குடில்களை நோக்கி ஓடினான்.

அங்கே பார்க்கப்பட்ட காட்சிகளால் குமரன் பலவாறாகச் சிதறினான். குடில்களுக்குள்ளேயும் வெளியிலுமாக ஆண்பெண் பேதமின்றி அழுகிக் கிடக்கும் குளிர்ந்த உடல்கள். எறும்பு ஊறும் கண்கள். உடைந்துபோன பாத்திரங்கள். உடைந்தும், தூளாகியும், பாதி மண்ணில் புதைந்தும்போன அம்பும் வில்லும் ஈட்டியும் போன்ற ஆயுதங்கள். அந்த ஊருக்கு நேர்ந்தது என்னவென்று புரிந்தபோது உரக்கக் கூக்குரலிட வேண்டுமென்று தோன்றினாலும் ஓசை வெளிவரவில்லை. அவன் குடில்களின் முன்னால் பாய்ந்தோடினான். ஓடும்போதே தளர்ந்து விழுந்தான். அடியாழம் காண முடியாத ஒரு பிளவுக்குள் தாழ்ந்து கொண்டிருப்பதாகத் தோன்றியபோது, தான் இப்போதும் உயிருடன் இருப்பதை உறுதிப்படுத்துவதற்காக சில ஓசைகளை எழுப்பினான்.

அசைவுகள்கூட துடித்தடங்கிய ஓர் உலகம் கண்முன் தெரிகிறது. வாழ்வு நர்த்தனமாடியிருந்த ஓரிடம்தான் இதோ தெரியும் இந்தச் சுடுகாடு. ஒரு காலத்தில் கைகோர்த்து நடந்திருந்தவர்கள்தான் இன்று தமக்குள் அறிந்துகொள்ள முடியாத இந்தப் பிணங்கள். பலரும் முன்பே தனக்கு நெருக்கமும் பரிச்சயமுமானவர்களே. பல்லாண்டுகளாகப் பணி செய்து தான் உருவாக்கிய நிகண்டின் வார்த்தைகளுக்கெல்லாம் அவற்றின் நாக்குகள் நட்டமடைந்து இருப்பதையும், பொருளிலிருந்து விடுபட்ட ஓசைகள் போல உயிரழிந்துபோன உடல்கள் மண்ணுக்குள் மூழ்குவதையும் புரிந்துகொள்ள நீண்ட நேரமானது. தலையில் கை

வைத்தபடி தரையிலமர்ந்தான். சுற்றியுள்ள மரங்களையும் முன்னால் கண்ட சடலங்களையும் மாறிமாறி பார்த்துக்கொண்டு வெடித்து அழுதான்.

தன்னிலிருந்து வெளிப்பட்ட தேம்பல்களுக்கும் மேலே, மரங்களில் எதிரொலித்து முழங்கிய ஒரு கூக்குரல் கேட்டபோது குமரன் குதித்தெழுந்தான். நெஞ்சின் துடிப்பைக் கைகளால் அழுத்திப் பிடித்து, குரல் கேட்ட திசையை நோக்கிப் பாய்ந்தான். ஆபத்தை எண்ணி ஒரு கானப்பாலையின் பின்னால் ஒளிந்து நின்று பார்த்தான். துடிதுடிக்கும் ஒரு பெண்ணுடலிலிருந்து ஒவ்வொருவராக எழுந்து வருகிறார்கள் நான்கு படைவீரர்கள்! முன்பொருமுறை தன்னை நோக்கி நீண்டதொரு புன்னகை அவனுள்ளில் ஒளிர்ந்து மறைந்தது. தன்னுள்ளிருந்து ஒலி வெளிவராதிருக்க உதடுகள் இரண்டையும் இறுக்கிக் கொண்டான். நிர்வாணமான உடல் முழுக்கக் குருதி புரண்டு கிடந்த அவளுடைய அசைவு நிலைப்பதைக் கையறுநிலையில் பார்த்தபடி நின்றான்.

படைவீரர்கள் வேகமாக முன்னேறிச் செல்கின்றனர். சற்று தொலைவில் ஒதுங்கி நீண்டு கிடந்த நிழலுக்கு உரியவர் இருப்பதைக் குமரன் அப்போதுதான் கவனித்தான். படைவீரர்கள் அவரை தலைகுனிந்து வணங்கியபோதுதான் குமரன் அந்த முகத்தைப் பார்த்தான். அந்நொடியில் நடுக்கமுறவும் முடியாமல் மரத்துபோய் நின்றான். தன்னால் ஒருபோதும் மறக்க முடியாத அந்த மனிதனை உரக்க அழைக்கத் திறந்த வாயை அவன் தானாகவே பொத்திக்கொண்டான். இதுவரை பார்த்த அனைத்து துயரங்களுக்கும் மேலே அந்த முகம் குமரனின் கண்களைத் துளைத்து உள்ளே சென்று குத்திட்டது. வாழ்க்கையில் ஏதேனும் நன்மை குறித்த எல்லா எதிர்பார்ப்புகளும் பொருளற்றுப் போய் இருக்கிறது என்ற உண்மை ஒரு மின்னலின் வேகமும் உருவமும் கொண்டு அவன்மேல் பதிந்தது.

அவன் வெறுந்தரையில் சோர்ந்து விழுந்தான். நினைவுகள் மறைந்து போவதை அறிந்துகொண்டு பூமியை அள்ளிப் பிடிக்க முயன்றான். அதற்குள் பிடி நழுவியிருந்தது. அவனுடைய விரல்கள் பதிந்து மண்ணில் ஏற்பட்ட கீறல்கள், அடுத்த மழைக்காலம்வரை அவற்றால் முடிந்த அளவுக்கு அவனுடைய அதுவரைக்குமான வாழ்வினை அடையாளப்படுத்தின.

அதுவரையிலான காலம் முழுவதையும் செலவழித்து அவன் உருவாக்கிய நிகண்டு அதற்கு முன்பாகவே எங்கோ தொலைந்து போயிருந்தது.

2

அத்தியாயம் ஒன்று

நூற்றாண்டுகளுக்குப் பிறகு குமரனின் சில குறிப்புகளை வாசித்த அலங்காரன் அவற்றுக்கு மறுபடியாக இப்படித் துவக்கி வைத்தான்:

பல காலங்களுக்கு முன்னரே இந்த உலகிற்கு வந்து திரும்பிப்போன மூத்தோரே, உங்களுடைய உயிரின் இந்த மிச்சத்தையும் சுமந்து, பெற்றுக்கொள்கிறேனோ உள்ளதையும் இழக்கிறேனோ என்பதறியாமல் உழல்கிறேன் நான். இதிலிருந்து தெரிந்துகொண்ட உங்களையோ, இதுவரை வந்து சேர்ந்த என்னையோ பற்றிச் சொல்ல வேண்டும் என்று இருக்கிறது. அப்போதெல்லாம் நம்மைப் போன்ற நிறைய ஜென்மங்களின் ஓர் இறுதியாத்திரை என் கண்களைத் தொட்டுக் கடந்து செல்லும். ஒருபோதும் நிறைவாகவும் தெளிவாகவும் காணமுடியாத அவளைப்போல, முழுமையடையாத ஓர் இசை என்னுள்ளேயும் இருக்கிறது. ஒருமுறை அவள் என்னிடம் விடைபெற்றுச் சென்றிருந்தாளெனினும், தொடரும் இப்பயணத்திற்கு இடையில் ஏதாவதொரு மரத்தடியில் நின்று ஒரு வார்த்தையை எழுதவோ, ஓர் எழுத்தை உச்சரிக்கவோ தொடங்கினால் அவள் அருகே வந்தமர்வாள். அவிழ்த்து முன்னால் விடப்பட்டிருக்கும் கூந்தலைக் காண முடியாவிட்டாலும் அது என் முகத்தின்மீது பரவி, அறியாமல் கண்களை மூடிவிடும். அப்போது ஒரு நறுமணம் என் விரல்களில் பதியும். காட்டு முல்லையுடையதோ,

அசோகத்தினுடையதோ ஏழிலம்பாலையினுடையதோ நறுமணம் தானென்று பலமுறையும் தோன்றியிருக்கிறது. என்னவென்று முடிவாகச் சொல்ல முடியாத நறுமணங்கள் வந்து சுழலும்போது நானும் ஒரு பூமணப்பெருமரமாக மாறுவேன். அப்போதுதான் வெறும் நானல்லாத நிலையில் என்னால் ஏதாவது சொல்ல முடிகிறது.

ஆனாலும் என்ன! அவள் ஒளிந்து வந்து தொடும்போது சுய அனுபவங்களைச் சொல்ல நாக்கை வளைக்கும் நான், முன்பிறவிகளைப் பற்றித்தான் சொல்லத் தொடங்குவேன். அதுவே பின்பிறவிகளைப் பற்றியதா என்பதும் உறுதியில்லை. வார்த்தைகளிலெல்லாம் அவள் இருப்பாள் என்பது மட்டும் தெரியும். எத்தனையோ பிறவிகள் கடந்த வார்த்தைகளைத்தான் நான் இப்படி என் சொந்தம் என்று நினைத்துச் சொல்வது என்பதையும், எத்தனையோ ஆட்களின் அனுபவங்களே அவற்றில் ஒளிந்திருக்கின்றன என்பதையும் நான் மறந்துவிடுவேன். ஆமாம், அவள் ஒரு மாயாஜாலக்காரி. இல்லையென்றால் இதோ நான் சொன்னவையும் பார்ப்பவையும் என் சொந்தம் என்று எனக்குத் தோன்றுமோ?

பிறந்தும் இறந்தும் தொடர்ந்து கொண்டிருக்கும் இந்த வார்த்தைகளுக்கும் மரங்களுக்கும் மனிதர்களுக்கும் இடையில் நான் ஏதோ ஒரு காலத்திற்குப் போகிறேன்; யாருடையதென்றறியாத ஒரு வாழ்விற்கு; அவருடைய கதைக்கு. சிலவேளை அவர் நீங்களோ நானோ ஆகலாம். வாழ்வினைப் படியெடுத்தல்தான் கதை என்றெல்லாம் முன்னால் யாரோ சொல்லிச் சென்றிருக்கிறார்கள். அதற்கு எதிரானதாகவே நான் நினைக்கிறேன். சற்று யோசித்தால் ஒவ்வொருவரும் தமக்குள் கட்டி எழுப்பும் கதையை வெளியே படியெடுத்தல்தானே அவரவரின் வாழ்வு? கதையில் ஒவ்வொரு கதாபாத்திரத்திற்கும் அவரவரின் பங்கு நிறைவேற்றப்படுகிறது.

வாழ்க்கையிலும் அது ஒவ்வொருத்தருக்கும் உள்ளது. இடர்பாடுகள் ஏதுமற்ற கதையைப் போல, இவை ஏதுமற்ற வாழ்வினோடும் யாருக்கும் சுவாரஸ்யம் ஏதும் இருப்பதுமில்லை. அல்லல்கள் இல்லாதபடி கொண்டு போகக்கூடிய தன் வாழ்க்கையைக்கூட சிக்கல் சிடுக்குகளில் கோர்த்துவிடக்கூடிய மனிதர்களின் விருப்பத்தை இவ்விதமின்றி எவ்வாறு புரிந்துகொள்வது? அவர்கள் நிகழ்வுகளின் வழியாகத் தங்களின் கதையை வாழ்வாக எழுதுவார்கள். அவர்கள் எழுதவில்லையெனில் அவள் வந்து எழுத வைப்பாள். இடங்களையும் காலங்களையும் தன் விருப்பத்திற்கு இணங்க அவிழ்த்தும் அடுக்கியும் விளையாடும் பெரிய கதைக்காரி!

என் மூத்தோரே, உங்களை எழுத்தாக நான் அறிந்தது போல, பின்னர் யாரேனும் என்னை வாசித்து அறிவார்கள் அல்லவா?

அத்தியாயம் இரண்டு

“இந்த வழி அவளூர்க்குள்ளதா?”

இரண்டாகப் பிரியும் வழிகளில் ஒன்றிலிருந்து, துளும்பும் தயிர்க்குடமொன்றைத் தலையில் சுமந்து தன்னெதிரில் வந்தவனைப் பார்த்து அலங்காரன் உரக்கக் கேட்டான். பலரிடமும் தன்னிடமும் தொடர்ந்து பலமுறை கேட்கப்பட்ட கேள்விதான் அது. தன்னிலிருந்து புறப்பட்டு அடுத்தவனை அடைகிறதென்று உறுதி செய்வதுபோலத் தேவைக்கு அதிகமாக எழுந்த ஓசை, சற்று உலைத்தது. பதிலுக்காகச் சற்று தயங்கி நின்றவன் பிறகு சொன்னான்,

“கெழக்கோட்டுள்ள வழி போயி நோக்கு”

“அவ்ளோ தீர்ச்சயுண்டோ?”

“கேட்டறிவே சொன்னது. இன்னோளம் அந்நாட்டில் போகேண்டி வந்நதில்லா”

சரியான பாதையை யாரும் உறுதியாக இதுவரை சொன்னதில்லை. திசையையாவது இப்போதுதான் முதல்முறையாகக் கேட்கிறான். மாந்தரீகமான ஓர் ஓசை பாதையில் பிடித்திறக்க, அதைப் பின்தொடர்ந்துதான் இதுவரை வந்து சேர்ந்திருக்கிறான். பாதையின் திருப்பங்களில் அவ்வோசை மறைந்துவிடும். தனக்கு, தான் மட்டுமே துணை என்ற எதார்த்தம் முன்னால் தெரியும். அப்போதைக்குள் திரும்ப வேண்டிய பக்கம் எதுவென்று ஒரு முடிவு உள்ளே உறைந்திருக்கும். இதுதான் வழமையாக இருந்தது. இங்கே ஒருவன் தெரியும் என்றொரு வார்த்தையை முதலாக உச்சரித்திருக்கிறான். இலக்கை நெருங்குவதாக

அலங்காரனுக்குத் தோன்றியது. அது அவனுடைய நரம்புகளை முறுக்கேறச் செய்தது. வழி காண்பித்தவனிடம் நன்றி சொல்லச் தொடங்குவதற்குள் அவன் எங்கேயோ மறைந்திருந்தான். அலங்காரன் முன்னேறி, கிழக்குத் திசையில் நடந்தான். இருபுறமும் புதர்க்காடுகளும் மரக்கூட்டங்களும் நிறைந்திருந்தன. அவற்றின் காவலிலும் முன்னேற்பாட்டிலும் வெறுத்து, தான்தோன்றித்தனத்திற்குத் தயாராகும் ஒரு குழந்தையைப் போல முன்னால் ஓடும் அகலம் குறைந்த வளைவுகளும் திருப்பங்களும் நிறைந்ததொரு ஒற்றையடிப் பாதையில் விழுந்து கிடக்கும் காய்ந்த கிளைகளைத் தாண்டிக் கடந்து, வளைவில் திரும்பிய அவன் சற்றே தயங்கினான். வலப்பக்கம் செங்குத்தான மலைத்தொடர்கள். இடப்பக்கம் அடியாழம் காணமுடியாத அதல பாதாளம், ஒளிந்து நடப்பதற்கு இடையில் எதிர்பாராமல் வெளிப்பட்டது போல அவனுக்குத் தோன்றியது. உச்சிப்பொழுது சாய்ந்திருந்ததால் சற்று மேற்கே நகர்ந்து, உலைக்களத்தில் ஒளிரும் வெண்கலம் போல மின்னி ஒளிர்கிறது சூரியன். வெளிச்சம் படர்ந்த மலைத்தொடர்களின் பாறைக் கூட்டங்கள் உருகி வழியத் தயாராகின்றன. வேலியின் நகங்கள் உடலில் ஆழ்ந்தபோது அவன் முன்னேறிச் செல்லத் தயங்கி சற்று நின்றான்.

தன் ஓசையைப் பற்றிய எந்த உணர்வுமற்ற ஒரு செவிடனின் கூக்குரலாக, காற்று ஆரவாரக் கூச்சல் போட்டுக் கொண்டிருந்தது. அவன் பாதங்கள் ஊன்றி நிற்பதற்கு பாடுபட்டான். ஆனாலும் இந்தப் பயணத்திலிருந்து பின்னடையச் செய்ய எந்த சக்தியாலும் முடியாதென்ற உறுதியோடு ஒவ்வொரு அடியாக முன்னோக்கி வைத்தான். சற்று முன்னேறவும் முழுமையானதொரு அனாதையாக தான் மாறிவிட்டதாகத் தோன்றியது. வஞ்சிப்பட்டினத்தில் ஆயிசாவிடம் இருந்து பிரிந்து வந்தபோதுதான் அனாதைத்தன்மை அதன் முழுவீச்சையும் காட்டித் தன்னை பயமுறுத்தியது.

அதன்பிறகான பயணத்தில் கண்ணில் தென்பட்ட ஒவ்வொன்றினோடும் நட்புகொண்டு சற்றேறக்குறைய அதைக் கடந்து சென்றிருக்கிறான். சுற்றுப்புறங்களின் கருணையும் இல்லாமல் ஆகும்போது, தான் விழுந்து விடுவோமோ என்று பயந்தான். இவ்வளவு நேரமும் கேட்டிருந்த பறவைகளின் சலசலப்பும் நடுநடுவே பார்த்திருந்த வானரங்களின் குதிப்பொலியும் இப்போது இல்லை. புறத்தைப் போலவே அகத்திலும் ஓசையோ, வாசமோ இல்லாமல் போனது. முன்னால் மலைத்தொடர்களுக்கும் அடியாழங்களுக்கும் இடையே சிறுபாதை, மலைகளைச் சுற்றி எல்லையற்று நீண்டு கிடக்கிறது. இன்னும் பின்னிட்டுச் செல்ல வேண்டிய பயணத்தின் தூரம் உதறல் தருகிறது. மேலேயிருந்து முகத்திலறையும் வெயிலில் அவன் தளர்ந்து நின்றான்.

கண்ணில் இருட்டு ஏறியபோதுதான் தனக்குப் பசிக்கிறது என்பதை அவன் உணர்ந்தான். கண்ணுக்குள் பிறந்து காட்சி வட்டத்தையும் கடந்து வந்து கொண்டிருந்த மெல்லிய இருள்வளையங்களினூடே அவன் சுற்றிலும் பார்த்தான். எங்கும் சுட்டுக் கொப்பளிக்கும் பாறைகள். அவற்றில் ஒட்டியிருக்கும் வறண்ட மண்ணில் தம் சுவடுகளைப் பதிக்க முயலும் புதர்கள். ஊர்ந்திறங்க ஆசைப்பட்டு கீழே பார்க்கும் வாடிய இலைகள்.

நரம்புகள் கழல்வதாகத் தோன்றவே தள்ளியிருந்த ஒரு பாறையைப் பிடித்த போதும் கைகளை அங்கே ஊன்ற முடியாமல், அந்தப் பாறைக் கூட்டங்களை உரசியபடியே தரையில் அமர்ந்துவிட்டான். பாதி உடல் பாறையில் சாய்ந்துவிட்டது. நெற்றியின் வியர்வைத் துளிகள் வெயிலில் ஒளிர்ந்தன. பசியை அடக்க முடியாமல் போனபோது கையெட்டும் ஒரு பாறையின்மீது படர்ந்திருந்த பச்சைப் பாசையைக் கிள்ளியெடுத்து மென்றான். நெற்றியில் துளிர்த்த வியர்வைத் துளிகளை விரலால் வழித்தெடுத்து உதட்டை நனைத்தான். சிறியதொரு

நிம்மதி தோன்றினாலும் அது தொடரவில்லை. உடலைச் சற்றே ஆசுவாசப்படுத்த என்ன பாடுபட வேண்டியிருக்கிறது! கண்களை மூடியபோது இமைகளுக்குள் அடித்த வெளிச்சம், செம்போர்வையென அவனைப் போர்த்தியது. உட்கார முடியவில்லை; எழுந்திருப்பதற்கான தெம்புமில்லை. தோளிலிருந்து வழிந்திறங்கி தன்னருகே விழுந்து கிடந்த மாராப்பை அலங்காரனின் கைகள் தேடின. பின்னர் அசைவற்றுக் கிடந்தான்.

அலறலான ஓர் ஓசையைக் கேட்டுத்தான் கண் விழித்தான். தன் முகத்தின் மிக அருகே நீண்ட தாடியும் ஜடாமுடியுமுள்ள ஓர் உருவத்தைக் கண்டபோது அப்படியானதோர் அலறல் திரும்பவும் அவன் தொண்டையில் இருந்து புறப்பட்டபோதும் வெளியே வரவில்லை. எழுவதற்கான சிரமமும் வீணானது.

கண்கள் மீண்டும் அடைத்துக் கொண்டன. ஓரிரண்டு நிமிடம் அலங்காரனைப் பார்த்தபின் தாடிக்காரர் கையில் இருந்த மூங்கில் கழியை நிலத்தில் ஊன்றி, அங்கிருந்து எழுந்து வேகமாக வந்த வழியிலேயே திரும்பிப் போனார். கனத்திருந்த கண்களைச் சற்றே திறந்து ஒருநொடி பார்த்தபோது தாடிக்காரரின் பின்புறத்தைத்தான் அவன் கண்டான். அவர் பிறந்தமேனியாய் இருந்தார். பிரித்து பின்னால் விரித்திருந்த முடியும் இடுப்புக்கு கீழே தேய்ந்த இரண்டு மேடுகளில் தடவுகிறது. நடையின் வீறையும் வேகத்தையும் பார்த்தால் பாதையின் அபாயகரமான நிலை அவரை பாதிக்கவில்லை என்று தோன்றும். சற்று நேரத்திற்கு முன்பு, தான் பின்னிட்டு வந்த ஒற்றையடிப் பாதையின் வளைவு திரும்பி ஓர் எரிநட்சத்திரம் போல அவர் மறைவதைப் பார்த்துக்கொண்டே அலங்காரன் அங்கேயே கிடந்தான். கூப்பிய கைகளில் வடிவாக வளைத்திருத்த ஒரு கமுகுப் பாளையுமாகத் தாமதமின்றி அவர் திரும்பி வந்தார். அதிலிருந்த நீரை அலங்காரனின் முகத்தில் தெளிக்கவும் அவனுடைய வாயில் ஊற்றவும் செய்தார்.

நீருக்கு என்ன ருசி! அதை அறிந்துகொள்ள தாகத்தின் எல்லைகளைத் தாண்டிய வறட்சியினூடே கடந்துபோக வேண்டி இருக்கிறது. முகத்தில் குளிர் படர்ந்தபோது நரம்புகளில் உயிரின் மந்திரச் சலனங்கள் திரும்பி வந்தன. அலங்காரன் முதுகு நிமிர்ந்து எழுந்து உட்கார்ந்தான்.

“நிங்களே... நிங்களாரு?”

அவருக்கு நேராகக் கையை நீட்டி அலங்காரன் கேட்டான். கூர்மையான ஒரு பார்வையே பதிலாக வந்தது. பிறகு உதட்டின் மேலிருந்து தாடியின் நுனிவரை ஒருமுறை தடவிக்கொண்டு அவர் சிரித்தார்.

“நானா? நானொரு மஸ்கரி”

“மஸ்கரி?”

ஒரு புன்னகையில் ஒதுக்கி விடக்கூடிய உதடுகளை ஒரு வெடிச்சிரிப்புக்குத் திறந்து விட்டுக்கொண்டு அவர் மீண்டும் சொன்னார்.

“ஆமாம்”

மஸ்கரி என்றொரு வார்த்தையை அலங்காரன் இதற்குமுன் கேட்டதேயில்லை. மீண்டும் கேட்கும் துணிச்சலும் வரவில்லை. அந்த பதில் தன் கேள்வியைப் பரிகசிக்கிறதென்று அவன் முகம் அதற்குள் வெளிப்படுத்தியிருந்தது.

“எனக்கு அலங்காரனென்னு பேரு. முந்திய செலருக்கு தொட்டு கூடருது என்னல்லோ கேட்டது. நிங்கள் என்னத் தொட்டவாறே நடப்பும் மரியாதையும் கெட்டபடியாவிது”

அந்த வார்த்தைகளை மறுதலித்துக்கொண்டு, மஸ்கரி மூங்கில் கழியை அலங்காரனை நோக்கி நீட்டினார்.

தன்னைச் சிறிதும் சட்டை செய்யாத அம்மனிதன் நீட்டிய கழியைப் பிடிக்க அலங்காரன் சற்று தயங்கினான்.

நிலத்தில் கையூன்றித் தானாக எழுந்து நிற்பதற்கான அவனுடைய முயற்சியும் வீணானது. மஸ்கரி இம்முறை சிரிக்கவில்லை. பதிலுக்கு, 'பிடி' என்று கட்டளை இடுவது போல மூங்கில் கழியின் முனையை ஒருமுறை குலுக்கினார். உள்ளே இருந்த தயக்கத்தை உருகச் செய்த அந்தக் கட்டளையின்முன் கீழடங்குவதைத் தவிர அலங்காரனுக்கு வேறு வழி தெரியவில்லை. அந்தக் கழியைப் பிடித்து எழுந்துகொள்ள முயன்றான். தன் முழு பாரத்தையும் தாங்கியும்கூட துரும்பளவும் அந்தக் கழி அசையவில்லை என்பதைக் கவனித்தபோது அலங்காரனின் உள்ளம் நடுக்கமுற்றது. நிமிர்ந்து நின்று தொழுதபடி,

"இம்மட்டில் தெயவு காணிக்க நிங்கள் வலியவன். இனி எனக்கு என் வழி போக வேணம்" என்றான்.

மஸ்கரியின் முகத்தில் அமைதியானதொரு வெளிச்சம் பரவியது.

"ஏதாகிலும் நம்மளு வீண்டும் காணும். இந்நிலையில் ஒடம்பிரிக்கெ ஒற்றைக்குப் போகவேண்டா. அவ்வழிதன்னெ ஞானும். நினக்கு நடக்காமோ? இல்லாயெங்கில் நான் எடுக்காம்"

வேண்டாமென்று சொல்வதற்குள்ளாகவே மஸ்கரி அவனைத் தோளில் தூக்கி விட்டிருந்தார். தடுப்பதற்கான முயற்சிகள் எல்லாம் வீணாயின.

"என்டே பொக்கணம்..."

சொல்லி முடிப்பதற்குள் மஸ்கரி அதைக் குனிந்தெடுத்து மறுதோளில் வைத்தார். இரு தோளிலும் பாரம் தொங்குவதன் சிரமம் ஏதுமின்றி முன்னால் நடந்தார். தான் இதுவரை நடந்து முடித்திருந்த தூரமல்ல, மஸ்கரிக்குள் நிறைந்திருந்த மர்மம்தான் அவனை அப்போது

அலட்டியது. மெலிந்திருந்தாலும் திடமான அந்தத் தோளில் அவன் ஒரு முயல்குட்டியைப் போல் பதுங்கியிருந்தான். தோளோடுதோள் சேர்ந்து நின்று, யார் உயரமானவர் என்று தங்களுக்குள் போட்டியிடும் மலைத்தொடர்களைச் சுற்றி ஒற்றையடிப்பாதை மட்டும் முன்னால் நீண்டு வளைந்து கிடந்தது. மஸ்கரியின் தோளிலிருந்து கீழே இறங்க அலங்காரன் தயாரானான். ஆனால் மிச்சமிருக்கும் தூரத்தைக் கண்டபோது அவனுக்கு அதற்கான துணிச்சல் வரவில்லை. பசி கைகால்களைத் தளர்த்திவிட்டிருக்கிறது. மஸ்கரியின் மறு தோளிலிருக்கும் தன் மாராப்பின் மேற்புறத்தை அவன் ஒருமுறை தடவினான். தின்பதற்கு அதில் ஒன்றுமில்லை என்றாலும் தன் ஓலைச்சுவடிகள் அதிலிருக்கிறது என்பதை அவன் உறுதிப்படுத்திக் கொள்ள வேண்டியிருந்தது. அதிலிருந்த ஓலைச்சுவடிகளே அவனை இந்தப் பயணத்திற்குள் தள்ளிவிட்டது.

அவளூர் என்ற பெயரல்லாது வேறொன்றுமறியாத ஒரு தேசத்துக்கு.

3

அத்தியாயம் ஒன்று

அலங்காரன் பயணம் செய்த அதே வழியில்தான் அன்றைக்கு நானூற்று இருபது ஆண்டுகளுக்கு முன்பு குமரனும் பயணித்து அவலூரை அடைந்தான். மலையாள வருடம் பிறக்க அரை நூற்றாண்டு காத்திருக்க வேண்டும் என்பதையோ கிறித்து வருடம் பிறந்து ஏழரை நூற்றாண்டுகளுக்குமேல் ஆகிவிட்டது என்பதையோ அன்று அவன் அறிந்திருக்கவில்லை. அறுபது ஆண்டுகள் கடக்கும்போது மீண்டும் ஒன்று முதல் துவங்கும் தன் தேசத்தின் காலக்கணக்கின் எந்த எண்ணில் தன் சொந்தக்காலத்தை அடையாளப்படுத்துவது என்று அவன் யோசித்துக்கூடப் பார்க்கவில்லை. பிறந்தவுடன் மரணித்துப் போகும் மணித்துளிகளின் காலம். அதன் வழியே கடந்து செல்லும்போது சுழற்றப்படும் தீப்பந்தத்தின் ஒரு சுழற்சியே தான் என்று தோன்றும். தானறிந்த காலத்தின் வழியே நிமிடம் தோறும் இறந்து பிறப்பவன். அத்தீப்பந்தத்தின் சுழற்றல்தான் இவ்வாழ்வென்பது மட்டும் தெரியும். நடந்து கடந்த வழிகளின் தூரம், பாதத்தின் வெள்ளையில் அடுக்கடுக்காக வரைந்து சேர்த்த கருப்பு வளையங்களைத் தவிர்த்தால் அதன் தொடர்ச்சி ஒரு தோற்ற மயக்கம் மட்டுமே.

அலங்காரனின் கையில் இருந்தது ஒரு பனையோலைக் கட்டெனில், குமரனின் இடுப்பில் அன்று ஒரு கத்தியும் இருந்தது. ஒன்று மற்றொன்றோடு இணங்காத விதத்தில் விட்டுவிட்டு கிடக்கும் நினைவுகளின் ஒரு குவியல் மட்டுமான தன் வாழ்விற்கு ஒரு தொடர்ச்சி

இருப்பதாகத் தோன்றச்செய்வது, எப்போதும் தன்னுடனிருக்கும் அந்தக் கத்தியின் கூர்முனைதானென்று அவன் சொல்வான். காயங்களை எல்லாம் கோடிழுத்து இணைத்து ஒழுக்கும் உருவமும் உள்ளதொரு வாழ்வென்று தோன்ற வைப்பது அதுதான். நரம்புகளில் அன்றுமின்றும் வழிந்து செல்வது நேசம் மட்டுமேயென்று அவன் சொல்வான். நேசத்தைப் பற்றிப் பேசுபவர்களின் இடுப்பில் ஒரு கத்தியிருப்பது தவிர்க்க இயலாதது. சமாதானத்தைப் பற்றியெனில் வேறு எதுவும் சொல்வதற்கில்லை.

வேடர் குலத்தில்தான் அவன் பிறந்தான். எப்போதாவது குடிலுக்கு வரும் அப்பாவைத் தவிர உற்றார் உறவினர் என்று அவனுக்கு யாரும் இருக்கவில்லை. அப்பாவுக்கு ஒரு தம்பி இருந்தபோதும் அவரைப் பார்த்ததேயில்லை. தினை வயல்களில் கிளிகளை ஓட்டியும், அஞ்சனமும் அரிதாரமும் பொடித்துச் சேர்த்த வானவில்லின் நிறத்தோடு மலை முகடுகளிலிருந்து வழிந்திறங்கிய அருவிகளில் குளித்தும் அலைந்தும் நடந்த குழந்தைப்பருவம். மிளகுக்கொடி சுற்றிய மரங்கள் காவலிருந்த மலைமுகட்டில் ஒரு கோவிலுண்டு. அங்கே குறவர் குலத்தில் பிறந்த வள்ளியை மணந்து, மழைக்காலத்தில் பூக்கும் கடம்ப மாலையையும் வெள்ளையாய் ஒளிரும் வேலையும் அணிந்து, மழையின் வருகையில் பீலி விரித்தாடும் நீலமயிலின் மீதமர்ந்து மலையையும் குடிகளையும் காக்கும் முருகன்தான் குமரனின் குலதெய்வம். குமரன் வேட்டையாடப் போகவில்லை. பதிலுக்கு மலைமீதிருந்த கோவிலில் மணியடித்து பூசனை செய்யும் வேலத்தானின் துணையாளாக வேண்டுமென்பதே அவனது விருப்பம். மார்பைத் திருகியெறிந்து கூடல் நகரைச் சுட்டெரித்தும் சினமடங்காமல் வேங்கைமர நிழலில் குடிகொண்ட நல்லம்மாவின் கனல் தெறிக்கும் கண்களுள்ள கற்சிற்பத்தைக் கடந்துதான் மலையுச்சிக் கோவிலுக்கு தினமும் போக வேண்டும். புல் வேய்ந்த சிறுகுடிலிலிருந்து எடுத்த

அகிலுடன், அடுத்திருந்த காட்டிலிருந்து பறித்த பூக்களுமாக குமரன் பொழுது விடிவதற்குள்ளாகவே மலையேறத் தொடங்குவான். நல்லம்மாவின் முன்னால் அகில் புகையிடுவான். பூக்களைச் சூட்டிப் பாடுவான். கருத்த கற்சிலையின் இளவெயிலில் மின்னும் கண்களைக் காணும்போது குமரனுக்கு பயம் அல்ல; சங்கடமே தோன்றும். அப்போது நல்லம்மா தன் தாயாகவே தோன்றுவாள். அதற்குள் குரல் கம்மும். அத்துடன் பாட்டை நிறுத்திவிட்டு மலையேறத் தொடங்குவான். அங்கே மலைமீது முருகன் கோவிலில் சிறுபறை அறைந்தும் ஐம்பொன்மணி அடித்தும் கொம்பூதியும் முழங்கும் மேளச்சத்தம் மலையைச் சுற்றிய வழியில் இறங்கி குமரனின் காதுகளை வந்தடையும். அந்த ஓசையில் தொங்கியபடி அவன் மலையுச்சிக்கு உயர்ந்து செல்வான். மேளச்சத்தம் முடிகையில் அவன் அங்கே நடையிலமர்த்து பாடுவான்.

அருவியில் குமரன் எப்போதும் குளிக்கும் இடத்திற்குச் சற்று அந்தப் பக்கம்தான் முலைக்கடவு. பெண்கள் குளிக்கும் இடத்திற்கு விடலைகள் வைத்த பெயர். அங்கே குளித்துவிட்டு குல்லை மலர்களும் இலைகளும் தலையில் சூடி, காட்டுமரங்களின் பெரிய இலைகளால் இடுப்பை மறைத்துக்கொண்டு மயில்களைப் போல் நடந்து குறவப் பெண்கள் விடியற்காலையிலேயே கோவிலுக்கு வந்திருப்பார்கள். முருகனுக்குச் சூட்டுவதற்கான வெட்சிப் பூக்களை வேலத்தானிடம் கொடுத்துவிட்டு அவனுடன் பாட்டிற்குள் இணைந்து கொள்வர். வெயிலேறும்வரை அவர்களின் பாடல்கள் நீண்டு போகும்.

வேலத்தானுக்கும் குமரனிடம் மிகுந்த பரிவு இருந்தது. உச்சிப்பொழுதில் அவர் அவனுக்குக் காட்டுப்பழங்களையும் சுட்ட ஆட்டிறைச்சியையும் தேனையும் உண்ணக்கொடுப்பார். கோவிலின் அருகில் உள்ள வெறியாட்டுக் களத்திற்கோ பிணியேறிய பெண்களின் வீடுகளுக்கோ துள்ளலுக்காகப் போகும்போது அவனை உதவியாளாக

அழைத்துச் செல்வார். வேட்டையாடுவதைவிட இப்படி துணையாளாகச் செல்வதே அவனுக்கும் பிடித்திருந்தது.

கோவிலில் இருந்து திரும்புகின்ற ஒரு மதியவேளையில் தான் பெரியவனாகி விட்டதைக் குமரன் முதன்முதலாக உணர்ந்துகொண்டான். முட்டிக்குக் கீழே எட்டும் ஒரு சிறு வேட்டியணிந்து, கருங்கூந்தல் முடிந்து உச்சியில் கட்டிக்கொண்டு, இடுப்புக்குமேல் மறைக்காத கறுத்த உடலின்மீது வெயிலை மேயவிட்டு, தூரத்தில் எங்கேயோ பார்த்துக்கொண்டு அலட்சியமாக நிற்கிறாள் ஒருத்தி. எண்ணெய் மினுமினுப்புள்ள முகமும் மார்பகமும் உச்சிவெயிலில் ஒளிர்ந்து கொண்டிருப்பதைக் கண்டபோது, நல்லம்மாவின் கற்சிலைக்கு உயிர் வந்துவிட்டதாகவே சட்டெனத் தோன்றியது. இடையில் ஒரு பார்வை தன்னை வந்தடைந்ததாகத் தோன்றவே, அவன் கீழே தரையிலிருந்து எட்டிப் பார்க்கும் ஒரு காராம்பசுவை நோக்கிக் கண்களைத் திருப்பி நின்றான். பின்னர், இளம்பெண்ணுடலை இதுவரை நெருங்கியறியாத பதின்பருவத்தினரின் பரிதவிப்புடன் செங்குத்தாக நீளும் வழியினூடே விரைப்பாக நடந்தான். பின்னால் திரும்பிப் பார்க்காமலிருக்க எவ்வளவோ முயன்றும் கண்களினால் அவற்றின் பசியை அடக்க முடியவில்லை. அவள் அங்கேயே நிற்கிறாள். மேலும் ஒருமுறை பார்க்க முடிந்ததன் குறுகுறுப்பில் குமரனுக்கு வேர்த்துக் கொட்டியது. முன்பே ஒருமுறை திரும்பிப் பார்த்தபோது தன்னை அவள் பார்த்திருப்பாளா? இல்லையென்று தோன்றியபோது அவன் சற்றே வாடினான். வழியருகில் இருந்த அந்தப் பலாமரத்தின் பின்னால் மறைந்து நின்று அவளை மீண்டும் ஒருமுறை பார்த்துவிட்டு அவன் வேகமாகச் சென்று கொண்டிருந்தான்.

மறுநாள் காலை வேங்கை மரத்திற்குக் கீழே நல்லம்மாவின் கற்சிலையில் குமரன் அவளைக் கண்டான். இளவெயிலில் ஒளிரும்

அதே கண்கள். அன்று பாடியது ✱கண்ணம்மாத்தோற்றமல்ல; உள்ளே அப்போதுதான் வடிவம் கொண்ட ஒரு குறிஞ்சிப்பாட்டு. மலையுச்சியின் மேளச்சத்தம் அதனோடு வந்து சேர்ந்து இசைத்தது. மேலே செல்லும் ஏற்றத்தில் அயற்சி குறைவதாகவும் தொலைவு கூடுவதாகவும் தோன்றியது. முருகன் கோவிலில் பாடப்பட்ட பாடல்களில் வழக்கமில்லாத பதற்றம் ஏற்பட்டது. குரல் வழக்கத்தைவிட உயர்ந்தது. உழறிய கண்களுடன் பாடலின் வரிகள் குன்றின் சரிவுகளில் மறுபுறம்வரை நீண்டு சென்றன. உச்சிப் பொழுதிற்காக குமரன் காத்திருந்தான். இழைந்து நகரும் நேரத்தை அவன் பழித்தான்.

ஆனாலும் அவனின் காத்திருப்பு வீணானது. கடும்வெயிலில் பறந்து வந்து அருகணையும்போது மறைந்து போகும் வடிவங்களில் ஒன்றுகூட அவளுடைய உடல் தோற்றத்தோடு அவன் கண்களுக்குக் கனியவில்லை. அவள் நின்ற இடத்தில் பலமுறை சென்று நின்ற குமரன் உச்சிப்பொழுதின் சூட்டில் தளர்ந்தான். தலைகுனிந்து மலை இறங்குவதற்கிடையில் முலைக்கடவை நோக்கிக் கண்களைத் திருப்பினான். பரவி வந்த பூமணத்தின் உறைவிடம் தேடினான். காத்திருப்பு மட்டும் என்றும் தொடர்ந்தது. பின்னாட்களில் காணமுடியாமல் போனதால் மெதுமெதுவாக அவன் அவளை மறந்தான். சிலநேரங்களில் இளம் வெயிலிலோ, மெல்லிய ஒரு காற்றிலோ அவளுடையது என்று தோன்றும் ஏதோ ஒன்று மட்டும் உள்ளே தெளிந்து பின் மறைந்தது. அப்போதெல்லாம், உடலின் எந்த இடத்திலிருந்து வருகிறது என்று அறிந்துகொள்ள முடியாத ஓர் இரைச்சல் அவனை உணர்வுறச் செய்தது. அதன் உற்சாகத்தை அவன் பாட்டில் பரவச் செய்தான்.

✱*கண்ணம்மாத்தோற்றம் - கண்ணகி பாடல்*

அத்தியாயம் இரண்டு

“விண்ணும் மண்ணும் ஒரிக்கல் ஒன்னாயிருந்தது. பின்னே ரண்டாக பிளர்ந்ததாகும், வேலத்தானே, மேலே நோக்கு”

இப்படிப்பட்ட பேச்சுகளைக் கேட்டுச் சலித்துப் போனதால் வேலத்தான் திரும்பிக்கூடப் பார்க்கவில்லை.

“இதென்னாத்த களியோ? இருளு மூடிட்டும் விண்ணிப்பழும் மண்ணினெ நினப்பது. மண்ணு ஒக்கெ மறந்நு போய மட்டாவிது, அல்ல அய்யா?”

குமரன் மண்ணிற்கும் விண்ணிற்கும் இடையில் பட்டு உழன்றான்.

“எனாக்கு அறியிலயே”

வேலத்தான் முன்னால் நடந்தார்.

“அடி! என்னாத்த நிலாவு!”

“தொள்ள பொளிச்சு நிக்காதெ முன்னே நடந்நாளு”

வேலத்தான் அவன் கைப்பிடித்து இழுத்தார். எப்போதும்போல ‘வேல்முருகா’ என்று உச்சரிக்கவும் செய்தார்.

நடப்பதற்கிடையில் குமரன் மீண்டும் ஆகாயத்தைப் பார்த்தான். தோளிலேற்றி இருந்த வேலனின் துணி மூட்டையிலிருந்து ஏதோ ஒன்று அவன் பின்புறத்தைக் குத்தியது. கத்திமுனை. அவன் பின்னால் கைநீட்டி தன்னை உரசிக் கொண்டிருந்த கத்தியை இடம் மாற்றி வைத்தான். நிலவு தெளிவாக இருந்தபோதும் அடர்

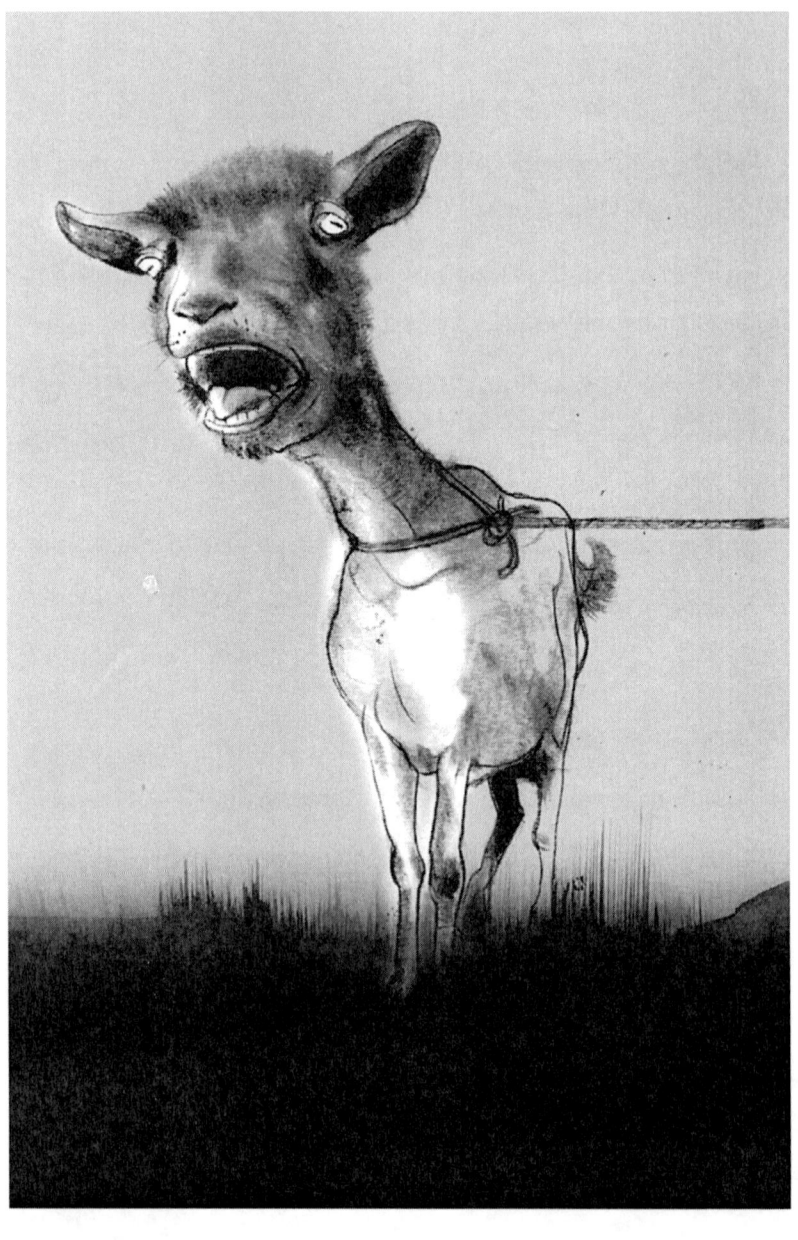

மரக்கூட்டங்களுக்கு இடையில் உறைந்திருந்த இருட்டுக்குள் சென்றபோது நடக்க சற்றே சிரமப்பட்டான். வேலத்தானின் வேகம் நிலவொளியில் கூடவோ இருட்டில் குறையவோ இல்லை. அப்போது அவர் உலகத்தின் தத்துவமறிந்த சித்தனாகவே மாறியிருந்தார். குமரன் அவரைப் பின்தொடர மட்டுமே சென்றான்.

அந்தப் பயணத்தின் முடிவில் ஒரு குறவக்குடிலின் முன்னாலிருந்த மணற்பரப்பில் கால் வைத்தபோது, அதுவரை கல்லிலும் முள்ளிலும் பதிந்து நோவில் நொந்திருந்த அவன் பாதங்கள் கிளர்ச்சியடைந்தன. வீட்டிற்கு வெளியே வேலத்தானைக் காணக் காத்திருந்த மூப்பன் கூட்டமாக நின்றவர்களின் இரைச்சலை நிறுத்துவதற்காகக் கையை உயர்த்தினார். வீட்டினுள்ளும் வெளியேயும் ஒன்றாகவே இரைச்சல்கள் நிலைத்தன. வேலத்தானும் மூப்பனும் ஒருவருக்கொருவர் வணக்கம் செலுத்தினர். குமரன் துணி மூட்டையை அவிழ்த்து, கத்தியையும் வேலையும் புடவையையும் சந்தனக் குழைவையும் ஒவ்வொன்றாக வெளியேயெடுத்து வைத்தான்.

மணற்பரப்பில் பொழிந்து விழுந்து கொண்டிருந்த தீவட்டிகளின் வெளிச்சம். நாற்புறமும் கட்டப்பட்டிருந்த காட்டுக்கொடிகளில் வரிசைவரிசையாகத் தொங்கும் அரளிப்பூ மாலைகள். கொழுத்துப் பெருத்திருந்த கறுப்பான ஓர் ஆட்டுக்கிடாய் முற்றத்துக்கு அருகிலுள்ள மரத்தில் கட்டப்பட்டிருந்தது. ஒரு குறவச்சிறுமி உள்ளேயிருந்து இறங்கி வந்து முற்றத்தினருகே சேவற்கொடியை நட்டாள். நெய்யையும் வெண்கடுகையும் அரைத்துச் சேர்த்து கொடியைத் தூய்மைப்படுத்த வேறு பெண் குழந்தைகளும் வந்தனர். அவர்கள் அதில் பூமாலைகளைச் சூட்டினர். அருகில் நறும்புகை பரப்பினர்.

வெறியாட்டத்திற்கான ஏற்பாடுகள் முழுமையடைந்து விட்டதென்பதை அறிவிப்பதற்காகத் தொண்டகப் பறையிலிருந்து அழுத்தமான ஓர் ஓசை எழுந்தது. அதன் முழக்கங்கள் இயல்பான

சத்தங்களையும் அவ்வப்போது எழுந்த நிசப்தத்தையும் தள்ளிவிட்டு வெளி இருட்டுக்குள் போயின. குமரன் வேலத்தானுக்குத் தேவையானதை எடுத்துக் கொடுத்துக் கொண்டிருந்தான். அவர் மார்பில் சந்தனம் பூசிக்கொண்டு, பசுங்கொடிகளாலும், குளவிப் பூக்களாலும் உடலை முழுக்க அலங்கரித்து, இடையிடையே களங்காய்கள் கோர்க்கப்பட்ட வால்மிளகு மாலையையும் அணிந்து கொண்டார். கையில் நெடுவேல் பிடித்துக் கொள்ளவும் வேலத்தானின் பாவனை மாறியது.

பறைகளின் முழக்கங்கள் உச்சத்திலானது. கொம்புகள் முழங்கின. மணியோசைகள் உயர்ந்தன. வெறியாட்டு களத்திற்கு வந்து சேர்ந்த வேலத்தான் அருள்வந்து ஆடத் தொடங்கினார். கழுத்தில் அணிந்திருந்த மாலைகள் பாம்புகளைப் போல் நெளிந்தன. கைகளை அசைத்தபடி 'பிணியாள் எவிடெ?' என்று அவர் அலறினார். வீட்டுக்குள்ளிருந்து ஓர் அடியின் ஓசையும் பின்னால் ஒரு கூக்குரலும் உயர்ந்தன. பிணி பாதித்த ஓர் இளம்பெண்ணைக் குடிலுக்குள் இருந்த பெண்கள் சேர்ந்து வெளியே அழைத்து வந்தனர்.

"நீலி, பறயும்படி கேள்க வேண்டும்"

பின்னாலிருந்து மீண்டும் பிரம்பு சுழன்றது. அவளைக் கண்ட குமரன் தளர்ந்து நின்றான்.

முருகன்கோவிலில் அன்று கண்டும் கண்டும் ஆசை தீராதவள். விரிந்த கூந்தலுடன் நின்றிருந்த அவள் அழுவதைக் கண்டு குமரன் கண்களை மூடினான். நிலவின் ஒவ்வொரு துளியையும் துடைத்தெறிகிறது இருள்.

வேலத்தானின் அலறல் கேட்டுத்தான் கண் திறந்தான். கையில் வைத்திருந்த கத்தியுடன் அவன் ஓடி அருகே சென்றான். வேலத்தான் கத்தியை இறுக்கிப் பிடித்துயர்த்தி மரத்தில் கட்டியிருந்த ஆட்டின்மீது

இறக்கினார். சுற்றிலும் குருதி தெறித்தது. அதிரும் மேளத்திற்கு இணையாக வேலத்தான் வெறியாட்டைத் தொடர்ந்தார்.

இரண்டுவகைத் துணிகள் உடுத்து, செந்நூல் கட்டிய பெண்கள் சென்று சீறித் தெறிக்கும் ஆட்டின் குருதியை ஒரு கலத்தில் பிடித்துக் கொண்டனர். கையிலிருந்த வெண்பொரியை அந்த இடம் முழுவதும் வீசினர். அவர்களின் செவ்வலரி மாலைகளில் குருதியின் நிறம் கலந்து பிரித்தறிய முடியாமல் போனது. பிணி பாதித்த இளம்பெண்ணும் அவர்களுடன் சேர்ந்து கொண்டாள். வேலத்தானின் வெறியாட்டு முறுக்கேறுவதற்கு ஏற்ப குருதி கலந்த வெண்பொரியையும் தினையரிசியையும் அவர்கள் முற்றத்தில் வாரி இறைத்தனர். நறுமண நீரும் புதுமஞ்சளும் கலந்த முற்றத்தின் நிறம் மீண்டும் மாறியது. பலவண்ணப் பூக்களும் பலவகையான தானியங்களும் நீரும் குருதியும் வெண்மணல் பரப்பில் குழைந்து சேர்ந்தன. வேலத்தான் வெறியாடுவதற்கு இடையில் மந்திரங்களை உருவிட்டபடி இருந்தார். முடிவில் ஓர் அலறலுடன் அவர் தரையில் தளர்ந்து விழுந்தார்.

அதிகபட்ச உச்சத்திலும் நடுக்கத்திலும் முழங்கியிருந்த மேளச்சத்தம் சட்டென அடங்கியது. பிணியகப்பட்டவளும் அப்படியே தரையில் சாய்ந்தாள். அவளுக்கு அருகில் அமர்ந்து மற்ற பெண்கள் குறிஞ்சிப் பாடல்கள் பாடினர். அவளைக் குடிலுக்குள் திரும்ப அழைத்துக்கொண்டு சென்றபோது குமரனின் கண்கள் நிறைந்து வழிந்தன.

ஆட்டிறைச்சியும் தினையும் அரிசியும் சேர்த்து வேகவைத்த படையலை எல்லோரும் பகிர்ந்து உண்டபோது, குமரன் அசையாமல் அமர்ந்திருக்க மட்டுமே செய்தான். வேலத்தானுடன் திரும்பும்போதும் அவனுள்ளே நீலியின் அலறல் எதிரொலியாக முழங்கிக் கொண்டிருந்தது.

அத்தியாயம் மூன்று

மறுநாள் காலையில் நல்லம்மாவின் கற்சிலைக்கு முன்னால் தரையில் வைக்கப்பட்ட வேய்ங்குழல் போல குமரன் நிசப்தமாக இருந்தான். அவன் அன்று முருகன் கோவிலுக்குப் போகவில்லை. குமரனின் குடிலுக்கு வேலத்தான் வந்தார்.

"பிள்ளே, நினாக்குமென்னா பெணஞ்ஞுது?"

சூடாக இருந்த நெற்றியில் அவர் கை வைத்தார். உள்ளேயிருந்த சூடு கையில் ஏறுவதைத் தொட்டுணர்ந்தார்.

அவன் ஒன்றும் சொல்ல இயலாமல் படுத்துக் கொண்டிருந்தான். ஆனாலும் வேலன் அவனுடைய உட்சூட்டை உள்ளங்கைகளுக்குக் கடத்தினார்.

"அய்யோ பாவம், திறமுள்ள பெண்ணாயிருந்நு நீலி. சடார்ன்னு ஒருக்கயே பிணி கூடியே. இனி வேல்முருகன்தானே துணையாவிது"

"நானினீம் வெறியாட்டினோ, பாட்டினோ இல்லை அய்யா. எனாக்கு பேடி கொள்ளும்"

"பேடியோ? பிணி கூடிய பெண்ணினே நீ மும்பே கண்டிட்டில்லயே?"

"இதங்ஙனெயா?"

வேலத்தான் தலையைச் சொறிந்து கொண்டார். பின் குமரனின் முடியில் தடவினார்.

“பின்னெ நீ என்னாத்த செய்யப் போகும்?”

“எழுத்து படிக்கப் போகுவேன். இக்காலமாயிட்டும் என்னாங்கிலும் செலதே எனாக்கு அறியிலயே”

தடாலென ஒரு பதில் சொல்லிவிட்டான். அதுவரை அப்படியொன்றைக் குமரனும் யோசித்திருக்கவில்லை. சொல்லி முடிக்கவும் அந்த மோகம் தன்னைத் தேடி திரும்பி வந்தது போலானது. வேலத்தான் சங்கடத்துடன் சிரித்தார்.

“அதொக்கே மேலோர்க்குப் பறஞ்ஞிட்டுள்ளதாக்கும் பிள்ளே. வேட்டுவனு மொழிப்பெருமை இருப்போ? உன்னம் தெட்டாத்த அம்புதானே வேட்டுவனுக்கு மொழி. அலர்ச்சயும் மொரல்ச்சயும் நிற காடாகும் அவனு அன்னம்”

சற்று யோசித்த வேலத்தான் சுட்டுவிரலில் சிட்டிகையிட்டு உயர்த்தி,

“பௌத்தருடே எழுத்துப்பள்ளிகள் உண்டென்னு கேட்டிரிப்பது. அது இந்நாட்டிலு காணலியே” என்றார்.

“எந்நாலே நான் வேறே நாட்டிலு போகுவேன்”

வாசிக்க முடியாத அடையாளங்கள் குமரனின் கண்ணைச் சுற்றும் நட்சத்திரங்களாக ஒளிர்ந்து மறைந்தன.

வேலன் மறுத்து எதுவும் சொல்லவில்லை. மறுநாள் கொஞ்சம் செப்பு நாணயங்களை அவன் கையில் கொடுத்தார்

“நீ வெறும்வாக்கு சொல்லலியே. அது எனாக்கும் திரியும். நன்னாயி வா”

போவதற்குள் நீலியை ஒருமுறை பார்த்துவிடவேண்டுமென்று குமரனுக்குத் தோன்றியது. அந்த நினைப்பைத் தடுக்க உள்ளே ஒவ்வொன்றாக உயர்ந்த தடுப்புகளெல்லாம் பெரியதொரு

வெள்ளச்சுழலில் மறைந்துபோனபோது அவன் அவளுடைய குடிலை நோக்கிப் புறப்பட்டான். ஒருமுறை இருட்டில் நடந்த வழிகளை சிரமப்பட்டு நினைவு கூர்ந்தான். அவனுடைய குடிலுக்கருகில் சென்றாலும் அவனுக்கு அங்கே நெருங்கிச் செல்வதற்கான நெஞ்சுரம் ஏற்படவில்லை. வேறு யாரும் பார்த்துவிடாதபடி அவன் ஒரு மரக்கூட்டத்தின் பின்னால் ஒளிந்து நின்றான். ஆனாலும் நீண்ட நேரமாகியும் அவள் எங்கும் தென்படவில்லை.

பகல் மங்கி இரவானபோதும் குமரனுக்குத் திரும்பிவிடத் தோன்றவில்லை. இரவு கனத்து வந்தபோது மெல்லிய பயம் தோன்றியதென்றாலும் வேலத்தானுடனான பயணங்களின் வழியே இருட்டின் உலகம் பரிச்சயமாகி விட்டிருந்ததால் அவன் உறுதிபட நின்றான். இந்த ஊரிலிருந்து போகிறேன். அதற்குமுன் அவளை ஒருமுறை பார்த்தே ஆகவேண்டும். நள்ளிரவை எட்டியபோது நிற்கவோ போகவோ முடியாமல் அவன் குழைந்தான். திரும்பிவிட முயன்ற போதெல்லாம் கூக்குரலிடும் அவளுடைய முகம் அவனைத் தடுத்து நிறுத்தியது. ஒருகால் குடையும்போது மறுகாலில் உடலைத் தாங்கி அவன் அங்கேயே நின்றான். சற்றும் எதிர்பாராத வேளையில் அவள் வீட்டின் முன்னால் ஒரு நிழலுருவம் அசைவது கண்ணில் பட்டது. மெல்லிய நிலவொளியில் வெளியே இறங்கி வருவது அவள்தான் என்று அறிந்து குமரன் கண்ணைக் கசக்கிக்கொண்டு மீண்டும் பார்த்தான்.

ஆமாம், அவளேதான். இருளும் நிலவும் குறைந்த முற்றத்தில் ஒரு நிமிடம் நின்றாள் எனினும் அவள் முன்னேறிச் செல்கிறாள். அதுவும் குமரன் நின்றிருந்த திசைக்கேதான்! தான் மறைந்திருந்த மரக்கூட்டத்தின் அருகே வந்தபோதுதான் ஓர் இலையைக் கொண்டுகூட அவள் தன் நாணம் மறைக்கவில்லை என்பது அவனுக்குத் தெரிந்தது. இவள் எங்கே புறப்பட்டுச் செல்கிறாள்? வெளியே வருவதற்கான உடலின்

வெம்பெலைத் தடுத்து நிறுத்த குமரன் பெரும்பாடுபட்டான். அவிழ்ந்து விரிந்திருந்த கூந்தலை அள்ளியும் முடிக்காமல், கனவில் நடப்பவளாக அவள் அந்த மரக்கூட்டத்தைக் கடந்து புறவழிக்குள் நுழைந்தாள். நெஞ்சத்துடிப்பு வெளியே கேட்குமோ என்று பயந்து கொஞ்சம் பின்னால் அவனும் நடந்தான்.

நீண்ட தொலைவு நடக்கவில்லை. அவளும் பின்னால் அவனும் சிறியதொரு குன்றில் ஏறி இறங்கினர். அந்த இறக்கத்தின் முடிவில் ஒரு பெரிய குன்றுபோல மேலே எழும்பி நின்ற ஒரேயொரு குடிலில் வெளிச்சத்தில் சிவப்புப் புள்ளிகள் பதிந்திருந்தன. நீலி அந்த இடம் நோக்கி நடந்தாள். அவள் முற்றத்தை அடைந்ததும் காத்திருந்தது போலக் கதவு திறந்தது. உள்ளே ஏறி மூடிய கதவின் பின்னால் மறைந்து போனாள்.

அந்த வீட்டிற்குப் பின்னால் முடியை அவிழ்த்து முன்னால் போட்டுக் கொண்டு நின்றிருந்த கரும்பனைகள், குன்றின்மேல் நின்ற குமரனை நேருக்குநேராக கண்ணுருட்டிப் பார்த்தன. உள்ளே சற்று அதிர்ந்தாலும் நிலவொளி பதிந்த பனைகளின் நிழலில் மிதித்து கீழ்நோக்கி நடக்கவும் அந்தக் காட்சிப் புலன்களிலிருந்து வெளியேற முடிந்தது. சிறு அசைவுமின்றி அவன் கவனமாக குடிலின் பின்புறம் சென்றான். உள்ளிருந்த வெளிச்சம் ஒரு பொட்டு போல வெளிவந்த கிளிவாசற்பிளவில் முகம் சேர்த்து வைத்தான். அங்கே மறைத்திருந்த மெல்லிய துணியின் கிழிசலின் வழியே உள்ளே பார்த்தான்.

ஓர் அறை மட்டுமே இருந்தது. கல்லில் வடித்த ஒரு பெண்ணின் சிலை. அதன் முன்னால் வெள்ளை, மஞ்சள், கருப்பு, சிவப்பு நிறங்களில் பல அளவுகளில் வரையப்பட்டிருந்த ஒரு பெருஞ்சதுரக்களம். அடக்கி நிறுத்த முயன்றும் அலையும் தீப்பிழம்புகளுடன் ஒரு விளக்கு. அதன் சன்னமான வெளிச்சத்தில் அசையாமல் நின்றிருந்த நீலியின் பிறந்த மேனி அஞ்சனம் போல் ஒளிர்ந்தது. மேலுதட்டின் மீதும், திரண்டிருந்த

முலைகளுக்கு இடையிலும், கனத்த இடுப்பிற்குக் கீழேயும் துளிர்த்து நின்ற வியர்வைத்துளிகளைப் பார்க்கவில்லையெனில் அவள் அதற்குள் ஒரு கற்சிலையாக மாறிவிட்டாள் என்றே நினைத்திருப்பான். கறுந்தாடியுடன் ஒருவர் அவள் முன்னால் உட்கார்ந்திருந்தார். இடுப்பில் சுற்றியிருந்த சிவப்பாடையும் நெற்றியில் பூசியிருந்த குங்குமமும் அவரை, குருதியின் குறியீடாகவும் உபாசகனாகவும் ஆக்கியது. மந்திரங்கள் சொல்லியபடி பூக்களைத் தூவிக் கொண்டிருக்கிறார். அருகிலிருந்த மண்குடத்திலிருந்து சாராயம் போன்ற எதையோ கையில் ஊற்றிக் குடித்துவிட்டு கண்களும் சிவந்தவுடன் உன்மத்த பைரவனாக மீண்டும் கண்கள் மூடியிருந்தார். இப்போது அவள் நிஜமாகவே சிற்பமாக மாறுகிறாளா? உயிருள்ளவர்களை பாவைகளாக மாற்றும் கண்ணில் கருணையில்லாதவரா அவர்? குமரனின் இதயத்துடிப்பு கூடியது.

பூசைகள் மேலும் சற்று நேரம் தொடர்ந்தன. அவர் எழுந்து நீலியின் முன்னால் நின்று வணங்கினார். பின்னர் மெதுவாக அவளைத் தன்னோடு சேர்த்தார். அவள் எதிர்ப்பேதும் காட்டாமல் அவரைக் கைகளால் இறுக்கவே செய்தாள். குமரன் ஒரு விம்மலுடன் கண்களை மூடினான்.

கைவிட்டுப் போகிறது என்ற நினைப்பை, வெறும் ஒரு ஆணின் பேராசை கீழ்ப்படுத்தியபோது அவன் கண் திறந்து பார்த்தான். ஒளிந்து நின்று பார்க்க நேர்ந்ததில் வெட்கப்பட்டாலும், குமரனால் முகம் திருப்ப முடியவில்லை. அவர்கள் இருவரும் தரையில் பிணைந்து கிடந்திருந்தனர். அவளுடைய கால்கள் அவரைச் சுற்றி வளைத்தன. அவருடைய தலை, விரிந்த மார்பின் இடையிலிருந்து மேல்நோக்கிக் குதிப்பதற்கு எழும்பி நின்றது. அப்படி எழும்பி விட முடியாதென்ற குறும்புடன் சேர்த்தணைத்தன அவள் கைகள். நீண்டு நின்ற முனகல்கள். அழுகையைப் போலத்தோன்றிய மணியோசைகள். அசைவுகள்

அடங்கியபோது அவள் கண்மூடிக் கிடந்தாள். சற்றும் தளர்வடையாதிருந்த அவர் எழுந்து நின்றார். அவளுடைய அரையிலிருந்து வழிந்திறங்கிய நிறமற்ற திரவத்தை ஓர் இலையில் வழித்துக் கொண்டார். அதில் சிறிது தண்ணீர் கலந்தார். கண்மூடி அந்த இலையை அவர் எதையோ மந்திரத்தபடி மேலே உயர்த்தினார். பின்னர் உதட்டோடு சேர்த்தார்.

அதுவரை தன்னுடைய பிறப்புறுப்பில் ஆழ்ந்திருந்த விரல்களை ஒரு நடுக்கத்துடன் பின்னுக்கிழுத்த குமரன் எதற்கென்று அறியாமல் அழுதுகொண்டே பின்னால் திரும்பி நடந்தான். கையின் ஈரத்தை அவன் ஒரு தும்பை இலையில் துடைத்தான்.

குன்றேறி இறங்கிய பிறகும் ஒரு பெண்ணுடல் போல உயர்ந்து தாழ்ந்து கிடந்த பாதையில் அவன் பாய்ந்து சென்றான். வேலத்தானைப் போல அவனும் அடிக்கடி வேல்முருகனை அழைத்துக் கொண்டிருந்தான்.

4

அத்தியாயம் ஒன்று

அலங்காரனின் உடற்பாகங்களில் காட்டமானதொரு வாசம் இருந்தது. கூடவே, காற்றினுடையது போன்றதோர் இரைச்சலும். ஆனால், அவை எதுவும் வெளியே தெரியவில்லை. படியில் சரிந்து விழுந்த மண்குடத்தைப் போல உடைந்து சிதறிய ஓர் உலகத்தில்தான் அவன் பிறந்தான். காத்தாவுக்கு இடுப்புவலி தொடங்கியபோது மற்ற பெண்கள் சேர்ந்து அவளை ஒரு குழியில் இறக்கி உட்கார வைக்க மட்டுமே செய்தனர். மண் திட்டுகள் சூழ்ந்த பூமியின் கர்ப்பத்தில் தனித்துவிடப்பட்ட மனவேதனையில் அவள் பெருங்குரலெடுத்து அழுதாள். உதவிக்கு யாரும் இல்லையென்றறிந்ததும் தன் கையே தனக்குதவி என்ற மனப்பாங்குள்ள பூனையைப் போல காத்தா ஓர் ஆண் குழந்தையைப் பெற்றெடுத்தாள். ஓரம் நசுங்கிய ஆகாயத்தில் வெளிச்சம் திசை தவறிச் சிதறுவதற்கு முன்பே அவனுடைய விக்கிவிக்கியுள்ள அழுகை குழியிலிருந்து உயர்ந்தது. அவன் பிறந்ததை காத்தா சற்று நேரம் கழித்தே அறிந்தாள். அவளை மணந்திருந்த சிறுகண்டனோ அதை அறிந்திருக்கவே இல்லை.

பால்யகாலங்களில் அவன் சில வேளைகளில் வீட்டிலிருந்து சற்று தூரத்தில் இருக்கும் சாத்தன் வயலுக்குப் போய் வருவான். ஊரைச் சுற்றி கௌணாற்றின் கிளைநதிகள் பாய்ந்தன. குடிலிலிருந்து நூறு அடி வைத்தால் மணலின் சகதி புதையும் ஆற்றங்கரையை அடையலாம்.

அந்தப் பாதையோரத்தில்தான் சாஸ்தா கோயில் இருக்கிறது. அந்த வழியாக போக தீட்டு என்பதால் சற்று அகன்று செல்லும் நடைபாதை வழியாகத்தான் ஆற்றின் அக்கரையில் உள்ள வயலுக்குப் போக வேண்டும். முன்பொரு காலத்தில் அந்த வயல் தங்களுடையதாக இருந்ததென்று அலங்காரன் கேள்விப்பட்டிருக்கிறான். ஆனால் இன்று அப்படி இல்லை. கோவிலுக்கும் ஆற்றைக் கடந்து எதிரே காணும் வயலுக்கும் உரிமையாளர்கள் கருவத்தூர் மனைக்காரர்கள். அவர்களிடமிருந்து இட்டிமாத்து மாப்பிள்ளை, சாத்தன் வயலுக்குப் பக்கத்தில் குத்தகைக்கு எடுத்த நிலமும் அதோடு சேர்ந்த குடிலும் இருக்கின்றன. வயலுக்கு உரிமையாளரும், குத்தகைக்காரரும் வேறு சிலரெனினும் விளைச்சலை மேற்கொண்டது அலங்காரனின் ஆட்களே.

குடிலின் மூப்பன் வேலைகளையெல்லாம் பகிர்ந்து கொடுத்திருந்தார். சிறுவர்களுக்கும் அவர்கள் செய்வதற்கேற்ற வேலைகள் இருக்கும். வயது ஏறஏற வேலைகளும் கூடும். ஆனாலும் சிறுகண்டனின் மகனான அலங்காரனுக்குச் சிறுசிறு சலுகைகளை மூப்பன் அனுமதித்திருந்தான். அலங்காரனைப் பெற்றெடுத்த நான்காம் நாள் அவனுடைய அம்மா, ரத்தப்போக்கில் இறந்து போனாள். அதற்கு முன்பே ஒரு முன்னறிவிப்புமின்றிக் காணாமல் போயிருந்தான் சிறுகண்டன். வயல்வேலைகளில் திறமைக்காரனான சிறுகண்டன்மீது மூப்பனுக்கு மிகுந்த ஈடுபாடு இருந்தது. அது அவன் மகன் மீதும் தொடர்ந்தது என அவர் நம்பினாலும் அலங்காரனுக்கு அப்படியொன்றும் தோன்றியதில்லை. எழுதவும் வாசிக்கவும் அறிந்திருந்த மூப்பன் தன் வீட்டில் உட்காரவைத்து அவனுக்கும் சொல்லிக் கொடுத்தார். எழுத்துகளைக் கற்றுக் கொடுக்கும் போதெல்லாம் அவன் மரக்கொம்பில் வந்தமர்ந்த காகங்களையும், அவ்வப்போது இரட்டையர்களாக வந்து தங்கள் அலகுகளை

உரசிக்கொண்டு உட்காரும் மைனாக்களையும் பார்த்தபடி உட்கார்ந்திருப்பான். எதையெல்லாமோ கற்றுக் கொண்டாயிற்று என்று நடித்து அகங்காரம் கொண்டானெனினும், இடம் தவறிப்போன உடையாடை போல அறிவு அவனுடன் ஒன்றாமல் விலகியே நின்றது. வயலுக்குப் போவதை அவன் தவிர்க்க நினைத்தாலும் மூத்தோர் சற்றும் சம்மதிக்கவில்லை.

கதிர் முற்றும் காலத்தில் விளைச்சலைக் கொத்தித் தின்பதற்காக வரும் கிளிகளை விரட்ட ஒரு கவணுடன் அலங்காரன் நிலத்திற்குச் செல்வான். குடிலிலிருந்து இடைவழியில் இறங்கும்போதே தோட்டத்தில் சற்று ஒதுங்கி நின்று கையசைத்து அழைக்கும் கரும்பனைகளையும் காணலாம். அந்த அழைப்பைப் பின்தொடர்ந்து அவன் செல்வதுண்டு. வளைக்கச்சை கூட இல்லாமல் அவற்றில் ஏறி நுங்குகளைப் பறித்தெடுக்க அவனிடம் தனித்திறமை இருந்தது. இரு கைகளிலும் நுங்குகளுடன் அவன் ஆற்றங்கரையை அடைவான். கரையின் சர்க்கரை மணலில் முகமழுத்திக் கவிழ்ந்திருக்கும் கொதும்பு வள்ளத்தை நிமிர்த்தி ஒற்றையாளாகவே தள்ளி ஆற்றில் இறக்குவான். இரு கைகளையும் பின்னாலிட்டுத் துழாவியும் உள்ளங்கைகளை வலமும் இடமும் மாறிமாறித் திருப்பியும் தோணியைத் தன் கையகப்படுத்தியும் மறுகரையை அடைவான். கிளிகளை விரட்ட கவணில் கல் தொடுத்துக் காத்திருக்கும்போது சில சமயங்களில் ஒரு சலிப்பு தோன்றும். அப்போது தின்னவே இந்த நுங்குகள். அவற்றைப் பிளந்து எடுப்பதற்கான கத்தி இடுப்பிலேயே இருக்கும். அவ்வப்போது தோணியில் ஏறி ஆற்றின் மெல்லிய நகர்வுக்கேற்ப துழாவுவான். சரக்குகளுடன் காயல் நோக்கிச் செல்லும் பெரிய படகுகள் வரும்போது அலங்காரனின் சிறுதோணி ஒதுங்கி வழிவிட்டுக் கொடுக்கும். சிறிதுதூரம் சென்றால் ஆற்றின் இரு வழிகளும் சேரும் ஓர் இடமுண்டு. அங்கே நீரோட்டங்கள் தம்முள் பிணைந்து பேரலைகளும்

பெருஞ்சுழிகளுமாக பார்க்கும்போதே பயமாக இருக்கும். அங்கே போய்ச் சேர்வதற்குள் அவன் தோணியைத் திருப்பித் துழாவத் தொடங்குவான். திரும்பிச் சென்று வயலருகிலுள்ள ஓலைக்குடிசையில் போய் உட்காருவான்.

நில உரிமையாளர்கள் என்றாலும் குருவத்தூர் மனையின் பிள்ளைகளை அவனுக்குப் பரிச்சயம் இல்லாமலே இருந்தது. குடுமி வைத்து, ஓலைக்குடை பிடித்து, மிதியடி அணிந்து, கையில் சமதக்கோல் பிடித்து, நெஞ்சுக்குக் குறுக்காகப் பூணூலும் மான்தோலும் அணிந்து தூரத்து வழிகளில் அவர்களுள் சிலர் போவதைப் பார்த்து மட்டுமே இருக்கிறான். கௌணாற்றைக் கடந்து அப்புறம் சென்றால் பக்கத்திலேயே ஒரு பகவதி கோவிலுண்டு. அங்கிருந்த வேதபாடசாலைக்குத்தான் மனையின் பிள்ளைகள் போகிறார்கள். அலங்காரன் அந்தக் கோயிலைப் பார்த்ததில்லை என்றாலும் மூத்தோர்களின் உதடுகளில் அடிக்கடி வரும் 'அம்மா தாயே' என்று அழைப்பு அங்கேதான் செல்கிறதென்பது அவனுக்குத் தெரியும்.

சாத்தன் வயலுக்குப் போகும்போதெல்லாம சில வேளைகளில் இட்டிமாத்து மாப்பிள்ளையின் இளையமகன் ஆதாயியும் உடன் வருவான். அந்தணர்களைப் பற்றிய பெரியதொரு ரகசியத்தை அவன்தான் அலங்காரனிடம் சொல்லி இருந்தான். அவர்களுடைய இடுப்புக்குப் பின்னால் ஒரு குமிழ்ப்பரு உள்ளதை தார்ப்பாய்ச்சிக் கட்டும்போது பார்க்க முடியுமாம்.

"நம்மக்கு முன்னிலெ இரிக்கும்போலொன்னு அவர்க்குப் பின்னிலுமிரிப்பது. கொளக்கடவு நோக்கி செலரு முள்ளாம்போயண நேரத்து ஞாங்கண்டிட்டொண்டு"

அலங்காரன் சிரிக்கவில்லை. பதிலுக்குத் தலைகுனிந்தான். அவர்களுக்கெல்லாம் அது கூடுதலாக இருக்கிறதென்றால் தனக்கு

ஏதோ ஒன்று குறையாக இருக்கிறது. சிறுவயதிலேயே தெரிந்துகொண்ட ஓர் இயலாமை. ஒருமுறை ஆற்றில் முங்காங்குழியிடும்போது ஆழம் குறைந்த இடத்தில் கையமுந்தி கால்கள் மேலெழும்பியபோது, அன்று கூட்டாளியாக இருந்த சேந்தன் உரக்கச் சிரித்தான். ஒரு கரணம் போட்டு நேராக நிற்பதற்குள் சேந்தன் சாத்தனையும் வள்ளுவனையும் அழைத்துக் கூவுவதைக் கேட்டான்.

“அச்சச்சோ! நோக்கிக்கோ, இவனு நம்மளேக்கணக்கு கீழ்ேயிரண்டு மணிகளில்லா!”

சிறு குழந்தையில் எடுத்துக் கொஞ்சிய பெண்கள் அன்றெல்லாம் முதலில் சிரித்ததும் பின்னர் பரிதாபப்பட்டதும் எதற்காகவென்று இன்றுதான் அவனுக்குப் புரிந்தது. குடில்களின் குழந்தைகளுடனான நெருக்கம் அன்றோடு முடிந்தது.

ஆதாயி சொல்வதைக் கேட்டு முதலில் முகம் வாடினாலும் பட்டெனத் தெளிவடைந்ததாக நடித்தான்.

வேறு யாரும் பார்க்காத நேரத்தில்தான் ஆதாயி அலங்காரனிடம் பேசுவான். இட்டிமாத்து மாப்பிள்ளை எப்போதாவது பார்த்துவிட்டால், “✸வெலக்கொள்ளிகளோடானோடா எந்தியாணீ நின்டே கூட்டு? இனியிங்ஙனெ கண்டா நின்டெ பொறம் ஞாம்பொளிக்கும்” என்று அலறுவார்.

ஆனாலும், ஆதாயி அலங்காரனின் நட்பைக் கைவிடவில்லை. இட்டிமாத்து மாப்பிள்ளை ஊரில் இல்லாத நேரம் பார்த்து அவன் வயலுக்கு வருவான். வயல் ஓரங்களில் குழைந்த மண்ணெடுத்து இருவருமாகக் கோட்டை கட்டுவார்கள். அரசர்கள் அங்கே

✸ *வெலக்கொள்ளி - அடிமை*

வசிப்பதாகக் கற்பனை செய்வார்கள். பெரிய போர்களின்போது மறைந்து செல்வதற்குச் சுரங்கங்கள் தோண்டுவார்கள். ஒரு மழை பெய்தாலே கோட்டை இடிந்து மண்ணாகிவிடும். மேய்ந்து செல்லும் ஏதேனும் நான்குகால் ஜீவன்கள் மிதித்துவிட்டால் மண்ணிடிந்து சுரங்கமும் அடைத்துக் கொள்ளும். வசிப்பதற்கு இடமில்லாமலான மன்னரும் பரிவாரங்களும் அந்த மண்மேடுகளில் உருவமற்று அலைந்து திரிவார்கள். பிறகு அரண்மனையையும் கோட்டையையும் மறந்து அவர்கள் அடுத்த விளையாட்டுக்குத் திரும்பும்போது, முன்னால் இருந்த ஒரு சாம்ராஜ்யத்தின் மிச்சங்கள்போல் அவையெல்லாம் வெறும் மண்மேடுகளாக மாறியிருக்கும்.

அலங்காரன் சற்றுப் பெரியவன் ஆனபிறகும்கூட இந்த வழக்கங்களுக்குப் பெரிய மாற்றங்கள் எதுவும் நிகழவில்லை. வயலருகில் உள்ள குளத்தில் மீன்பிடிக்கச் செல்வது, பலாமரத்திலோ ஆஞ்சிலி மரத்திலோ ஏறிப் பழம் பறிப்பது இப்படி சில சின்னச்சின்ன புதுமைகளும் அதனோடு சேர்ந்திருந்தன. கொஞ்சம்கொஞ்சமாக ஆதாயியும் விலகிப் போனான். எப்போதாவது வந்தாலும் சன்னமாகச் சிரிப்பான்; ஏதாவது பேசுவான். அவ்வளவுதான்.

எல்லாப் பக்கமிருந்தும் தனிமைப்பட்டுப் போன ஒரு மாலையில் வயலின் நடுவிலிருந்த நீண்ட வரப்பின் வழியாக அவன் நடந்து கொண்டிருந்தான். வயலுக்கு அப்பால் பறந்து விரிந்து நிற்கும் பெருமரங்கள் அவனைக் கைநீட்டி அழைக்கின்றன. ஆதாயியுடன் சேர்ந்து விளையாடும் கண்ணாமூச்சி ஆட்டங்களின் போதெல்லாம் அவ்வப்போது அவன் அதனருகில் சென்றிருக்கிறான். இம்முறை இன்னும் சற்று அருகே செல்ல வேண்டுமென்று அவனுக்குத் தோன்றியது. பசுமைக்கும் அதன் உள்ளிருந்த இருண்மைக்கும் அடர்த்தியைக் கூட்டுவதற்காக இலைப்பரப்புகள் முழுவதும்

பிணைந்து தொங்கும் பலவிதமான கொடிகள். அவன் அந்த இருள்காடுகளை நோக்கி முன்னேறினான். மாலை மயங்குவதையும் மெதுவாக இருள் வந்து மூடுவதையும் அறிந்திருந்தும் அவனால் அந்தக் காட்டின் அழைப்பை மறுக்க இயலவில்லை. சிறுமரங்களைவிட காட்டுக்கு உயரமும் கம்பீரமும் தரும் ஏழிலம்பாலை மரக்கூட்டங்களுக்கு இடையிலிருந்து வரும் அந்த அழைப்பு போதையூட்டும் ஒரு பெண்குரலாகத் தெளிவடைந்து வந்தது. நரம்புகளை முறுக்கேற்றுவது போன்று பாலைப்பூக்களின் நறுமணம் பரவியது. நடப்பதைத் தடுத்த புதர்களைப் பகுத்து ஒதுக்கிவிட்டபடி அவன் அந்த மரக் கூட்டங்களுக்குள் நுழைந்தான்.

"அடுத்தேக்கு வா"

புதர்கள் நெருங்கி வந்து கொண்டிருக்க தரையைப் பார்த்துக்கொண்டே நடந்தவன் தலை நிமிர்த்திப் பார்த்து அதிர்ந்து நின்றான். அவனைவிட வயதில் மூத்தவளான ஒருத்தி, ஒரு கையை இடுப்பில் அழுத்திக்கொண்டு மறுகையால் அவனை நீட்டி அழைத்துச் சிரித்தபடி நிற்கிறாள். ஆடைகள் துளியுமற்ற அவளுடைய உடலை ஒருமுறை பார்த்தபோதே அவன் நரம்புகள் முறுக்கேறின. வடிவொத்த முலைகளுக்கிடையிலிருந்து நெளிந்திறங்கிய மெல்லிய ஒரு கருநாகம் அவளுடைய இடுப்பின் கீழாகச் சென்று படத்தைத் தாழ்த்தி ஒளிவதைக் கண்டான். கண்களைப் பின்னுக்கிழுத்து அவளுடைய முகத்தைப் பார்த்தான். தன்னுள் ஈர்த்தணைக்கும் பார்வை. நிலவை உதடுகளில் ஒதுக்கிய அந்தப் புன்னகை மறைந்திருக்கவில்லை. அவளுடைய நீட்டப்பட்ட கைகளுக்குள் சென்று அணைந்தான்.

எண்ணெய் மினுமினுப்பு. பாலமரத்தில் உறைந்து வழியும் பசை போல உடல்களைச் சேர்த்து ஒட்ட வைக்கும் ஈரம். நறுமணம் கமழும் வியர்வை. காட்டில் சிதறிக் கிடக்கும் குண்டுமணிகளைப் போலச்

சிவந்த முலைக்கண்கள், அவன் கண்களைத் தொட்டன. கிளைகள் ஒடிந்து அழுந்திய புதற்காட்டின்மீது அவன் அவளுடைய உடலைச் சேர்த்தணைந்து கிடந்தான். அவளது ஒவ்வொரு அணுவிலும் விரல்களால் துழாவிக் கொண்டிருந்தான். அவன் அவள்மீது படர்ந்திருந்தான்.

திடீரென ஒரு தளர்வு அவனைக் கீழடக்கியது. மூச்சிரைத்தபடி அவன் அவளிடமிருந்து விலகிப் போனான். மீண்டும் அவள் அவனைத் தன் உடலோடு சேர்த்து அணைத்தபோது அவன் மிகுந்த கழிவிரக்கத்தோடு தடுத்தான்.

"எந்நே பிணஞ்ஞுது?"

"எனக்கு என்னதோ ஒரு வல்லாய்க"

அவள் அதைப் பொருட்படுத்தாமல் அவனைச் சேர்த்தணைத்தாள். நரம்புகளில் மின்னல் பாய்கின்ற ஓர் ஆவேசத்துடன் அவனுடைய இடுப்புக்குக் கீழே தடவினாள். உணர்வின்மையின் உறைவிடத்தைத் தெரிந்து கொண்டவுடன் அவளின் பிடி தளர்ந்தது.

அவமானத்தின் கனம் தலையில் தாங்கி, தான் தாழ்ந்து போவதாக அவனுக்குத் தோன்றியது. அவன் முகம் பொத்தினான்.

"சாரமில்ல"

அவள் அவனைச் சேர்த்தணைத்தாள். கண்கள் துளும்பியபோது அவிழ்ந்த முடிக்கற்றைக்குள் அவன் முகத்தை மறைத்தான். கன்னத்தில் தடவிக் கொண்டிருந்த அவனுடைய விரல்களில் தன் உள்ளங்கையை சேர்த்து, மார்போடு அணைத்துப் படுத்தவன் உறங்கிப் போனான்.

இருள் கனத்த பிறகும் திரும்பி வராத அலங்காரனை ஆட்கள் தேடிக் கொண்டிருந்தனர். இரவு முழுவதும் அவர்கள் வயல்களிலும் காடுகளிலுமாக அலைந்தனர். தோணி, கரையில் இல்லையென்று

தெரிந்தபோது நேரம் விடியத் தொடங்கியிருந்தது. பெரிய படகில் ஆற்றுக்குள் சென்ற சிலர் சுழலுக்குள் சுற்றிக் கொண்டிருக்கும் தோணியைப் பார்த்தனர். அருகில் சென்று பார்க்கவும் அதில் கண்கள் மூடிக் கிடக்கிறான் அலங்காரன். குயவனின் சக்கரத்தில் சுழலும் மண்குடம் போல கனத்த சுழலின்மீது அவனுடைய தோணி சுழன்று கொண்டிருந்தது. படகில் கயிறு கட்டி தோணியைக் கரைக்கு இழுத்து வந்து அவனை அள்ளி எடுத்தனர். முகத்தில் ஆற்றுநீரைத் தெளித்தனர். அலங்காரன் கண் திறந்தான்.

நீண்ட நேரமாகியும் பேச முடியாமல் அவன் தளர்ந்தே படுத்திருந்தான். என்ன நடந்தது என்று பலரும் கேட்டனர். எதையும் சொல்ல விரும்பவில்லை. அவனும் எதையும் அறிந்திருக்கவில்லை என்பதே உண்மை. ஆனாலும் முதல்நாள் நிகழ்ந்தது அனைத்தையும் அவ்வப்போது நினைவில் கோர்த்தெடுக்க முயன்றான். அவள் எங்கே? காட்டிலிருந்து எப்படி ஆற்றின் நடுச்சுழலுக்கு வந்தேன்?

அலங்காரனின் உள்ளலைகளிலிருந்து எதுவும் உருவம் கொள்ளவில்லை. மொத்தத்தில் ஏதோவொரு கலக்கம் மட்டுமே. அதில் கண்ணிகளாகக் கோர்க்க முடியாத நினைவின் மணிகள் சுழன்று கொண்டிருந்தன. அப்போதெல்லாம் மெல்லியதொரு பெண்குரல் மட்டும் அவனைத் தேடி வந்து கொண்டிருந்தது.

அத்தியாயம் இரண்டு

இதன்பிறகும் அலங்காரன் சாத்தன் வயலுக்குப் போகக் கூடாதென்று குடிமூத்தோர் விலக்கி இருந்தனர். தங்களுடைய காலத்தில் காணாமல் போன சில முன்னோர்களைப் பற்றி அவர்களுக்கு நன்றாகத் தெரியும். அதற்கும் முன்னால் உள்ளவர்களைப் பற்றிச் சொல்லக் கேட்டிருந்தனர். காணாமல் போனதன் காரணங்கள் பற்றி மட்டும் யாரும் உரையாடவில்லை. அதனாலேயே திடீரெனப் புரிந்துகொள்ள முடியாத இப்படிப்பட்ட நிகழ்வுகளின்போது அவர்கள் ஒட்டுமொத்தமானதொரு பயத்தில் ஆழ்ந்தனர். மேலும் சங்கடங்கள் வராமல் இருப்பதற்கான வழிபாடுகள் செய்தனர். ஆனாலும் ஒரு தலைமுறையில் ஒருவராவது அவர்களின் வழிபாடுகளை வீணாக்கவும் பயங்களை அதிகரிக்கவுமே செய்தனர். அதுவரைக்குமான வாழ்வின் நிகழ்வுகளைப் போலவே அவர்கள் காணாமல் போவதும் இயல்பாகவே நிகழ்ந்தன. அலங்காரனின் நிலைமையைப் பார்த்து அவர்களின் வரிசையில் அடுத்த ஆள் என்று தோன்றியதால் குடிமூத்தோர் செய்யக்கூடாதவற்றின் பெரியதொரு உலகை அவனைச் சுற்றி எழுப்பிக்கொண்டிருந்தனர்.

அலங்காரன் விலக்குகளைப் பொருட்படுத்தவில்லை. அப்படிச் செய்ய வேண்டுமென்ற எண்ணமெல்லாம் இல்லை. தன் பிடிக்குள் அகப்படாத ஏதோ ஒன்று கனவிலும் பரிச்சயமற்ற வேறொன்றுக்குத் தள்ளிவிடுகிறது. அப்படி அவன் அங்கே கேட்ட பெண்குரலின் பின்னால் நடந்தான். புறக்கண்களுக்குத் தெரியாத காட்சிகள். வெறும் காதுகளால் கேட்க முடியாத ஒலிகள். உடலில் வியர்வை

துளிர்த்தபோது அவன் அவளின் வாசத்தை உணர்ந்தான். மண் சுவர்களில் சாய்ந்து நின்றபோது அவளுடைய கைகள் அவனை உள்ளுக்கிழுத்தது. அவனுடைய குடிலின் சாணி மெழுகிய தரையில் ஏற்படுத்திய விரிசலும் அவள் ஏற்படுத்தியதாகலாம். விரிசலில் பெயர்ந்திருந்த சாண அடர்களுக்கிடையில் உருவான முழக்கத்தை அலங்காரன் சட்டென உணர்ந்தான். அவன் சுற்றிலும் பார்த்தான். எல்லோரும் வயலுக்குச் சென்றிருக்கிறார்கள். உடனடியாகத் தரையைக் தோண்டத் தொடங்கினான். கடந்துபோன காலங்களின் ஏதோ ஒரு ரகசியம் வெளிப்படுவது போன்ற நாடகத்தன்மையுடன் ஒரு செப்புக்குடத்தின் மங்கலான ஒளிர்வை அவன் அங்கே கண்டான்.

குடத்தை வெளியே எடுப்பதற்கு சாண அடர்களுக்கு இடையில் சில கற்களைப் பெயர்க்க வேண்டியிருந்தது. எவ்வளவு துடைத்தபோதும் அதன்மீது தூசி படர்ந்தேயிருந்தது. குடத்தை நகர்த்தி வைத்து கற்களை மீண்டும் அடுக்கினான். சாணியைத் தானே எடுத்து வந்து தரையை மெழுகினான். காயத்தின்மீது மருந்து வைத்ததுபோல அப்போதும் அந்தப் பகுதி மற்ற இடங்களோடு சேராமல் தனியாகத் தெரிந்தது. தரையின் காயம் ஆற விட்டுவிட்டு அவன் குடத்துடன் ஆற்றங்கரையை அடைந்தான். ஆற்று மணலை வைத்துக் கழுவினபோது அதன் பளபளப்பு திரும்பிவரத் தொடங்கியது. அரக்கை வைத்து அடைக்கப்பட்டிருந்த மூடியின் மகுடத்தில் படம் விரித்த ஒரு பாம்பின் உருவம் தெளிவுற்றது. குடத்தின் இரு பக்கங்களிலும் நாகமுத்திரைகள் இருந்தன. அரக்கைப் பெயர்த்தெடுத்து அவன் குடத்தைத் திறந்தான்.

“நீயென்னதா செய்யுந்நே?”

அலங்காரன் திடுக்கென குடத்தின் மூடியை அடைத்துவிட்டு, தலையை நிமிர்ந்து பார்த்தான்.

“ஆதாயியாருந்நோ? ஏனொந்நு பேடிச்சு”

உரலில் நெல் குத்தும் குரலில் அவன் ஒருமுறை தும்மினான். உள்ளிருந்த சங்கடம் அதனுடன் வெளியேறியது.

“என்னாத்தினு?”

“கார்ணோம்மாரு ஆரேலுமாணு என்னல்லோ நினச்சது. என்னதும் செய்யான் பேடியா ஆதாயி”

நடந்தவற்றையெல்லாம் அலங்காரன் அவனிடம் சொன்னான்.

“இதுக்கூட்டு வேலகள் செய்யாதிரிக்கத்தான் நல்லது” ஆதாயி அவனை பின்வாங்கச் செய்ய முயன்றான்.

எப்படிப் பின்வாங்குவது! உள்ளேயிருக்கும் கனலின் தீவிரம் எத்தகையதென்று ஆதாயிக்குத் தெரியாதே.

அலங்காரன் மீண்டும் குடத்தின் மூடியைத் திறந்தான். சிவப்புத் துணியில் சுற்றப்பட்டிருந்த பனையோலைச் சுவடிகள் பல கட்டுகளாக அதில் நெரிந்து அமர்ந்திருந்தன. ஒவ்வொரு கட்டையும் வெளியே எடுக்க சிரமப்பட்டான். ஆதாயி பார்த்துக்கொண்டு நிற்க மட்டுமே செய்தான்.

“இனி இத என்னதோ செய்வது?”

“ஈ தாளியோலகளில் எழுதியிருப்பது என்னதென்னு அறியணம். ஆற்று தீரத்திருந்நு வாயிக்கக்கூடா. திரிகெ குடியிலேக்கும் கொண்டுபோகான் மேலல்லோ”

வயலோரத்தில் இருக்கும் ஓலைக்குடிலுக்குக் கொண்டு போகலாம் என்று ஆதாயிதான் சொன்னான்.

“மனய்கல கண்டத்திலு இன்னு பணி இல்லா. நின்டெ கூட்டரொக்கே இன்னு ஞங்கடெ கண்டத்திலா. ஆகக்கொண்டு ஆரேலும் காணுமென்ன பேடி வேண்டா”

அலங்காரன் ஓலைச்சுவடிகளைத் திரும்ப குடத்துக்குள்ளேயே அடுக்கி வைத்தான். படகைத் தள்ளி நீரில் இறக்கினான். அதில் ஏறி குடத்தை மடியில் வைத்து அவன் ஆதாயியையும் அழைத்தான்.

“நீ பொக்கோ. ஞான் நீந்தி வந்தோளாம்”

ஆதாயி சுற்றுமுற்றும் ஒருமுறை பார்த்தான்.

“ஒருமிச்சு போகுன்னதா எனக்குமே இம்பம். எந்நாலும் வீடரர் ஆரேலும் கண்டாலோ?”

முகம் வாடினாலும் அலங்காரன் மறுத்து எதுவும் சொல்லவில்லை. குடிசையை அடைந்தவுடன் அவன் குடத்தின் மூடியை மீண்டும் திறந்தான். கொஞ்சம் சிரமப்பட்டாலும் சுவடிகள் அனைத்தையும் வெளியில் எடுத்தான். அதற்குள் ஆதாயியும் வந்துவிட்டான். ஒவ்வொரு மூட்டையையும் பிரித்து அவர்கள் சுவடிகளின் எழுத்துகளைத் தடவத் தொடங்கினர்.

இருவரும் நிராசையுடன் தமக்குள் பார்த்துக் கொண்டனர். ஒரு கீறல்கூட பரிச்சயமில்லை.

“வடமொழியல்லா, மலயாம்பச்சயுமல்லா” என்றான் அலங்காரன்.

“இனி ஞங்களு நஸ்ராணிகடெ சுரியானியோ இது?” ஆதாயி சந்தேகித்தான்.

“பள்ளீல ஓத்து கேட்டிட்டுண்டே. சொல்லும் பேச்சு திரியத்தில்லா. எழுதிக் கண்டுள்ள சீலவுமில்லா”

ஆதாயி சற்றே சிரித்தான். பெருமுயற்சி எடுத்தும் பழக்கமற்ற எழுத்துகள் பிடி கொடுக்காமல் நழுவிக் கொண்டிருந்தன. துவக்கமும் முடிவும் எதுவென்றே புரிந்துகொள்ள முடியவில்லை. துவளச் செய்த நாழிகைகளுக்குப் பிறகு அவர்கள் ஓலைச்சுவடிகள் முழுவதையும் கட்டியெடுத்துத் திரும்பக் குடத்துக்குள்ளேயே வைத்தனர்.

“இனி என்னா செய்வது?”

ஒருவருக்கொருவர் பார்த்துக்கொண்டனர். தலையைச் சொறிந்தபடி யோசித்தனர். ஆதாயியே ஒரு வழியைக் கண்டுபிடித்தான்.

“இப்பொழுது கொடேம் இவிடெத்தன்னே குழிச்சிடுக நல்லூ. ஓரோ ஓலக்கெட்ட கையில் வச்சிட்டு மொழியறிவுள்ள ஆரோடேலும் சோதிக்காம்”

“குடியில் சோதிக்கமேலா. கார்ணோர் ஓலகளெத்தன்னெ ஒருவேள கத்திச்சேக்கான் மதி” அலங்காரன் கையறுநிலையில் நின்றான்.

“மாணிக்கத்தனாரோடு சோதிக்கயிலே சுர்யானியோ என்னறியாம்” ஆதாயி ஒரு வாய்ப்பை முன்னால் வைத்தான்.

“அல்லங்கெலு வேண்டா. ஞங்ஙளெ எழுத்து படிப்பிச்ச ஒரு செருங்கணியான் ஒண்டு. கவுடி வைக்கான் அறியாம்; எழுத்துமறியாம். ஞங்ஙடெ நூலு கெட்டுக்கும் சோறூணினும் ஒக்கெயும் நேரம் நோக்கனது ஆ கணியாராகும்மே. இத்தரமொரு காரியத்தினு நிமித்தோம் நோக்கணம்”

அலங்காரன் சிரித்தான்.

“அது வேணோ? நிங்ஙடெ ஆசானெப்ரதி நானும் செலது கேட்டிட்டொண்டு”

அவன் கண்கள் சுருக்கினான். தன் ஆசானை அப்படிச் சொன்னதை அவன் அவ்வளவு விரும்பவில்லை. எவ்வளவு திறமை உள்ளவர்களையும் கிண்டல் செய்யத்தான் ஊர்க்காரர்கள் கதை கட்டுவார்கள் என்பது அவனுக்குத் தெரியும். அப்படி நடந்ததென்று ஆதாயி அழுத்தமாக நம்பின கதை இதுதான்:

ஊரில் உழவன் ஒருவன் கணியாரிடம் வந்தான். இன்று மழை பெய்யுமா என்று தெரிந்துகொள்ள வேண்டும் என்றான். கணியான்,

சோழிகளைப் பரப்பினார். கண்ணைமூடி நேரத்தையும் காலத்தையும் கணக்கிட்டார். பின்னர் கௌரவத்தோடு சொன்னார்.

“உம், இன்னுதன்னெ மழ பெய்யும். பொக்கோ”

உழவன் வீடு திரும்பினான். கணியானும் கணியாட்டியும் அடிக்கடி வானத்தைப் பார்த்தார்கள். இரவான பிறகும் மழை பெய்வதற்கான சூழலே இல்லை. கணியான் ஆவேசப்பட்டான். குறி சொன்னது தவறிவிட்டால் வெட்கக்கேடு. அவர் கணியாட்டியையும் அழைத்துக்கொண்டு வயலை நோக்கி நடந்தார். இருவருமாக ஆற்றிலிருந்து நீரை முகர்ந்து வயல் முழுக்க நனைத்தார்கள் விடியலில் தளர்ந்துபோய் வீட்டை அடைந்தனர்.

அன்று மதிய வேளையில் வேறொரு உழவன் வந்தான். அவனுக்கும் மழை பெய்யுமா என்று தெரிய வேண்டும். கணியான், சோழிகளைப் பரப்பினார். கணியாட்டி வேகமாக குடிசைக்கு வெளியே வந்தாள்.

“தெய்வத்தெ ஓர்த்து நொம்மளு இன்னு மழ பெய்யுமென்னு பரஞ்ஞேக்கருது. வெள்ளம் கோரிக்கோரி என்டே நடுவொடிஞ்ஞு”

ஊரெல்லாம் தெரிந்திருந்தாலும் இந்தக் கதையை ஆதாயி மட்டும் நம்பவே இல்லை. ஆனாலும், அலங்காரனின் ஏளனச் சிரிப்பைக் கண்டபோது அவனுக்கு மீண்டும் சந்தேகம் வந்தது.

“ஈ ஆளுகள் பறேன்னதில் நேரொண்டோடா?”

அலங்காரன் மீண்டும் சிரித்தான். ஆதாயி தலையைக் குலுக்கினான். ஆனாலும் அவன் கணியானிடம் காண்பிப்பதற்காக ஓர் ஓலைச்சுவடியைக் கையில் எடுத்துக்கொண்டான். அலங்காரன் அந்தக் குடிலுக்குள்ளேயே ஒரு குழியைத் தோண்டி குடத்தை அதற்குள் வைத்து மூடினான்.

மறுநாள் பார்க்கலாம் என்று சொல்லி இருவரும் திரும்பினர்.

அத்தியாயம் மூன்று

ஆதாயியையே சற்றுச் சுழித்துப் பார்த்த கணியான் ஓலைச்சுவடியை அவிழ்த்துத் திருப்பித் திருப்பிப் பார்த்தார்.

“தலேலெழுத்து போலொண்டல்லோ”

ஆதாயிக்குப் புரியவில்லை.

“தலேல வர வாயிக்கான் ஆவதில்லென்னு கார்ணோம்மாரு பறஞ்னு கேட்டபோலெ. ஏதாண்டு அது கணக்காத்தான் தோணுது இது”

ஆசான் சொன்னதால் மட்டும் சிரித்து வைத்தான். காரியம் நடக்கவில்லையே என்ற சங்கடம் அவனுக்கு.

“இனி என்னா செய்யும்? ஆரோடு சோதிக்கும்?”

“குறுவத்தூர் மனய்க்கல் ஒரு பட்டேரி உண்டே. மகாவித்துவான் என்னு கேள்வி. நானொன்னு சோதிச்சு நோக்காம். குஞ்ஞா, ஆ மாணிக்கத்தனாரெ கூடி ஒன்னு காணிச்சேக்கு”

ஓலைச்சுவடிகளிலிருந்து சில ஓலைகளை மட்டும் தனியே எடுத்து வேறொரு நூலில் கோர்த்து கணியான், ஆதாயியிடம் கொடுத்தார். அவன் அதை எடுத்துக்கொண்டு மாணிக்கத்தனார் இடத்துக்கும் வேறொரு கட்டுமாக கணியான்மனைக்கும் போனார்கள்.

“மகனே, எனிக்கிது வாயிக்கானெக்கொண்டு ஆவதில்லலோடா”

கத்தனாரின் முகம் வாடியது.

“சுர்யானியாவில்லா இது. எந்து வரிகிலும் இது நீ வேறார்க்கும் கொடுக்க வேண்டா”

“அதென்னா அச்சோ?”

“பழே காலத்தெ எழுத்தல்லே. எருசலேமீந்து நேரிட்டு வந்நோரல்லே நம்மளு? கினாயித்தொம்மனு பண்டு பெரியொரு பெருமாளு செல விடுபேறுகள் கொடுத்தாயி கேட்டிட்டுண்டு. இது அங்ஙனெ வல்லோம் ஆணேலோ?”

“இத மடக்கிக் கொடுக்காதே இரிக்காமேலா. ஒரு கூட்டுகாரன் விஸ்வசிச்சு தந்நதா”

“எந்நால் அவுத்தேளொள்ளது ஏறேம் குறேம் வராதெ ஒன்னு குறிச்சு வச்சேச்சும் கொடுத்தாமதி மகனே”

ஓலைச்சுவடிக்கட்டை குருவத்தூர் ஐயர் முன்னால் வைத்துவிட்டு வணங்கி பின்னால் நகர்ந்து நின்ற கணியானுக்கு வேறொரு பதில்தான் கிடைத்தது.

“இதிலொக்கெ வல்லிய கிரந்தங்களு, ஞோம் வாயிச்சிட்டுண்டு”

“அதெயோ? அப்போள் எளுப்பாயி. இவிடத்தேக்கு இது நிசாரமாயி”

ஐயர் வாயில் நிறைந்த வெற்றிலைச்சாற்றை முற்றத்திற்கு அப்பால் வழக்கமான இடத்தை நோக்கி நீட்டித் துப்பினார். அது சரியான இடத்தில் சென்று விழுந்த திருப்தியோடு வாயைத் துடைத்துக்கொண்டார்.

“ச்சா, அதோண்டு கார்யல்ல கணியாரே. இது வாயிக்கான் பட்டுன்னில்லா”

கணியான் திரும்ப முயலும்போது ஐயர் நினைவுபடுத்தினார்.

“ஆர்க்கெங்கிலும் வாயிக்கான் பற்றியால் என்னே அறியிக்கணும் டோ. வல்ல பார்க்கவ ஸ்மிருதியாயோ மற்றோ ஆணெங்கிலோ?”

"ப்ரானே, அதேதா கிரந்தம்?"

"அல்ல, சாட்சாத் பார்கவராமன்தன்னே அங்ஙனெயொரு ஸ்மிருதி எழுதியிட்டுண்டத்ரே. இதுவரே காணான் தயாராயிட்டில்லா"

கணியாரும் ஆதாயியும் தங்களுக்குள் ஒரே நேரத்தில் எழுந்த அங்கலாய்ப்பையும் சிரிப்பையும் பகிர்ந்துகொண்டு திரும்பிவந்தனர். ஓலைச்சுவடிகளை அடுக்கி பழையபடி ஆக்குவதற்கிடையில் எதேச்சையாக ஓர் எழுத்து கணியாரின் கண்ணில் பட்டது. அது, அந்தக் கட்டின் கடைசிச் சுவடியாக இருந்தது.

"இந்நா நோக்கு. இதென்னதா எழுதீரிக்குனே? அவளூர் என்னல்லே?" ஆதாயி அதை வாங்கிப் பார்த்தான். மலயாம்பேச்சி னெக் குறிக்கும் எழுத்தைப் பார்த்தபோது அவனுடைய கண்கள் விரிந்தன.

"ஆணு!"

இருவருக்குள்ளும் பரபரப்பு மிகுந்தது. மீண்டும் ஆர்வமாகச் சுவடிகளைப் பார்த்தபோதும் மற்ற எழுத்துகளெல்லாம் பரிச்சயமற்றவையாகவே தொடர்ந்தன.

"அத்ரேங்கிலும் ஆயல்லோ. இது அவனெ அறீச்சேக்காம்"

ஆதாயி ஓலைச்சுவடிகளை அன்றே அலங்காரனிடம் திரும்பக் கொடுத்தான். ஒரு வார்த்தையை வாசித்தவுடன் அவனும் உற்சாகமடைந்தான். மற்ற சுவடிகளிலெல்லாம் பரிச்சயமான எழுத்துகளைத் தேடத் தொடங்கினான். ஆனால், எவ்வளவு தேடியும் வேறெதையும் தெரிந்துகொள்ள இயலவில்லை. அவன் சுவடிகளைத் திரும்பவும் குடத்துக்குள்ளேயே அடுக்கினான்.

அவளூர்.

குடிசைக்குத் திரும்பி வந்த பின்னரும் அந்தப் பெயர் அவனைப் பின்தொடர்ந்தது. ஓர் ஊரின் பெயர் என்பதை அவன் ஊகித்தான்.

உறங்கும்போதும் அந்தப் பெயர் அவனுக்குள்ளே கிடந்து சுழன்றது. ஒரு பெண் வாசனை அந்தப் பெயரைச் சூழ்ந்திருந்தது.

"அலங்காரா, எழுந்தேல்கு. புறப்பெடாராயி" வேறு யாராலும் கேட்க முடியாத அந்தப் பெண் ஒலி அவனை அழைத்தது.

"என்டே கூட வா" அவள் கைநீட்டி அழைத்தாள்.

அலங்காரன் எழுந்தான். மடித்து வைக்கப்பட்டிருந்த வேட்டிகளில் ஒன்றைக் கையில் எடுத்துக்கொண்டான். நள்ளிரவில் அவன் சாத்தன் வயலுக்குப் புறப்பட்டான். ஆறும் கரையும் புணர்ந்து கிடப்பதைக் கண்டபோது எழுப்பத் தோன்றவில்லை. சங்கிலியைத் திருடும் திருடனின் கவனத்தோடு படகை நிமிர்த்தி மறுகரை நோக்கித் துழாவினான். முடி கோதுவது போல நீரில் விரல்களால் துழாவும்போதும் ஓர் ஓசையும் கேட்கவில்லை என்பதை உறுதி செய்தான். குழியிலிருந்த குடத்தை எடுத்து ஓலைச்சுவடிகளை எல்லாம் வேட்டியால் மூட்டையாகக் கட்டிக்கொண்டான். நீண்ட வரப்புகளின் வழியே நடந்து காட்டினுள் நுழைந்தான். சற்றுநேரம்கூட எங்கேயும் நிற்கவில்லை. முடியிலிருந்த பூவாசம் பின்னால் பரப்பியபடி அவள் முன்னால் நடந்து கொண்டிருந்தாள். அலங்காரன் உள்காட்டினுள் நுழைந்தான். தழைத்த மரக்கூட்டங்களைக் கடந்து அவன் அந்த ஊரைவிட்டே மறைந்து போனான்.

மறுநாள், ஆதாயி வயலை அடைந்தபோது நாகமுத்திரை பதிந்த குடத்தைச் சுற்றி ஒரு பாம்பு படமுயர்த்தி நிற்பதைப் பார்த்தான். பிளர்ந்த நாக்கை வெளியே நீட்டி அது குடத்தின் முகத்துவாரத்துக்குள் முகம் தாழ்த்தி இருந்தது. அலங்காரனைத் தேடி ஆற்றினருகே வந்தவர்கள் சுழலில் திரியும் அவனுடைய படகைத்தான் கண்டனர்.

காணாமல் போனவர்களைப் பற்றிய உற்றார் உறவினரின் நினைவுகளில், அதன் பின்னர் அலங்காரன் என்ற பெயரும் சேர்ந்தது.

5

அத்தியாயம் ஒன்று

கடைசியாக, குமரன் ஓர் எழுத்துப் பள்ளியைக் கண்டடைந்துவிட்டான். ஆனால் அதற்காக மூன்று ஊர்களைக் கடக்க வேண்டியதிருந்தது. கிளியூர் என்ற ஊரில் பௌத்தரெனத் தோன்றிய சிலரைக் கண்டபோது, தானும் எழுத்து கற்க விரும்புவதாக அவர்களிடம் சொன்னான். சற்று தூரதேசத்திலிருந்து வருவதாகத் தெரிந்ததும் வேறு சில குழந்தைகளுடன் தங்குமிடத்தையும் அவர்கள் கொடுத்தார்கள். குறவர்கள், சாலியர்கள், புலையர்கள், பறையர்களின் குழந்தைகள் அவர்கள். பள்ளிமார்களில் ஒருவர் அவன் கைப்பிடித்து வட்டெழுத்துகளின் முப்பதோரு எழுத்துகளையும் எழுத வைத்தார். தினமும் திரிரத்னங்களையும் மனனம் செய்ய வைத்தார். பிறகு சமஸ்கிருதமும் பாலியும் கற்பித்தார். அமரகோசம் மனப்பாடமாக நீண்டநாட்கள் தேவைப்படவில்லை. திபிடகத்தின் சில சூக்தங்களையும் அவற்றின் பொருளையும் குமரன் விரைவில் கற்றுக்கொண்டான். கூடவே வைத்திய முறைகளையும் உழவையும் சற்று கை வசப்படுத்திக் கொண்டான்.

அடுத்துள்ள ஆசிரமங்களுக்கு வருகின்ற நோயாளிகளுக்கு பிக்குகள் சில ஒற்றை மூலிகைகளைக் கொடுத்துக் கொண்டிருந்தனர். அதற்காக ஓய்வு நேரங்களில் பச்சிலைகளையும் வேர்களையும் காய்களையும் பறித்துக்கொண்டு வருவதுதான் அவனின் மற்றொரு வேலை. எழுத்துப்பள்ளிக்கு அடுத்திருந்த புத்த கோவிலைச் சுற்றிலும்

முறிநாவு

பலவகை வாசம் வீசும் மருந்துச்செடிகளின் தோட்டம் இருந்தது. அங்கே கிடைக்காத சிலவற்றை அடுத்துள்ள காட்டில் சென்று பறித்து வரவேண்டும். அப்போதெல்லாம் வேறு சில குழந்தைகளும் அவனுடன் வந்தனர். எழுத்துப்பள்ளியில் சேராத சிலரும் அதில் இருந்தனர். கேளனும் வெளுத்தனும் வீட்டிலிருந்தே எழுத்து கற்றுக்கொண்டவர்கள். அவர்கள் வீட்டு மூத்தோர் சிலர் வைத்தியத்திலும் திறன் படைத்தவர்களாக இருந்தனர். அவர்கள் வேலத்தானின் உறவினராகவும் இருந்தனர். அதனாலேயே குமரன் அவர்களோடு கூடுதலாகவே நெருக்கம் கொண்டான். அருகில்தான் அவர்களின் வீடு. நேரம் கிடைக்கும் போதெல்லாம் விளையாடியும் கதைகள் சொல்லியும் அவர்களோடு இருப்பது குமரனின் விருப்பமாக இருந்தது.

பள்ளியில் எப்போதும் ஒருவேளை உணவுதான். சற்று தூரத்தில் மகளிர் பள்ளி இருந்தது. பிக்குணிகள் அங்கே தங்கி இருந்தனர். அவர்களுக்குக் குழந்தைகளிடம் மிகுந்த விருப்பம் இருந்தது. விளையாடி ஓய்ந்து அங்கே சென்றால் அவர்களும் ஏதாவது உண்ணக் கொடுப்பார்கள். மேலும் வேண்டுமென்றால் காட்டிற்குச் சென்று பழங்கள் பறித்துத் தின்னலாம். அங்கு செல்லும்போது சோலையில் குளிக்கலாம். அப்போதெல்லாம் அதே காட்டின் அருகேயுள்ள மலையின் மறுபக்கத்தில் குழந்தைப் பருவத்தைக் கழித்ததன் நினைவுகள் அவனைப் பின்தொடரத் தொடங்கின. அங்கேயிருந்த கோயில்... வேலத்தானின் கனிவு... அகமும் புறமும் ஆறா வடுவாகிப்போன நீலி... அவன் அதையெல்லாம் மறந்துவிடவே முயன்றான்.

குழைத்த மண்ணிலிருந்து உருவங்கள் உண்டாக்கி உள்ளேயிருந்து உயர்த்திக் காட்டிக் கொண்டிருந்த நினைவுகளின் தேவதை, அப்படி நீண்டநாள் தொடர அவனை அனுமதிக்கவில்லை. நல்லம்மாவின்

கற்சிலையும் முருகனின் வேல்கொடியும் அடிக்கடி கண்களை ஈரமாக்கின. வேலத்தானின் குரலும் நீலியின் அழுகையும் செவிகளைத் துளைத்தன. குடிலுக்குத் திரும்ப வேண்டுமென்ற உட்குரல் கூடிக்கூடி வந்தபோது கட்டுப்படுத்த முடியாமல் போனது. அனைத்தையும் பள்ளியார் ஒருவரிடம் சொன்னான். கற்றுக்கொள்ள இன்னும் எவ்வளவோ இருக்கிறது என்று சொன்னவர், அவனைப் போக அனுமதித்தார். திரும்ப வந்துவிடுவதாக உறுதியளித்துவிட்டு தன் ஊரை நோக்கிப் பாய்ந்தான்.

முதலில் வேலத்தானிடமே சென்றான். கோவிலில் பார்க்க முடியாததால் அவருடைய குடிலை நோக்கிப் போனான். தளர்ந்துபோய் படுத்திருந்தார். வெறியாட்டமாடிய வேலத்தானின் உடல் இப்போது அசையாமல் கிடக்கிறது. 'வேல்முருகா' என்ற அழைப்பு மட்டும் உதடுகளில் விடாமல் குடியிருந்தது.

வேலத்தானின் கைப்பிடித்து அருகில் அமர்ந்தான். ஒன்றும் சொல்லவில்லையென்றாலும் அவன் கண்கள் நிறைந்து ததும்பின. நீலியைப் பற்றி விசாரிக்க தைரியம் வரவில்லை. ஆனாலும் அவன் உள்ளத்தைத் தெரிந்து கொண்டதுபோல வேலத்தான்,

"அவளும் இந்நாடு ஒழிஞ்ஞு போயெடா" என்றார்.

குமரனுக்கு எதுவும் பேசத் தோன்றவில்லை. சிறிதுநேரம் அவருடன் இருந்துவிட்டு அவன் தன் குடிலை நோக்கிப் புறப்பட்டான். திடீரென்று ஒரு பழைய நினைவு அவனை மீண்டும் அடிமுடி உலைத்தது. அவன் வேறு வழியில் நடந்தான். அடையாளங்களை நினைவில் கோதி எடுத்தான். சற்று ஓடியும் சற்று நடந்தும் குன்றின் ஓரத்தை அடைந்தான். வேகமாக ஏறினாலும் இறங்கத் தயங்கி மேலேயே நின்றான். பகல் வெளிச்சத்தில் கீழேயிருந்த ஒற்றைக் குடிலில் வழக்கத்துக்கு மாறாக ஒன்றும் தெரியவில்லை. முற்றத்துத் தணலிடங்களில் வெயில் பரப்பிய

வெளிச்சம், இலஞ்சிப் பூக்கள்போல் நிலத்தில் படர்ந்திருந்தது. அங்கே மூன்றுபேர் இருந்தனர். அவருள் ஒருவரை மட்டுமே அவனால் புரிந்துகொள்ள முடிந்தது. மற்றவர்கள் திரும்பிப் போகும்வரை குமரன் குன்றின் மேலேயே நின்றான்.

அவர்கள் விடைபெற்றுச் சென்றவுடன் அவன் கீழே இறங்கினான். கால்கள் நடுங்கியதால் இறங்கச் சற்று சிரமப்பட்டான். குடிலின் முன்னால் சென்றபோது நன்றாக மூச்சிரைத்தான். குடில் வாசலிலிருந்த தாடிக்காரர், குமரனைப் பார்த்தார்.

“ஆரு நீ? மும்பு கண்டதாயி தோன்னாது?”

“நாங்கண்டிட்டொண்டு”

“ஆணோ? எவிடெ வச்சிட்டு?”

“இவிடெத்தானே. கண்டது மறக்கிலயே”

“அதென்ன சொல்லு? என்னா கண்டாக்கென்னாவே?”

குமரன் பதில் ஏதும் சொல்லவில்லை. திடீரென தனக்கே புரிந்துகொள்ள முடியாத ஓர் உணர்வு மேலோங்க முற்றத்துக்குள் பாய்ந்து ஏறி அவருடைய கழுத்தைக் கைகளால் இறுக்கி நெறித்தான்.

“சொல்லட்டு, அவளெ நிங்க என்னா செய்துவிட்டே?”

தடாலென்ற அழுத்தத்தில் சற்று தளர்ந்தாலும் அடுத்த நொடியில் அவர் புலி வடிவு கொண்டார். குமரன் முற்றத்தில் தெறித்து விழுந்தான்.

விழுந்தாலும் வீரத்திற்குக் குறைவில்லை.

“அவள் எவிடத்தானென்னு எனாக்கு அறிய வேண்டும்”

மிதிப்பதற்காக உயர்த்திய இடதுகாலை அவர் எதன் காரணமாகவோ பின்னுக்கிழுத்தார். எழுந்திருக்கப் பாடுபடும்

குமரனின் முகத்தையே சற்றுநேரம் பார்த்து நின்றார். கைமுட்டிகளை நிலத்தில் ஊன்றி தலையை முன்னால் உயர்த்த முயன்றவன் சொன்னதையே மீண்டும் திரும்பச் சொன்னான்.

“எனாக்கு அறிய வேண்டும்”

“ஆருடெ கார்யமோ நீ சொல்வது?”

“அறியிலயா?‘ குமரனின் குரல் நடுங்கியது.”

“நீலி, அவளெ நிங்ஙளு என்னா செய்துவிட்டே? அவள்க்குப் பிணி கூடுவதினும் மூலம் நிங்களுதானே? அவள் இப்பொழுது எங்கிருக்கிந்நேன்னு நிங்ஙளு சொல்லட்டு”

அவர் சற்று அதிர்ந்து நின்றார். பின்னர் அறைக்குள் ஏறிச் சென்றார். சிரமப்பட்டு எழுந்த குமரனும் பாய்ந்து உள்ளே சென்றான். அதை எதிர்பார்த்ததைப் போல் அவர் தன் கையை நெஞ்சில் வைத்து எதையோ முணுமுணுத்து குமரனுக்கு நேராக விரல்சுட்டி, “அவ்டே நிய்க்கு” என்றார்.

முழங்கும் ஓசையை வெட்டிவிட்டுக் கடந்துபோக முடியாததால் குமரன் நின்று மூச்சிரைத்தான். அவருடைய கண்களின் ஒளிர்வில் அவன் நா வறண்டது. அவர் உதட்டைச் சுழித்து சிரித்தார்.

“அய்யய்யே! பாவம்!”

“இப்போ எனாக்கு ஒடியறவுப்பட்டேன். என்னாலும் நான் மடங்கயிலயோ. இனியும் வருவேன்”

“வெள்ளப்பனெ நெனாக்குத் தெரியிலயோ, பாழ்பிறப்பே” நேரம் வீணாவதன் அயர்ச்சியில் அவர் தொடையைச் சொறிந்தார்.

“வேண்டடா தாந்தோணி. இள்ளே க்டாங்களல்லாதே, தன்னோளம் போன்னோரேலும் வேண்டே ஒன்னு பொருதிநோக்கான்! எடா,

நெனாக்காவோங்கிலு பத்தெண்ணுன்னதுவரை கண்ணீக்கண்ணிலு நோக்குகேலும் செய். அதினும் வேணல்லோ ஒருட்டம்!"

குமரன் தலை குனிந்தான்.

"நினாக்கொண்டு அறிய வேண்டது ஞான் சொல்வேன். வெள்ளப்பன் செய்ததொக்கே அவள்க்கு வேண்டித்தே; அல்ல, ஞங்கக்கு வேண்டித்தே. அவளாயது முழுமனாக்கீலயே. இன்னுமிப்பழும் துடர்ந்து கொள்ளுவோன் நானே"

அவனுக்கு ஒன்றும் புரியவில்லை.

"பட்டுமெங்கி நீ கேளு. ஞானொரு சாதகனாவிது. மற்றுள்ளோர் காணும் நேரும் முறையும் நோக்கி என்னெ அளக்காதேடா நீ. அளந்தாலும் ஞான் வக வய்க்குகேமில்லா, வசப்பெடுகேமில்லா. நிங்ஙடெ உடையோர்க்கு அருதாத்ததொக்கே ஈ வெள்ளப்பன் செய்வேனே. மீனுமெறச்சீம் சாராயோம் நேர்ச்ச கழிப்பேன். பெண்ணரையில் கூத்தாடுவேன். விளிச்சா விளிப்பொறத்து வருவோர் என்டே மூர்த்திகள். கண்ணுடக்கும் பொழுதிலே கூடெவரும் நல்ல பெண்ணுங்கள். நெனக்கறியிலயே, ஆரொக்கெயோ கை சூண்டி அருதெருதெந்நே சொல்லி நமக்கு வெலக்கிய நல்லிடங்ஙள்"

வெள்ளப்பனின் ஒளிரும் கண்களை நேரிடாமல் குமரன் அருகில் நின்ற கூவளத்திலிருந்து ஓரிரண்டு இலைகளைக் கிள்ளியெடுத்துக் கொண்டு மேலே பார்த்தான்.

"சாதகனு ஜாதி ஒன்னே வர்ணம் ஒன்னே. ஆணும் பெண்ணும் ஒன்னே. வாழ்வும் சாவும் ஒன்னே. சுடுகாடு என்னோ கோவில் என்னோ ஓர்க்கலில்லா. மூர்த்திகளும் அங்ஙனெத்தான். ஞான் என்னாக்க கன்னந்திரிவு செய்கிலும் ஒன்னுருவிட்டால்போரும், போயதும் நில்பதும் வருவதுமெல்லாம் காதில் வந்து சொல்வனே என்

கர்ணபிசாசினி. கைப்பிடிச்சு கர்மங்களெ கொள்ளுவனே என் கரிங்குட்டி. எல்லாம் ஒன்னாகும் அருளின்றிடமே என்ன நெறிவு? என்ன களவு?"

வெள்ளப்பன் வாய் பிளறச் சிரித்தார்.

"நீலி என் கூடெ பார்த்தவள். இடைய்க்கவள்தானே என்னை விட்டு எங்கோ போயது. முதிராதவள்! உள்ளொறப்புண்டெங்கி நீ எனிக்கொப்பம் கூடெடா. சாதகர் பூச்சக் குஞ்சுங்களெப்போல் அகிடில் பட்டிச் சேர்ந்தாலே போரும்; மூர்த்திகள், தள்ளப்பூச்சக் கணக்கு வேண்டியதெப்பேருமிங்கே கொண்டுதரும்"

நீலியைப் பின் தொடர்ந்த அன்றைய இரவு குமரனுள்ளில் கடந்து போனது.

"இல்லைய்யா, எனக்காவதில்லது"

"வேண்டெங்கில் வேண்டடா. எங்கிலோ நீ நேடிய அறிவு புளிங்குருவோளம் செறுது. மரமாகணோங்கி இனீம் கிளிர்த்துதானே தொடங்கணும்"

"நிங்களு பறேனொக்கவே நேருதான். என்னாலும்... இல்லய்யா, வய்யா"

குமரன் பட்டெடன அங்கிருந்து எழுந்து வெளியேறி நடந்தான். அவர் பின்னாலிருந்து அழைத்தார்.

"நீ குமரனல்லயா?"

குமரன் சற்றே நடுங்கினான். திரும்பிப் பார்த்தபோதும் பதில் எதுவும் சொல்லாமல் வேகமாகக் குன்றேறினான்.

'நேரம் போவ பாங்கிலெங்கிலு இங்கனொருத்தன் வருகிலதே போரும்' வெள்ளப்பன் முணுமுணுத்தான்.

குமரன் குடிலை அடைந்தான். வெள்ளப்பன் சொன்ன ஒவ்வொன்றையும் யோசித்துப் பார்த்தபோது அவன் மொத்தமாகக் குழம்பிப்போனான். அவரையும் நீலியையும் ஒன்றாகப் பார்த்தது மட்டும் அவன் கண்ணைவிட்டு அலகவேயில்லை. பின்னர் அவன் ஊருக்குள் இறங்கி நடந்தான்.

எங்கேயும் சொல்லத்தக்க மாற்றம் எதுவுமில்லை. ஆனாலும் சிறிதுகாலம் தொலைவிலிருந்தால் மிகவும் பழக்கமான இடமும் பரிச்சயமற்றுப் போகும் என்பது அவனுக்குப் புரிந்தது. வேறு எங்கும் போக விரும்பாததால் அவன் குடிலிலேயே தங்கினான்.

அத்தியாயம் இரண்டு

வேலத்தான் நீண்டநாள் அப்படியே படுத்திருக்கவில்லை. முருகன் வந்து அழைத்தபோது இந்த உலக வாழ்வை முடித்துக்கொண்டு அவர் போய்விட்டார். அதன்பிறகு, குமரன் மிகுந்த தனிமையை உணர்ந்தான். அவன் ஊரைச் சுற்றிச்சுற்றி வந்தான். திரும்பக் குடிலுக்கு வந்து வெறுமனே படுத்திருந்தான். இதற்குமேல் என்ன செய்ய? இப்படி அலைந்து திரியவோ, குடிலில் சும்மா இருக்கவோ முடியவில்லை. வேட்டையில் எப்போதுமே விருப்பமில்லை. கோவிலில் வேறொருவருக்குத் துணையாகப் போகவும் ஆர்வமில்லை. ஆனாலும், அவனுக்கு வேலை செய்வதில் எந்தச் சோம்பலும் இல்லை. பள்ளிக்கூடத்திலிருந்து கிடைத்த அறிவும் அனுபவங்களும் குமரனை அவனறியாமலேயே வேறொருவனாக்கியது. செய்வனவற்றுக்குப் பொருள் இருக்க வேண்டும். அது தனக்கும் பிறருக்கும் பயன்தர வேண்டும். ஏதாவது செய்தே ஆகவேண்டும் என்றொரு எண்ணம் உறுதியானபோது குமரன் வேறு வழிகளைச் சிந்தித்தான்.

ஊருக்குப் புறத்தில் ஊரும் காடும் சேருமிடத்தில் ஒரு சிறிய ஆறு இருக்கிறது. வளைந்து நெளிந்து பாயும் ஆறு, அந்த இடத்தில் சிறுதொலைவுக்கு நேர்கோட்டில் செல்லும். ஆற்றினை ஒட்டிய சிறு காட்டில்தான் சாத்தன் கோவில் இருக்கிறது. ஊர் சுற்றுவதற்கிடையில் ஒருமுறை அங்கே சென்றிருக்கிறான். மதிய வேளைகளில் அங்கே ஆட்கள் இருக்கமாட்டார்கள். நிழல் பரப்பிக் கொண்டிருக்கும் பெரிய மரங்களின் அடியில் உட்கார்ந்தால் நேரம் போவது தெரியாது. ஆற்றங்கரையிலும் அந்நேரம் ஆட்கள் இருப்பதில்லை. வீசும் காற்றை அனுபவித்து அங்கே உட்கார்ந்து இருக்கும்போது தன்னைச் சுழலும்

நினைவுகளிலிருந்து தப்பிக்கவே அவன் முயன்றான். வேறு ஏதேனும் ஒன்றில் மனதைத் திருப்புவதற்கான முயற்சியில் உழவைப் பற்றியே சிந்தித்தான். நெல், தினை, கரும்பு, மிளகு போன்றவற்றைப் பயிரிட்டு வளர்ப்பதன் முறைகளைப் பற்றி எழுத்துப்பள்ளியிலிருந்து கற்றுக் கொண்டிருக்கிறான். ஆற்றோரச் சதுப்புநிலத்தைப் பார்த்தபோது வெண்ணெல்லோ, செந்நெல்லோ பயிரிடக்கூடிய இடம்தானென்று தோன்றியது. ஆனாலும், நிலத்தைச் சீர்செய்ய நன்றாக உழைக்க வேண்டியிருக்கும். தனியாளாக முடியாது.

குமரன் ஊருக்குள் திரும்பி வந்தான். வேட்டையில் பரிச்சயமிருந்த மூப்பன்களுக்கு உழவில் பரிச்சயமில்லை. அவர்கள் செய் என்றோ செய்ய வேண்டாமென்றோ சொல்லவில்லை. ஆனாலும் அவன் பின்வாங்கவில்லை.

சற்று தொலைவில் புலையர்களின் குடில்கள் இருக்கின்றன. வயல்வேலை செய்து பழக்கமுள்ளவர்கள். அங்கிருந்து சேணன் என்பவரை உடன் அழைத்துக்கொண்டான். அவர் நிலத்தை வந்து பார்த்தார். மண்ணின் ஈரத்தையும் நலத்தையும் தொட்டறிந்தார்.

குமரன் சிறிது சிரமப்பட்டபோதும் தனக்கு இணக்கமான கூட்டாளிகளைக் கண்டடைந்தான். கோடாலியையும் மழுவையும் கலப்பையையும் அரிவாளையும் புலையரிடமிருந்து வாங்கினான். மேலும் தேவையானவற்றைக் கொல்லன் பட்டறையிலிருந்து செய்யச் சொல்லி வாங்கிக்கொண்டான். ஒரு வருடத்திற்குத் தேவையான நெல்லும், இறைச்சியும், தேனும் அவ்வப்போது தருவதாகக் கொல்லனுக்கு வாக்கு கொடுத்தான். மலைச்சரிவினோடு கீழே நீண்ட ஆற்றங்கரையோரக் காட்டை எல்லோரும் சேர்ந்து திருத்தினர். பாம்புகளும் பூரான்களும் முயல்களும் ஓடி மறைவதையும், மருந்தாகப் பயன்படும் சிறுசெடிகளும் புற்களும் முறிந்து விழுவதையும் கண்ட குமரன் மனம் நொந்தான். ஒன்றிற்கு உரமாக

மற்றொன்று அழுகத்தான் வேண்டும். அதன் கொடுமையில் அவன் அறிவின் துயர் என்னவென்று அறிந்தான். ஆனாலும் பின்வாங்க முடியாது. ஒன்றும் செய்யாதவர்கள் போரிடாமல் கீழடங்கும் படைவீரர்கள் போன்றவர்களே.

எழுத்துப்பள்ளியில் அறிந்துகொண்ட முறைகளைக் குமரன் நிலத்தில் சோதித்துப் பார்த்தான். ஆற்றிலிருந்து வயலைப் பிரிக்க வெளிவரப்பை ஏற்றினான். வயலைத் துண்டுகளாக்க உள்வரப்புகளை உருவாக்கினான். வயலில் முதல்வேலையாகத் தழைகளையும் சாணத்தையும் கலந்து அடியுரமிட்டான். வயலோரங்களில் தென்னம்பிள்ளைகள் நட்டான். புதிய எல்லைகள் வந்தபோதும் பரிச்சயமான இடத்திலிருந்து இறங்க விரும்பாமல் ஆற்றுநீர் வயல் முழுக்க நிறைந்திருந்தது.

“இதொன்னு வடிச்செடுப்பதினாக பத்து தலயுள்ள சக்ரோங்கிலும் கிட்டிட்டே தீரெடோ. நோக்கட்டோ”

சேணன் அதற்கும் வழி கண்டுபிடித்தார். பழக்கமான யாரோ ஒருவரிடமிருந்து சக்கரம் கடன் வாங்கினார். அதை மிதிக்க மரக்கம்புகள் நட்டார். மூன்று தட்டாகப் பிரித்து அவை அவிழாமலிருக்க அன்னாசித்தண்டுகளால் பலகைகளும் ஆற்றினருகில் ஊன்றப்பட்டன. அந்தப் படங்குகளில் ஐவர் உட்கார்ந்து சக்கரம் மிதித்தார்கள். வெளியேற்றப்பட்ட இடத்திற்கே திரும்பிவர விழைந்த ஆற்றிலிருந்து மீண்டும் ஊற்று வந்தபோது வெளிவரப்பைக் கீறினார்கள். ஆற்றிலிருந்து சேறு எடுத்துப் போட்டு ஊற்றை அடைத்தனர். மிச்சமான நீர் வற்றிவிடவே நிலம் உழவுக்கு ஏற்றதானது.

“இனி கன்னு பூட்டாவ”

சேணனே காளைகளையும் கொண்டு வந்தான்.

“ஒரேறு காள போறுமோ? ஒறப்பு வரலியே. நோக்காம்”

காளைகளை நுகத்திலும் நுகத்தைக் கலப்பையிலும் கட்டி சேணனும் ஆட்களும் ஏர்பூட்டினர். சாட்டைக்கோல் காளைகளின் முதுகில் பதிந்தது. வேலையாட்களின் முதுகிலிருந்து வியர்வை கீழ்நோக்கி இறங்கியது. மண்ணின் தேவதைகள் நீரப்பரப்பை வந்தடைந்த மீன்களைப்போல உதடுகள் பிளந்து அதை முழுவதையும் நக்கியெடுத்தன. இனி நிலத்தைச் சமன்படுத்த வேண்டும். எழுந்து நின்ற கல்கட்டைகளையும் அழுந்தியிருந்தவற்றையும் கோதியெடுத்து, தோல்பரப்பின்மீது அதன் விரல்கள் பரவி நடந்தபோது தேவதைகள் வெட்கமடைந்தன. ஆறடி நீளமுள்ள ஞவரிப்பலகை வந்தது. கலப்பையை மாற்றி நுகத்தில் பலகையை மாட்டினர். இரண்டுமுறை பலகையை இழுத்தபோது நிலம் தயாரானது. உடல் சமனமடையவும் அது விதைகளைக் காத்து மலர்ந்து கிடந்தது. குமரனின் உடல் முழுவதும் நடுக்கமுற்றது. பாத்திகளாகப் பிரிக்கப்பட்ட நிலத்தைப் பார்க்கும்போதும் வெள்ளப்பனின் அறையின் சதுரக்களம்தான் அவன் கண்களில் விரிந்தது. முக்கோணங்களின் ஆதிக்கம்... முன்னால் நடனமிடும் தேவதைகள்.

“நீலி... நின்னோடு செய்வான் கொதிபூண்டதல்லோ நான் ஈ மண்ணில் நிறவேற்றுவது”

சீரான நிலத்தில் புலையர்கள் வெண்ணெல் விதைத்தனர். வியர்வை குடித்து மதிமயங்கிய தேவதைகள் விதைகளை உடலின் ஊற்றுக்களால் நனைத்தனர். வயல் பூக்கத் தொடங்கியதுபோல நாற்றுகள் முளைத்தன. அதைக் கண்ட குமரனுக்கு மயிர்க்கூச்செறிந்தது. இனிமேல் மந்தமாக இருக்க முடியாது. முப்பது நாட்களுக்குள் களைகள் பறிக்கப்பட்டன. நெருக்கமான இடங்களில் இருந்து காலியான இடங்களுக்குப் பறித்து நடப்பட்ட நாற்றுகள் ஒரே நிரப்பாகவும், பசுமையின் ஒரு கம்பளத்தை உருவாக்கியும் தழைத்து வளர்ந்தன. குழந்தைகள் வெளியேறி

விளையாடுவதைப் பார்க்கும் தாய்ப்பூனையைப் போல அவற்றின் தலையசைப்பை ரசித்து அசையாமல் கிடந்திருந்தன.

களைகளைப் பறிப்பதிலும் வேண்டியபோது ஆற்றுநீரை வயலுக்குப் பாய்ச்சுவதிலும் அல்லாதபோது மடைகட்டி அடைப்பதிலும் குமரன் கவனமாக இருந்தான். காட்டிலிருந்து வரும் மிருகங்களை ஓட்டுவதற்காக, அம்பும் வில்லுமேந்திய கூட்டாளிகளைக் காவலுக்கு வைத்தான். கவண் கொண்டு கிளிகளை ஓட்டுவது குழந்தைகளுக்கும் விருப்பமாகவே இருந்தது.

அவன் நீண்டநேரம் வயலிலேயே செலவழித்தான். அறுவடைக் காலமானபோது மீண்டும் நீர்வற்றச் செய்தான். பெண்கள் அறுத்துப்போட்ட கதிர்களைக் கண்டபோது மூத்தவர்களுக்கும் உள்ளம் நிறைந்தது. அவர்கள் குமரனைப் பெருமிதத்தோடு அருகணைத்தனர். புலையக் குழந்தைகள் வயலில் கிடந்த பொருட்களைப் பொறுக்கி நடந்தனர். ஆண்கள் வைக்கோலை வெட்டிக் காய வைத்தனர். குமரன் அதைக் கால்நடைகள் உள்ளவர்களுக்கு விற்றான். பணியாளர்களுக்கெல்லாம் தேவையான அளவு கூலி கொடுத்தான். எல்லாக் குடில்களுக்கும் பங்கிட்ட பிறகும் நெல் மிச்சம் வந்ததால் வயலுக்கு அருகிலேயே ஒரு நெல்லறை உருவாக்கினான். வறுமைக்காலம் வந்தபோதும் மற்றவர்களுக்கு உணவுக்குப் பஞ்சம் வந்ததெனினும் வேட்டுவர்களுக்கு வரவில்லை

அப்படித்தான் குமரன் ஊரிலேயே தங்கினான். ஆனால் அதுவும் நிலைத்து நிற்கவில்லை. ஒருநாள் அவன் எல்லாவற்றையும் புறந்தள்ளிவிட்டு மீண்டும் அங்கிருந்து புறப்பட வேண்டியதாயிற்று.

6

அத்தியாயம் ஒன்று

மலைகளுக்கும் பள்ளத்தாக்குகளுக்கும் இடையில், வழியின் இறுதி எல்லைக்குச் சென்றபின் மஸ்கரி அலங்காரனைக் கீழே இறக்கினார். வெடவெடத்து நீண்ட அந்த உடலின் கம்பீரத்தில் அலங்காரனுக்கு பயமும் சந்தேகமும் தோன்றியது. தனக்கு அவ்வளவு பெரிய உதவி செய்திருந்தாலும் மஸ்கரியிடமிருந்து தப்பித்துவிட வேண்டும் என்ற எண்ணம் மட்டுமே அவன் மனதில் முன் நின்றது. வேகமாக அவரை வணங்கிவிட்டு விடைபெற அனுமதிகோரி நின்றான். அதைச் சற்றும் கவனிக்காமல் மஸ்கரி திடீரென அங்கிருந்து நடந்து மறைந்தார்.

பயணத்தொலைவு முழுவதும் நிகழ்ந்தது போலவே இப்போதும் அலங்காரன் தனித்து விடப்பட்டான். ஆனாலும் சேர வேண்டிய இடத்தை அடையப் போகிறோம் என்ற எண்ணமே அவனுக்குள் வேகத்தையும் உற்சாகத்தையும் கூட்டின. தளர்வின்றி முன்னோக்கிச் சென்றான். தழைத்துக் காணப்பட்ட மரக்கூட்டங்களின் வழியாக நிழலை அடைந்தபோது பெருத்த நிம்மதி தோன்றியது. சிவந்த சின்னஞ்சிறு பழங்கள் காய்த்திருந்த ஒரு காராஞ்சிலி மரத்தின்கீழ் அமர்ந்தான். பருபருத்த மரப்பட்டை முதுகில் அழுத்த வலி எடுத்தது. அதன் மரவுரி தரித்து காட்டில் அலைந்த பழைய முனிவர்களையும் நாட்டைத் துறந்த அரசர்களையும் சுற்றிலும் தேடினான். சேர்ந்து நின்றிருந்த ஒவ்வொன்றையும் பிரித்தகற்றி தனித்தனியாக்க முயன்ற

அவர்களின் வேதனையை நினைத்தபோது திடீரென ஒரு சங்கடம் உள்ளே வந்து நிறைந்தது. சங்கடங்களுடையதுதான் இந்த உலகம் என்றறிந்தும் இந்த நிலையற்ற வாழ்வினோடு தான் சேர்ந்து நிற்க விரும்புவதாக மேலும் ஒருமுறை உணர்ந்தான். இதிலெல்லாம் எது சரியென்று ஓர் உறுதியும் ஏற்படவில்லை. எண்ணங்களிலிருந்து விடுபடுவதற்காக அவன் மற்ற மரங்களைப் பார்த்தான். ஓரிரண்டு பெரிய காராலமரங்கள், கொஞ்சம் காட்டுநெல்லிகள்... அதற்கப்பால் ஆளுயரத்தில் வரிசையாக நிற்கும் அசோக மரங்களையும் அதே உயரத்தில் சின்ன தீப்பாலைகளையும் பார்த்தபோது, இதற்கப்பால் கொடுங்காடாக இருக்காது என்று அவன் முடிவுக்கு வந்தான்.

அவளூர்தானோ இது? செல்லிடம் தெரியும்; செல்திசை தெரியாது என்பது போலப் பயணிக்கும் பயணத்திற்கு இடையில் அவ்வூரைப் பற்றிக் கேள்விப்பட்டவற்றுள் சிலவற்றை அலங்காரன் சேர்த்து வைத்துப் பார்த்தான்.

“அங்கோட்டெந்தினே போவது?” நிங்களெ எங்கு நின்னெங்கிலும் நாடு கடத்திவிட்டதோ? பறையூரில் பார்த்த ஒரு படைவீரன் சந்தேகத்தோடு கேட்டான்.

“தோற்றோடிய படையில்பெட்டவனோ நீ?” ஏறநாட்டில் ஒரு சிற்றங்காடியின் வணிகர்களுள் ஒருவன் கேலி செய்தான்.

“அய்யோ! யக்ஷிகள் பார்க்குன்ன நாடாகுமே அது?” கதிரூரில் ஓர் இளம்பெண் அவள் கேட்ட பாட்டிக்கதையை நினைத்துப் பயந்தாள்.

“கொக்கவ்வா பிறந்த ஊரென்னல்லோ பெரும” குறும்புறையில் பார்த்த ஒரு சந்நியாசி தொழுதபடியே கண்களை மூடினார்.

அலங்காரன் சுற்றிலும் பார்த்தான். நாடு கடத்தப்பட்டவர்களையோ, படைவீரர்களையோ மட்டுமல்ல, மனிதவாடையின் ஒரு சிறு துரும்பைக்கூடப் பார்க்க முடியவில்லையே. யாராவது ஒருவரைப்

பார்ப்பதுவரை நடையைத் தொடரலாமென்று நடந்தான். சில எருமைகளும் ஆடுகளும் எதிரே வந்தாலும் உடையவரின்றி அலைந்து திரிபவைதான் அவையென்று தோன்றியது. இலைகளும் பூக்களும் பரவிக் கிடக்கும் சிறுபாதையில் காலடித்தடங்கள் பதிவதில்லை என்பது பார்த்தால் தெரியும். நீண்டதூரம் நடந்த பிறகும் யாரையும் பார்க்க முடியாததால் சந்தேகம் தோன்றினாலும் அது நீண்டு நிற்கவில்லை. தலை முண்டனம் செய்திருந்த இரண்டு பிக்குகள் ஓர் ஆலமரத்தடியில் பேசிக் கொண்டிருந்ததைப் பார்த்த அலங்காரனின் கண்கள் விரிந்தன. பார்வையில் இருவரும் அந்தணரல்லர் என்று தோன்றுகிறது; அருகே செல்லலாம். அவர்கள் அவ்வளவு இளையோரும் இல்லை. ஒருவர் மட்டுமே சற்றே வயதில் இளையவர் என்று தோன்றியது. அவருடைய கண்களில் ஆவல் தோன்றுகிறது. அவர் பளபளக்கும் மஞ்சளாடை அணிந்திருக்கிறார். அவரது முகத்தில் சுருக்கங்கள் விழுந்திருப்பதால் அவரது உணர்வுகளைச் சிறிதும் யூகிக்க முடியவில்லை. உடுத்திருந்த சீவரங்கள் நன்றாக நரைத்திருக்கின்றன. யாசகத்திற்கான பிச்சைப்பாத்திரத்தை அருகிலேயே வைத்திருந்தனர். அவர்களின் நிச்சலனமான நிலையைக் கண்டபோது வெகுகாலங்களாக அவர்கள் இரண்டு புத்தர் சிலைகளாக அங்கேயே உட்கார்ந்திருப்பதாக அலங்காரனுக்குத் தோன்றியது.

அவன் அருகில் சென்று இருவரையும் வணங்கினான். அவர்கள் இருவரும் தங்களுக்குள் பார்த்துக்கொண்ட பிறகு, அவனை நோக்கி வணங்கவும் செய்தனர். அதிக முகமன் சொற்களுக்கு அலங்காரனின் விருப்பம் தடைபோட்டது.

"ஏறே தூரம் தாண்டியிட்டல்லோ இங்கோளம் வந்தது. அவளூர் தன்னயோ இது?"

இளைய பிக்கு எதையோ சொல்ல முயன்றார். பின்னர்

வேண்டாமென்று நிறுத்திக்கொண்டார். அடுத்தவர் ஆமாமென்று தொனிக்கும்படி தலையாட்டினார். அலங்காரன், ஒரு பெருமுயற்சி முடிவுற்றதை எண்ணி நெடுமூச்செறிந்தான்.

“இடர் பெடுத்துகயானென்னு அறியாம். பொறுக்க வேணும். அலங்காரன்னே என் பேரு. பறயுவான் ஏறே உண்டு. கேள்க்குவான் கனிவு காட்டணும்”

முதலில் வேண்டாம் என்று இருந்ததை முழுமைப்படுத்துவது போல மஞ்சளாடை அணிந்தவர், “நோக்கு, தியானத்தினு காலமாயி. ஞங்ஙள் புறப்பெடான் பாவிக்கும் நேரத்தல்லோ நிங்கள் வந்தது?” என்றார்.

மூத்தவர் இடைமறித்து, “அது நில்க்கு தர்மசீலா, நம்மள் ஈயாளுடெ வாக்குகள் கேள்க்குகயத்ரே வேண்டது. அலங்காரன் பறயூ” என்றார்.

அதுவரை நடந்ததெல்லாவற்றையும் அலங்காரன் அவர்களிடம் சொல்லி முடித்தான். தன் ஊரைப் பற்றிக் கேட்டபோது பிக்குகளின் சுபாவம் மாறிவிட்டதோ என்றொரு சந்தேகம் எழுந்தது. மஸ்கரியைப் பற்றிச் சொன்னபோது இருவரின் முகத்தில் ஏற்பட்ட ஆவலை அவன் புரிந்துகொண்டான். ஆனால், எதனையும் வெளிக்காட்டாமல் மாராப்பை அவிழ்த்து, ஓலைச்சுவடிகளுள் ஒன்றையெடுத்து அவர்களின் முன்னால் வைத்தான்.

“இதத்றே மும்பே பறஞ்ஞ எழுத்து. இதிலெ பொருளறிவான் எந்தெந்து உபாயமென்னு திரஞ்ஞு காலமேறேயாயி நடப்பது”

பெரிதாக ஆவலொன்றும் காட்டவில்லையெனினும் தர்மசீலன் கட்டை அவிழ்த்து சுவடிகளை வெறுமனே ஒருமுறை தேடினார். திருப்பித் திருப்பியும் தலைகீழாக மாற்றியும் வரிசை தவறவில்லையென்று உறுதிப்படுத்திக் கொண்டார். ஆனால், அவற்றிலுள்ள அறிமுகமற்ற மர்ம எழுத்துகள் அவருக்குப் புரிபடவில்லை. அதைப்பற்றித் தெரிந்துகொள்ள வேண்டுமென்ற

ஆர்வம் அவருக்கு இருப்பதாகவும் தோன்றவில்லை. தர்மசீலன் சுவடிகளை அடுக்கி அதை ஆர்யதேவன் என்ற மூத்த பிக்குவிடம் கைமாற்றினார். சுவடியைக் கையில் வாங்கியபோது இனம்புரியாததோர் உணர்வு தோன்றியதை அந்த பிக்கு வெளிக்காட்டிக் கொள்ளவில்லை. மூச்சுவிட மிகவும் சிரமப்பட்டார். ஓலைச் சுவடியின் தூசியைத் தட்டிவிடவும், பிறந்தபோது முதல் கூடவேயிருக்கும் காசநோயை நிசப்தமாகப் பழிக்கவும் செய்தார். ஓலைச்சுவடிகளைத் திருப்பிப் பார்த்த அவரும் கையறுநிலையில், நேரமாகிறது என்ற பாவனையில் எழுந்துகொண்டார்.

அலங்காரனுக்கு நிராசை எதுவும் ஏற்படவில்லை. பயணத்தொலைவு முழுவதும் இவ்வாறே தொடர்ந்திருந்தன. ஓலைகளைத் திரும்பப் பெற்றுக்கொண்டு அவனும் போகத் தயாரானான். ஆனாலும் சற்றே தயங்கியபடி நின்ற அவன் மீண்டும், "யாரய்யா ஈ மஸ்கரி?" என்று கேட்டான்.

பிக்குகளின் அவசரத்தைப் பார்த்த அவன், "இனியொரு காலத்தென்னாலும் பறஞ்சு தந்தால் போரும்" என்றும் சேர்த்துக்கொண்டான்.

"மஸ்கரி ஒராளுடெ பேரல்ல. அதொரு கூட்டராணு. கள்ள சந்நியாசி என்னல்லோ ஆ பேரின் பொருள்"

சற்றே அசௌகரியத்தோடு ஆர்யதேவன் தொடர்ந்தார்.

"அவரில் பெடாத்தோரு விளிச்ச பேரத்ரே அது"

தர்மசீலன் மென்மையாகப் புன்னகை செய்தார்.

"நியதியோடு தோற்றென்னே நினச்சு உயிரு வெடியான்வரெ புறப்பெடுன்னோரே கள்ளக் கூட்டமென்னோ விளிக்கேண்டது,

கதயில்லாத்தோர் என்னல்லே? அவரோடு கருண காணிக்கயல்லே வேண்டது?”

அவனுடைய வார்த்தைகளின் முனை மூத்த பிக்குவைக் கோபமுறச் செய்ததாகத் தோன்றியது.

“பகவான் ததாகதன் தானும் ஏறேயொரு காலம் பட்டினி கெடந்து சடச்சவன். உயிரு போமெந்த நிலயோளம் வந்நதும் ஓர்க்க. இம்மட்டில் களிவாக்கு ஞாயமோ?”

“அன்வேஷத்தினடையில் அங்கனெயும் உண்டாயி ஒரு காலமெந்நேயுள்ளூ. அதல்லா நேராய வழியென்னு நிந்திருவடிதன்னே அருளிச்செய்ததும் மறக்காலா”

“திரயலினெ கண்டெத்தலில் நின்னு தாழ்த்திக் காண்மதெந்தே? என்னுள்ளிலே அருள்முனி விசப்பால் சடச்சவன்”

அலங்காரன் அனைத்தையும் கேட்டபடி நின்று கொண்டிருந்தான். கால்விரல்களுக்கிடையில் ஏதோ துடிதுடிப்பதாகத் தோன்றவே, அவன் கீழே பார்த்தான். சற்றே பெரியதொரு தும்பி. பறக்க முடியாதபடி அதன் இறகுகள் தளர்ந்திருந்தன. அவன் காலை ஒருமுறை உதறினான். வாழ்விலிருந்து விடைபெறுவதற்கான இறுதி நோவில் தும்பி மீண்டுமொருமுறை துடித்தது. பிறகு இறகுகளை மண்ணில் அழுத்தி சலனமற்றுப் போனது.

ஆர்யதேவன் யோசனையில் மூழ்கி உட்கார்ந்திருந்தார். கூசும் வெயிலிலிருந்து காட்சியைப் பின்னுக்கிழுத்தது போன்று, பிக்குவின் முகம் ஒருமுறை சுளித்துக்கொண்டது.

“திரயலும் அறியலும் இன்னு ஆர்க்கு வேண்டது தர்மசீலா? இரு வழிகளிலூடெ எங்கிலும் எத்ர அலஞ்சு நம்மள்! சரியென்னு தோனியதினெச் சொல்லி தம்மில் எத்ர தர்க்கிச்சு! தங்களுடேதாணு

நேர்வழியென்னு உறச்சு விஸ்வாசிக்குகயும் செய்து. ஆ வழி திரியாத்தவரோடு ஒக்கெயும் கருண காணிக்க வேணமென்னு சுயம் படிப்பிச்சு. என்னிட்டோ?''

பேச்சு வேறுபாதையில் போனதால் தர்மசீலனுக்குச் சங்கடம் ஏற்பட்டது.

"அறிவுகளெல்லாம் வெடியுகிலே போதியுடெ சுவடு பூக்கானாவூ. அப்போழும் வாழ்வினெக் குறிச்சு கருதல் உண்டாவுகயும் வேணம்''

எதையோ சொல்லத் தொடங்கிய ஆர்யதேவன், உடனே வேண்டாமென்றும் நினைத்து இருமலைத் தொண்டையிலேயே இறுக்கி நிறுத்துவதற்காக நான்கைந்துமுறை நீட்டிச் செருமிக்கொண்டார்.

அலங்காரனுக்கு அதிகமொன்றும் புரியவில்லை. தன் கேள்விக்கான பதில் முழுமையடையவில்லை. பதிலாக புதிய கேள்விகள்தான் வருகின்றன. பிக்குகளுக்கிடையிலும் இப்படியான தர்க்கங்கள் உண்டோ? அவன் கீழே பார்த்தான். தும்பி காலடியிலேயே முகம் குத்தி அமிழ்ந்து கிடக்கிறது. தற்சமயம் அதை மறந்து அவன் பதில்களுக்காகக் காத்து நின்றான். அலங்காரனின் ஆவலைக் கண்டபோது ஆர்யதேவன் மஸ்கரிகளுக்கே திரும்பி வந்தான்.

"ஆசீவகரல்லோ ஆ கூட்டர். மகாநிமித்தங்களெ அழகுதாய் பின்துடர்ந்தே வசிப்போர். ஈ நாட்டில் அவர் எண்ணப்பட்டவரென்னே கேள்பூ. எங்கிலோ நேரில் கண்டதாயி ஓர்மயில்லா. இங்குண்டாயிருந்தவர் பட்டினி கிடக்கையால் உயிரு வெடிஞ்சென்னும் செலர் பறஞ்சறிவு''

அதிக விளக்கம் தேவையில்லை என்றெண்ணி ஆர்யதேவன் பேச்சை நிறுத்தினார்.

“சரியேதென்னும் மற்றும் எனக்குமறிவீலா சங்காதி. ஓரோ கூட்டர்க்கும் அவரவர் தேறும் வழிகள். உங்களுடைய தேடலும் தொடரட்டும்”

பிக்குகளின் பேச்சைக் கேட்டுக்கொண்டே நின்றதால் எங்கிருந்தோ நிறைய எறும்புகள் வந்ததை அலங்காரன் கவனிக்கவில்லை. இப்போது அவை தும்பியின் சடலத்துடன் ஓர் இறுதி ஊர்வலத்தையே தொடங்கியிருக்கின்றன. இறகுகளை உயர்த்திப் பிடிக்கவும் பெரிய உடலை நகர்த்திச் செல்லவும் அவை வரிசையாக நிற்கின்றன.

“கூட்டத்தில்பெடும் ஜீவிகளிலொன்னு செத்தொழிவதினு காத்திருக்கயாம் மற்றவை”

“என்னா சங்காதீ?”

தர்மசீலனுக்கு அலங்காரன் எதையோ முணுமுணுத்ததாகத் தோன்றியது.

“ஒன்னுமேயில்லா. உயிரும் சொமந்துள்ள ஈ அலச்சிலொக்கவே இத்ரய்க்கு இத்ரயல்லே உள்ளு?”

அலங்காரன் இருவரையும் வணங்கினான். மீண்டும் சந்திப்போமென்று விடைபெற்று அவன் நடையைக் கட்டினான். மஸ்கரியைப் பற்றி அறியும் ஆவல் அவன் முன் நின்றதால், பிக்குகளின் பிற வார்த்தைகள் மிகுதியும் அவனைத் தொடவேயில்லை. எனினும் தோல்வியடைந்தோரின் ஊருக்கே தான் வந்திருப்பதாக அவனுக்குத் தோன்றியது. மஸ்கரியின் நினைவில் அவன் சட்டென அமைதியானான்.

மஸ்கரி மெய்யாகவே வாழ்ந்த கொண்டிருப்பவர்தானா அல்லது வேறொரு காலத்திலிருந்து வந்திருப்பாரோ? அவருடைய கூட்டத்தினர் சொல்லும் நியதி! அதுவாக இருக்குமோ, அவரைத்

தன்னிடம் கொண்டுவந்து சேர்த்தது? ஏதோ நிமித்தத்தை முன்னால் கண்டுதான் அவர் மீண்டும் பார்க்க நேரிடும் என்று சொன்னாரா?

அரூபமான சாட்டையொன்று தன்மீது படுகிறது. யாரோ காட்டும் வழிகளே முன்னால் காண்பதெல்லாம். இல்லையென்றால் எதற்காக ஏதோ ஒன்றால் உந்தப்பட்டு இந்த ஊருக்கு வந்து சேர்ந்தேன்? உள்ளுணர்வு என்றுதான் தோன்றியது. இல்லை, கையிலும் காலிலும் இறுகும் சங்கிலிகள் உண்டு. யாருடைய கட்டளையோ உயர்ந்தபோது சங்கிலியின் நீளம் அனுமதித்த அளவில் ஒவ்வொரு அடி மட்டும் தூரத்தையளந்து கால்வைக்க மட்டுமே இதுவரை செய்திருக்கிறேன். கனிவையோ கடமையையோ வெளியே காட்டாமல் நியதியின் அரூபமான சுட்டுவிரலைப் பற்றிச் சிந்தித்தபோது அலங்காரன் சற்று பதறி நின்றான். அவனுடைய காலின் அரூபச் சங்கிலி, அதன் பாரத்தை மண்ணுக்குள் அழுத்தியது.

அத்தியாயம் இரண்டு

அவளூரை அடைந்தபோது இங்கேயே நீண்டநாள் தங்கி விடலாமென்று ஆர்யதேவன் நினைத்திருக்கவே இல்லை. ஒரு வருடத்திற்கு மேல் ஓரிடத்திலும் நிற்பதில்லை என்ற பிக்குகளின் பழைய கணக்கை அவர் அதுவரை கடைப்பிடித்திருந்தார். தன்னை விட்டகலாத இளைப்பையும் இருமலையும் சுமந்துகொண்டே பல நாடுகளில் அலைந்து திரிந்து இருக்கிறார். பல்வேறுபட்ட ஆட்களோடு நெருங்கிப் பழகியிருக்கிறார். அப்படியொரு பயணத்தின் முடிவில்தான் அங்கே வந்து சேர்ந்தார். என்ன காரணத்தாலோ அவருக்கு அங்கிருந்து செல்லத் தோன்றவில்லை.

அலங்காரன் போய்விட்ட பிறகுதான், மீண்டும் அவனை ஒருமுறை பார்க்க வேண்டும் என்று ஆரியதேவனுக்குத் தோன்றியது. அந்த ஓலைச்சுவடியின் எழுத்து அவரை மிகவும் சுழற்றிச்சுழற்றி அடித்தது. வாசிக்க முடியவில்லையெனினும் அந்த எழுத்துகள் எங்கேயோ பரிச்சயமான ஒன்றுதான். நினைவுக்குக் கொணரும் சிரமத்திற்கிடையில் சில நிழற்சித்திரங்கள் அவருக்குள் பதிந்தன. அலங்காரனைத் தேடியடைய அதிகநேரம் தேவைப்படவில்லை.

அவன் நெடுந்தூரம் போயிருக்கவில்லை. செய்ய வேண்டியது எதுவென்றோ போக வேண்டியது எங்கேயென்றோ அறியாமல் ஒரு பாறையின்மீது குனிந்து அமர்ந்திருந்தான் அவன். ஆர்யதேவன் அருகில் வர அதிர்ந்து எழுந்து நின்றான். இந்த வருகை எதற்காக என்ற ஆச்சரியத்தோடு பேசாமல் நின்றான்

“சங்காதீ, நிங்களுடெ கையிலுள்ள ஆ ஓலக்கெட்டு ஒன்னுகூடிக் காணிக்கூ”

அலங்காரன் மாராப்பை அவிழ்த்தான். சுவடிகளில் ஒன்றை எடுத்துக் கொடுத்தான்.

பிக்கு அதில் ஒவ்வொன்றையும் எடுத்து ஆழமாகப் பார்த்தார். அதைத் திருப்பிக் கொடுக்காமலேயே திரும்பி நடக்கத் தொடங்கினார்.

பின்னால் திரும்பிப் பார்க்கவில்லை எனினும் அலங்காரன் பம்மி நிற்பது ஆரியதேவனுக்குத் தெரிந்தது.

“கூட வரூ”

அலங்காரன் பின்னால் நடந்தான். ஆசிரமத்துக்குத்தான் அவர்கள் சென்றார்கள். தயங்கி வெளியே நின்ற அலங்காரனை வாசலிலிருந்து ஒருவன் புன்னகைத்தபடி வரவேற்றான். ஆணின் உடை உடுத்திருந்தபோதும் பெண்மையே அவனிடம் மேலோங்கி இருப்பதை அலங்காரன் கவனித்தான். அதில் சற்றே சங்கடத்துக்கு உள்ளானான். தன்னைத் தெரிந்துகொண்டதால் அவனுடைய முகத்தின் புன்னகை பட்டெடன மறைந்தது.

“செல்வா, இது அலங்காரன்”

ஆர்யதேவன் அறிமுகப்படுத்தினார். அவன் மீண்டும் ஒருமுறை சிரிப்பதாக பாவனை செய்துவிட்டு சடாரென உள்ளே போனான். பிக்கு அலங்காரனை உள்ளே அழைத்துச்சென்று உட்கார வைத்தார்.

சுத்தமான பெரியதொரு அறை. வண்ணமயமான சுவர்கள். நடுவில் கல்லால் செதுக்கப்பட்ட மூன்று சிலைகள்.

“இவர்களெல்லாம் யார்?”

“சாக்கிய முனியுடெ இருபுறமுள்ளவரில் ஒராள் மஞ்சுஸ்ரீ; மற்றேயாள் சமந்தபத்ரன். போதிசத்துவன்மாராணு. கனிவின்டெ இருபுறம் மருவுன்ன பிரக்ஞயும் கர்மமும்”

அது எதுவும் புரியவில்லை எனினும் அலங்காரன் தலையசைத்தான். இதில் என்னதாகிலும் அருள்முனி சடச்சதல்லா மூவரும் அழகாகவே இருக்கின்றனர்'

அவன் தனக்குள் சொல்லிக்கொண்டான். ஆனாலும் ஏதோ அறிமுகமின்மை. முழுமையானதெதுவும் தன்னோடு இணக்கமாகாதது போலத் தோன்றியது. முழுமையற்றதும் சிறியதும் மூடிதிறந்ததும் நசுங்கியதுமான உறவுகளைக் காணும்போதுதான் ஓர் இணக்கம் தோன்றுகிறது. நொறுங்கிய ஆணிகள் கழன்றுபோன ஒரு மரப்பாச்சியாகுமோ தன் தேவதை?

“ஏனொன்னு சோதிக்கட்டே?”

“ஏன் என்னு சொல்கவேண்டா. ஞான் என்னு பறயூ”

பிக்கு திருத்தினார். பழகிப்போன ஒன்றை மாற்ற முடியாத தயக்கத்தில் அலங்காரன் அந்த வார்த்தையை விட்டு நகர்ந்தான்.

“குனிஞ்சும் இழஞ்சும் நீங்குன்ன ஒரு மொழிக்கூட்டல்லோ பண்டே ஒப்பம் நடப்பது. இப்போ திரியா மொழிகளுடெ மற்றொரு கட்டு வேதாளம் கணக்கு தோளிலுமாயி”

ஆர்யதேவன் புன்னகைத்தார்.

“மொழியில் தாணவன் என்னு வரறுது. நாமெல்லாம் ஒரே மட்டிலுள்ளவர்தானே. அதிருக்கட்டே, என்னா சோதிப்பதினுள்ளது?”

“அதோ? அது... நிங்களிருவரும் பள்ளியாரெங்கிலும் என்னதோ ஈ தர்க்கங்கள்?”

“ஒரே தர்மத்திலெ ரண்டு வழியிலல்லோ ஞங்கள். நான் மகாயானத்தின் வழியில். மற்றேயாள் தேராவாதத்தில். அதினெ ஞங்கள் ஹீனயானமென்னே சொல்வது”

கேட்டிருக்க வேண்டாமென்று அலங்காரனுக்குத் தோன்றியது. தன் பிடிக்குள் அடங்கும் செய்திகளல்ல. தரையில் விரித்திருந்த சிவப்புக் கம்பளத்தில் அவனை உட்கார வைத்துவிட்டு ஒரு புன்னகையுடன் ஆர்யதேவன் உள்ளறைக்குப் போனார். அலங்காரன் சிலைகளை ஆவலுடன் பார்த்துக் கொண்டிருந்தான். உள்ளே சங்கடம் சூழ்ந்த ஒரு வெளிச்சம் நிறைந்தது.

இரண்டு ஓலைச்சுவடிகளுடன் பிக்கு திரும்பி வந்தார். ஒன்று அலங்காரனுடையது. கூடவே, வேறொரு சுவடியையும் அலங்காரனின் முன்னால் திறந்து வைத்தபடி அருகே அமர்ந்தார்.

“இது காண்க”

ஆர்யதேவன் இரண்டு சுவடிகளிலும் சில எழுத்துகளைச் சுட்டினார். உற்று நோக்கியபோது அலங்காரனின் கண்கள் விரிந்தன.

“இது என்ன எழுத்து?”

பிக்குவின் முகத்தில் ஒரு சங்கடம் பரவியது.

“இங்கோட்டு திரிக்குன்னதினும் ஓராறு மாசத்தினுமும்பே நாலந்தயிலே விகாரத்திலல்லோ ஞான் பார்த்து வந்தது. நினச்சிரிக்காதெ ஒருநாள் அவிடத்தே பாடசாலையும் கிரந்தசாலையும் கத்தியெரிஞ்சதே ஓர்ம்ம தோணுந்துள்ளு. எண்ணமற்ற தாளியோலக் கெட்டுகளில்நின்னு கையில் தடஞ்சதொக்கேயெடுத்து பிக்?ஷுக்கள் புறத்தேக்கு பாஞ்சு. அத்தரத்தில் சிலது கையில் இருந்ததிலொன்னே இதும். ஏது மொழியென்னு இப்போழுமறிஞ்சில்லா. எங்கிலும் இவயிரண்டிலும் ஒரே தரத்திலுள்ள எழுத்தென்னு தோணும்”

அலங்காரன் எதிர்பார்ப்புடன் ஓலைச்சுவடிகள் இரண்டையும் மாறிமாறிப் பார்த்தான்.

"நிங்களுடெ கையிலுள்ளது ஒரு நிகண்டுவென்னே தோணுவது. இது காண்க. இதிலுள்ளவிதம் எழுத்துகள் அதிலும் இரிப்பது. அவய்க்கெதிரு நீண்ட சில குறிப்புகளும். ஓரோ வாக்கினும் நேர்க்கு பொருள் எழுதியிரிப்பதென்னே வரூ" என்றார் ஆர்யதேவன்.

ஓர் அகராதி என்றால் என்ன மொழி இதில் உள்ளது? இதைக் கொண்டு சென்று பல நாடுகளில் பலரிடமும் தேடி இருக்கிறேன். அவர்கள் அனைவரும் கைவிரித்தே இருக்கின்றனர். இப்படி அலைந்து திரிவதால் எதை அடையப் போகிறேன்? இவற்றின் பொருளைத் தெரிந்துகொண்டால் என்ன? இல்லாவிட்டால் என்ன? இப்படி ஒன்றைத் தன் தலையில் கட்டி வைத்தது யார்? அலங்காரனின் முகம் சோர்ந்துபோனது.

ஆர்யதேவன் ஆசுவாசப்படுத்த முயன்றார்.

"ஒன்னு ஆலோஜிக்கிலோ வாழ்வில் சீலிச்சதொக்கவே பாழ்வேலகளாவிது. ஒருவட்டம்கூடி நோக்குகில் அங்கனெயல்லென்னும் தோணாம்"

பிக்குவிற்கும் அதைப்பற்றித் தெரிந்துகொள்ள வேண்டுமென்ற ஆவல் கூடவே செய்தது. சில சுவடிகளின் வரிவடிவங்களை அவர் அலங்காரனிடம் காண்பித்தார்.

"ஈ அடையாளங்களைக் கண்டறியானாவதுண்டு. சில மண்டலங்களும் யந்த்ரங்களுமென்னே தோணுவது"

"மண்டலங்களும் யந்த்ரங்களும்?"

"அதே. தந்த்ரசாதகருடெ லோகத்து இத்தரம் சிலதிரிப்பூ. எங்கிலோ ஒரு நிகண்டுவில் இவ்விதம் கண்டு சீலமில்லென்னும் உண்டு"

பெரிய சில சதுரங்கள். நடுவிலுள்ள எழுத்தைச் சுற்றிலும் முக்கோணங்களும் வட்டங்களும் இதழ்களும் அவற்றுக்கிடையில் சிறிய நேர்க்கோடுகளும் இருந்தன. ஆர்யதேவன் ஒவ்வொன்றையும் தன் விரலால் தொட்டார்.

“இடவும் காலவும் தம்மில் இழ சேர்ந்தும் பிரிஞ்சும் ஈ களங்களில் முக்கோணுகளாயிப் பெருகுன்னது காண்க. ஈ நடுவில் காணும் வரக்குறி காளியுடெ பீஜமந்த்ரம். சுழலெயுள்ளது வெளுத்த வாவில் நின்னு கறுத்த வாவிலேக்கு நீளும் தினங்கள் போல் காளியுடெ பதினஞ்சு நித்யதகள். ஈ அஞ்சு முக்கோணுகள்க்கு சுற்றும் சந்த்ரனெயும் சூர்யனெயும் அக்னியெயும் கல்ப்பிச்சு மூணு விருத்தங்கள். அதினு தாழெயுள்ள வலிய முக்கோண் ஸ்மாசான பூமியாவிது. இது நோக்கூ. ஈ எட்டு இதழுகளில் எட்டு பைரவன்மாரும் அத்ரதன்னெ பைரவிகளும். ஓரோ இரட்டயும் எட்டு சுடுகாடுகளில் ஓரோந்தினெ குறிப்பூ”

அவ்வப்போது வந்த இருமல் ஓர் அதீத உலகில் இருந்து மண்ணின் முடிச்சுகளுக்கு இழுத்துவிட்டபோதும் பிக்கு ஆவேசமாகவே ஒவ்வொன்றையும் விவரித்துக் கொண்டிருந்தார். துல்லியமாக எதுவும் புரியவில்லையெனினும் சுடுகாடு என்ற சொல்லைக் கேட்டபோது அலங்காரன் அம்மாவை நினைத்துக்கொண்டான். உடல் சாம்பலான இடத்தில் தழைத்து வளர்ந்த பசுமை தன்மீது சொட்டிய ஈரத்தில் குளிர்ந்தது. ஆர்யதேவன் மற்றொரு படத்தைச் சுட்டினார்.

அலங்காரன் அதன் முக்கோணப் பரப்புகளைப் பார்த்தான். அங்கேயிருந்த எழுத்துகளுக்கு இடையில் தமக்குள் வெட்டும் கோடுகள் ஒவ்வொன்றாகப் பெருகிச் சுழிகளாக ஆழத்தில் தாழ்ந்தன. அவற்றுள் சில மறைவதற்கு முன் அசையவும் பின் நெளியவும் செய்தன. வளைந்த ஒரு முக்கோணத்திலிருந்து ஒரு பாம்பின் படம் விரிந்து மேலெழுவதை அவன் பார்த்தான். நாடி நரம்புகளைத் தூண்டும் ஒரு நினைவு அவனுள் தோன்றி மறைந்தது.

“இதுதான் காலஜிஹ்வா. நாகினியத்ரே. ஒன்னினு பிறகே ஒன்னாயி வந்து பவிக்குன்னதெல்லாமே நக்கியெடுக்குகயல்லோ அதின்டெ பிளர்நாவுகள்”

தாந்திரிக முறைகளையும் மூர்த்திகளையும் கர்மங்களையும் பற்றி ஆர்யதேவன் மேலும் சிலவற்றைச் சொன்னார். யட்சினிகள், யோகினிகள், தேவிகள், நாகினிகள், பூதினிகள், ஹேருககள், பிசாசுகள்...

“இவரொக்கெ செரிக்கும் ஆரா?”

“ஈயுலகத்திலெ ஜீவிச்சிருந்தவரல்லோ இவர். மூர்த்திகளெ மாத்ரம் உபாசிச்சு மற்றெல்லாம் மறந்தவருண்டாம். குற்றமொன்னுமே செய்யாதே மரணசிக்ஷ கிடச்சவருண்டாம். அன்பில்பெட்டு உழலுகயாலே மண்ணிடம்விட்டு போகாத்தவருமுண்டாம்... அங்கனெ பல தரக்காரும்”

“செல்வா, ஒன்னிங்கு வரூ”

ஆர்யதேவன் உள்ளே பார்த்து அழைத்தார். கதவின் பின்னால் மறைந்து நின்றிருந்த செல்வன், சற்று பரிதவிப்புடன் விரைந்து அருகில் வந்தான். அவன் அலங்காரனை மேலும்கீழும் ஒருமுறை பார்த்தான்.

“ஈ தாளியோலகள் திரிச்சு கொண்டு வைக்கூ”

செல்வன் தாமதிக்கவில்லை. அவன் சுவடிகளைக் கவனமாக அடுக்கிக் கட்டியெடுத்து உள்ளே போனான்.

அலங்காரனுக்குள் இதுவரை தான் கண்டும் கேட்டும் அறிந்த பெண்கள் கடந்து போனார்கள். தனியாக ஒரு குழியில் அமர்ந்து தன்னைப் பெற்றெடுத்த தாய் முதல் அவளூருக்கான பயணத்துக்கிடையில் சந்திக்க நேர்ந்த ஆயிசாவரை... சிலர் இறந்து விட்டனர். சிலர் வாழ்கின்றனர். சிலர் மரணித்தும் வாழ்கின்றனர். இவர்களுள் யாரெல்லாம் இக்கூட்டத்தில் இருப்பார்கள்?

ஆர்யதேவன் தொடர்ந்தார்.

“மரிச்சால் ஏவரும் தேவதகளத்ரே. தள்ளிப் பறஞ்சோரொக்கே அவர்க்கு முன்னில் தொழு கைகளுமேந்தி நில்க்கயும் செய்யும்”

அவருடைய ஆவேசத்தைக் கண்டபோது அஸ்திப்பலா மரத்தினடியில் ஏற்றி வைக்கப்பட்ட அகல்விளக்கு அவனுள்ளே ஒளிவிட்டது. இறந்தும் இறவாத அம்மாவின் கண்களின் ஒளியைக் குழந்தைப்பருவத்தில் அதன் சிவந்த சுடரில்தான் அவன் கண்டான். அலங்காரன் கண்களைத் துடைத்துக்கொண்டான்

“அங்நு பிக்ஷு அல்லே? ஈ கண்ட தேவதமாரொக்கே ஞங்களே கணக்கு காட்டிலும் மலேலும் கழியுவோருடேதல்லே?”

பிக்கு சிரித்தார் .

“என்னே கஷ்டமே! நமுக்கிடையிலுமிரிப்பூ இக்கண்டவரொக்கெயும். ஹாரீதி என்னும் ஆரியதாரா என்னும் குருக்குல்லா என்னுமெல்லாம் அவர்க்கு பேருகள். ஆர்ய சத்தியங்களெக்காட்டில் ஆச்சாரங்களல்லோ நம்முடெ கூட்டர்க்கும் பெரிய கம்பம். பௌத்தரில் சிலர் தாந்திரிகராகத் தன்னெயல்லா, சாதனைக்கு ஸ்திரீ சங்கவும் செய்வோர். அவர்க்கொப்பம் பெட்ட ஸ்திரீகளல்லோ பின்னே டாகினிகளுமாவது, கேட்டிட்டில்லையோ ஆகாசமார்க்கம் புக்கு பறக்கும் டாகினிகளெப் பற்றி?”

சற்று நிறுத்தி மூச்செடுத்து ஆர்யதேவன் மேலும் தொடர்ந்தார்.

“தந்த்ரமும் மந்த்ரமும் தெழுத்தாறே அறத்தினல்லோ அழிவு பிணஞ்சது?”

“அங்கினெ பறயுவதெங்கினெ? இவரொக்கெ நம்முடெ விளிப்பொறத்து உண்டெங்கிலு எத்ர நந்தாயென்னே. எந்துவச்சா... அம்மையில்லாத்தோர்க்கும் ஆரெங்கிலும் வேண்டே?”

ஆர்யதேவன் மறுத்து எதுவும் சொல்லவில்லை. அலங்காரனின் பிடி விட்டுப் போயிருந்தது. ஆகாயத்திலும் அசோகமரத்திலும் அவன் மனம் அலைந்து கொண்டிருந்தது. அங்கிருந்தெல்லாம் வந்த காற்று அவனைப் போர்த்தியது.

இவ்வுலகிற்கும் வேறு உலகத்திற்குமிடையில் எங்கெல்லாமோ பறந்தும் இழைந்தும் மறைந்தும் அலைபவர்களான பெண்ணுலகம். நீங்கள் எங்களை மறந்துவிட்டீர்களா என்று அடிக்கடி விசும்புகின்றனர். தங்களின் வருகையைத் தெரிவிக்க மண்ணைப் பிடித்து உலுக்குகின்றனர். அந்த அதிர்வில் நமக்கும் நிலைதவறிப் போகின்றது.

சன்னமாகவும் கனமாகவும் அவ்வப்போது உள்ளே உயர்ந்து வரும் ஓசை அப்போதும் அலங்காரனைத் தொட்டழைத்தது. ஒரு நடுக்கத்துடன் அவன் அந்த அழைப்பைக் கேட்டான். ஆர்யதேவனிடமிருந்து ஓலைச்சுவடிகளை வாங்கியதையோ, விடைபெற்று இறங்கி நடந்ததையோ அலங்காரன் உணர்ந்திருக்கவில்லை.

“நில்க்கூ”

பிக்குவின் அழுத்தமான கட்டளை தொனிக்கும் முழக்கம் கேட்ட அலங்காரன் நின்றான்.

“நிங்கள் எங்குமே போகவேண்டா. ஈ நாட்டிலிருக்கும் காலத்தோளம் ஆசிரமத்தில் கழியாம்”

அலங்காரனின் முகம் நன்றியுணர்வால் குனிந்தது. பிக்கு அவனைக் கைப்பிடித்து உள்ளே கூட்டிச் சென்றார்.

“ஆ ஓலக்கெட்டு நம்முடெ கையில்தான் இருக்க வேண்டது. அது வாயிச்சறியலாமே இனியொரு நியோகம்”

அலங்காரன் ஓலைச்சுவடிகளை பிக்குவிடமே திரும்பக் கொடுத்தான். அவனுக்காக ஏற்பாடு செய்திருந்த அறைக்கு அலங்காரனை செல்வன் அழைத்துப் போனான்.

கடந்த காலங்களில் ஒருபோதும் அறிந்திராத ஓரிடம்தான் ஆசிரமம். பரிச்சயமற்ற இடங்களுக்குச் செல்வதும் அவற்றின் நூலாம்படைக்குள் சிக்குவதும் வழமையானதால் உறக்கம் நட்டமடையவில்லை. ஆனாலும் இதுவரையான தன் நிம்மதியற்ற வாழ்வும் இப்போது காணும் சாந்தமான சூழலும் தமக்குள் நீண்டகாலம் இணைந்துபோக வாய்ப்பில்லையென்று அலங்காரனுக்குத் தோன்றியது.

அத்தியாயம் மூன்று

மிக நீண்டகாலம் இலங்கை அனுராதபுரத்திலுள்ள அபயகிரி விகாரையில் வசித்து வந்தார் தர்மசீலன். அடுத்துள்ள கிராமங்களில் பிச்சைப் பாத்திரம் ஏந்தியும் ஆசிரமத்தில் தியானம் செய்வதுமாக இருந்தார். தன்னுடைய, தான் பின்தொடர்ந்த வழியினுடைய ஊற்றுக்கண் தேடி பல வருடங்களுக்குமுன் மலைநாட்டிலிருந்து புறப்பட்டவர் அவர். இப்போது இலங்கை அவருக்குப் பிறந்த நாட்டைவிடப் பரிச்சயமானதாக மாறியிருக்கிறது. ஆனாலும் ஒருமுறை அவருடைய பாதை தவறிவிட்டது. அவளூரை அடைவதற்கு முன்பு அவ்வாறு நிகழ்ந்தது.

அனுராதபுரத்துக்கு அருகிலுள்ள மிஹிந்தளாவில் பெரிய பாறைக்கூட்டத்தின்மீது நின்றிருந்தபோது, பல ஊற்றுகளில் ஒன்றின் தொடக்கத்தை நேரில் காண்பதன் ஆனந்தத்தை தர்மசீலன் அனுபவித்தார். அதன் ஈரத்தில் உள்ளம் குளிர அவர் அங்கே நீண்டநேரம் ஓய்வெடுத்தார். மதியம்வரை அடுத்துள்ள ஊர்களில் யாசித்து நடந்ததன் சோர்வு நீங்கி, நூற்றாண்டுகள் முன்புள்ள ஒரு சைதன்ய ஒளி தன்னை வந்தடைந்ததால் உருப்பெற்ற துறவறம் அவருடைய தனித்த நிலையைக் கருணாமூர்த்தியின் உருவமாக்கியது. கீழே சிறு குன்றுகளும் மரக்கூட்டங்களும் புல்மேடுகளுமாகப் பரந்து கிடக்கிறது. குளிர்காற்றை அனுபவித்துக்கொண்டு அவர் சற்றுநேரம் அங்கேயே நின்றார்.

கண் திறந்தபோது மிகப் பழையதொரு கதையிலிருந்து புறப்பட்டு வந்ததைப் போன்ற ஓர் அரசன் தோன்றினார். திஸ்ஸா என்பதே அவர்

பெயர். ஜம்புத்தீவின் அசோகச் சக்கரவர்த்தியின் நண்பர். முடி சூடும் நேரத்தில் அசோகர் அனுப்பிய ஒரு சத்திரியப் பெண்துறவி தங்கக் கலசத்து நீரை, உடும்பமரத்தால் செய்யப்பட்டிருந்த சிம்மாசனத்தில் அமர்ந்திருந்த அவர் தலையில் ஊற்றியபடி இவ்வாறு ஆசீர்வதித்தாள்.

“பிரபோ, சத்திரிய குலம் முழுமையும் அவர்களைக் காப்பதற்காக தங்களை அரசருக்கு அரசனாக முடி சூட்டுகிறோம். பத்து ராஜ குணங்களுடன் விளங்கும் நீங்கள் நேர்மையின் பக்கம் நின்று இந்த நாட்டை ஆளவும், தங்களுக்கு சத்ரிய குலத்தோடு தந்தைமையின் பரிவும் சாய்வுமுள்ள ஓர் இதயம் உண்டல்லவா? தாங்கள் அவர்களைக் காக்கவும் மகிழ்ச்சியுறவும் செய்வீராக”

தான் புத்தமதத்தை ஏற்றுக் கொண்டதை திஸ்ஸாவுக்கு அசோகர் தெரிவித்திருந்தார். தர்மத்தைப் பரப்புவதற்காக சிங்களத்தீவுக்குத் தன் சீடர்களை அனுப்புவதாகவும் சொல்லி இருந்தார். ஆனாலும் திஸ்ஸா சரண மார்க்கத்தைக் கைக்கொள்ளவில்லை. அவர் மற்ற அரசர்களைப் போலவே தன் பிரதாபங்களில் மூழ்கி வாழவே செய்தார். மிருக வேட்டைக்கான வேட்கையைத் தவிர்க்கவில்லை என்பது மட்டுமல்ல, அதில் தன்னைத் தோல்வியுறச் செய்ய எந்த சிறந்த வேட்டைக்காரனாலும் இயலாது என்கிற அகந்தையுடனும் இருந்தார்.

ஒருமுறை வேட்டையாடுவதற்காகப் பரிவாரங்களுடன் திஸ்ஸா இந்த அடிவாரத்தை அடைந்தார். ஒரு புள்ளிமான், அவருக்குப் போக்கு காட்டி முன்னால் பாய்ந்து கொண்டிருந்தது. அதைப் பார்த்த அரசனுக்கு ஆவேசம் கூடியது. அவர் குறிபார்த்த வில்லுடன் மானைப் பின்தொடர்ந்தார். அரசனின் சரங்களிலிருந்து அது திறமையாகத் தப்பித்துக் கொண்டிருந்தது. ஓர் அம்பு அதன் கழுத்தைத் தொட்டும் தொடாமலும் உரசிச் சென்றது.

திடீரென அவருடைய பாய்ச்சலைத் தடுத்துக்கொண்டு கூட்டமாக ஆட்கள் அவர்முன் தோன்றினர். மான், சிலாகூடமலையின் திசை நோக்கி ஓடித் தப்பித்தது. மொட்டையடிக்கப்பட்ட தலையுடன் மஞ்சளாடை அணிந்து அமைதி தவழும் முகத்துடன் நிற்பவரே அவர்களின் தலைவர். அவர் அரசனைப் பெயரிட்டு அழைத்தார்.

கோபத்தில் துடிதுடித்த திஸ்ஸா அவர்களைப் பார்த்துக் கேட்டார்.

“யார் நீங்கள்? என்னைத் தடுப்பதற்கான தைரியம் எங்கிருந்து வந்தது?”

அமைதி தவழும் முகம் கொண்ட அந்த இளைஞன், “மகாராஜா, தாங்கள் கோபித்துக் கொள்ளாதீர்கள். புத்தமதத்தைப் பரப்புவதற்காக ஜம்புத்தீவிலிருந்து வந்தவர்கள் நாங்கள். நான், பேரரசர் அசோகரின் மகன் மகேந்திரன். இவர், என் தங்கை சங்கமித்ரையின் மகன் சுமனன். மற்ற நால்வரும் பௌத்த குருக்களான தேரையர்கள்” என்றான்.

அரசனுக்கு பேரரசர் அசோகரின் வாக்குறுதி நினைவுக்கு வந்தது. அவர்களைக் கோபித்துக் கொண்டதற்கு மன்னிப்பு கேட்டுக்கொண்டு விருந்தினர்களை வரவேற்றார்.

“ஜம்புத்தீவு முழுக்க மஞ்சள் நிறம் ஒளிர்கின்றது. அந்த ஒளியை நீங்கள் இங்கும் ஒளிரச் செய்யுங்கள்”

அரசன் புத்தமதத்தை ஏற்றுக் கொள்வதற்கான தன் விருப்பத்தைத் தெரிவித்தார். ஆனால் மகேந்திரன் அவரை நோக்கி சில கேள்விகளைத் தொடுக்கவே செய்தார்.

“பிரபோ, இதோ தெரியும் இந்த மரத்தின் பெயரென்ன?”

திஸ்ஸா சற்றே அதிர்ந்தார்.

“இது மாமரம்”

"இதற்கருகே வேறு மாமரங்கள் உண்டா?"

"உண்டு. நிறைய மாமரங்கள் இருக்கின்றன"

"இந்த மாமரத்திற்கும் வேறு மாமரங்களுக்கும் இடையில் வேறு மரங்கள் இருக்கின்றதா?"

"அவையும் நிறைய இருக்கின்றன. ஆனால் அவை ஒன்றும் மாமரங்கள் அன்று"

"வேறு மாமரங்களோ, மாமரங்கள் தவிர வேறு மரங்களோ அல்லாத மரங்களோ இங்கே இருக்கிறதா?"

"இருக்கிறது. இந்த மாமரம் இருக்கிறது"

"மகாராஜாவே, தாங்கள் மிகத்திறம் வாய்ந்தவர்"

மகேந்திரன் கேள்விகளைத் தொடர்ந்தான்.

"உங்களுக்கு உறவினர்கள் இருக்கிறார்களா?"

"இருக்கிறார்கள். நிறைய இருக்கிறார்கள்"

"உறவினர்கள் அல்லாத வேறு ஆட்கள் உங்களுடன் இருக்கிறார்களா?"

"இருக்கிறார்கள். என் உறவினர்களைவிட அதிகமுள்ளவர்கள் அவர்களே"

"உறவினர்களோ, உறவற்றவர்களோ அல்லாத வேறு ஆட்கள் இருக்கிறார்களா?"

"இருக்கிறார்கள். இதோ நான் இருக்கிறேன்"

"தாங்கள் திறம் வாய்ந்தவர் மகாராஜா"

மகேந்திரன் திஸ்ஸாவுக்கு தர்ம உபதேசம் செய்தார். சிங்களத் தீவில் முதல்முறையாக சரணகோஷம் முழங்கியது.

தர்மசீலனைத் தனித்து விட்டுவிட்டு திஸ்ஸாவும் மகேந்திரனும் பழங்கதைக்கே திரும்பிச் சென்றனர். அடிவாரத்தில் படர்ந்து செழித்திருந்த பசுமையை அவ்வளவு நேரமும் ஒளிரச் செய்திருந்த சூரியனும் திரும்புவதற்கு அவசரம் காட்டினான். வெளிச்சத்தை மறைத்துக்கொண்டு வானத்தில் மழைமேகங்கள் நிறைவதைக் கண்ட தர்மசீலனும் அவசரப்பட்டார். சுற்றிலும் காடு. உடனே திரும்ப வேண்டும்.

பிக்கு மிஹிந்தளாவின் பாறையிலிருந்து இறங்கி நடக்கத் தொடங்கினார். இருள் விழத் தொடங்கியிருந்தது. அங்கே வந்து சேர்ந்த காட்டுப்பாதையில் சுற்றிலுமிருந்த மரக்கூட்டங்களின் கார்நிழல் படியத் தொடங்கியிருந்தது. மங்கலான வெளிச்சத்தில் தட்டுத் தடுமாறி அவர் முன்னோக்கி நடந்தார்.

சட்டென மழை பெய்யத் தொடங்கியது. பிச்சைப் பாத்திரத்திலிருந்த உணவின்மீது மழைநீர் ஊளியிட்டு இறங்கியது. மொட்டைத்தலையில் பட்டு மழைத்துளிகள் தெறிக்கத் துவங்கியதால் மேலாடையால் அவர் தலையை மூட முயன்றார். துணியால் தடுப்பதற்கு இயலாத அளவு வானம் நீரை உடலில் கொட்டவும், அவர் அங்கே காணப்பட்ட தாணிபெருமரத்தை நோக்கி ஓடிச்சென்று மரத்தடியில் நின்றார். மேலாடையைப் பிழிந்து தலையைத் துடைத்தார். மஞ்சள்நிறம் உடல் முழுக்கத் தழுவி கீழே வழிந்தது. மழை, ஓய அவர் காத்திருந்தார்.

அருகிலிருந்து சில அசைவுகள் கேட்டு அவர் ஒருபுறமாகத் திரும்பினார். மங்கலான ஒளியிலும் அவள் ஓர் இளம்பெண் என்பதைப் புரிந்துகொண்டார். வேடர்கள் அதிகம் வாழுமிடம் என்பது பகலில் அவர்களைப் பார்த்தபோது தெரிந்தது. அவளும் அவர்களுள் ஒருத்தியாக இருக்கலாம். தன் இரு கைகளையும் உயர்த்தி தலையில் வைத்து மழையைத் தடுக்கப் பார்க்கிறாள். மழைத்துளிகள் அவளது

திரட்சியான மார்பிடத்தில் பட்டுக் கீழே விழுவதைப் பார்த்தபோது அவருடைய மனம் சற்றே முறுகியது. உடனே, கண்களைப் பின்னுக்கிழுத்து அவர் மறுபுறம் பார்க்கத் தொடங்கினார்.

நேரம் கடந்து போனது. மீண்டும் தன்னியல்பாக ஓரக்கண்ணால் திரும்பிப் பார்த்தார். அவள் அங்கேயிருக்கவில்லை. சற்றே பெருமூச்சு விட்டார். பெருமரப்பூக்களின் ஆழ்ந்த நறுமணத்தைப் புறக்கணிக்க முயன்றாலும் அது உடலைத் துளைத்து உள்ளே ஏறியது. வேனில் காலங்களில் பூக்கும் இம்மரம் இப்போது மணம் பரப்புவதெப்படி என்று அதிர்ந்தார். இளமையில் தாணிக்காய் முத்துக்கள் கொண்டு சூதாடியிருப்பது அவர் நினைவில் வந்தது. பேராவலுக்கும் வைராக்கியத்துக்கும் இடையிலான போராட்டத்தில் முதலாவது வெற்றிகொள்ள, தான் ஒத்துக் கொண்டதில்லை. ஆனாலும் உடலில் உரசிய வாசம் உள்ளே நுழைந்தபோது தர்மசீலனுக்குள் ஓர் உதறல் ஏற்பட்டது. மழையைப் பொருட்படுத்தாமல் அவர் இறங்கி நடந்தார்.

பாதைகள் தெளிவற்றுக் காணப்படுகின்றன. மழைக்காலத்தில் ததாகதன் பிச்சைக்குப் போகாமலிருப்பது சரிதான் போலும். மழையிலும் பின்தொடர்ந்த வாசத்தைக் கடந்து இயன்றளவு அகன்றுபோக அவர் வெம்பிக் கொண்டிருந்தார். சற்றுமுன் தனக்குள் நிறைந்து ததும்பிய துறவறம் நிறைந்த ஆனந்தம் எங்கே! நிலையானது என்று தோன்றச் செய்த சுகத்திலிருந்து கணநேரமாவது தடுக்க முடியாத தீவிரமான ஆசைகளுக்கு ஒருவன் தடாலெனத் தலைகுப்பற வீழ்வது எதனால்? நிர்வாணத்தை நோக்கிய தன்வழி எத்தனை ஜென்மங்கள் அகன்றிருக்குமோ என்று அவர் துயருற்றார்.

மழைப்போர்வையால் மூடப்பட்டிருக்கிறது பாதை. போர்வையில் சுருள்வதற்கிடையில் ஒரு காலையாவது அது முன்னால் நீட்டியிருக்கலாமே என்று அவர் ஆசைப்பட்டார். இருபுறமிருந்தும்

மரங்கள் பாதையை நோக்கி வருவதாகவும் பூதங்களைப் போல அவை தன்னுடன் இணைந்து நடப்பதாகவும் தர்மசீலனுக்குத் தோன்றியது. மழை சற்று ஓய்ந்தபோதும் இருளில் பாதை மறைந்தேயிருந்தது. இருபுறமும் கீழ்நோக்கிக் கிளைகளை நீட்டும் மரங்கள். முன்னால் இலைப் படர்ப்புகளும் புதர்காடுகளும் நெடுக நிறைந்திருக்கின்றன. ஆழமான பசுமையின்மீது பதிந்து கிடக்கும் இருளின் கருமை, கண்களைக் காட்சியற்றதாக்கியது. எனினும் முன்னோக்கி நடப்பதன்றி வேறு வழியிருக்கவில்லை. ஈரத்தின் மெல்லிய படலங்களை இருபுறமும் பிடித்தகற்றி பார்வை வளையங்களைக் கண்டடைய முயன்றார்.

தழைத்து நிற்கும் மரக்கூட்டங்களுக்கு இடையில் அகப்படும்வரை அது ஒரு கொடுங்காடென்பதை தர்மசீலன் தெரிந்து கொண்டிருக்கவில்லை. வரும்போது சில புதர்க்காடுகள் தவிர வேறு எதுவும் இருந்திருக்கவில்லை என்பது அவரது நினைவில் எழுந்தது. பின்னால் திரும்பிப் பார்த்தபோது ஈரமான இலைப்பரப்பினூடாக ஊர்ந்து வந்த நிலவின் வெள்ளி வெளிச்சம் கண்களில் தங்கியது. ஈரக்காற்று முகத்தில் பட்டபோது கண்மூடி நின்றார். தான் தனித்தே இருக்கிறோமென்ற புரிதல் அவருள் ஒரேநேரம் பயத்தையும் பயமின்மையையும் கொண்டு வந்தது.

மரக்கூட்டங்களுக்கு இடையில் முழங்கிக் கொண்டிருந்த இரைச்சல் பட்டென நிலைத்தது. வானத்திலிருந்து யாரோ வீசியெறிந்த வலையில் அகப்பட்ட மழை மண்ணிற்கான பாதையையடைத்து மேலேயே தங்கி நின்றது. அந்த இடைவேளையில் நிலவு கீழே வருவதற்கான தன் பாதையைக் கண்டடைந்தது. சுற்றிலும் பலவகையான மரங்கள். பிளர்ந்த காய்களுடன் சிரித்து நிற்கும் யானைத் தொண்டிகள். அவற்றின் அடிக்கிளையில் முகிழ்த்த இதய வடிவிலான பூக்கள். உள்ளங்கையில் ரோமம் முளைத்தது போன்ற பட்டு போல மினுக்கும்

கடுக்காயின் இலைகள். ஒரு ராட்சதனின் நிழல்போல் மேல்நோக்கி வளர்ந்த கோங்கு மரங்களில் பச்சை கலந்த வெள்ளைப் பூக்கள். பூக்களை உள்ளடக்கிக் கொண்டு ஒன்றுமறியாதது போல தனித்திருக்கும் அத்திக்காய்கள். காலம் கடந்து பெய்த மழையில் தவறி விழுந்த வசந்தம், அம்மரங்களைப் பிடித்து மேல்நோக்கி ஏறிக் கொண்டிருந்தது. எண்ணற்ற மரங்களுக்கிடையில் அவற்றுள் ஒன்றென தர்மசீலன் நின்றார்.

அவருக்கு மட்டுமே என்பது போல மீண்டும் மழை பெய்யத் தொடங்கியது. திடீரென ஏதோவொரு மரத்திலிருந்து யாரோ ஊர்ந்திறங்குவது போன்றதொரு சத்தம். கரடியோ வேறு ஏதாவதாகவோ இருக்குமோ? தர்மசீலனின் நெஞ்சம் சற்றே நடுங்கியது. குனிந்தபடி தன்முன் வந்து நின்ற அந்த நிழலுருவம் நிமிர்ந்தெழுவதை அடுத்த நிமிடம் அவர் பார்த்தார். ஏதோ ஓர் ஓசை அதன் வாயிலிருந்து வெளியேறியது. கூடவே, ஓர் இடியோசையும் கேட்டது. பின்தொடர்ந்து வந்த மின்னல் வெளிச்சத்தில் அதன் வடிவை தெளிவாகப் பார்த்தார். மிருகமல்ல; மனிதன். ஒரு நிமிடம் உறைந்து நின்றார். தாடியும் முடியும் நீண்டிருந்த அந்த மனிதன் நூற்றாண்டுகளுக்குப் பின்னிலிருந்து தன்முன் தெறித்து விழுந்ததாகவே தோன்றியது. நிர்வாண உடலையும் வேட்டைக்காரனின் கூர்மையான கண்களையும் கண்டபோது, “உலகத்தில் தோன்றிய முதல் மனிதனாகுமோ?” என்ற சந்தேகம் அவருள் எழுந்தது.

மனபலத்தை மீட்டெடுக்க அவருக்கு நீண்டநேரம் தேவைப்படவில்லை. ஊறிக் கூடியிருந்த மங்கலான வெளிச்சம் முழுவதையும் அந்த மனிதனைப் பார்ப்பதற்காகவே கண்களில் கோர்த்தெடுத்துக்கொண்ட தர்மசீலன், ‘நீங்கள் யார்?’ என்று கேட்டார்.

அம்மனிதன் பதிலேதும் பேசாமல், தர்மசீலனின் கையை பலமாகப்

பிடித்தான். பிக்கு கையை விடுவிக்க முயலவில்லை. சற்றுநேரம் அப்படிச் சலனமற்று நின்றபிறகு அவன் தர்மசீலனைப் பிடித்து இழுத்தபடி நடக்கத் தொடங்கினான்.

தன்னைக் காட்டிலிருந்து வெளியேற்றவே அவன் முயல்கிறான் என்று பிக்குவிற்குத் தோன்றியது. அதனால் எதிர்ப்பொன்றும் காட்டாமல் அந்த ஆதி திகம்பரனை தர்மசீலன் பின்தொடர்ந்தார்.

மரக்கூட்டங்கள் தமக்குள் பிணைந்த போதெல்லாம் அசாதாரணமான உறுதியுடன் அம்மனிதன் அவற்றை இருபுறமும் பகுத்து விலக்கினான். கிடங்குகள் போன்ற குழிகளை முன்கூட்டியே தெரிந்துகொண்டு அங்கேயெல்லாம் பிக்குவை உயர்த்தி, தோளில் உட்கார வைத்து அனாயாசமாகத் தாண்டிக் கடந்தார். நீண்டதூரம் சென்றுவிட்டோமென்றும் பொழுது நள்ளிரவைக் கடந்துவிட்டதாகவும் தர்மசீலனுக்குத் தோன்றியது. அப்போதும் காட்டிற்கு மட்டும் எல்லை தென்படவில்லை.

இருவரும் ஒரு பெரிய ஆலமரத்தடிக்குச் சென்று நின்றனர். இடதுபக்க இருள்பரப்பில் நிலவின் பிரதிபிம்பம் அலையில் அசைவதைப் பார்த்தபோது அங்கே ஒரு பெரிய குளம் இருப்பதாகத் தோன்றியது. திடீரென்று உடனிருந்த மனிதனின் தொண்டையிலிருந்து ஓங்கிய குரல் எழுந்தது.

"கிரியம்மா!"

பேரால்மரத்தின் மேலே பார்த்து நின்றிருந்த தர்மசீலன், அப்போதுதான் மரத்தினடியில் பார்த்தார். அருகே ஏற்றி வைக்கப்பட்டிருந்த ஒரு விளக்கின் வெளிச்சத்தில் நூல் நூற்றுக் கொண்டிருக்கிறாள் ஒரு பெண். அவளுடைய முகத்தைப் பார்த்தவர் திடுக்கிட்டு நின்றார். சற்று முன்னால் பார்த்த அதே வேட்டுவப் பெண்ணல்லவா இவள்?

அவள் பிக்குவைப் பார்த்துச் சிரித்தாள்.

“தாகமாயிருக்கா? குளத்துநீரைக் குடித்துக்கொள். மரங்களில் நிறைய பழங்களுமிருக்கின்றன”

இந்த வார்த்தைகளை, தான் முன்பும் கேட்டிருக்கிறேன்! கடல் கடந்து இந்த நாட்டை அடைந்த ஒரு மகாவம்சத்தின் கதையின் தொடக்கத்திலிருந்து ஓர் ஏடு அவருள்ளே தெளிவுற்றது.

“குவண்ணா! குவண்ணா அல்லவா நீ?”

தர்மசீலன் இப்போது நடுங்கிக் கொண்டிருந்தான். இவள் யட்சினி. கதைகள் மீண்டும் தொடர்கின்றன. ஆரியவர்த்ததிலிருந்து முதலில் இலங்கையை வந்தடைந்த விஜயராஜாவின் வேடத்தை இவள் தன்னை அணியச் செய்கிறாள்.

“ஆம், குவண்ணாதான்”

பட்டென அந்த யட்சினியின் முகபாவம் மாறியது. முகத்தில் வாஞ்சையும் சங்கடமும் நிறைந்தன.

“அல்ல, உன் தாய். சொந்த வேர்களைத் தேடி இந்நாட்டை அடைந்த உனக்கு அதைக் கண்டு உணர முடியவில்லையே, மகனே”

“அம்மாவா?” தர்மசீலன் அதிர்ந்தார். சிங்கபுரத்தின் அரசனான சிங்கபாகு, வம்பனும் வீண்சண்டைக்காரனுமாக இருந்த மகன் விஜயனையும் அதே குணமுடைய அவன் நண்பர்களையும் முன்னர் நாடு கடத்தியபோது, அவர்கள் இந்தத் தீவுக்குத்தான் வந்து சேர்ந்தனர். அன்று இந்த யட்சினியையே அவர்கள் முதலில் பார்த்தனர். அன்போ கனிவோ அற்ற ஓர் அடிமைப்படுத்தலின் கதை அது. இவள் தன்னைச் சோதிக்கிறாள். பிக்குவின் உள்ளறைகளைக் கிழித்துக்கொண்டு ஒரு கடற்காற்று கடந்துபோனது.

அத்தியாயம் நான்கு

நீண்ட சமுத்திரப் பயணத்தின் முடிவில்தான் விஜயனும் அவனது கூட்டாளிகளும் இலங்கையை அடைந்தனர். ததாகதனின் நிர்வாணக் காலமாக இருந்தது அது. வாழ்வின் எல்லையில் தன் மதத்தின் எதிர்காலத்தைமுன்னால்கண்டபுத்தன்தேவராஜாவிடம்இவ்வாறுகேட்டார்.

"பின்னொரு காலத்தில், இலங்கை என் தர்மத்தைப் பரப்ப வேண்டிய இடமாகும். அதனால் விஜயனையும் அவனது கூட்டாளிகளையும் பாதுகாக்கவும்"

தேவர்களுள் ஒருவர், ஒரு பிக்குவின் வேடத்தில் வந்து விஜயனும் கூட்டாளிகளும் ஆபத்திலிருந்து தப்பிச் செல்வதற்கான மந்திரக் கயிறுகளைக் கொடுத்தார். இலங்கைக் கடற்கரையை அடைந்த விஜயனின் கூட்டாளிகளுள் ஒருவன், கடற்கரையில் அலைந்து திரியும் ஒரு நாயை கண்டான். அதனால் ஒரு செய்தி உறுதியானது. அருகே மக்கள் வாழும் ஊர்கள் இல்லாமல் இருக்காது. அவன் ஊருக்குள் நுழைந்தான். ஒரு குளத்தின் அருகில் நூல் நூற்றுக் கொண்டிருந்த பிக்குணியைக் கண்டபோது விஜயனின் கூட்டாளி ஆச்சரியப்பட்டான். முறிந்த சேலையில் சுற்றி வைக்கப்பட்ட ஒரு பொன்கோலம்! தலைகீழான மரங்களின் நிழல் பதிந்த நீரிலும் அசைந்து பரவும் பெண் வடிவம். அழகிகள் இப்படி பிக்குணிகள் ஆவதா? ருசிக்குச் சுவை சேர்க்க வேண்டிய உப்பை வெறும் நீரில் சேர்ப்பதோ?

வேடம் மாறி வந்திருக்கும் குவண்ணாதான் அவள். அந்த நாட்டின் யக்ஷபுரியில் பிறந்தவள். அங்கே வாழ்ந்த அரசிளங்குமரியான யட்சினி.

"வா! வா! குளித்துவிட்டு வந்து இந்த இனிய பழங்களைச் சாப்பிடுங்க"

அவளுடைய வார்த்தைகளை மீற முடியவில்லை. நீரில் பிரதிபலித்த பெண்ணழகின் சிதறல்களை வாரி உடலில் அணிந்த பேரானந்தத்தில் அவன் கரையேறியபோது அந்த பிக்குணியின் பாவனை மாறியது.

"அங்கே நில்! என் இரை நீ!"

மந்திரக்கயிறு இருந்ததனால் கொல்ல முடியவில்லையெனினும் ஒரு ஆழ்குழிக்குள் விழவைக்க அவளால் முடிந்தது. பின்னால் வந்த கூட்டாளிகளுக்கும் அதே கதிதான் ஏற்பட்டது.

சென்றவர்கள் யாரும் திரும்பி வரவில்லையென்பதை அறிந்த விஜயன் அவர்களைத் தேடிப் புறப்பட்டான். குளத்தினருகே தன் ஆட்களின் காலடித்தடங்களைக் கண்ட அவன் அங்கிருந்த பிக்குணியையும் பார்த்தான்.

"அரசகுமாரா, சோர்வாக இருந்தால் குளி. இந்தக் குளத்து நீரைக் குடி"

அரசகுமாரன்! தன்னை இப்படித் தெரிந்துகொள்ள வேண்டுமெனில் இவள் யட்சினியாகத்தான் இருப்பாள்! மருட்சியின் கண்ணியிலிருந்து விஜயன் தானாகவே மீண்டு வந்தான். உடனடியாக அவளை மல்யுத்தத்தின் மூலம் விழச்செய்து கழுத்தில் ஒரு சுருக்குமிட்டான்.

"இப்போது நீ என் அடிமை. என் ஆட்களை விடுவிக்கவில்லை என்றால் நீ இல்லாமல் போவாய்"

ஆதரவற்றுப் போன குவண்ணா, விஜயனின் ஆட்களையெல்லாம் விடுவித்தாள். அவர்களுக்குத் தேவையான உணவுப் பொருட்களையும் கொடுத்தாள். அவர்கள் சமையல் செய்தனர். விஜயன், தான் உண்ண எடுத்த உணவின் ஒரு கவளத்தை குவண்ணாவிடம் நீட்டினான். அதைக் கையில் வாங்கும்போது அவள்

விஜயனைக் கண்ணிமைக்காமல் பார்த்தாள். சிறியதொரு கரிசனம். பெரியதொரு காதலுக்கு அந்த எரிபொருள் போதுமானதாக இருந்தது. குவண்ணா, ஓர் இளம்பெண்ணாக உருமாறினாள். சூழலைப் புரிந்துகொண்ட கூட்டாளிகள் சட்டென ஒரு கூடாரத்தைக் கட்டியெழுப்பினர். அங்கே அவர்கள் ஒன்றிணைந்தனர். அத்துடன் விஜயனின் மீதான குவண்ணாவின் காதல் எல்லை கடந்தது. அவள் யக்?ஷபுரியின் சந்ததி என்றறிந்த விஜயன் அதையும் ஒரு வாய்ப்பாகக் கண்டான். குவண்ணாவிற்கு அதற்கு மறுப்பேதும் சொல்ல முடியாமலே போயிற்று.

"ராஜகுமாரா, என்னைப் போலவே இந்த நாட்டையும் என்றும் உன் சொந்தமாகக் கொள்ள வேண்டும். எங்களைக் கைவிடாதே"

காதலில் கண்ணிழந்த குவண்ணா, தன் வம்சத்தை ஒற்றுக் கொடுத்தாள். அவளுடைய உதவியுடன் அவன் யக்ஷ நகரத்தைக் கீழடக்கினான். யக்ஷபுரியை அழித்து ரஜரடா என்ற இடத்தில் ஒரு பேரரசை உருவாக்கி தாமிரபரணியின் பேரரசனானான். இருவருக்கும் குழந்தைகள் பிறந்தன. ஆனால் சிறிது காலத்துக்குப் பின் நாகரிகர்களின் தனிநிறம் வெளியே தெரிந்தது. ஒரு யட்சினியை அரசியாக்கி மரியாதை செலுத்த விஜயனின் கூட்டாளிகள் விரும்பவில்லை. அவர்கள் அரசனிடம் அவளைப் பற்றி அவதூறுகள் பரப்பினர். அவளை விட்டுவிட்டு ஒரு பாண்டிய அரசகுமாரியை அரசனுக்குத் திருமணம் செய்துவைக்கத் திட்டமிட்டனர். அரசனைத் தங்கள் விருப்பத்துக்கு இணங்கச் செய்வதில் அவர்கள் வெற்றியும் பெற்றனர். இதன்பொருட்டு குவண்ணா அரசனிடம் சண்டையிட்டாள். ஆனாலும், விஜயன்அவளைநாட்டைவிட்டேவெளியேற்றவும்செய்தான்.

குவண்ணா தனித்து விடப்பட்டாள். அவள் தன் குழந்தைகளுடன் நெடுந்தொலைவு நடந்தாள். யாரும் அவர்களுக்கு உதவவில்லை. தன் வம்சத்தை சதி செய்து அழித்த குவண்ணாவை யக்?ஷர்கள்

கொன்றனர். விஜயனின் பிள்ளைகளுக்கு இலங்கையின் அரியாசனத்தில் அமரும் வாய்ப்பு பின்னர் எப்போதும் ஏற்படவில்லை. அவர்கள் காடுகளில் வேட்டையாடி வாழ்ந்தனர். அவர்களின் வழித்தோன்றல்களான இலங்கையின் வேடர்கள், இரவு வேட்டைக்கிடையில் மூங்கில் காடுகளிலிருந்து குவண்ணாவின் கூக்குரலைக் கேட்டனர். நிலவொளியில் அவளுடைய கண்ணீர் வழியும் முகத்தையும் கண்டனர்.

இலங்கையின் குழந்தைகளுக்குக்கூடத் தெரியாத கதை இது. ஒரு சிங்கத்தின் மகனான சிங்கபாகுவில் தொடங்கும் சிங்கள அரசனின் கதை. கருணையற்ற ஒரு வம்சத்தின் சதிகளாலும், கொடூரங்களாலும் உருவாக்கப்பட்ட வெற்றிக்கதை. எனினும் அதில் குவண்ணாவை அம்மா என்று அழைக்கக்கூடிய இடங்கள் எதையும் தர்மசீலன் காணவில்லை.

"ஒரு யட்சினி எப்படி என் தாயாவாள்?"

குவண்ணாவின் கரிசனத்திலும் தர்மசீலன் பதறவில்லை. இதுவும் நடிப்பாக இருந்தால்? முன்னர் தனக்கு நேர்ந்த சதிக்குப் பழிவாங்கலாக இருந்தால்? வருவது வரட்டும் என்பதாக அவர் பிச்சைப் பாத்திரத்தை நெஞ்சோடு சேர்த்தணைத்தார்.

"உன்னை இங்கே அழைத்து வந்தவர் யாரென்று தெரிந்ததா?"

"இல்லை"

"அவர் உன் முன்னோரில் ஒருவர். எல்லோரும் என் பிள்ளைகள்"

குவண்ணாவின் முகம் செந்தீயாகச் சிவந்தது.

"நாங்கள் இப்போது உன் உறவற்றுப் போனோம். ஒவ்வொருவரும் கீழடங்கும் இடங்கள் அவரவர்களுடையதாக இருப்பதுதானே வழக்கம். இடங்களின் உடமையாளர்கள், பிறந்தநாட்டில் தனித்து

முறிநாவு

விடப்படுகின்றனர். அவர்களின் குருதியால் சிவந்த மண்ணில் புதிய கோட்டைகளும் அரண்மனைகளும் எழுகின்றன. மகனே, இந்த நாட்டில் அலைந்து திரிவதால் உனக்கு எதுவும் கிடைக்கப் போவதில்லை. எவ்வளவு சீக்கிரம் முடியுமோ அவ்வளவு விரைந்து திரும்பிச் செல்''

குவண்ணா தன் முன்னிருந்து மறைந்தாள். அங்கிருந்து ஒரு நெருப்புக்கோளம் வான் நோக்கி உயர்ந்தது. அதன் ஒளியில் தர்மசீலன் கண்கள் மூடினார். மரக்கொம்புகளும் பச்சிலைகளும் புகைந்து எரிவதன், பறவைகளும் மிருகங்களும் பாய்ந்து அலைவதன் சத்தங்களை அவர் கேட்டார்.

அவர் கண் திறந்தபோது அங்கே காடு இருக்கவில்லை. கடலிலிருந்து பகலோன் உதித்து உயர்கிறான். இருண்ட காடுகள் முழுவதையும் எரித்தழித்த ஒற்றைக் கண்ணின் கனல் கதிர்கள் தனக்கு நேராகவும் நீள்கிறது. விகாரைக்குச் செல்லும் வழியிலேயே தான் நிற்பதாக அறிந்த அவர் வேகமாக நடந்தார்.

பிக்கு அன்றைய தினம் அந்த நாட்டிலிருந்து பயணமானார். அவளூருக்கான பயணமல்ல அது எனினும், அவர் சென்று சேர்ந்த இடம் அவளூர்தான். அங்கிருந்த ஆசிரமத்தின் முன்னால் கதவு திறக்கப் படுவதற்காகக் காத்திருந்தபோது பின்னாலிருந்து ஓர் ஓசையைக் கேட்டு அவர் திரும்பிப் பார்த்தார்.

''கிரியம்மா!''

ஏதேதோ மரங்களைப் பார்த்து, அழுது புலம்பியபடி தாடியும் முடியும் நீண்ட அந்த ஆதிமனிதர் பாய்ந்து போய்க் கொண்டிருந்தார்.

அதன்பிறகு அவளூரில் பல இடங்களில் தேடியும் தர்மசீலனால் அவரைக் கண்டடையவே முடியவில்லை.

7

அத்தியாயம் ஒன்று

வழக்கம்போல் ஊர் சுற்றிவிட்டு குமரன் குடிலுக்கு வந்து சேர்ந்தபோது பரிச்சயமற்ற மூவர் அங்கே காத்திருந்தனர். இடுப்பில் பட்டு சுற்றி, தோளில் தொங்கும் உத்தரியத்தை இழுத்துப் பிடித்து நிமிர்ந்து நின்றிருந்த அவர்களுள் ஒருவன் அவனைப் பார்த்ததும் அகங்காரத்துடன் குரல் உயர்த்தினான்.

"நீதானோடா குமரன்?" நாட்டுடையவரின் ஆட்கள் என்று அவர்களின் உடையலங்காரத்தை வைத்துத் தெரிந்துகொண்ட, குமரன் குனிந்து வணங்கினான்.

"ஏ! ஆரென்னு திரிஞ்சதில்ல உடையவரே. இவிடெ வந்ததெந்தினானு என்னும் திரியிலயே"

"அதைத் தெரிவிக்கத்தான் வந்திருக்கோம். இந்த நாட்டோட ஆயக்கணக்கர் நான். நாங்கள் யாரும் இந்த நாட்டைவிட்டு வெளியேறிப் போயிருக்கவில்லை என்பதைத் தெரிந்துகொள். வெண்பொலி நாட்டின் அரசனான பாண்டிய மன்னனின் ஆட்சியில் யாரும் எதை வேண்டுமானாலும் செய்து கொள்ளலாம் என்ற எண்ணமிருந்தால் அது நடக்காது"

குமரனுக்கு ஒன்றும் புரியவில்லை.

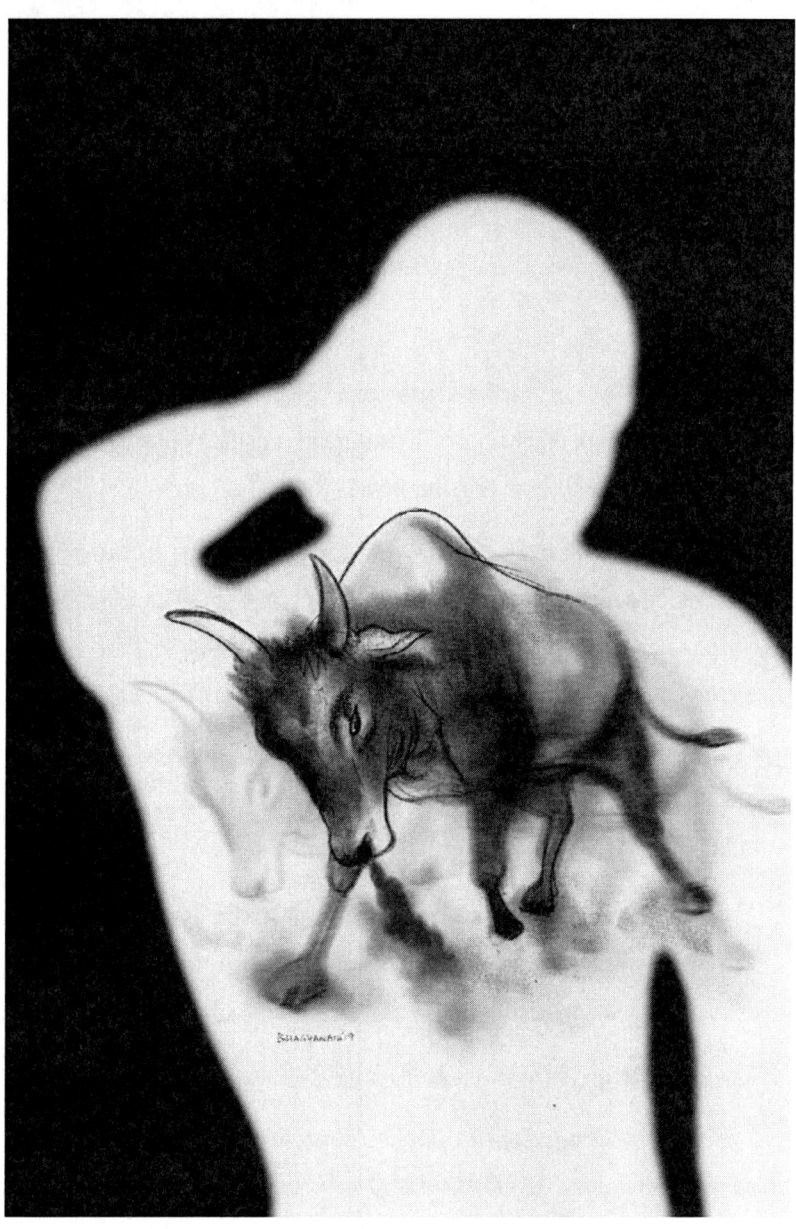

“அடியங்கேளோடு முனிவு தோனருதே. செய்த பிழயெென்னதென்னு அறியிலயே. கல்ப்பிக்குன்னது என்னதாகிலும் அப்படிச் செய்வேன்”

“செய்யவில்லை என்றால் செய்ய வைக்கத்தானே நாங்கள் இங்கே இருக்கிறோம்” உடன் இருப்பவர்களை ஒருமுறை பார்த்துவிட்டு, ஆயக்கணக்கர் குமரன் பக்கம் திரும்பினார்.

“இங்கே விதைக்கவும் அறுக்கவும் யார் அனுமதி தந்தது?”

குமரன் சற்றே குழப்பமடைந்தான்.

“ஒடையவரே, மாப்பாக்க வேணம். ஆற்றரிகிலே சதுப்பிடங்கள் கண்டாறே ஊரினும் உற்றவர்க்கும் நலமுண்டாகுமட்டு செலது செய்க நன்னென்னு தோணி. அது பிழயென்னயறியிலயே”

“மக்களுக்குத் தேவையானதச் செய்யறதுக்குதானே இங்க அரசர் இருக்காரு. வேட்டையாடித் திரியறவங்க, அத மட்டும் செஞ்சாப் போதும். ஒவ்வொருத்தருக்கும் ஒவ்வொன்னுதானே விதிச்சிருக்கு. என்னவா இருந்தாலும் ஒழவு வேலைய நீங்க செய்யக்கூடாது”

“ஒட்டாரம் காட்டல்லே, ஒடையவரே. அரசனு நல்கவேண்டும் ஆறிலொன்னு விளவு அடியங்கள் முடக்கம் வராதே அடச்சுகொண்டால் போறுமோ?”

“அப்படின்னா உனக்கு நடைமுறைங்க, நியதிங்க தெரியாமலில்ல. தப்புன்னு தெரிஞ்ச பெறகும் செஞ்ச இந்த இறுமாப்புக்கு என்ன தண்டனைன்னு தெரியுமா?”

“அடியன், எழுத்துப்பள்ளியில் நின்னு அறிஞ்சதாவிது”

“அப்ப பள்ளிக்கூடத்துக்கும் போய் வந்தவன்னு கேள்விப்பட்டது உண்மதான் போல. தெரிஞ்சுக்க வேண்டியதத் தெரிஞ்சக்கறது இல்லன்றது கஷ்டம். இந்தப் பள்ளிக்கூடங்கள நடத்திட்டு வர்ற

சமணருங்கதான் ஆட்கள வழிதவறச் செய்யற வேலையையும் செய்யறாங்க”

“ஒடையவரே, ஒரே வழிதன்னெ செலர்க்கு பிழையும் செலர்க்கு நன்புமாக வருமா?”

“தர்க்கம் செய்தால் தலை கீழே உருளும்றது கவனத்தில் இருக்கட்டும். அறிந்த வழியின் பெருமையைச் சொல்வதற்கு இப்போது நாக்கு துடிக்கிறது. ஆற்றின் அருகே உள்ள மலையையும் அதன் அடிவாரத்தையும் அரசன் மலைமேல் இருக்கும் கோயிலுக்கு தானம் செஞ்சிருக்கிறார் எனத் தெரிந்துகொள். அங்கே வேறு யாரும் விளையாடக் கூடாது. இனி இதைச் செய்யமாட்டேனென்று உறுதி கொடு. அது மட்டும் போதாது, செய்த தவறுக்குத் தண்டம் கொடுத்தே தீரணும்”

குமரனின் குரல் பதறியது.

“பிழ எப்படியும் அடச்சுகொள்வேன். கண்டத்திலு விளவெறக்க கனிவுண்டாக வேண்டும்”

“நாங்கள் இப்போது சொன்ன வார்த்தைகளெல்லாம் பாழ்வாக்கு என்று நினைத்தாயா? நெல்லறையில வச்சுருக்கிற விளைச்சலுக்கான வரி கஜானாவுக்கு வந்ததா? தண்டம் கணக்காக்கிட்டு தெகையாமல் போனால் சொல்லி அனுப்புவோம்”

நெஞ்சுக்குள் கொழுவால் அடிப்பதுபோலத் தோன்றியது குமரனுக்கு. அவன் அவர்களின் காலில் விழுந்தான்.

ஆயக்கணக்கரின் மனம் கனியவில்லை. சொன்னதையே மீண்டும் ஒருமுறை சொல்லிவிட்டு அவரும் அவருடன் வந்தவர்களும் அந்த இடத்தைவிட்டு வேகமாக வெளியேறினர்.

மறுநாளே நெல்லை ஜப்தி செய்ய நெல்லறைக்கு ஆட்கள் வந்தனர். காளைவண்டிகள், நெல்லுடன் போவதைப் பார்க்கக் குமரனுக்குச் சகிக்கவில்லை. பல உடல்களிலும் அப்பிய சேறு. பல உடல்களில் இருந்து வயல்களில் வந்து விழுந்த வியர்வை. பல காலங்களின் பெருமூச்சுகளின் முடிவில் அறுவடை செய்து கூட்டப்பட்ட கதிர்களின் குவியல்களைப் பார்த்து நின்றதன் நிறைவு. எதுவும் இனி தங்கள் சொந்தமல்ல. ஒரு நாளைக்குள் தங்களுடையதல்லாமல் ஆகிப்போன வயலுக்கு அருகில் இருந்து அவன் திரும்பிப் பார்க்காமல் நடந்தான். மண் அடர்களின் தேவதை காற்றைக் கிழித்துக்கொண்டு சற்றே எட்டிப் பார்த்தாலும் கையறுநிலையில் கைகளைக் கன்னத்தில் ஊன்றி ஒருக்களித்துப் படுத்தாள்.

"ஞங்களெ பெருவழியில்பெடுத்தி நீ எங்கோ போவது?"

குமரனின் கூட்டாளிகள் பின்னாலிருந்து அவனை அழைத்தனர். சிலர் கூக்குரல் எழுப்பினர். சிலர் கோபத்தில் சீறினர்.

குமரன் எதற்கும் செவி சாய்க்கவில்லை. அவன் கால்களின் விரைவு, கூடவோ குறையவோ இல்லை. இடுப்பில் செருகியிருந்த கத்தியை விரல்களால் தடவ மட்டுமே செய்தான். நேராக வெள்ளப்பனின் வீட்டுக்குத்தான் சென்றான். குமரன் வருவதை தூரத்தில் இருந்து பார்த்த வெள்ளப்பன் முற்றத்திலிறங்கி நின்றிருந்தார்.

"நீ இங்குதான் எத்துமென்னு எனக்கு நன்றாய் திரிஞ்சது"

குமரன், சிறிதுநேரம் எதையும் பேசவில்லை. பின்னர் அருகே சென்று அவருடைய கையைப் பிடித்தான்.

"நிங்க அன்னு பறஞ்சது ஒக்கெயுமே எனாக்கு இன்னுதானே திரிஞ்சது"

"என்னதே பறஞ்சது?"

“ஆரொக்கெயோ அருதென்னு சொல்லி நம்மக்கு விலக்குவரும் இடங்கள்...”

வெள்ளப்பன் உதட்டைச் சுழித்து மென்மையாகச் சிரித்தார். குமரன் கைகூப்பினான்.

“எனாக்கும் ஒரு சாதகனாக வேண்டும்”

“அதினாக நீ மொதலிலே நல்ல ஒரு ஆசானெக் கண்டாவ”

“எங்கில் நிங்கள்தானே இனிமேல் எனாக்கு ஆசான்”

“அது திறமல்ல குஞ்ஞே. ஒரிக்கல் என்னே வெறுத்துவிட்டவனல்லோ நீ. ஒரிக்கலும் ஆ கற மறஞ்சொழியாது. மற்றொருவரெக் கண்டெத்திக் கொள்ளாவ”

“அதென் அறிவுகேடு. இப்போழே எனாக்கு கண் தெளிச்சம் வந்தது”

வெள்ளப்பன் தாடியை நீவியபடிச் சிரித்தார்.

“அதினு ஈ செறுவாழ்விலு வழி ஏறே நடக்க வேண்டும்”

குமரன் இறங்கி நடந்தான். முரண்டு பிடித்த ஒரு மாடு அவனுள்ளிருந்து வெருண்டது. குன்றேறி இறங்கியபோது முன்னாலிருந்த வழி இரண்டாகப் பிரிந்தது. வழக்கம்போல அவன் தன் ஊரை நோக்கிய பாதையைப் பார்த்துத் திரும்பினான். சற்றே நின்றவன் எதிர்ப்பாதையில் நடந்தான்.

அத்தியாயம் இரண்டு

குமரன் தன் கல்விப் பருவத்தைக் கழித்த கிளியூரையே சென்றடைந்தான். பிக்குகளில் ஒருவரையும் பார்க்கத் தோன்றவில்லை. கருணையின் ஊற்று தனக்குள் வற்றிப் போயிருக்கலாம். அன்போ பகையோ இல்லாததோர் உள்நிலை. உள்ளே சற்றே மீதமிருப்பது சங்கடமா அவமானமாவெனத் தெளிவாகத் தெரியவில்லை.

நேரம் இருளத் தொடங்கியிருந்தது. இரவைப் பற்றிய பயமொன்றுமில்லை. முன்பொரு காலமெனில் எங்கேயும் உறங்கலாம்; எந்த நாடும் எந்த நிலமும் தன்னுடையதும்கூட என்ற எண்ணம் வந்திருக்கலாம்; இல்லையெனில் அப்படியானதொரு உடைமையைப் பற்றிச் சிந்திக்காமல் இருந்திருக்கலாம். இப்போது அப்படி இல்லை. எந்த இடம் தனக்கானது என்று தெரியவில்லை.

வழியோரத்திலிருந்து சற்று உள்ளே நகர்ந்தவுடன் காடு தொடங்குகிறது. முன்னர் பச்சிலைகளும் வேர்களும் தேடிப்போன இடம். பசித்தபோது இருட்டைப் பொருட்படுத்தாமல் அவன் காட்டினுள் நுழைந்தான். உண்ணக்கூடிய பழங்களைத் தொட்டும் முகர்ந்தும் அறிந்துகொண்டான். வயிறு நிறைந்தவுடன் ஒரு மரத்தில் சாய்ந்தபடி அயர்ந்தான்.

ஏதோவொரு கூக்குரலைக் கேட்டுத் திடுக்கிட்டு எழுந்தான். பாதையில் ஒருவன் விழுந்து கிடப்பதாகக் குமரனுக்குத் தோன்றியது. குதித்தெழுந்தவன் பாதை நோக்கிப் பாய்ந்ததும், ஒருநாய் வழி மறித்துக்கொண்டு குரைத்து எகிறியதும் ஒரேநேரத்தில் நிகழ்ந்தன. குமரன் பின்புறமாக மல்லாந்துவிட்டான். வழியில் விழுந்திருந்த

ஆளின்மீது மிதித்து நின்றிருந்த ஒரு மிருகம், தன் முன்கால்களை உயர்த்தி, திடீரென எழுந்து ஓடுவதை இருண்ட வெளிச்சத்தில் கண்ட குமரன் அவனருகே சென்றான். அருகிலமர்ந்து உலுக்கி எழுப்பியபோதும் அவன் அசைவற்றிருந்தான். ஒரு நிமிடம் உதறல் அடங்கி நின்றவன் பின்னர் எங்கேயென்று அறியாது உழறி ஓடினான்.

“ஒரு விளக்கையாவது பார்க்க முடியவில்லையே” இருட்டின் சுவர்களுக்கிடையில் ஓடிக்கொண்டே, குமரன் தனக்குள் முணுமுணுத்தான். இருபுறமிருந்தும் மரக்கூட்டங்கள் பாதையில் இருளை வாரி இறைக்கின்றன. வழியோரத்தில் ஏதேனும் வீடுகள் தென்படுகிறதா என்றுகூடத் தெரிந்துகொள்ள முடியவில்லை. மூச்சிரைப்பைக் குறைப்பதற்காக அவ்வப்போது நின்று, முன்னால் பாயும்போதும் வெளிச்சத்தின் ஒரு கீற்றைக்கூடக் காண முடியவில்லை. சற்றே நீண்டதூரம் அப்படி இருட்டில் துழாவி இருப்பான். தூரத்தில் எங்கோ ஒரு நெருப்புத் துளியைக் கண்டபோது அது ஒரு வீடாகத்தான் இருக்க வேண்டுமென குமரன் வேண்டினான். அவன் எதிர்பார்ப்பு வீணாகவில்லை. இரவு நீண்டிருந்த போதும் வெளிச்சத்துடன் இருந்த அந்த ஓலைக்குடிலின் முன்னால் சென்று நின்று, வீட்டில் இருப்பவர்களை உரக்க அழைத்தான். முதியவர் ஒருவர்தான் கதவைத் திறந்தார். தான் பார்த்தது அனைத்தையும் அவன் ஒரேமூச்சில் அவரிடம் சொல்லி முடித்தான்.

“என்னே கஷ்டம்! கேட்டதில் மட்டு சிந்திக்கில் இதேதானும் ஒடியனுடே வேலையென்னு தோணுவது. நீ இக்கண்ட இரவிலே இப்படி நடக்காதே”

அவர் குமரனை உள்ளே அழைத்தார்.

“இருளுபெட்ட உலகம் வேறொன்னுதான். பகலே கண்டதினெல்லாம் இரவில் இரண்டாம் பிறப்பாவது”

பனையோலையால் முடைந்த ஒரு பாயை அவர் அவன் முன்னால் போட்டார்.

“அகத்து கேறிக்கெடக்கு. இங்கே நான் மாத்ரமிருப்பூ. உறக்கக் கேடுள்ள எனாக்கு விளக்கின் வெட்டமில்லாதெ வய்யா என்னொரு குறவேயுள்ளூ இவிடெ”

விருப்பமில்லா மனதோடு குமரன் அந்தப் பாயில் படுத்தான். அவனால் அதற்கு மேல் பேச முடியவில்லை. பயம் நரம்புகளிலிருந்து உதிரத்தையே உறிஞ்சி எடுத்துக்கொண்டிருந்தது. காலையில் விழித்தபோது முதல்நாள் எப்போது கண்களை மூடினோம் என்பதுகூட நினைவில் வரவில்லை.

“நீ என்ன இம்மட்டிலே அலையுவது?”

முதியவர் வெல்லமும் சுக்கும் சேர்த்துத் தயாரித்த பானகத்தைப் பெரியதொரு சிரட்டையில் அவனிடம் கொடுத்தார்.

இதுவரையிலான தன் வாழ்வைப் பற்றிக் குமரன் எதையும் சொல்லவில்லை. பதிலாக வேறொன்றைச் சொன்னான்.

“எனாக்கு மந்திரவாதம் படிக்கணும். ஒடிமறியானும் அறிய வேண்டும்”

“என்னத்தினாடா? ஆளெக்கொல்வதினோ?”

“அல்லய்யா, மேலனங்கி தன் பணியும் நோக்கிப் புலரான் ஆருமே வழிவிடாது. எனாக்கும் உயிர் பொலிக்க வேண்டும்”

முதியவருக்கு பதில் எதுவும் தோன்றவில்லை. அவர் குமரனின் முதுகில் ஒருமுறை தட்டவே செய்தார். அவன் அவரிடம் விடைபெற்று வெளியேறினான்.

"நெனக்கிங்கு என்னோடொப்பம் பொறுக்காம். மக்களில்லாத்தவனாக நான் கெட்டியோள் போயாறே ஒற்றயானென்ன மட்டாயி. கொட்டேம் மொறேம் விற்று கழிஞ்சதல்லோ முன்னே. இப்பொழுதிலே செல இணங்கருடே நலத்தால் வாழ்வதென்னே வேண்டூ. நினக்கு கூடே நில்க்கருதோ?"

"பொறுக்க வேண்டும் கார்ணோரே. ஒன்னொரிடத்திலே சடஞ்சு கூடான் எனிக்கினியாவதில்லா. அறிவதினு ஏறேயொண்டு. கழிவோ மிழிவோ இல்லாத்த என்னெக்கூடி போற்றுவதினு மற்றோராள்க்கு அரிப்பமாவும். எந்தெங்கிலும் வீண்டும் காணாம்"

"அப்படியாவட்டே குஞ்ஞே. எந்தாலும் ஒன்னு பறயாதிருப்பது ஞாயமல்லா. மந்திரமும் மாயமுமொக்கே தீயதுதானே. ஒடியும் ஒட்டியவுமொக்கே அது செய்யுன்னோரெயும் கொண்டுத்தே தீரெடோ"

குமரன் மறுத்துப் பேசவில்லை. அவன் விடைபெற்றுச் சென்றபோது முதியவர் தலையை மட்டுமே அசைத்தார்.

வீட்டை விட்டு வெளியேறி பாதையை அடைந்தவுடன் அவனுக்கு எங்கே செல்வதென்று சந்தேகம் வந்தது. கிளியூருக்கே சென்றுவிடலாமா? திடுக்கென்ற ஒரு நினைவால் அவன் அதிர்ந்தான். வேண்டாம். அது ஆபத்தானது. திரும்பிச் செல்லத் துணிந்தாலும் அவனால் அது முடியவில்லை. முதல்நாள் நடந்திருந்த கொலையைப் பற்றிக் கூடுதலாகத் தெரிந்துகொள்ள வேண்டுமென்ற விருப்பம், அந்த வழியிலேயே தன் கைப்பிடித்து நடத்தியது. இருட்டாக மட்டும் முதல்நாள் தெரிந்த வழி, வெளிச்சத்தில் அவனுடனான அறிமுகத்தைப் புதுப்பித்தது.

முடிவில் கிளியூரை அடைந்தபோது இரவில் பின்னிட்ட தொலைவை நினைத்து அவன் அதிர்ந்தான். தெரிந்த இடமாக இருந்ததால் கொலை நடந்தது எங்கே என்பதை அறிந்துகொள்ள சிரமம் ஏற்படவில்லை. அப்போதும் ஒன்றும் நடக்காததுபோல அவ்விடம் ஆளற்றிருந்தது.

என்ன செய்வதென்று அறியாமல் சற்றுநேரம் அங்கேயே நின்றான். வந்தது வீணாகிப் போனது. இனி எங்கே போவது? எழுத்துப்பள்ளியைப் பற்றி யோசித்தான். அங்கே இருந்த கூட்டாளிகளைப் பற்றி நினைத்தான். மின்னல் கீற்றாக அவர்களுள் ஒருவனின் முகம் உள்ளே வந்தது.

வெளுத்தா என்ற கூட்டாளியின் குடிலுக்குச் சென்று சேர்ந்தான். ஒடியன்களைப் பற்றிய பயமுறுத்தும் கதைகளை முன்னால் வெளுத்தாவிடம் இருந்துதான் கேட்டிருக்கிறான். ஒடி அறியவும் நரியாகவும் எருமையுமாகவும் உருமாறவும் யாரையும் கொல்லவும் திறம் வாய்ந்த தன் முன்னோர்கள் சிலரிடம் வெளுத்தா பெருமிதம் கொண்டிருந்ததையும் குமரன் மறந்திருக்கவில்லை.

வெளுத்தா வீட்டில் இருந்தான். பழைய கூட்டாளியை அவன் அன்போடு சேர்த்தணைத்தான். குமரன் நடந்தது அனைத்தையும் சொன்னான். கொலையின் கதை கேட்டவுடன் முகம் வாடியது.

“இனி குஞ்ஞுனாசானோ மற்றோ ஆவோ அது பெண்ணியது?”

குஞ்ஞுனாசானைப் பற்றிய கதைகளை வெளுத்தா முன்பே குமரனிடம் சொல்லியிருக்கிறான். பெரிய மந்திரவாதி. ஒடி அறியவும் வடிவம் மாற்றவும் பிள்ளைத்தைலம் என்ற மருந்து தயாரிக்கவும் திறம் வாய்ந்தவர் என்று ஊரில் உள்ளவர்கள் ஆசானைப் பற்றிச் சொல்லியிருக்கின்றனர். பிள்ளைத்தைலம் தயாரிக்க கருவிலிருக்கும்

குழந்தை வேண்டுமென்று கேட்டிருப்பதால் ✱வயிற்றுக்கண்ணிகள், ஆசானைக் காணும்போது பயந்து ஓடுவார்கள். மற்ற ஒடியன்களின் வித்தைகளை அறிந்து கொள்வதிலும் ஆசான் திறன் வாய்ந்தவராக இருந்தார். ஒருமுறை எருமை ஒன்று குஞ்ஞுனாசானின் தோட்டத்து விளைச்சலைத் தின்று கொண்டிருந்தது. ஆசான் பார்க்கும்போது அந்த எருமைக்கு வாலில்லாமல் இருந்தது! ஒடி வித்தையினூடே வடிவம் மாறினால் இப்படி ஏதேனும் ஒருகுறை இருக்குமென்று அவருக்குத் தெரியும். ஆசான் நேராக உள்ளே சென்று சிறிது சுடுநீர் கொண்டுவந்து எருமையின்மீது ஊற்றினார். சடாரென்று எருமை, ஓர் ஆளாக வடிவம்கொண்டு ஆசானின் முன்நின்று நடுங்கியது.

“ஆசான் பொறுக்க வேண்டும். ஆளறியாதே பிணஞ்சதய்யா. வேறே வீடறுடே மொதலென்னு கருதித்தான் வந்தது”

குஞ்ஞுனாசானுக்குச் சிரிப்பு வந்ததெனினும் பொய்க்கௌரவம் முகத்தில் தோன்ற, “ஒடியன்டே முன்னில்தானே மாயம் மறியுவனோ! உம்... பொய்க்கோளு” என்றார்.

உடம்புக்கு ஒன்றும் பழுது ஏற்படாத அவன் ஓடித் தப்பித்துவிட்டானாம்.

குமரன், வெளுத்தாவிடம் கேட்டான்.

“குஞ்ஞுனாசானெ ஒன்னு காண்மான் எளிதோ?”

“என்னதினு?”

“காணவேண்டும்”

வெளுத்தா அதிர்ந்தான். குரலில் உறுதியைத் தெரிந்துகொண்டதால் அவனுக்கு மறுத்துப் பேசத் தோன்றவில்லை.

✱*வயிற்றுக்கண்ணிகள்- கர்ப்பிணிகள்*

“என்னதாகிலும் இன்னு அது வேண்டா குமரா. ஊரில் குழப்பங்கள் இரிக்கும் காலமாவிது. நீ இவிடே நிய்க்கு. வேண்ட காலத்தாகிலே நலம் வந்தோ”

ஓரிரு நாட்கள் அப்படிக் கடந்தபோது வெளுத்தா குமரனையும் அழைத்துக்கொண்டு குஞ்ஞனாசானிடம் சென்றான். அந்தப் பயணத்திற்கு முன்பிருந்தே குமரன், மாந்திரீகமான மற்றொரு உலகில் மனதால் வாழத் தொடங்கியிருந்தான்.

அத்தியாயம் மூன்று

குஞ்ஞுனாசான் என்ற குறுகிய மனிதனைப் பார்த்த குமரன், ஆச்சரியப்பட்டுப் போனான். உதட்டில் எப்போதும் புன்னகை காவல் புரியும் ஒருவரால் எப்படி இம்மாதிரியான செயல்களில் ஈடுபட முடிகிறது? ஒருவேளை அதெல்லாம் சும்மா என்றால் ஒருவரைப்பற்றி இப்படி ஒரு கதையைக் கட்டிவிட எப்படி முடிகிறது?

வெளுத்தாவோடு காட்டும் அதே வாத்சல்யத்தை அவர் குமரனிடமும் காட்டினார். அவனைப் பற்றிக் கேட்டறிந்து கொண்டார்.

அந்தத் துணிச்சலில் குமரன், 'எனாக்கு மந்த்ரோம் தந்த்ரோம் அறிவான் வேண்டித்தே இங்கு வந்தது' என்றான்.

ஆசானின் முகத்தின் புன்னகை மறைந்து, கண்களில் கத்திமுனையின் கூர்மை ஏறியது.

"அது பிள்ளக்களியாவாது. தொழிலினும் இணங்கிலியோ. ஒராளு அடிமுடியே மற்றொராளாய் மறிவுகொள்க வேண்டும். நல்லதென்னும் தீயதென்னுமுள்ள நிலயொக்கெயும் போகவேண்டும். நினக்காவுமோ இதொக்கெயும்?"

"என்னதும் செய்வேன்"

குமரனின் கண்களில் அசைவின்மையைக் கவனித்தபோதும், ஆசானை அது திருப்திப்படுத்தவில்லை.

"பலரும் என்னருகிலே இக்கணக்கு வந்நதோ. ஏறேப்பேரும் மடக்கிவிட்டேன். தொடங்கியோரெ ஒன்னுமே இன்னு காணலியே?"

“நான் ஒறப்பும் ஓர்ச்சையுமாயி வந்தவன். பின்னாக்கமே போவாது”

அப்போதுதான் குடிலின் பின்னாலிருந்து கால்நடையின் கரைச்சல் கேட்டது.

“எங்கி நீ ஆ போத்தினு கொறச்சு புல்லரிஞ்சிட்டு போ” குஞ்ஞுனாசான் உள்ளே சென்று ஒரு கத்தியுடன் திரும்பி வந்தபோது வெளுத்தனும் குமரனும் அங்கே இல்லை. ஆசான் கொல்லைப்புறம் சென்று பார்த்தார். கையில் இருந்த கத்தியால் குமரன் புல்லை வேரோடு அரிந்து கொண்டிருந்தான்.

“நெனக்கு, அரும்கத்தி எங்குந்தோ கெடச்சது?”

“என்டே கய்யிலு கருதிப்போன்னது”

“என்னாத்தினு?”

“வறுதே”

சட்டென ஆசானுக்குக் குமரனிடம் ஒரு மதிப்பு தோன்றியது.

“புல்லரிஞ்சது போதும். நீ பொய்க்கோளு”

அரிந்தெடுத்த புல்லுடன் அவன் தொழுவத்தைப் பார்த்து நடந்தான். அதை எருதின் முன்னால் போட்டபோது ஆசான் அழைத்தார்.

“ஆட்டே, முருகன் கோவிலிலு தொண நின்னு போன்ன நெனாக்கொண்டு ஈ வேலய்க்கு வேண்ட திறமயின்னதென்னு திரியும். போயி பின்னீடு வந்தோளு. பின்னொரு பரமார்த்தவும் கேளு. தேர்ந்த மூர்த்தியேம் சொல்லித்தரும் குருவினேம் நம்புனா நலம் வந்ததோ. அல்லென்னாலோ மந்த்ர தந்த்ரங்கள் பலிப்பான் எளுதல்லா. இன்னு போயி அடுத்த வெளுத்த வாவின்நாளு வந்தாப்போறும். அக்காலம் அத்ரேயுமொரு காளிக்காவிலும் போகட்டே. மொடக்கறது”

குமரன் மறுத்தொன்றும் பேசவில்லை. அவன் காத்திருக்கத் தயாராகவே இருந்தான். இருவரும் வெளுத்தாவின் வீட்டிற்குத் திரும்பினர். வேறு எங்காவது தங்கிக் கொள்வதாகக் குமரன் சொன்னபோதும், வெளுத்தாவும் வீட்டினரும் சம்மதிக்கவில்லை. சற்று தள்ளியிருந்த காளி கோவிலுக்கும் அவன் போய்வரத் தொடங்கினான்.

வெண்ணிலவு நாளில் அவன் காளி கோவிலிலிருந்து நேராக குஞ்ஞுனாசானின் வீட்டையடைந்தான். ஆசான், அவனை உச்சிமுதல் பாதம்வரை பார்த்தார். எப்போதும் இருப்பது போன்ற புன்னகையை மாற்றமின்றி அவர் முகத்தில் பார்க்கவும் குமரன் ஆசுவாசமானான்.

"அகத்து வா"

அவன் ஆசானைப் பின்தொடர்ந்து உள்ளே ஓர் அறைக்குச் சென்றான். காளி, மாடன் சிலைகளுக்கு முன் நின்று இருவரும் வணங்கினர். தரையிலிருந்த தடுக்கில் ஆசான் அவனை அமர்த்தினார். பதினாறு எழுத்துகளுள்ள ஒரு மந்திரத்தை அவனுக்கு உபதேசித்தார். அடுத்த வெண்ணிலவு நாள்வரை தினமும் செய்ய வேண்டிய சடங்குகளையும் சொல்லிக் கொடுத்தார். குமரன் வெளியேறத் தொடங்கியபோது அவர் தடுத்தார்.

"இனியும் நீ வேறெங்கும் போகவேண்டா"

அத்தியாயம் நான்கு

குஞ்ஞுனாசான், குமரனுக்காக யோசித்து வைத்திருந்தது சோதனைகள் என்ற பெயரிலுள்ள வழக்கமான சில தந்திரங்கள்தான். எருமையைக் குளிப்பாட்ட வேண்டும். அதை மேய்ப்பதற்காக அருகில் இருக்கும் தோட்டங்களுக்குக் கொண்டுபோக வேண்டும். சில வேளைகளில் எதையாவது கற்றுக்கொள்ளலாம் என்ற பாவனையில் ஆசானின் முன்னால் சென்று அமர்வான். ஆசான் அவனை நேருக்குநேர் ஆழ்ந்து பார்ப்பார்.

“அய்ய! என்னாத்த வெயிலு. கொறச்சு நெல்லு அகத்தொள்ளது ஒன்னு ஒணக்குத்தட்டிக்கு”

அவன் நெல்லை எடுக்க உள்ளே செல்வான். சிலசமயம் பூக்கள் பறிக்கப் போக வேண்டும். இல்லையென்றால் சாராயம் வாங்கப் போகவேண்டும். அவனுக்கு இடைவேளைகள் இல்லாமல் இருக்க வேண்டும் என்பதுதான் சோதனைகளின் உள்நோக்கம்.

சிறிது நாட்களுக்குப்பின் வேறொரு எருமையும் தொழுவத்தை வந்தடைந்தது. முதுமையேறியதன் இயலாமையை அதன் குழிவிழுந்த கண்களில் காண முடிந்தது. உடம்பிலிருந்து தனித்து நிற்பது போல அதன் நெஞ்சுக்கூடு வெளியே தள்ளி நின்றது.

“இதினெயும் வளர்த்துவது பாழ்வேல”

ஆசான், தன்னோடும் குமரனோடுமாகச் சொன்னார்.

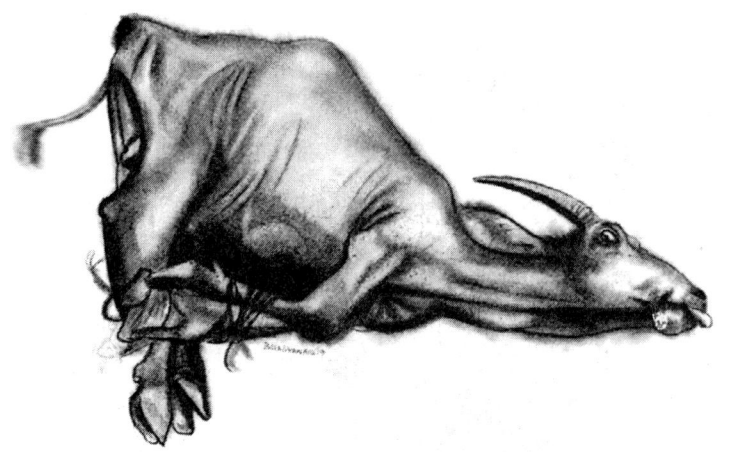

“இரண்டென்னதினேயும் ஒன்னிச்சு அறுத்தோளு”

குமரன் சற்றே நடுங்கிப் போனான்.

“நீ ஆ பறச்சேரீலு போத்துகளேம் கொண்டு போகட்டு. கண்டனெக் கண்டு நான் அயச்சதென்னே சொல்லு. அவன் பறயும்கணக்கு செய்”

குமரன் சற்றே சந்தேகத்துடன் நின்றான். ஆசான் அசரவில்லை.

“வேணோங்கிலு வெளுத்தேம் கூட்டிக்கோளு”

“வேண்டா”

குமரன் தொழுவத்திலிருந்து எருதுகளை அவிழ்த்தான். கிழட்டு எருது நடக்க முடியாமல் அடிக்கடி நின்றது. ஒரு சாட்டையைக் குமரனிடம் கொடுத்துவிட்டு வழியையும் சொல்லி அனுப்பினார்.

எருதுகள் முன்னால் நடந்தன. அவை தளரும்போது சாட்டைகள் சுழன்றன. பறைச்சேரி வந்துவிட்டதை யாரும் சொல்லாமலே புரிந்து கொண்டான். பறை மாடங்களுக்கிடையிலான சிறுவழியின் இருபுறமும் காயப் போட்டிருந்த தோல்கள் அவனை நகர்த்தின. பலவகைப் பறைகளில் கோர்ப்பதற்காக பல அளவுகளில் வடிவமைக்கப்பட்ட வட்டத்தோல்கள், தொடங்கவிருக்கும் ஏதோவொரு விழாவினை நினைவில் கொண்டுவந்தன. குற்றியில் அடித்து இழுத்துக் கட்டப்பட்ட தோலும் காணப்பட்டது. அவற்றின் வாடை அவன் மூக்கில் துளைத்து ஏறியது. அவன் தன்னுடன் இருக்கும் எருமைக்கன்றுகளைப் பார்த்தான். பறையோசை கேட்கும்போது அதற்கு உயிர் கொடுத்த அந்தக் கூட்டாளிகளை அவை நினைவில் கொள்ளுமோ? இல்லையென்றால் தான் இல்லாமல் போனாலும் தம் தோலின்மீது ஏற்கும் அடிகளுக்கு ஒரு முடிவும் ஏற்படாது என்று நடுங்குகின்றனவோ? உணர்ச்சியற்ற முகங்களின் ஈரமான கண்களில் இருந்து குமரனால் எதையும் தெரிந்துகொள்ள முடியவில்லை. அவன்

எருதுகளை விட்டுவிட்டு தன் பொறுப்புகளுக்குத் திரும்பினான். ஊடுபாதை கடந்து உள்ளே சென்றபோது கண்டனைக் கண்டுபிடிக்க சிரமம் ஏற்படவில்லை. அவன், ஒரு மாட்டின் மேல்வயிற்றைக் கீறி தோலை உரித்தெடுத்துக் கொண்டிருந்தான். வேலை முடியும்வரை குமரன் காத்திருந்தான். கண்டன், நேருக்குநேர் தன்னைப் பார்க்கவில்லை என்று அறிந்து தயங்கித்தயங்கிப் பேசினான்.

“குஞ்ஞுனாசான் தானே என்னெ இங்கயச்சது”

கண்டன் பதில் ஏதும் சொல்லவில்லை. அவன் எழுந்து சென்று எருதுகளை இரண்டு தென்னைகளில் கட்டினான். முன்னால் போன கால்நடைகளின் குருதியும் கொழுப்பும் சேர்ந்து கெட்டித்துப்போன அடையாளங்கள் மண்ணில் கனத்துக் கிடந்தன. கெடுவாடை மூக்கைத் துளைத்தபோது குமரன் மெதுவாகத் திரும்பி நடந்தான்.

“எங்கு போவது நீ? எனாக்கு ஒற்றைக்குப் பற்றும் பணியல்லிது. இங்குள்ளோரு கூடியாலும் கணக்கினொக்காது. கூடெக்கூடு”

குமரன் தலைசொறிந்தான். மெதுவாகத் தயங்கித்தயங்கி கண்டனின் அருகில் சென்றான். கண்டன், அருகே இருந்த கயிற்றை எடுத்து ஒரு முனையை எருதின் காலில் கட்டினான்.

“துறிச்சு மிழிக்காதெ ஒன்னூட பிடிக்கட்டு”

இருவருமாக இரண்டு எருதுகளின் கால்களையும் சேர்த்துக் கட்டினார்கள். வரப்போகும் விதியை முன்னால் கண்டு அவை வெருண்டோடப் பார்த்தாலும் பலிக்கவில்லை.

அதற்குள் மேலும் இருவரும் அவர்களுடன் சேர்ந்து கொண்டனர். சொன்னதற்கிணங்க மற்றவர்களோடு சேர்ந்து குமரன் ஒரு எருமையின் தலையைச் சாய்த்துப் பிடிக்க பெருமுயற்சி எடுத்தான். அதன் எலும்புக்கூடு குமரனின்மேல் உராய்ந்தது. புல்லும் நீரும்

கொடுக்கும்போதுதான் அதன் வயிற்றில் நீவிக்கொண்டு நின்றது அவன் நினைவில் வந்தது. அவன் கண்களை மூடினான்.

“நீயென்னா, ஒடேதம்பிரான்டே முன்னிலா? கண்ணேத்தொறந்து நேரே நோக்கு. எளக்கம் பெடாதே பிடிக்கு”

குமரன் கண்திறந்த நேரம், கண்டனின் கத்தி, எருதின் கழுத்தில் பாய்ந்து ஏறியிருந்தது. தன்னையறியாமல் அதன் உருளும் கண்களையும் பார்த்துவிட்டான். அத்துடன் ஓர் இரவின் இருள் முழுவதும் மண்டை ஓட்டினுள்ளே இரைச்சலோடு வந்து சேர்வதாக அவனுக்குத் தோன்றியது.

குமரன் மயக்கம் தெளிந்தபோது கண்டனின் கனத்த முகத்தைத்தான் எதிரில் கண்டான்.

“இப்படி பேடித்தொண்டனெங்கிலு என்னாத்த கஷ்டமோ!”

குமரனால் பேச முடியவில்லை. நெஞ்சில் அம்பு துளைத்த ஒரு மிருகத்தைப் போல உரக்க அழுவதாகவோ எங்கேயோ ஓடிப்போகப் போவதாகவோ அவனுக்குத் தோன்றியதெனினும், அவனால் அசையவே முடியவில்லை. வேட்டையாடத் தயங்கியவன், கசாப்புக்காரனின் கையாளாகிறான். எவ்வளவோ முயற்சித்தாலும் கொல்லலிலிருந்து விடுதலை கிடைப்பதில்லை. வெறியாட்டுக்களம் எனினும் கசாப்புச்சாலை எனினும் காரணங்கள் மட்டுமே மாறுகின்றன. தொழில் ஒன்றே. கழுத்தில் கத்தி விழும் தருணம் பார்த்துக் காத்திருக்கும் ஒவ்வொரு மிருகத்தின் முகத்திலும் எழுத்துப்பள்ளியில் அறிமுகமான அருள்முனியை அவன் கண்டான். திரும்பி வந்தபோது ஆசான் எதையும் கேட்கவோ சொல்லவோ செய்யவில்லை. எருமைகள் பிறகும் வந்தன. குமரன் புல்லும் நீரும் கொடுத்தான். அவற்றுடனான அவன் போக்குவரத்துகளும் தொடர்ந்தன.

ஒருமுறை பறைச்சேரியில் இருந்து திரும்பும்போது மூன்று பெண்கள் எதிரில் வருவதைப் பார்த்தான். எங்கேயோ பார்த்த ஞாபகத்தில் அவன் அவர்களுள் ஒருத்தியைத் திரும்பவும் பார்த்தான். உடனிருந்த இருவரும் அவனுடைய கண்களில் இருந்து நொடியளவில் காணாமல் போயினர். ஒருத்தியின் முகம் மட்டும் அங்கே தங்கி நின்றபோது அவன் முணுமுணுத்தான்.

"நீலி!"

அவனைப் பார்த்தபோதும் எந்தவொரு பரிச்சய பாவனையும் அவள் முகத்தில் இல்லாதிருந்தது. மூவரும் அவனைக் கடந்து போயினர்.

திடீரென, குமரன் அவர்களின் பின்னால் நடந்தான். நீலி ஒருமுறை தலையைத் திருப்பிப் பார்த்தாள். முன்னால் கண்டிருந்த இடங்கள் ஒவ்வொன்றும் தெளிவாகவும் இருளாகவும் குமரனைச் சூழ்ந்தன. அவள் நடக்கும் வழிகள் முழுவதையும் அவன் உள்ளுக்குள் வரைந்தெடுத்துக் கொண்டிருந்தான். மற்ற இருவரையும் விட்டு அவள் ஒரு குறுக்குப் பாதையை நோக்கித் திரும்பியவுடன், சற்றே நின்றான். ஒரு வளைவில் திரும்பியபோது சற்று நேரத்திற்கு அவளைக் காணவில்லையெனினும் பின்னால் ஒரு மேடேறி நடக்கத் தொடங்கியபோது அவள் மீண்டும் குமரனின் பார்வைக்குள் வந்தாள். யக்‌ஷிகள் வாழும் வேறொரு உலகத்துக்குத்தான் அவள் செல்கிறாளா? சுற்றிலுமுள்ள பசுமை முழுக்க தலையில் இருள் சுமக்கும் கரும்பனைகளும் பாலை மரங்களுமோ? கண்ணிமைக்காமல் பார்த்தபோது, ஒரு வீட்டின் முன்னால் அவள் சென்று நிற்பதையும் உள்ளே நுழைவதையும் கண்டான். பிறகு அங்கே நிற்காமல் திரும்பிச் சென்றான்.

8

அத்தியாயம் ஒன்று

அலங்காரன் அவளூரை அடைந்தவுடன், ஆர்யதேவன் உறக்கமற்றுப் போனார். இரவின் நீள்பொழுதுகளிலும் ஓலைச்சுருள்களின் முடிச்சவிழ்க்கும் முயற்சிகளில் மூழ்கி இருப்பார். எண்சுவடிகளின் வரிசையிலேயே சுவடிகள் இருக்கின்றன என்பதைத் தெரிந்துகொண்டபோது நிறைய எழுத்துகளைப் புரிந்து கொள்வது எளிதாக இருந்தது. அப்போதும் சில அடையாளங்கள் பரிச்சயமற்றதாகவே தொடர்ந்தன. எந்த மொழியெனினும் பொருள் அகன்றே நின்றது. ஆங்காங்கே பரிச்சயமுள்ள சில வார்த்தைகளைப் பார்க்க முடிந்தபோதும் அவற்றை மற்ற வார்த்தைகளுடன் இணைக்க முடியவில்லை.

“குயில் முட்டையிட்டுவிட்டு வெளியேறினால் போதும். காக்கைக்கல்லவா அதை விரிய வைக்கிற வேலை”

ஆர்யதேவன் தான் ஏற்றுக் கொண்டிருக்கும் வேலையைக் குறித்து சொல்லிச் சிரித்தார். நீண்டநேரம் ஓலைச்சுவடிகளை அடைகாக்க அவரது நோய்மை சம்மதிக்கவில்லையெனினும் இரவைப் பகலாக்க வந்த அறியப்படாத ஒரு உற்சாகம், அதைக் கையிலெடுத்த போதெல்லாம் பிக்குவை ஆட்சி செய்து கொண்டிருந்தது.

மனித சஞ்சாரம் குறைந்த ஆசிரமத்தைவிட மரங்களும் குன்றுகளும் நிறைந்த புறவுலகமே அலங்காரனுக்கு இணக்கமானதாக இருந்தது.

ஆட்களுடனோ அந்த இடங்களுடனோ அவனுக்கு விலக்கமொன்றும் தோன்றவில்லை. ஆனாலும், அமர்ந்திருந்த பிக்குகளின் தெளிவான முகத்தைப் பார்க்கும்போது, அவர்கள் தன் உலகிற்கு வெளியே நிற்பதாகவும், அங்கலாய்ப்புகளின் உலகிற்கு அவ்வப்போது மட்டும் வந்து சேரும் உள்நிலைதான் அந்த ஆசிரமம், தன்னைச் சுற்றிப் பரப்பும் அமைதியென்று தோன்றும். சங்கடங்களையோ பயங்களையோ எதிர்கொள்வதற்கான தெம்பு அவனிடம் இல்லாதிருந்தது. எனினும் அப்படியொரு உலகையே நெஞ்சிலேற்றி வந்திருக்கிறான். ஒருமுறை தர்மசீலனைப் பார்த்தபோது, பலவற்றைப் பற்றிப் பேசுவதற்கிடையில், ஒருபோதும் கிடைத்திராத சுகத்தைப் பற்றிய யோசனைகளும் கடந்து வந்தன. பிக்கு ஆசுவாசப்படுத்த முயன்றபோது அலங்காரனுக்குச் சிரிப்பு வந்தது.

"துக்கமில்லாத உலகத்திலு புத்தனு என்னதோ வேல?"

அதைக்கேட்ட தர்மசீலன் நம்பிக்கையின்றிப் பார்த்தார். அவை அருள்முனியின் வார்த்தைகளல்லவா? சாதாரண மனிதனின் உதட்டிலும் அப்படிப்பட்ட வார்த்தைகள் முளைவிடுமா? அருகதை உடையவன் ஆவதற்கு அவ்வளவொன்றும் முயற்சிக்க வேண்டியதில்லையோ? இல்லை, வெறும் வார்த்தையின் வெளிப்பாடாகவே தனக்குத் தோன்றுகிறதோ?

அறியாமல் சொல்லிவிட்ட வார்த்தைகளை அலங்காரன் அப்போதே மறந்துவிட்டான். ஓலைச்சுவடிகளின் பொருள் முழுவதும் தெளிவடைந்தவுடன், அதை எங்கேயாவது எறிந்துவிடுவதாக உறுதியெடுத்துக் கொண்டான். பாசி படர்ந்த கற்கள், பனி சூழ்ந்த மலைச்சிகரங்கள், காற்றிலசையும் இலைப்படர்ப்புகள், சருகுகளுக்குள் எழும் அசைவுகள், கருங்கல்லை அசைத்து நகர்த்தும்போது உறைந்து நிற்கும் பயமென அடைகாக்கும் கருந்தேள்கள், அகன்று கேட்கும்

ஓசைகள், கண்மூடியிருக்கும்போது குழைந்து கலங்கி தெளிவடைந்து முன்னால் வந்தடையும் காட்சிகள்... அவளூர் வழியாக நடந்தபோது அகமும் புறமும் ஒன்றானதாக அவனுக்குத் தோன்றியது. இந்த உலகை வேறொன்றாக எழுதிக்கொடுத்தது எதற்காக?

இருள்விழத் தொடங்கியபோது அலங்காரன் வெளியேறி இலக்கின்றி நடக்கத் தொடங்கினான். ஆசிரமத்தின் விளக்கிலிருந்து அவனைப் பின்தொடர்ந்த வெளிச்சம், சற்று தூரத்தில் தானாகவே மறைந்து போனது. கனத்து வரும் இருளில் தட்டுத்தடுமாறி முன்னேறிச் செல்லவே விரும்பினான். எங்கே வந்து சேர்ந்தோமென்ற நிச்சயமற்றபோது ரகசியமான ஓர் ஆனந்தம், அவனைச் சூழ்ந்தது. அவனுள்ளே மங்கலானதொரு திசுவிலிருந்து ஆயிசாவின் நினைவு, மனித உருக்கொண்டு வளர்ந்தபோது அதில் ஒரு நிழல் விழவும் செய்தது. அவன் திரும்பிச் செல்லத் தயாரானான். அதற்குள் எவ்விடத்தையும் மயானமாக்கும் நிசப்தத்தின் ஆழ்ந்த அமைதியிலிருந்து, அந்தப் பரிச்சயமான ஓசையுயர்ந்ததை அவன் கேட்டான். அது வெளியேறி மரங்களில் உரசி எதிரொலித்தது. அவன் முன் ஒரு மெல்லிய வெளிச்சம் தெளிவடைந்தது. எண்ணெய் மினுமினுக்கும் ஒரு பெண்ணுடலுக்குள் அது பரவியது.

"அருகில் வா"

முன்பே பரிச்சயமான சிலிர்ப்பேற்படுத்தும் குரல். இவ்வளவு காலமும் இதற்காகக் காத்திருந்தது போல அலங்காரன் அவளருகே நகர்ந்தான். ஒரு மறதியும் ஒரு நினைவும் அவனுள் ஒன்றாகின. இணைந்து உரசிக்கொண்ட உடல்கள் அகன்று விடாதிருக்க அவர்கள் தங்களுக்குள் பிடியை அழுத்திக் கொண்டனர். உயிர்த்துடிப்பும் வெம்மையும் கொண்ட அவன் நாக்கு குளிர்ந்துறைந்த தோலின் எண்ணெய் மினுமினுப்பில் வழுவிச் சென்றது. தரையில் முட்டியிட்டு

அமர்ந்து வயிற்றுக்குக் கீழே அவன் உதடுகளை அழுத்தியபோது அவனுடைய தலையை அவள் தனக்குள் இழுத்துக்கொண்டாள். நீள்கூந்தலை முன்னால் விசிறிவிட்டுப் புறவுலகிலிருந்து அவனைத் தன் ரகசியங்களுக்குள் மறைத்தாள். பிறகு அவளும் தரையிலமர்ந்தாள். சருகுகள் நொறுங்கும் ஓசையில் அவர்கள் புணர்ந்து கிடந்தனர். இரவின் மெல்லிய குளிரிலும் அவன் வேர்வை அவளை நனைத்தது. ஆனால்...

எதையும் முழுமையாக்க முடியாமல் அலங்காரன் தளர்ந்து போனான். ஆசுவாசப்படுத்த அவளுடைய உதடுகள் அவன் நெற்றியில் பதிந்தபோதும், 'தனித்து விடப்பட்டேன்' என்ற எண்ணத்திலிருந்து விடுதலையின்றி அவன் மல்லாந்து கிடந்திருந்தான். பரவிக்கிடந்த முடியிழைகளை அவள் அவனுடைய முலைக்கண்களைச் சுற்றிலும் மயிலிறகுகளாய்ப் பரப்பினாள். உடல்களுக்கிடையிலான விள்ளல்களையெல்லாம் நிலவொளியால் மூடி அவள் ஒரு பாடல் பாடினாள்.

"நீ என் அருகில் இருக்க,
விடிவதற்கு இன்னும் பொழுதிருக்க
வண்டு திறந்த வெள்ளாம்பல் போல்
தனித்து பிளந்து கிழியும் ஒருடலின் அகங்களில்
நீ மட்டுமிருக்க,
நீயன்றி யாரும் என்னுள் இல்லையே"

அவளுடைய அவிழ்ந்த கூந்தலினை அலங்காரனின் விரல்கள் தழுவின.

"நீ என்னாக்கொண்டா இப்பளும் என்னருகிலே வருந்நது?"

அலங்காரன் ததும்பும் கண்களை இறுக்கியபடி அவளைச் சேர்த்தணைத்தான். அதற்கிடையிலும் பல துளிகளாக உள்ளே விழுந்து

கொண்டிருந்த மற்றொருவளின் நினைவு நீரோட்டமாக மாறியபோது அவன் கைகளைப் பட்டெனப் பின்னுக்கிழுத்தான்.

“உண்மைல நீ யாரு? அதுகூட எனக்குத் தெரியாதே”

என்றாவது ஒருநாள் பதில் சொல்ல வேண்டிய கேள்விதானெனினும், அவள் ஒரு நிமிடம் அமைதி காத்தாள்.

“எல்லாத்தையும் உங்கிட்ட சொல்ல முடியுமா? ரகசியங்கள எல்லாம் வெளியேத்திட்டா பெறகு நான் உன்னோட சர்வசாதாரண அடிமையாயிட மாட்டேனா?”

இரவில் விரியும் வெள்ளைப் பூக்கள், அவளுக்காகச் சிரித்தன. பட்டெனப் பூக்களின்மேல் இருள் சுருள்கள் வந்து மூடின.

“உங்கிட்ட நான் உண்மைய மட்டும் சொல்லணும்னு தோணுது”

“அதினென்னா பற்றாய்க?”

“உனக்குள்ள நான் மட்டும் இல்லையே. அதுவேதான் ரொம்பப் பெரிய தடை”

“ஆமாம். ஆயிசா எப்பவும் உள்ள இருக்கா. இவ்வளவு நாளும் எங்கூடவே இருந்த உனக்கு இது தெரியாமப் போவுமா?”

“நல்லாத் தெரியும். அது மட்டுமில்ல, நினைவுகளிலிருந்தும் யூகங்களிலிருந்தும் உண்மையை மட்டும் பிரித்தெடுத்துச் சொல்ல ஒரு பெண்ணால் முடியாது; அவள் வருவதையும் வராதவற்றையும் பார்க்கவே வேண்டியிராத ஒரு யட்சியாகவே இருந்தாலும்”

“யட்சி?”

“அப்படித்தான் சொல்லணுமான்னு எனக்குத் தெரியல. எப்படின்னாலும் ஒவ்வொரு நிமிடமும் எரிந்து வீழும் உடலின் சிறையிலிருந்து விடுபட்டபோதுதான் உள்ளம் சற்று அடங்கியது”

அலங்காரனுக்கு ஏனோ பயமொன்றும் தோன்றவில்லை. எதிர்பார்த்ததையே கேட்டதனால் உருவான ஓர் அலட்சியம் அவன் உதட்டில் ஒட்டி இருந்தது.

"உடலின் தடவோ? கண்டும் கொண்டுமறியான் உடலில்லாதே என்ன ஆனந்தமிரிப்பது?"

அமைதியான புன்னகையோடு அவள் எழுந்து நின்றாள். சட்டென அங்கே ஓர் ஒளி பரவியது. அவள் பின்னால் நகர்ந்து நகர்ந்து செல்வதாக அவனுக்குத் தோன்றியது. சுற்றி இருந்த இருள் மறையவும் எதிரே ஒரு பூந்தோட்டத்தையே காண முடிந்தது. கொடிகள் படர்ந்து காணப்பட்ட ஓர் அசோகமரத்தின் கொம்பிலிருந்து அவள் அழைத்தாள்.

"வா, என்னருகே வா, எவ்வளவு நல்ல காற்று! பூக்கள் எல்லாம் எப்படி மணம் பரப்புகிறது! இந்த வண்ணத்துப் பூச்சிகளுக்கு எப்படி ஒரு நிறம்! அவற்றின் இறகுகளுக்கும் இந்தப் பூவிதழ்களுக்கும் என்னவொரு ஒற்றுமை!"

எழ முயன்றபோதும் அலங்காரன் அங்கேயே தளர்ந்து விழுந்தான். மூச்சிளைப்பதாக அவனுக்குத் தோன்றியது. உடல் வில்லாக வளைந்து தாழ்ந்தது. அவளின் முகத்தை ஒருமுறை பார்க்கவும் கண்களில் இருட்டு பரவி ஏறியது.

"எனக்கு ஸ்வாசிக்காம்மேலா. ஒன்னையும் காணானும் ஆவதில்லா. நீ என்னதா என்னோடு செய்தே"

அவள் வெடித்துச் சிரித்தாள். அது அலங்காரனை மேலும் கோபம் கொள்ளச் செய்தது.

"களியாக்குந்தோ நீ? நின்டே பச்சச்சிரி ஒரு கத்தியுடேது மாதிரி.

வாய்த்தலைக்கு தெளக்கம் கூடுந்தோறும் மூர்ச்சயும் ஏறி வருவது''

அவளுக்குப் பரிதாபம் தோன்றியது.

"மனிதா உடலால் சிறைப்பட்டவன் நீ. நானும் முன்பு அப்படித்தான் இருந்தேன். உடலை விழாவாக்கிய ஒரு கணிகை நான். எனக்குள் வந்த ஒவ்வொருவரும் ஆவலோடு சுவைக்கவும் காயமேற்படுத்தவும் செய்ததனால் என் உடலுக்கு எல்லாத் தொடுகையும் ஒன்றாகவே ஆகிப்போனது. உடலைக் கடந்து வெளியேறிய பிறகுதான் இந்த உலகத்தை அதன் தனிமையில் உணர்ந்துகொள்ள முடிந்தது. காட்சியையும் கேள்வியையும் ருசியையும் மணத்தையும் அதன்போக்கில் நான் அனுபவிக்கிறேன். ஆனந்தத்தின் உலகம் இது. நான் இங்கே அலைந்து திரிந்து கொள்கிறேன். எனக்கு முக்தி வேண்டாம்''

அவள் சொன்னது எதுவும் அலங்காரனுக்குச் சரியாகக் கேட்கவில்லை. காதில் ஒரு ரீங்காரமாக மட்டுமே ஒலித்தது. மேலே நட்சத்திரங்கள் மறைந்துவிட்ட ஆகாயத்தை அவள் ஒரு பனம்பாயைப் போலச் சுருட்டி வைக்கிறாள். அந்தக் காட்சியும் மறைந்தபோது அவன் உறக்கத்தின் ஆழங்களில் வீழ்ந்து விட்டிருந்தான்.

பரந்ததொரு பாறைமீதிருந்துதான் மறுநாள் அவன் விழித்தெழுந்தான். தலையிலிருந்து உடல் முழுவதும் படர்ந்த ஒரு மரமரப்போடு அலங்காரன் இழைந்திழைந்து ஆசிரமத்தை நோக்கி நடந்தான்.

அத்தியாயம் இரண்டு

"அலங்காரா, உனக்கும் அவளூரில் இருந்து விடுதலை இல்லை"

கனத்ததொரு குரல் கேட்டுத்தான் திரும்பிப் பார்த்தான்.

மஸ்கரி!

அதிர்ச்சியோ பயமோ இன்றி ஓர் நிம்மதியே அவரைப் பார்த்ததும் அவனுக்குள்ளே தோன்றியது. எனினும் அவருடைய வார்த்தைகள் அலங்காரனைத் தளர்த்தின.

"அதென்னா? ஞான் என்னதினோ இனியுமிங்கு அலஞ்சு திரியுவது?"

மஸ்கரி சிரித்தார்.

"எதுக்கு நீ இங்க வந்த? யார் சொல்லி வந்த?"

அவனால் எதையும் நினைவில் கோர்த்தெடுக்க முடியவில்லை. கனவுபோல் எவையெல்லாமோ அவனுள்ளே கடந்துபோயின. உள்ளே இன்பம் தோன்றும் ஓர் இசையும், உடல் முழுக்க சொல்லொணா ஒரு நோவும் மட்டுமே எஞ்சியது.

"பரவாயில்லை, உன் முன்னோர்களும் இங்கேதானே வந்தார்கள். எங்களின் முன்னோர்கள் பலரும் அவர்களுக்கு வழிகாட்டி இருக்கிறார்கள். அவர்கள் யாருக்கும் இந்த இடத்தைவிட்டுச் செல்லவும் முடிந்ததில்லை"

அலங்காரனின் கண்களில் இருள் ஏறியது.

“இதெல்லாம் உங்களுக்கு எப்படித் திரியும்? கொஞ்சம் ஓலைச்சுவடிகள அன்னக்கி ஒரு மாராப்பிலாக்கி நாங்கொண்டு வந்தது. அதுதான் அந்தக் கடவுளே நெனச்சாக்கூட வழிகாணாத மாதிரி என்னை இங்கே மாட்டிவிட்டது. அத வாசிக்கத் தெரிகிற ஒராளையாவது பாக்க முடியுமான்னுதான் எனக்கு இருக்கு”

“எல்லாமே நியதியோட வேலைகள்தானே! உள்ளதை முன்னால் தெளிவாகக் காட்டித்தரும் மகா நிமித்தங்கள். எதிர்பாராமல் நம்மைத் தேடிவரும் நிகழ்வுகளிலோ, முன்னால் வந்துசேரும் சகுனங்களிலோ அதன் அடையாளங்கள் இருக்கும். மண்ணிலும் விண்ணிலும் அது இருக்கிறது. உடலிலோ அதன் சிறிய வடுக்களிலோ எங்களால் அதைக் காணமுடியும். சொப்பனத்திலும் சப்தத்திலும் அது இருக்கிறது. அப்படிப்பட்ட நிமித்தங்களிலிருந்து நாங்கள் கடந்து சென்றதையும் வர இருப்பதையும் அறிய முயல்கிறோம். அறிவதையே உங்களிடம் சொல்கிறோம்.”

“ஆசீவகர்களைப் பத்தியும் சிலவற்றைக் கேட்டிருக்கேன். மஸ்கரிகளப் பத்தியும் அவங்களோட மகாநிமித்தங்களப் பத்தியும் சில பிக்குகள் என்னிடம் சொல்லியிருக்காங்க”

மஸ்கரி நெற்றியைச் சுழித்து அலங்காரனைப் பார்த்தார்.

“நாங்கள் அனைவரும் சமணர்களே. கௌதமனும் மகாவீரனும் கோசாலனும் சொல்லித் தந்த பலவழிகளினூடாக நடந்த காலங்களிலும் தேடியது ஒன்றைத்தானே. ஆனாலும் அவ்வப்போது எங்களுக்குள் கலகமும் பரிகசிப்பும் நடந்து கொண்டிருக்கும். நடப்பதற்கான வழிகள் ஒவ்வொன்றாக அடைந்த பொழுதிலும் எங்கள் பாதைகளிலிருந்து பிடியை விட்டுவிடவில்லை. இப்போது ஏதும் இல்லை. உள்ளதெல்லாம் இல்லாமலாவது உலகநீதி என்பதை உணர்ந்து கொண்டதால் நொம்பலமும் இல்லை. ஆனாலும் ஒன்று உள்ளது.

யாவரும் கழுத்துவரை மூழ்கிய இக்காலத்திலும் வாய்ப்பு கிடைத்தால் அவர்கள் எங்களைப் பற்றிச் சொல்லிப் புரணி பேசுவார்கள்"

நடந்து தீர்த்த தொலைவின் அடையாளங்களை, திகம்பரரான மஸ்கரியின் சோர்ந்த உடலில் அலங்காரன் வாசித்தெடுத்தான்.

"இங்கு வந்துசேர்ந்த சஞ்சாரி அல்லவா நீ? அறிவு தேடி நடப்பவன். இப்போதும் இந்த ஊருடன் ஒத்துப் போகாதவன். அறிவு தீரும் இடத்தில்தான் அவளூர் தொடங்கும்"

"அறிவு நேடானொந்தும் எனக்குப் பாங்கில்ல. என் கையில் வந்துபெட்ட ஓலக்கெட்டிண்டே பொருளறிவான் ஆர்யதேவன் என்னொரு பிக்கு முயற்சி சிரம்பட்டுக்கொண்டே இருப்பது. நிங்கக்கு அறியாவெங்கிலு பறஞ்சு தா அய்யா. ஏன்... இல்ல, நான் மடங்கிப் பொக்கோளாம்"

"அதை வாசித்து அறிய என்னாலும் முடியாது நண்பா. ஆனாலும் ஒன்னு சொல்றேன். இந்த இடத்தோட ஒவ்வொரு அனுபவமும் அதனோட பொருளுக்கு உன்னக் கொண்டு சேர்க்கவே செய்யும். ஏன்னா, இது பெரிய ஒரு சுடுகாடாக இருந்துச்சுன்னு தெரிஞ்சுக்கோ. செத்துட்டாங்கன்னு நாம நினைச்சவங்களை அடக்கம் செஞ்ச இடம். ஆளுங்க மட்டுமில்ல, இறந்தும் இறக்காத அறிவுகளும் அனுபவங்களும் இம்மண் முழுக்கவும் கலந்திருக்கு. இதுவரையிலான காலத்தில் இந்த உலகத்தில நெறைஞ்சு நின்ன பலரும் அங்கே கரைந்து சேர்ந்தனர். சிலதெல்லாம் மண்ணில் அமிழாமல் எழும்பி நின்றன. எரிந்து முடிந்தது என்று நினைத்த பலவும் இங்கே மீண்டும் துளிர்க்கவும் செய்தன. இதையெல்லாம் அறிந்து கொள்வதுவரை நீயும் இம்மண்ணில் பங்கு பெறுவாய். அவளூர் என்ற பூபுரம் அதுதானே. கோடுகள் எதையும் முழுக்க அழிக்கமுடியாத மந்திரலோகத்தின் வரைபடம் இது. இறந்தும் இறவாதவர்களின் சுடுகாடு"

"இப்படிப்பட்ட பெரிய மொழிகளின் உள்ளுரை எதையும் புரிந்துகொள்ள முடியாத வெற்று மனிதனே நான். உங்களுக்குத் தெரிவது எதுவாயிருந்தாலும் என்கிட்ட ஒருதடவை தெளிவாச் சொல்லக்கூடாதா?"

மஸ்கரி சிரித்தார்.

"நான் அறிந்து கொண்டதை அப்படியே உனக்குத் தெரியப்படுத்தினேன். அவ்வளவுதான் அலங்காரா. அது என் நியோகம். நான் சொன்னதெல்லாம் சரிதான். நிமித்தங்கள் என்னோடு அவ்விதமல்லவா சொல்கிறது. ஒவ்வொரு காலத்திலும் உயிரின் பொருளைத் தெளிவாக உணர்ந்திருந்த பலரும் இந்த உலகத்தில் இருந்திருந்தனர். அவற்றுள் சில சரியென்றும் மற்றும் சில பொய்யென்றும் லோகத்தினர் கருதினர். சரியென்று தோன்றியவற்றின்முன் அவர்களும் அரசர்களும் வணங்கி நின்றனர். தவறென்று உணர்ந்தவற்றை அடித்து விரட்டியும் கழுவேற்றியும் அகங்காரம் கொள்ளவும் செய்தனர். சில சரிகள் பின்னொரு காலத்தில் பெரும் பிழைகளாவுமாயின. சிலபிழைகள் பின்னர் பேருண்மைகளாகவும் மாறும். பல சரிகளின் பேரில் போர்கள் நிகழ்ந்தன. தோற்றவர்களை வெளியேற்றவும் அவர்கள் இடங்களைக் கண்டடைந்தனர். அப்படிப்பட்ட ஓரிடம்தான் இது. பல தேசங்களில் வாழ்ந்திருந்தவர்களும் இங்குள்ளனர். அவர்களுள் தோற்றோடி வந்தவர்களும் இருக்கிறார்களாம். கல்லெறிந்து விரட்டப்பட்டவர்களும் உண்டாம். அரசர்களால் நாடு கடத்தப்பட்டவர்களும் உண்டாம். தங்களுக்குப் போக்கிடம் இல்லையென்று அறிந்து தனியாக வந்து சேர்ந்தவர்களும் இருக்கின்றனர். இந்த நாட்டுக்கு அரசர்களில்லை. நாட்டுக்கு வேண்டாதவர்களைச் சுமக்காமலிருப்பதே அவர்களுக்கும் நல்லது"

அலங்காரனை அந்த வார்த்தைகள் எதுவும் தீண்டவேயில்லை. இந்த தேசத்திலிருந்து எப்படி வெளியேற வேண்டும் என்றதொரு எண்ணம் மட்டுமே அப்போது அவன் மனதில் நிறைந்திருந்தது. அவன் மஸ்கரிக்கு முன்னால் மண்டியிட்டான்.

“எனக்கிங்கிந்து போக வேணும். ஆவதுண்டெங்கில் அதினு ஒரு வழி தெளிக்கய்யா”

மஸ்கரி சலனமற்று நின்றார்.

“அது என்னால முடியாது கொழந்தே. நியதியின் நியோகங்களைத் தடுப்பதற்கு நான் யார்? சற்று அடங்கு. கொஞ்சநேரம் நீ என்கூட வா”

பதிலுக்குக் காத்திராமல் மஸ்கரி நடக்கத் தொடங்கினார். அலங்காரன் அசையாமல் அங்கேயே நின்றான். ஆனாலும் அவர் கண்பார்வையில் இருந்து மறையும் தருணத்தில் அவன் உரத்த குரலில், “நில்லுங்க, நானும் உங்ககூட வரேன்” என்றான்.

அவன் மஸ்கரியை நோக்கி ஓடினான். இருவரும் சேர்ந்து நடந்தனர். உடலை வருத்திய வேதனையை அவன் வெளியே காண்பிக்கவில்லை. மஸ்கரியும் அதைப் புரிந்து கொண்டார். ஆனாலும் அமைதியாகவே நடந்து கொண்டிருந்தார்.

மக்கள் வசிக்காத ஊரென்று தோன்றும் அவளூரின் சூழல். புதர்களைப் பகுத்து விலக்கியும் காய்ந்த சருகுகளை அகற்றியும் அங்கே ஒவ்வொரு இடத்தையும் சீர்படுத்த வேண்டியிருந்தது. பலமுறை கடந்து சென்றவருக்கும் ஒவ்வொரு பயணமும் முதல் பயணம் போல் தோன்றியது. மரங்களுக்கிடையில் இருவரும் ஒரு ஆற்றங்கரையைச் சென்றடைந்தனர். ஆங்காங்கே நிற்கும் ஒற்றைத் தென்னைகள். அவற்றிலிருந்து உதிர்ந்து காகத்தின் இறகுகள்போல் கிடக்கும் தென்னோலைகள். வேகம் குறைக்காமலேயே மஸ்கரி ஆற்றிலும்

நடையைத் தொடர்ந்தார். சற்றுத் தயங்கி நின்றாலும் நனையத் தொடங்கிய வேட்டியை அவிழ்த்து தலையில் சுற்றிக்கொண்டு அலங்காரனும் அவரைப் பின்தொடர்ந்தான். பிறந்தமேனியானபோது தன்னுடையதும் மஸ்கரியுடையதுமான உடல்கள் ஒன்றாக ஆகிப்போனதென்றும் சுற்றியிருந்த இயற்கையும் அவையும் தமக்குள் பேசிக்கொள்வது ஒன்றே என்றும் அலங்காரனுக்குத் தோன்றியது.

அத்தியாயம் மூன்று

ஆழம் குறைந்த ஆறு, நீண்டு சிதறிக் கிடக்கும் பாறைக் கூட்டங்களுக்கு இடையில் ஒழுகி ஏறிச் சென்றது. பஞ்சுப் பொதிகளின்மீது நடப்பதுபோல கூர்மையான கற்களின்மீது நடந்து முன்னேறிச் சென்றார் மஸ்கரி. உடன் சென்றுசேர அலங்காரன் மிகவும் பாடுபட்டான். கற்கள் கால்பாதத்தைத் துளைத்தேறியபோது எலும்புகளும் நோகத் தொடங்கின. இடைக்கிடையே அவன் மூச்சுவாங்கிக்கொண்டு, கண்களில் வழியும் நீரைத் துடைக்கவும் செய்தான். மஸ்கரி, பல இடங்களிலும் பொறுமையாகக் காத்திருந்தார். நடைபாதைகூட இல்லாத நீண்டு கிடக்கும் ஏற்ற இறக்கங்கள். கற்கடலின் அலைகளில் ஏறியும் இறங்கியும் நடந்து பெரியதொரு பாறையைப் பிளந்து உண்டாக்கப்பட்ட குகையருகே வந்து சேர்ந்தனர். அதன் சிறிய வாயிலின் உள்ளே இருவரும் நுழைந்தனர். சதுரமான பெரிய அறை போலிருந்த அதன் முடிவில் ஒரு குறுக்குப் பாதையைக் கடந்துசென்று வட்ட வடிவிலான மற்றொரு அறையை அடைந்தனர். கனத்த இருட்டு. வெளிச்சத்தில் இருந்து சட்டெடன நுழைந்ததால் அலங்காரனால் அப்போது எதையும் பார்க்கவே முடியவில்லை. சிறிது நேரம் கடந்தபோது, மஸ்கரி சற்று முன்னால் நகர்வது மங்கிய வெளிச்சத்தில் அவன் கண்களுக்குப் புலனாகியது. அவர், கற்சிலை போலத் தோன்றிய ஓர் உருவத்தின் முன்னால் சென்று நின்றார்.

“கோசாலன் அல்லவா?”

“ஆம்”

“இது யார் உன்னுடன்?”

சன்னமாகவேயெனினும் குகைக்குள் முழங்கிய ஓசையைக் கேட்டபோதுதான் அது சிலை அல்ல, மனிதன் என்று அலங்காரன் உணர்ந்தான். திடீரென மூளையில் தோன்றிய நடுக்கத்தோடு உற்று நோக்கினான். இருட்டிலிருந்து ஒரு நிழலுருவம் மெதுவாகத் தெளிவடைந்தது. மஸ்கரியைப் போலவே சடையுடன் நிர்வாணமாக சப்பணமிட்டு அவர் அமர்ந்திருக்கிறார். ஏது நிமிடத்திலும் அந்தக் காட்சி மறைந்துவிடுமென்றே அலங்காரன் பயப்பட்டான். மற்றொரு மஸ்கரியோ?

“பல முன்னோர்களையும் போல, அறிந்துகொள்ள முடியாத சிலவற்றைத் தேடி அவளூரை அடைந்த இவன் பேரு அலங்காரன்”

மௌனமே அவருடைய பதிலாக இருந்தது. சற்றுநேரம் கழித்து அவர் அவனை அழைத்தார்.

“மகனே, அருகே வா”

அலங்காரன் சற்றே தயங்கினாலும், பின்னர் அருகில் சென்று அவரை வணங்கினான். அந்த மஸ்கரி தலையில் கைவைத்து ஆசீர்வதித்தார். அன்பின் மகுடத்தைத் தலையில் அணிந்து கொள்வதாகவே அவனுக்குத் தோன்றியது.

“போதும், போகலாம்”

உடன் வந்த மஸ்கரியின் குரல் ஓர் ஆணையென ஒலித்தபோது அவன் அனுசரித்தான். இருவரும் குகையைவிட்டு வெளியே வந்தனர். அலங்காரனுக்குள் நோய் போல ஏதோ ஒன்று பரவியது.

“நாம எதுக்கு இங்கே வந்தோம்?”

“நியதி வரவழைத்தது”

"நாம இப்போது யாரைப் பார்த்தோம் அய்யா?"

"என் மிக நெருங்கிய நண்பனை. உனக்கு இந்தப் பிறவி தந்த சிறுகண்டனை"

அலங்காரன் அதிர்ந்து நின்றான். சொல்லக் கேட்டிருந்த நினைவுகளில் அந்த உருவத்தைத் தேடியபோதும் அதன் ஒரு நிழலைக்கூட அவனால் கண்டெடுக்க முடியவில்லை. ஆனாலும், வெளிச்சத்தின் ஓர் அலை பாய்ந்து உள்ளே ஏறுகிறது. அதில் மூழ்கியெழுவதைத் தவிர, வேறு ஒரு வழியும் இல்லை.

"உன் தந்தையும் உன்னைப் போலவே இங்கு வந்து சேர்ந்தவரல்லவா. என்னைப் போல் ஒருவர் இவ்வழியைக் காட்டியும் இருக்கலாம்"

பாறைக் கூட்டங்களின் இடையிலூடே நடப்பதற்கிடையில் மஸ்கரி, வேறு சில குகைகளையும் அவனுக்குக் காட்டினார்.

"இவை ஒவ்வொன்றிலும் மஸ்கரிகளே வசிக்கிறார்கள். மற்றவர்களுக்கு இவர்கள் அனைவரும் கள்ள சன்னியாசிகளாகவே தெரிகிறார்கள். உண்ணாநோன்பு இருந்து உயிர்விடத் துணிந்தவர்கள் சிலர். எல்லோரும் அப்படித்தானென்று சொல்லிவிடவும் முடியாது."

"அப்பா... அப்பாவும் சாகத் தயாராகி விட்டாரோ?"

மஸ்கரி, ஆமென்றோ இல்லையென்றோ சொல்லவில்லை.

"அப்படின்னா அப்பாவைத் திரும்பக் கூப்பிடுங்க. நினைக்காத நேரத்துல கெடச்ச நிதிய மரணத்துக்கு விட்டுக்குடுக்க முடியாது அய்யா"

அலங்காரனின் குரலுக்கு நனைந்த கம்பளி போன்ற கனம் கூடியது. அதை உணர்ந்த மஸ்கரி புன்னகைத்தார்.

“கொடுமைக்காரங்க நீங்க. மத்தவங்ககிட்டயும் உங்ககிட்டயுமே கொஞ்சம்கூட கனிவேயில்லாமப் பழகுறவங்க”

“ஒருவரின் விதியில் குறுக்கிட வேறொருவருக்கு இயலாது அலங்காரா. வாழ்வு அவ்வளவு கடினமானது”

“எனக்கு அப்பாவ இன்னொரு தடவ பாக்கணும்”

அவன் திரும்பி நடந்தான். மஸ்கரி பின்னிலிருந்து அவன் கையைப் பிடித்தார்.

“இன்னொரு தடவைப் பாத்தாலும் எந்த மாற்றமும் வருவதில்லை”

“நியதி! நியதி! உங்களோட தத்துவப் பேச்சக் கேட்டு எனக்கு வெறுத்துடுச்சு. என்னக் கொஞ்சம் வாழ விடறீங்களா?”

மஸ்கரி எதிரே பரந்து கிடக்கும் பாறைக்கூட்டங்களைப் பார்த்தார். இங்கே காணப்படுவதெல்லாம் ஒருநாள் இல்லாமல் போகும். இதைத் தெரிந்து கொள்வதுதான் விஷயமென்று எல்லோரும் சொல்கின்றனர். அதை அறிவதற்கான வழிகள் மட்டுமே வெவ்வேறானவை. அதையறிந்தாலும் இவ்வுலகில் எப்படித் தொடர முடியும்? அழலின் ஈரமோ பகட்டின் தெளிவோ இல்லாத அப்படிப்பட்ட வாழ்வில் என்ன ஆனந்தம் உள்ளது? என்றோ ஒருநாள் மாய்ந்து போவதில் மனது வைத்தாலும் அழல்தான் மிஞ்சும். எதையாவது செய்தாலும் செய்யாவிட்டாலும் குறிப்பிட்ட குணமோ தோஷமோ இல்லை. புண்ணியச் செயல்கள் செய்தால் நன்மைதான் பலனென்றோ, பாவச் செயல்கள் செய்தால் தீமைதான் பலனென்றோ ஓர் உறுதிப்பாடும் கிடையாது. எண்ணிய பலன் கிடைத்தாலும் அதுவும் அழியக் கூடியதே. இப்படி நியதியின் கையில்பட்டு உழல்வதாக உணர்ந்துகொள்ளும் ஒருவன் சுயமாக மரணிக்கத் தீர்மானித்தால் அதிலென்ன தவறு? வாழ்வல்ல, மரணமே சத்தியம். ஒவ்வொரு

நிமிடமும் செத்துக் கொண்டிருப்பதை வாழ்வென்று அழைப்பவர்கள், அதை முன்பே உள்ளுணர்ந்தவர்களை ஏன் குற்றம் சுமத்துகிறோம்? மஸ்கரியால் அதைப் புரிந்துகொள்ள முடியவில்லை. அவர் கல்பரப்பை நோக்கி நடந்தார். அலங்காரனுக்கும் அவரைப் பின்தொடர்வதைத் தவிர வேறுவழி தெரியவில்லை.

கற்பாறைகளில் தட்டியும் முட்டியும் போவதற்கிடையில் அலங்காரன், ஒவ்வொரு குகையையும் பார்த்தபடி நடந்தான். அதனாலேயே மஸ்கரி காணாததொரு காட்சியை அவன் கண்டான்.

ஒரு குகையின் முன்னால் நிர்வாணமான ஒரு பெண் உருவம். மத்திய வயதைக் கடந்திருப்பதாக முதல் பார்வையிலேயே தோன்றுகிறது. உடல் முழுக்க வெண்ணீறு புரண்டிருக்கிறது. கால்முட்டிவரை தழைந்திருக்கும் முடியிழைகளினூடே முக்கண்ணனின் சடாமுடியிலிருந்து வழிந்திறங்கும் ஆகாய கங்கையைப் போன்ற வெண்மை, நரையோ வெண்ணீரோ என்று முடிவுசெய்ய முடியவில்லை. அவர் குகைக்குள்ளே திரும்பி நுழையும்போது, அலங்காரன் மஸ்கரியிடம் கேட்டான்.

“அது யாரு?”

மஸ்கரி குகையின் இருளுக்குள் மங்கி மறையும் அந்த உயிர்வடிவைப் பார்த்தார். மிகுந்த பரிச்சயமான ஒன்று, பின்னால் பிடிபடாத ரகசியமாக வரும்போது தோன்றும் ஒருவிதமான பரபரப்பு அவருக்குள் ஏற்பட்டது.

“அது... தெரியலடா. அவர் எங்களைச் சேர்ந்த ஆளல்ல”

அதைக்கேட்டதும், அலங்காரனைவிட மஸ்கரிக்குத்தான் ஆவல் அதிகமானது. அவர்கள் இருவரும் அந்தக் குகையை நோக்கி நடந்தனர். ஆனாலும், உள்ளே செல்லாமல் வெளியிலேயே காத்திருந்தனர்.

நீண்டநேரம் சென்றபிறகும் உள்ளிருந்து அசைவொன்றும் கேட்காததால் அவர்கள் திரும்பி நடந்தனர்.

வானில் மேகங்களுக்குமேல் வெண்ணீர் புரண்டிருந்தது. தரையில் பாறைக்கூட்டங்களில் வெயிலின் வெளிச்சம் மறைந்தது. மண்ணில் கால் மிதித்து, முடியவிழ்த்து, விண்ணைத் தாண்டி வீசி, துடி கொட்டி உலைந்தாடும் ஓர் உடலிலிருந்து வீழும் வெண்சாம்பல் அந்தப் பயணிகளின்மீதும் தூவலாய் சொரிந்து கொண்டிருந்தது.

9

அத்தியாயம் ஒன்று

குமரனுக்கு அன்று உறக்கம் வரவில்லை. இருளை மாய்த்த மெல்லிய விளக்கின் வெளிச்சத்திலும் வேர்வையில் நனைந்த ஒரு பெண்ணுடல், அவனுடைய கண்களில் தெளிந்தும் மறைந்தும் வந்து கொண்டிருந்தது. எல்லா நினைவுகளையும் பின்னால் தள்ளி, உள்ளிருந்து எழுந்த வேதனை அவன் உடலைத் திருப்பித் திருப்பிப் போட்டது. அதன்பிறகான பகல்களில் அவனுக்கு வழக்கமான செயல்களிலும் கவனம் குறையவே செய்தது.

குஞ்ஞுனாசான் எதிலும் ஈடுபாடு காட்டவில்லை. அவர் செய்வதெல்லாம் வாழ்வை அதன் வழியில் விடவேண்டும் என்ற தெளிவுறுத்தலாகவே குமரனுக்குத் தோன்றியது. ஆனாலும் ஆசான் இடையிடையே நினைவுபடுத்தினார்.

“கடம்பகள் ஏறே வந்ததோ?”

குமரனுக்கு அது புரியாமல் இல்லை. இருந்தும் உள்ளத்தை அடக்கி நிறுத்த இயலவில்லை. எண்ணங்கள் அவற்றின் வழியில் போகின்றன. அவ்விதத்தில் தன் பிடிக்குள் அடங்காத ஒரு மாலையில் அவன் நீலியின் வீட்டுக்குப் புறப்பட்டான்.

மரத்தட்டியின் விள்ளல்கள் வழியே காணும் வளையங்கள் போல வழிகள் உள்ளே அடையாளமாகக் கிடந்ததால் சேரவேண்டிய இடத்தை அடைய சிரமமேதும் ஏற்படவில்லை. முன்பொருமுறை தொலைவிலிருந்து அவள் சென்றதைப் பார்த்த நினைவில்,

வளைவிற்கு அடுத்துள்ள மேட்டில் ஏறிச்சென்றவன், அவளுடைய வீட்டு முற்றத்தையே வந்தடைந்தான்.

நீலி வெளியே வந்தாள். அந்தியின் சிவப்பில் அவள் உடல் பவழப்புற்றுபோல ஒளிர்ந்தது.

"என்னதே வேணம்?"

குமரன் பம்மினான்.

"நான்... ஒரு தடவை பாக்க..."

"சும்மா பாக்கவா?"

அவள் உதடு சுழித்துச் சிரித்தாள்.

"இல்ல"

நீலி குமரனை அடிமுடி பார்த்தாள்.

"உள்ளே ஏறி வா"

அவன் அதைச் சற்றும் எதிர்பார்க்கவில்லை. எனினும் யாரோ எடுத்தெறிந்தது போல நிமிடங்களுக்குள் உள்ளே வந்துவிட்டிருந்தான்.

சந்தனக்குழம்பு, அகில், எண்ணையின் வாசனைகள் குழைந்து அந்த அறையில் தங்கி நின்றன.

"உட்கார்"

எப்போது வேண்டுமென்றாலும் உயர்ந்து போகக்கூடிய நிலைகள் குமரன் ஊஞ்சலின் ஓரத்தில் பின்புறத்தைத் அழுத்தியபோது நீலி அருகே சென்று அமர்ந்தாள். அவனுடைய தோளில் கை வைத்தாள். அவனுடைய கையின் நரம்புகளைத் தடவினாள். குமரனால் எதையும் நம்பவே முடியவில்லை.

“துறந்து சோதிப்பதில் கெறுவிக்க வேண்டா. என்னெ புலர்த்தான் வேண்டும் வக கையிலுண்டாமல்லோ, அல்லே?”

குமரனுக்குப் புரியவில்லை. நீலியுடன்தான் இப்போது இருக்கிறோம் என்ற உண்மையை நினைவு கொள்வதற்கான முயற்சியில் இருந்தான் அவன்.

“பலரும் நோட்டமாச்சு வரும் உடல் இது என்னறியிதோ? ஏவர்க்கும் ஞான் வழங்கலியே”

நெஞ்சில் அடி விழுந்தது போலத் தோன்றியது குமரனுக்கு. அவன் திடுக்கிட்டுப் பார்த்தான். நெஞ்சை நோக்கி வந்திருந்த அவளுடைய விரல்களைப் பிடித்து தள்ளினான். எதுவும் பேசாமல் வெளியேறி நடந்தான். வீட்டிலிருந்துள்ள வழியைக் கடந்து, இறக்கத்தில் நடந்து மறையத் தொடங்கியவனை, நீலி பின்னாலிருந்து அழைத்தாள். அவன் சற்று நின்று, திரும்பிப் பார்க்காமல் முன்னோக்கிச் சென்றான்.

பின்னாலிருந்து நீலியின் கை அவன் தோளில் பதிந்தது. குமரன் நின்றான்.

“எனக்கு நிங்களெத் திரியும். ஓரிக்கலெங்கிலும் தன்னெ தொட்ட கண்களெ, காலமெத்ர போகிலும் ஒருவள் திரிச்சறியாதெ விடில்லா”

நம்பாத குமரன் அவளை மேலும் ஒருமுறை பார்த்தான். நீலி அவன் கைப்பிடித்து மேலே ஏறிச் சென்றாள்.

“ஞான் என்னும் தடவில் தானிரிப்பேன். ஒன்னெங்கிலு ஆளுகளுடெ தடவு, அல்லெங்கிலு தனியே செய்தொழிக்கும் கர்மங்களுடேது. அங்கொன்னுமே என் மனம் எத்தியதுமில்லா. மரம் வெட்டுவதின்மும்பே உடையவர் அதினோடு அனுவாதம் சோதிக்கும்; எந்தால் மறுபடி ஆருமே கேட்டெடந்து நடிக்கிலியே”

குமரனின் கை அவனையுமறியாமல் அவளுடைய இடுப்பைச் சுற்றி வளைத்தது. அவள், மடிக்குத்தில் கைவைக்கவும் அவன் உடைந்து பலவாறாகச் சிதறினான்.

அவள் வீட்டின் மூங்கில் கதவு அடைத்துக் கொண்டது. கருங்கல்லில் செதுக்கப்பட்ட நிர்வாணச்சிலையாக நீலி குமரனின் முன்னால் நின்றாள். முன்னர் பலமுறை தன் மனம் விரும்பியதேயெனினும், இப்போது தனக்கு, தன்னையே வழங்குவதற்குத் தயாராகி நிற்கும் அந்தக் கருத்தான பெண்ணழகின்முன் சற்றே சுருங்கிப் போனான். உள்ளங்கையால் தன் பிறப்புறுப்பை மறைத்திருந்த அவனுடைய கைகளையெடுத்து, அவள் தன் தோள்மீது வைத்தாள். இறுக்கிப் புணரத் துடிக்கும் பேராவலுக்கும் விட்டு விலகிவிடத் தோன்றும் பயத்திற்குமிடையில் உழன்ற அவனை நோக்கி நீலி மெதுவாகச் சிரித்தாள். அவனைச் சேர்த்தணைத்தாள். அவளின் கனத்த முலைகள் நெஞ்சில் அழுந்தவே, குமரன் தன் துயரங்களையெல்லாம் மறந்திருந்தான்.

நீண்டதொரு முத்தத்தின் முடிவில் காந்தும் தன் உதட்டை அவன் தொட்டுப் பார்த்தான். விரலில் குருதி படர்ந்திருந்தது. உடனே, அவள் அந்த விரலையெடுத்து பற்களுக்கு இடையில் வைத்துச் சுவைத்தாள். தரையில் ஊன்றி நின்ற குமரனின் கால்பாதத்தைத் தன் காலால் அவள் அகற்றி நிறுத்தினாள். நிலைதவறிக் கீழே சரிந்த அவன்மீது அவள் அழுந்திக் கிடந்தாள். உடல்களின் விழாவில் வெற்றியும் தோல்வியும் மாறிமாறி வந்தன. அவன் வேகமாக இயங்கிக் கொண்டிருக்க அவனை இறுகக் கட்டியணைத்து,

“இப்போள்... இப்பொழுதுதானே... குமரா, நீ தாங்குன்ன அன்பு முழுக்கனெ என்னுள்ளில் நிறைக்கட்டுடா...” என்றாள்.

இயக்கங்களுக்கு விரைவு கூடின. இவ்வளவு காலமும் அவளிடம் தோன்றிய உணர்வுகள் முழுவதையும் ஒரே முனையில் கொண்டுவந்து அவன் அவளுக்குள் செலுத்தினான். உள்ளே உள்ளதெல்லாம் வெறுமையாகி, குமரன் சக்கரத்துள் நசுங்கிய கரும்புத் துண்டாக அவள்மீது தளர்ந்து விழுந்தான்.

நீலியின் தழைத்திருந்த முடிக்கற்றையில் முகம் அழுந்திக் கிடக்கையில் அவளுடைய குரலுக்கு தீவிரமானதொரு கூர்மை வந்திருந்தது.

“நின் முன்னில் வச்சும் ஒருநாள் ஞான் இது செய்தேன்”

“உவ்வே. எனக்கு முன்னாடி நீ உன் ஒடம்ப மறைக்காம நடந்தத அப்பப்ப நெனைச்சுக்குவேன்”

“அதெ, நீ காண்மதினு வேண்டித்தே செய்தது. இருட்டில் நின்னுடைய கண்முனகள் தரச்சாறே அதினோளம் ஊற்றத்தில் நடந்தேன். பின்னெ, நீ கொண்ட ஒளிநோட்டத்தில் புளச்சு வேறொராளிங்கலு ஆ ஊற்றத்தெ பொலிப்பிக்குகயும் செய்தேன்”

குமரன் கூசிப்போனான். கண்களும் நிறைந்து வழிந்தன. ஒருவருக்கு மற்றொருவரிடத்தில் எடுத்துக் கொள்ளக்கூடிய முழுமையான சுதந்திரத்தோடு அவன்,

“என்னதாயிருந்து அவிடங்களில் கண்டதொக்கே? என்னத்தினாயிருந்து எல்லாம்?” என்று கேட்டான்.

இப்போது நீலியின் முகமே துயரத்தில் துவண்டது.

“மும்பே பறஞ்சதோர்க்க. சாதகருடெ உலகத்தில் ஓரடிமையாய வள்தான். என் பெண்ணத்தமெல்லாம் அவர்க்காயிக் கொண்டு ஞான் துலச்சுவிட்டேன்”

குமரன் தயங்கித்தயங்கிச் சொன்னான்.

“வெள்ளப்பனெ நான் பின்னொரிக்கல் கண்டேன். நீ அங்குநின்னே பொய்க்கழிஞ்ச பொழுதாகும். ஆணென்னோ பெண்ணென்னோ வேர்திரிவில்லாத சாதகருடெ நிலையைப்பற்றித்தான் அயாள் சொன்னதெல்லாம்”

நீலி உதடு சுழித்துச் சிரித்தாள்.

“அதே. அவருடெ சடங்கினொக்கெயும் பெண்ணொருவளே கூடெ கொள்வார். அதுகொண்டெடன்னதே! அயாள்க்கு கருத்தனாக என்னுடல் கருவாக்கி. பட்டாங்கதுதானே”

அவள் தொடர்ந்தாள்.

“பெண்ணுறவுகளிலும் நனைவுகளிலுமெல்லாமே மற்றெங்கும் கிடயாத்த சித்திகள் இரிப்பூ என்னல்லோ அன்னு அயாள் சொன்னது. அதினு வேண்டித்தே வேழ்ச்சிக்கிடையில் தன்கருத்து பிடிச்சு வைப்பது. அது பெண்ணிலேக்கு பகராதே சொந்தம் நட்டெல்லிலூடே நெருகயித்தினா வலிய கழிவுகள் வந்தோ. பெண்ணின்டே நனைவுகள்கூடி உள்ளிலெத்தனா அவயொக்கெயும் இரட்டியாய் வந்தோ. அதினாயுள்ள சடங்குகள் தானெல்லாம். ஒன்னிச்சு செய்ய வேண்டும் கர்மங்கள். என்னாலோ, பெரிய சித்திகளொக்கே அயாள்க்கு மட்டும்தான்”

குமரன் பழைய காட்சிகளை நினைவுறுத்தினான். அவன் அவளுடைய நெற்றியில் முத்தமிட்டான்.

“குமரா, சாதகனை விட்டு ஞான் சென்னேறியது விடன்மாரின் கூட்டில்தானே. எல்லாக் கெண்ணிகளிலும் மாறிமாறி வீணுபோய இர மட்டுமல்லோ ஞான். என்னாலோ ஒன்னில் நின்னுமே விடுதி நேடானாயதும் இல்லையே”

அவளுடைய கையை எடுத்து மார்போடு அணைத்துக்கொண்டான்.

"உள்ளும் உடலும் ஒன்னாய் தெகஞ்சது நின்னோடு சேர்ந்தளவுதானே"

அவள் அவனுடைய இடுப்பைச் சுற்றி வளைத்தாள். அவனுடைய விருப்பம், மீண்டும் அதன் பற்களால் நரம்புகளில் அழுத்தியது.

"இன்னும் ஒரு தடவ..."

தளர்வு குமரனைத் தீண்டவே இல்லை. அவள்மீது அழுந்திக் கிடந்தபோது அவன் தலையை உயர்த்தினான். உள்ளிருந்த சரடுகளின் இறுக்கம்விட்டு விரல்கள் தனியாக இயங்கின. அதற்கிடையில் உதடுகள் அவள் காதில் அழுத்த அவன்,

"என்னைப் பறக்கவிடாதே, இறுக்கிக்கொள் பெண்ணே"

நினைவுகளில் அகப்பட்டு அவன் இரைந்து கொண்டிருந்தான்.

"இனி நான் இருக்கேன்... நான் இருக்கேன் உன்கூட. வேற யாரும் வேண்டாம். என்னால அதப் பொறுத்துக்க முடியாது"

"இல்லை குமரா, நீ மட்டும்தான் எனக்கு இருக்க"

தன்னை அடைந்த அனைவரும் அந்த நிமிடம் அவனாக மாறிப்போனதாக நீலி உணர்ந்தாள். இப்போது பலர் இல்லை; ஒருவன் மட்டுமே. மற்ற எல்லாவற்றையும் எரித்துவிட்டு காமம் தனியாகக் கொழுந்துவிட்டு உயர்ந்தபோது அவள் அவனைக் கைகால்களால் நன்றாக வரிந்து முறுக்கினாள்.

நீலி முணுமுணுத்தாள்.

"நம்மள் தன்னெயும் அவரென்னு வந்ததோ!"

அத்தியாயம் இரண்டு

"இப்போள் நிய் பசுவின்மட்டே விட்டு கடுத்த சாதகனாயி, அல்லே?"

குமரன் திரும்பி வந்தபோது ஆசான் வழக்கத்திற்கு மாறான கௌரவத்தில் இருந்தார். அவன் சற்றே தயங்கினான்.

"இல்ல. எனக்கு சாதகனாக வேண்டா"

"இன்று செவ்வாயில்லயா? வெளுத்த வாவுமல்லோ. இரவில் நீ எனக்கொப்பம் வந்தோளு"

எங்கே என்று குமரன் கேட்கவுமில்லை; ஆசான் சொல்லவும் இல்லை. ஆனாலும் கடினமான ஏதோ ஒன்று தன்னைக் காத்திருப்பதாக அவனுக்குத் தோன்றியது. அன்றைய பகலின் நிழல் வளர்வதும் சுருங்குவதும் மிக மெதுவாக நிகழ்ந்தது. பகலோன் மறைய வழக்கத்தைவிட நேரமானது.

நள்ளிரவை நெருங்கியபோது ஆசான் குமரனையும் அழைத்துக்கொண்டு நடந்தார். முழுநிலவானதால் பாதையில் சிரமம் ஏதுமில்லை. மக்கள் வாழும் சேரிகளைக் கடந்து அவர்கள் சுடுகாட்டைச் சென்றடைந்தனர். சிதைகள் எரிந்தடங்கிய புகை, மேலுயர்ந்து இருளில் கரைவதை தூரத்திலிருந்தே காண முடிந்தது.

குமரனின் நெஞ்சு அதிர்ந்தது. மண்ணில் செந்நாய்களும் மரத்தில் கோட்டான்களும் ஓசை எழுப்பிக் கொண்டிருந்தன. சிறு கலக்கவுமின்றி ஆசான் சிரித்தார்.

“எல்லாம் கணக்கொத்து வந்தேதீரெடோ. கேள்பீலயா கலம்பலுகள்?”

பயம் மறந்து குமரன் சற்றே சிரித்தான். ஆனாலும் பம்மல் நீங்கி இருக்கவில்லை. சுடுகாட்டுக்குள் கடப்பதற்கு பதில், வேலிப் படப்புக்குப் பின்னாலிருந்த மரக்கூட்டத்தின் பின்புறம் அவனை அணைத்து நிறுத்தினார் ஆசான். உதட்டில் சுட்டுவிரலை அழுத்தி ஓசை எழுப்பக்கூடாதெனக் குறிப்பால் உணர்த்தியபின், தோட்டத்தின் ஒரு மூலையைச் சுட்டிக்காட்டினார்.

எப்படிப்பட்ட காட்சியாக இருந்தாலும், திடுக்கிடக் கூடாது என்று குமரன் தீர்மானமாகவே இருந்தான். எனினும், ஆசான் காட்டிய திசையைப் பார்த்தவன் நடுங்கிப்போனான்.

நீலி! எவ்வளவு தொலைவில் இருந்தாலும் அவன், அவளை அடையாளம் காண்பானே! மீண்டும் வேறொருவனுடன் அவளைப் பார்ப்போமென அவன் நினைத்திருக்கவே இல்லை. அவளுடன் இருக்கும் இளைஞன், யார் என்று அவனுக்குத் தெரியவில்லை. அவர்களுக்கு முன்னால் சுடர்விட்டு எரியும் ஒரு கனல் மெத்தையின் வெளிச்சம். அதன்முன் அசைவற்றுக் கிடக்கும் மற்றொரு இளைஞனின் உடலையும் கண்டவுடன் விறைத்துப் போனான்.

சிதையில் துளிர்த்த தீச்செடிகள், சிவந்த கிளைகளாகப் பரவி மேல்நோக்கி உயர்ந்தன.

உடனிருந்த இளைஞன், மந்திரங்களை உச்சரித்துக்கொண்டே தன்னுடலிலும், பிறகு நீலியின் உடலிலும் பல இடங்களில் விரல்களால் தொட்டபடி இருந்தான். இருவரும் எழுந்து முன்னால் கிடந்த அசைவற்ற உடலைச் சற்று சிரமத்துடன் கவிழ்த்திக் கிடத்தினர்.

“அய்யா! ஆரது?”

குமரன் மெலிதாகத் துடித்தான். தேர்ச்சக்கரத்தின் அடியில் பட்டதுபோல அவன் நெஞ்சம் நெறிந்தது. உடலுறுப்புகளிலிருந்து வெளியேறிய சுவாசக்காற்று தன் விருப்பம் போல மேலும்கீழும் அலைந்தது. சிதைக்கு அருகே சிதறிக் கிடந்த மண்டையோடுகள் அவனை நோக்கிச் சிரித்தன.

“ஆரென்னறிவில்லா. பிணத்திினெந்தினே ஒரு பேரு?”

“இவரு அயாளே கொல செய்துவிட்டதோ?”

“அதாகயில்லா. இத்தரம் கர்மங்கள்க்காய் கொண்டு ஆரெயும் கொல செய்வருது என்னல்லோ சாதகர்க்கு முற”

ஆசான் முணுமுணுத்தார். பிறகு பேசாமலிருக்கும்படி மீண்டும் சைகை செய்தார்.

பிணத்தின்மீது அவர்கள் இருவரும் சேர்ந்து ஒரு சதுரம் வரைந்தனர். அதன் உள்ளேயும் கோடுகளையும் அடையாளங்களையும் நிரப்பினர்.

“சுடலக்காளியுடைய எந்திரமாண்டேனது”

ஆசான் மெல்லிய குரலில் சொன்னார்.

நீலி ஒரு சிரட்டையில் சாராயத்தை ஊற்றி, இளைஞனின் உதட்டோடு சேர்த்தாள். அவன் அதில் பாதி குடித்துவிட்டு அவளிடம் கொடுத்தான். முன்னாலிருந்த தின்பண்டங்களை ஒவ்வொன்றாக எடுத்து தங்களுக்குள் பரிமாறிக் கொண்டனர். ஒவ்வொன்றையும் தின்றுகொண்டே மந்திரங்களை உச்சரித்தனர். இனி அவர்கள் என்ன செய்வார்கள் என்பதை குமரன் அறிவான். அவர்கள் இருவரும் புணர்ந்தனர். தரையில் அழுந்திக் கிடந்தனர். வேகவேகமாக இயங்கினர். ஓய்வின்றி மூச்சிரைத்தனர். அவள் கண்களை மூடினாள்.

அவன் எழுந்து நின்றான். மல்லாந்து கிடந்த அவளுடைய இடுப்புக்குக் கீழே ஒரு ரோமத்தைப் பறித்தெடுத்தான். வெண்மையான கொழுப்பும் சற்றே சிவப்பும் அதில் படிந்திருப்பதை உறுதிப்படுத்திக்கொண்டான். கண்கள் மூடி உருவிட்டபடி அந்த ரோமத்தைச் சிதையில் அர்ப்பணித்தான்.

"நம்மக்குப் போகாம் அய்யா"

குமரன் மீண்டும் ஒருமுறை அங்கே பார்த்தான். மிக நீண்ட சடையுள்ள ஒரு சிங்கத்தைத்தான் அவள் உள்ளே வளர்த்திருந்தாள். தான் பார்க்கும் போதெல்லாம் அது நகங்களை ஒதுக்கி, பதுங்கி இருந்தது. அவளுடைய இடுப்புப்பகுதியில் இருந்து கண்களைப் பின்னுக்கிழுத்த குமரன், ஆசானின் கையைப் பிடித்தான். உடலில் மட்டுமல்ல, உள்ளத்தின் எல்லாப் பிளவுகளிலுமிறங்கி ஒருத்தியை முழுவதுமாக அறிந்து கொள்வதைத்தான் காதல் என்று நான் கருதியிருந்தேன். உடல் முழுவதையும் விட்டுக் கொடுத்தாலும், உள்ளத்தை அவள் பத்திரமாகப் பாதுகாப்பாள். அதைத் தெரிந்துகொள்ளத் தாமதம் ஆகிவிட்டது என்பதே அவனின் வருத்தம். நடந்து பாதையை அடைந்தபோது,

"இது காண்மதினோ என்னெயும் கூட்டியது?" என்று கேட்டான்.

தான், தன்மேலேயே தொடுத்த அன்பின் அம்புகளையும் அருவெறுப்பின் அம்புகளையும் ஏற்று அவன் உள்ளம் ஒருமுறை நடுங்கியது.

"அதெ, ஒரு சாதகனாவதின் முறகள் கடுப்பப்பெட்டது. கண்டதொன்னும் அல்ல, பிணத்தின் மேலிருந்துதான் சிலதொக்கே செய்யவேண்டது" என்றார் ஆசான்.

“சாதகருடெ மட்டும் முறயும் எனாக்கினி காணவேண்டா. எந்திரிக்கிலும் ஒன்னு தானறிய வேண்டும். இவளெ ஆசானு முன்னே திரியுமோ?”

“அறியாம். இவளெத்தன்னெ அல்லடா, நின்னையும் பண்டே அறிவேன்”

குமரன் நடுங்கினான்.

“உள்ளில் தெளிஞ்சது எந்தொன்னும் கருதண்டா குஞ்ஞே. நெனக்கு முன்பே நீலியும் இந்நாட்டிலெத்தும் காலம் முதல்கே என்மொழியே நம்பினவள். வாழ்வில் பிணயுன்னதொக்கேயும் ஒரு மறையும் கூடாதே பறஞ்சவள். இக்கழிஞ்ச நாளிலும் அவளெக் கண்டேன். நீ அங்கு சென்னில்லயா? அல்லா, நின்னெ அவள் வருத்தியென்னே வருவது”

குமரன் மரத்துப்போன குரலில், “அவள் ஒரு கணிகைதானே?” என்று கேட்டான்.

ஆசான் திருத்தினார்.

“அல்ல, யோகினிதான். அவள் பூஜிப்பவள்; பூஜை ஏல்க்கயும் செய்வாள். ஓரோ பெண்ணிலும் இரிப்பூ அம்மட்டில் ஒரு மகாகாளி. ஒராள் மட்டுமாய் ஒரு சாதகனில்லா. அயாளில் அனேகம்பேர் இரிப்பதுண்டாம். ஒருவள் மட்டுமாய் ஒரு காளியுமில்லா; அவளில் எல்லாரும் உண்டாம்”

குமரன் சிறிது நேரம் மொழியற்று நின்றான். பின்னர் தளர்வுற்ற குரலில்,

“நீலி இவ்விதம் அல்லய்யா என்னோடு சொன்னது. சாதகர், அவளெ சதிப்பெடுத்தி என்னல்லே” என்றான்.

ஆசான் தொடர்ந்தார்.

“அங்கினெ உள்ளோரும் ஏறே. எங்கிலும் உடலொரு சிதையென்னும் உலகமொரு சுடுகாடு என்னும் திரிஞ்சவர்க்கே இத்தரமொக்கே செய்வதினாவூ. ஆணினும் பெண்ணினும் அதே நிலயெத்தாவ. அப்பொழுதுதானே அவன் யோகியும் அவள் யோகினியும் ஆவது. உயிருள்ள பிணங்களிலிருந்து உயிரு மாத்ரம் தெளிச்செடுக்கும் வழியல்லோ அது. எனக்கதெப்பேரும் தள்ளானாவதில்லா”

“ஆசான் பொறுக்க வேணும். ஒரு சாதகன் ஆவதினுள்ள படிகளொன்னும் எனாக்கு கேறானகலியே. என்னுள்ளே எப்பொழுதுமே அவள்தானே. என்ன மறிவுகள் அறிஞ்சாலும் என்னதொக்கே தேறியாலும் அவளெ என்னில் நின்னு ஒழிப்பான் ஒருவழி இப்பிறப்பிலு எனாக்கு முந்தானிலே காணலியே. அவளோடுள்ள அன்பில் நான் கண்டதும் கேட்பதுமெல்லாம் வேறொன்னல்லோ. இப்போள் ஓர்த்து நோக்கும்போள் அவள்க்கொப்பம் இருந்தவனும் நான் தன்னேயென்னு நினப்பேன்”

ஆசான் சிரித்தார்.

“தோணலுகள் ஒக்கெயும் நன்னு. நீ அம்மட்டில் எத்தியல்லோ. ஈ பறஞ்சதிலும் இதினடுத்த படியல்லோ கடுத்தது”

“எனாக்குத் திரியலய்யா”

“பறயாதே விடுக வய்யா. நீலியுமாயுள்ள நினாக்குள்ள அடுப்பம், நிங்கள் இருவர்க்குமே அழிவு பெடுத்தும்”

“இது என்னாத்த விதி! ஒக்கேயுமறிய ஆசான் என்னதே இப்பறயுவது?”

“அறியுந்ததினால்தானே பாதியறிய நின்னோடு சொல்வது. இன்னு கண்டில்லே அவளுடெ நில? அவளும் ஒழியாத்த கெணிகளில் பெட்டு

உழலுவோள். என்னோடவள் பறஞ்சபோதெல்லாம் நின்னோடுள்ள அடுப்பம் தடயுவதினே ஞான் நோக்கிவந்தது. அவளதொன்னுமே கேட்டதில்லா. நீய் அங்கோட்டு அடுக்குந்ததும் நல்லதல்ல. அது தடயுவதினு வேண்டித்தே நின்னே இங்கோளம் கொண்டுவந்தது”

“எனாக்கு அவளெப் பிரியுவதினாக இல்லய்யா”

குமரன் தலைகுனிந்து நடையை மெதுவாக்கியபோது ஆசான் அவனைச் சேர்த்தணைத்தார்.

“எனக்கு பேடி கொள்ளுன்னல்லோ குஞ்சே”

அத்தியாயம் மூன்று

தன்னந்தனியாக, படகில் துழாவிச் சென்று கொண்டிருப்பதற்கிடையில், பாய்வதற்குத் தயாராக நிற்கும் அருவியின் மேற்பகுதிக்கு வந்துவிட்டது போல குமரன் கையறு நிலைக்கு வந்திருந்தான். முன்னால் பிளிறிக்கொண்டு பாறைக்கூட்டங்களைத் தும்பிக்கையால் சுழற்றியடிக்கும் நீரலைகள். ஒரு துடுப்பாலும் இனி அதன் பிடியிலிருந்து தன்னைக் காப்பாற்ற முடியாது. நீர்ச்சுழல் தன்னைக் கீழே வீசியெறிய ஆயத்தமாகிறது.

சில நாட்கள் அவன் நீலியைப் பார்க்கச் செல்லவில்லை என்றாலும், உள்ளத்தின் ஊற்றுகள் முன்பைவிட அதிவேகமாக அவனை நோக்கிப் பாய்வதை அவனால் தடுக்க முடியவில்லை. அவன் பலமுறை அவளிடம் செல்ல ஆயத்தப்பட்டான். அப்போதெல்லாம் ஆசானின் வார்த்தைகள் அவனைப் பின்னுக்கு இழுத்தன. தனியாக இருந்தால் உள்ளத்தின் கலக்கம் கூடும் என்று பயந்து வெளியேறி சற்று நடந்தான். நேரம் அந்தியை நெருங்குகிறது. சிவப்பு ஆகாயத்தை மேலும் சிவப்பாக்கத் தொடங்கியிருந்தது.

அவன் பறைச்சேரிக்குத்தான் போனான். அவனைப் பார்த்தவுடன், கண்டன் சற்று அதிர்ந்தான்.

"இதென்னதே தனிச்சொரு வரவு?" "போத்துகளொன்னும் இல்லையா?"

"இல்ல, அறுக்கானெக் கொண்டு மாடுகளுண்டெங்கில் நான் துணைக்குநில்பேன்"

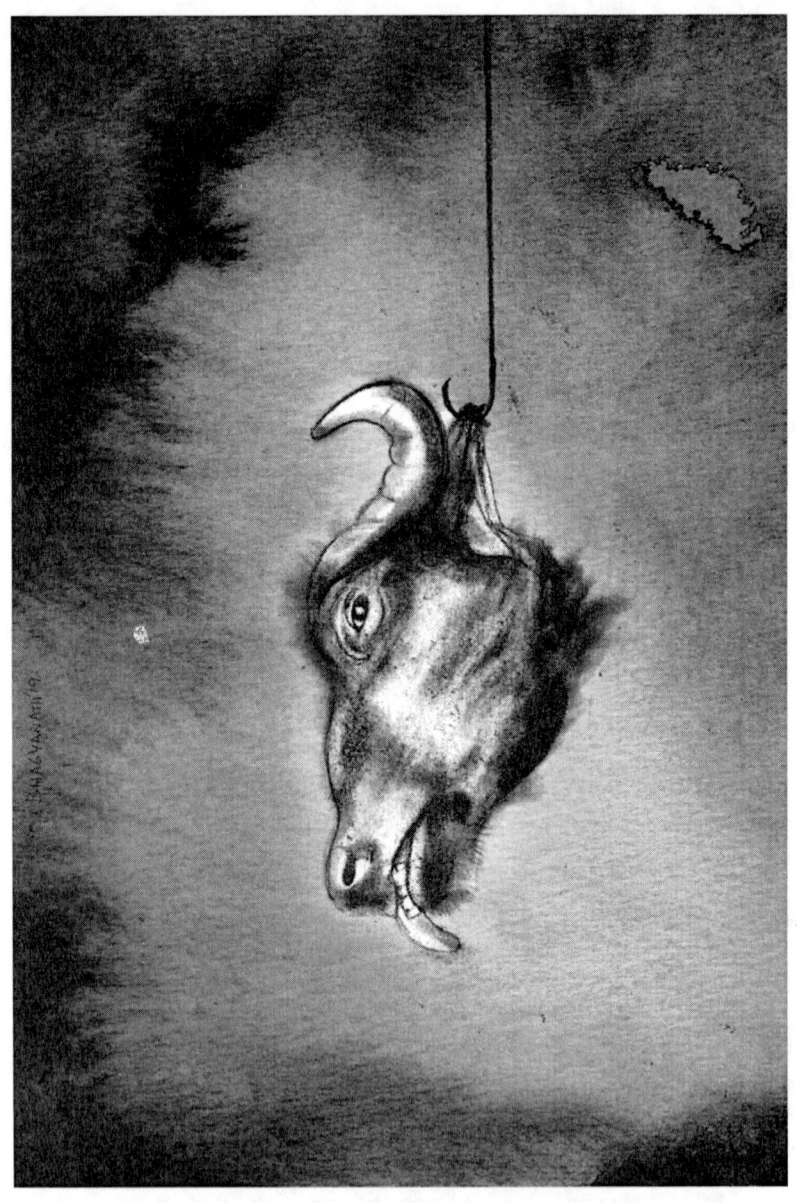

தன்னைத்தானே பழி வாங்குவது அது. மற்றொருவரிடமானால், அதன் திருப்தி கிடைப்பது சந்தேகமே.

குமரன், ஒரு கொலைக்கத்தியை எடுத்து விரலால் அதன் கூர்மையைப் பரிசோதித்தான். கண்டனுக்கு ஏதோ தவறாகத் தோன்றியது.

"இன்னத்தே பணியொக்கே கழிஞ்சல்லோ? என்னாவோ, நேரம் கெட்ட நேரத்து பதிவில்லாத தோணலுகளானல்லோ இன்னு?"

கண்டன், மாடுகளின் தோலில் இருந்து உதிர்ந்திருந்த ரோமங்களைப் பெருக்கித் துடைத்துக் கொண்டிருந்தார். குமரனின் மூக்கு கிறுகிறுத்தது.

"என் பேடியொக்கவே வரும்வழியிலே பொய்ப்போயி. சோரச்சாலு காண்கிலும் பழச்சாறென்னல்லோ இப்ப நினப்பேன்"

வெளியே வராத ஒரு தும்மலுக்கான குறுகுறுப்பை அடக்கிக்கொண்ட குமரன் சொன்னான்.

"அதொக்கெயும் நன்னு. பக்ஷேங்கிலு நின் பறச்சிலு கேள்க்கே என்னதோ வல்லாய்க உண்டென்னு திட்டம்"

"ஒன்னுமேயில்ல. யாருமாயெங்கிலும் குறச்சு நேரம் மிண்டியும் பறஞ்சும் இரிக்காமென்னு கருதித்தான் வந்தது"

வெட்டியெடுத்துத் தொங்கவிடப்பட்டிருந்த ஒரு எருமைத் தலையைப் பார்த்தபடி இருந்தான் குமரன். அதன் முகத்தில் உயிர் தங்கி நிற்பதாக அவனுக்குத் தோன்றியது.

இரவு, ஒரு கறுப்புப் பூனையைப் போல வந்து வெளிச்சத்தை நக்கியெடுத்தது. குமரன் எழுந்து கண்டனிடம் விடைபெற்றுக்கொண்டான். வெளியேறும்போது கண்டன், "விளக்கும்

கொண்டே நடக்க வேண்டும் இரவில். பத்தியொதுக்கி இரிக்கும் பலதுண்டு மண்ணில்'' என்றார்.

குமரன் சிரித்தான்.

''இருட்டும் பற்றி நடந்தல்லோ வழக்கம்''

வெளியில் இறங்கி நடந்தபோது இருட்டைத் தொட்டுத்தொட்டுச் செல்ல அவனுக்கு விருப்பம் தோன்றியது. சேரியின் கூரைகளைத் தாண்டி ஒரு வளைவில் திரும்பினான். நடைபாதையைக் கடப்பதற்கு முன்பே, அவன் தயங்கி நின்றான். ஒரு கை மிக நெருக்கத்தில் பின்னாலிருந்து இழுத்து அணைத்துக் கொள்கிறது. அவன் நடுங்கிப் போனான். திரும்பிப் பார்த்தபோது விளக்கின் திரிபோல் எரியும் இரண்டு கண்களை அவன் கண்டான்.

''நீலி!''

குமரன் முணுமுணுத்தான்.

''அப்போள் நீயென்னே அறியும். அல்லயா?''

குமரன் கையை விடுவிக்க முயன்றான்.

''நன்னாயறியுமே. அறிஞ்சு கொண்டேயிருப்பது''

நீலி உதடு சுழித்தாள்.

''என்னதினோ இங்கனெ ஒழிஞ்சு மாறிப்போவது?''

''அறிவு எப்பொழுதுமே அழல்தன்னேயாவிது. அறியுந்தோறும் அது பெருகும்''

அவன் முன் நோக்கி நடந்தான்.

''அங்கினெ போவதினு ஞான் விடுவதில்லா''

"நினாக்கென்னத்தினானு நான்?"

அவள் பதில் சொல்லவில்லை. மாறாக, அவனை மீண்டும் நெருக்கினாள். ஒரு மதயானையின் பிடியில் அகப்பட்டிருப்பதாக அவனுக்குத் தோன்றியது. தும்பிக்கை தன் உடலைச் சுற்றியிருப்பதைப் போல அவன் உணர்ந்தான். அவள் அவனைத் தரையிலிருந்து தூக்கினாள். கையைச் சற்று தளர்த்தியபோது, அவளுடைய உடலை உரசியபடியே அவன் கீழிறங்கி நின்றான். இறுக்கி அணைத்தபடியே அவள் அவனுடைய உடலுக்குள் சேர்ந்தாள். அவன் தரையில் அமர்ந்துவிட்டான். அவளுடைய கை தோளில் அழுந்தியபோது அவன் பின்னால் மல்லாந்தான்.

சக்தி முழுவதும் வடிந்துவிட்டதாக அவன் உணர்ந்தான். அவிழ்ந்த கூந்தல் அவனுடைய முகம் முழுக்க மூடியது. உதடுகள், அவளுடைய உதடுகளோடு சேர்ந்தன. நெஞ்சோடு நெஞ்சு உரசியபோது, நரம்புகளுக்குள் குருதி இரைந்தது. இடுப்புகள் உயர்ந்து தாழ்ந்தன. அவன் அசைவற்றுக் கிடந்தான்.

இருட்டைப் பிளர்க்கும் கூக்குரல் கேட்டுத்தான் குமரன் கண்களைத் திறந்தான். நீலியின் முதுகு பிளர்ந்து நெஞ்சில் நடுவினூடாக பாய்ந்து வந்த ஒரு கத்திமுனை, அதற்குள் அவன் நெஞ்சையும் காயப்படுத்தியிருந்தது. குமரன் கையினால் தடவிப் பார்த்தான். கத்தியின் கைப்பிடி அவளுக்குப் பின்னால் குத்தி அழுத்தியிருக்கிறது. அவளுடைய உடலைத் தன்னிடமிருந்து பட்டென நகர்த்தி குதித்து எழுந்தான். இருளில் பாய்ந்து வந்த மற்றொரு கத்தி தன் தோளை உரசி தரையில் வீழ்வதை அறிந்தான். கனத்த கையினால் இன்னும் ஓர் அடி கொண்டபோது குமரன் தரையில் சரிந்தான். அங்கே வீழ்ந்திருந்த கத்தியின்மீது அவன் கை அழுந்தியது.

தன் இடது கரத்துக்கு வலது கரம் போல பரிச்சயமான அதன் பிடியைத் தன் கைக்குள் வசப்படுத்தினான். தான் எப்போதும் வழக்கமாகக் கையில் வைத்திருக்கும் கத்தியே தனக்கு நேராக பாய்ந்து வந்தது என்பதை உணர்ந்து கொண்டான். நீலியுடனான சம்போகத்திற்கிடையில் எப்போதோ மடியில் இருந்து நழுவிச்சென்ற கத்தி. குமரன் அந்தக் கத்தியுடன் எழுந்தான். அடுத்த தாக்குதலுக்கு ஆயத்தமாக இருந்த எதிராளியின் நெஞ்சிலேயே அது ஆழ்ந்திறங்கியது. நிலத்தில் விழுந்தவுடன் குமரன் கத்தியை உருவியெடுத்தான். அசைவு நிலைத்தது என்று உறுதியாகும்வரை மீண்டும் மீண்டும் குத்தினான். அவன் மல்லாந்து விழுந்தான். பிடி உருவிப்போன ஒரு கோடாலி போல அவன் கழுத்தொடிந்து வாய் பிளந்து கிடப்பதை குமரன் மங்கலான வெளிச்சத்தில் கண்டான். சற்றே அதைப் பார்த்தபின், நீலியைக் உலுக்கி அழைத்தான். அவளுடைய கைத்தண்டில் விரல்களைச் சேர்த்தான். நெஞ்சில் தலைசாய்த்து வைத்துக் கேட்டான். சன்னமான சிறு சலனமும் இல்லையென உறுதியானபோது, அவன் அவளைக் கட்டியணைத்துக் கதறினான். மற்றொரு பிணத்தின் இருப்பை உணர்ந்தபோது அவன் எழுந்து வேறெதையும் நினைக்காமல் இருட்டிற்குள் பாய்ந்தான்.

உடல் முழுக்க அவளின் ஈரம். கைகளில் ஒட்டும் குருதி. உடலிலிருந்து மூக்கைத் துளைக்கும் பல்வேறு விதமான மணங்கள். ஒவ்வொரு சுவாசத்திலும் குமரன் விதும்பிக் கொண்டிருந்தான்.

அத்தியாயம் நான்கு

இரவு அடிக்கடி குமரனைத் தடுத்து நிறுத்தியது. ஆனால், இருட்டின் பரப்பில் மிதிக்கும்போதும் இடங்களைப் புரிந்துகொண்ட கால்கள், அவற்றின் வழியினைக் கண்டறிந்தன. குமரன் குஞ்ஞுனாசானை ஓடிச் சென்றடைந்தான். அவனுடைய இருப்பையும் சுபாவத்தையும் கண்டபோதே ஆசானுக்கு ஏதோ சரியில்லையெனத் தோன்றியது.

"பேடிச்ச கணக்கெ பிணஞ்சது, அல்லய்யா?"

குமரன் நின்றபடி நடுங்கினான். ஆசான் சேர்த்தணைத்து அழுதார்.

"ஆசான் சொன்னதே நான் கேட்டது. நான் அவள்க்கடுத்து போயதில்லா. அவள் இங்குதான் வந்தது. அப்போழாணு ஒருத்தன் அவளெ..."

குமரனால் முழுமையாகச் சொல்ல முடியவில்லை. ஆசானின் தொண்டை இடறியது.

"நீலியெ அவன்..."

"ஆணு, அவனெ நானுமே கொன்னு"

ஆசான் மிகவும் பயந்து போனார்.

"நீ, இனி இவிடே நில்க்க வேண்டா குமரா. யாரெங்கிலும் திரஞ்சு வருவதினும் முன்னே தெரிக்கனெ பொய்க்கோளு"

குமரன் அசையமுடியாமல் நின்றான். ஆசானுக்கும் என்ன செய்வதென்ற நிச்சயமற்று இருந்தார்.

“நான் போகுவேன். பக்ஷேங்கில், அதின்முன்பு என்னதோ இவிடெ பிணஞ்சதென்னு ஒன்னறிய வேண்டும்”

“உரியாட்டத்திினொன்னும் இணக்கமுள்ள நேரமல்லல்லோ மகனே. நின்னெ ஆரெங்கிலும் கண்டிரிப்பதோ?”

“அறிவதில்லா, என்னதாகிலும் எனாக்கது அறியவேணும்”

“எனக்கறியுன்னது நான் சொல்வேன். ஆயது கழிஞ்சாலுடனே நீ இங்கே நின்னு போக வேண்டும்”

அவர் தொடர்ந்தார்.

“இந்நாட்டிலு வந்துகூடும் காலத்து ஒற்றையாயிருந்து அவள். துணய்க்கணம் என்னு சொன்னாளவள் ஒரு நாளில் என்னருகிலே வந்தது”

“என்ன துணை?”

“எனக்கு ஆளெக் கொல்லும் பணியென்னு ஆரோ அவள்க்கும் சொல்லிக் கொடுத்தான். அவளெக் கொல்லும் முன்பே, மறுகுறி செய்யாமென்னு ஓர்த்ததாகுமே. அன்போடெ அடுத்தெத்தும் சிலரெ ஒழிச்சுவிடான் நீலிக்காவாது. அங்ஙினெ உள்ளோர்க்கு நீலி வழங்கி. புத்தனொரு களிக்கோப்பு கிட்டுன்னளவு பழையது விடும்போலெ, புதியவர் வந்தபோது அவள் மும்புள்ளவரெ தழஞ்சுவிட்டாள். உள்ளில் தோணுவதெல்லாம் அப்படியே செய்யும் பிரகிருதம்”

அந்தக் குளிரிலும் தோலில் வந்து துளிர்த்த வியர்வையைத் துடைத்துக்கொண்டு ஆசான் தொடர்ந்தார்.

“இங்கத்தெ நாட்டுடையோருடெ மக்கள்தானே அனந்தனும் அறுமுகனும். நாயாடியும் சூதாடியும் அனந்தன் நாடுநீளே நடந்தவன். அன்னு வெள்ளப்பன் என்னொருத்தன்டே கூடெயல்லே நீலியுடெ

பொருதி. அனந்தனுமாயுள்ள அடுப்பமறிஞ்சாறே வெள்ளப்பன் அவளெ விட்டு. அங்கனெ அனந்தனொப்பமாகும் அவள் இந்நாட்டிலெ வந்தது. அவன் அவள்க்கு பார்க்கான் இடம் கொடுத்தான். என்னிட்டு அவனோ திண்டாடி நடக்கயும் செய்தான். குறச்சொரு காலம் அவள் அவன்டே வருதியில் கழிஞ்சாளு. எங்கிலோ கெட்டியிட்டது கணக்கொரு ஜீவிதமாயிருந்து அவள்க்கிவிடெ. ஆணினும் பெண்ணினும் ஒரே நிலயென்ன சாதகருடெ மட்டு சீலிப்பிச்சவள் தரம்கிட்டியபாடே குதறிப் போவது ஞாயம். தொட்டு பின்னாலே அறுமுகனுமாயும் அவள் அடுப்பத்தில் பெட்டு. அனந்தன் இதறிஞ்சாறே நீலியோடும் அறுமுகனோடும் பல கொடுமகள் செய்துவிட்டு. அனந்தனெ இல்லாதாக்கான் வேண்டித்தெ அவள் என்னருகே வந்தது''

''என்னிட்டோ?''

ஆசான் அதைச் சொல்ல முதலில் தயங்கினார்.

''இத்தரம் கார்யங்களொன்னுமே மற்றொராள்க்கு சொல்லிக்கொடுப்பது ஞாயமல்லென்னு நெனக்கும் அறியிலயா?''

குமரனின் ஒளி குறைந்த முகத்தைப் பார்த்த ஆசான் தொடர்ந்தார்.

''என்னெ ஆசானென்னு நினய்க்கும் நின்னோடு ஒளிப்பதினரிப்பம். அவள் பறஞ்சது நான் நடப்பிலாக்கி விட்டேன். நீயிங்கு எத்தும் மும்பு வழியில் ஒரு கொல நடந்ததோர்க்க. அன்னு சத்தது அவன்தான், அனந்தன்''

ஆசானின் ஒடிவித்தைகளைப் பற்றிக் கேட்ட கதைகளை நினைவுகூர்ந்தபடி குமரன்,

''அயாளெ ஆசானாகுமோ கொன்னொழிச்சது?'' என்று கேட்டான்.

“அல்ல குஞ்சே, இந்த ஒடியும் மாயவுமொன்னும் எனக்குத் திரியலயே. இன்னோளம் ஆரெயும் கொன்னதும் இல்லையே”

“அப்போள், ஈ கேட்ட கதைகளொக்கெயோ?”

சில பொடிக்கைகள் ஒக்கே அறியுமென்னு வைக்க. “தம்புரான்மாரெ மயக்குவதினு அதுதன்னே ஏறேயாகும். நம்மளெ அவரும் பேடிக்கும்போது உள்ளில் ஒரு ஊற்றம் தோணும். ஞான் செய்யாறுள்ளது அதொன்னுமேயல்லா. அழலும் பரிவட்டவுமாயி வருந்தோர்க்கு யந்ரம் உள்ளில் வச்சொரு தகடு கொடுப்பேன். அவர்க்கு வேண்டித்தெ எனக்கறியும் கர்மங்களும் செய்வேன். காளியும் மாடனும் சாத்தனுமொன்னும் அடியாரெ சதிப்பதில்லா. அவர்க்கு அடிபெட்டிரிக்கும் ஒரு சாதகன்தான் ஞான்”

“பின்னெ ஆராக்கும் அது செய்தது?”

“அதெனிக்கி சொல்வான் அருதாத்தது. ஞான் ஏல்ப்பாடாக்கிய மற்றொரு ஆளானென்னு அறிஞ்சால் போறும்”

“அப்போள் இன்னு அவளெக் கொன்னதோ?”

“அது அறுமுகனாகுமே. குறச்சு காலமாயி நீலி அவனையும் தழையுன்னதினெக் கொண்டு கலிபூண்டு நடக்கயாயிருந்து அவன். நின்னோடு கருதிக்கொள்ளான் பறஞ்சது அதுகொண்டத்ரே. பக்ஷேஷங்கி...”

“அவள்க்கொப்பம் ஒரிக்கல் மட்டுமே நான்...”

“அறியும் குஞ்ஞே, நின்னோடாகயில்ல, அன்னு சுடுகாட்டில் அவள்க்கொப்பமாய் கண்டவனோடாவும் அறுமுகனு பக. நெட்டையச்சேரியிலெ தம்புரான்டே மகனல்லோ அவன். கிளியூரினெ அமர்க்கான் நோக்குந்த அவனோடு அறுமுகனுக்கு குடிப்பகையும் இருந்தது. அதினெக்காள் நீலியோடு தன்னெயாவும் அது. உள்ளாலும்

உடலாலும் அவள்க்கு மதிப்பு தோணியது நின்னிலாகுமே. அது கொண்டாவும் ஒக்கெயும் அனுபவிப்பதினு விதி நின்னெ தெரஞ்செடுத்தது''

குமரன் தளர்ந்து தரையில் அமர்ந்துவிட்டான்.

"ஆசானே, எனக்கு இனி என்ன வழி? இதினொக்கெ என்ன போம்வழி?''

"என்னதெங்கிலும் நோக்காம்''

ஆசான் சற்று சிந்தித்தார்.

"அனந்தன் பட்டுபோய நாளு நீ ஒராளுடெ குடியில் தங்கியில்லயா?''

"பக்ஷேஙகிலு அதாரென்னு எனாக்கு அறிவதில்லா''

"குஞ்ஞாதி என்னல்லோ அயாள்க்கு பேரு. அங்குதான் போக. அயாள் துணையாய் வருமே''

ஆசான் தொடர்ந்து சொன்னார்.

"மகனே, நின்டே தெல்லும் ஆசாய்மை இருப்பது எனக்குதானல்லோ. அறிவு பெட்டதெல்லாமே ஒரு தெல்லும் விடாதே பறஞ்சொழிக்கேண்டது என் கடமையாய்ப் போயல்லோ. நம்மக்கு மட்டுமறியுன்ன இதொன்னும் புறத்து போவில்லென்னு நீ உறப்பு கொள்ள வேண்டும்''

"நான் சதிப்பதில்ல ஆசானே. கொதிச்சதொன்னுமே படிச்சதில்லென்னாலும், வாழ்வென்னதென்னு திரிஞ்சது இவிடெ நின்னல்லோ''

குமரன் ஆசானை வணங்கினான். தன்னுடைய குருத்துவம் பாழாகிவிட்டது என்றுதான் அவன் நினைக்கிறானோ என்றொரு

சங்கடம் ஆசானின் வார்த்தைகளைச் சற்றே தடுமாற்றம் கொள்ளச் செய்தது.

"இங்குந்தறிஞ்ச செலதினாலும் பின்னாலே குணம் வரும். நன்னாயி வா"

ஆசான் அவனுடைய தலையில் கைவைத்தார்.

இடுப்பில் சொருகியிருந்த கத்தியை மட்டுமே குமரன் கொண்டுசெல்ல வேண்டியிருந்தது. அவன், இருட்டுக்குள் இறங்கி நடந்தான். ஒரே வீச்சில் தலை அறுந்து விழுந்த உடல்போல உள்ளம் துடித்துக் கொண்டிருந்தது. கத்தி முனையை நெஞ்சில் அழுத்தி, சுயம் நிலைநிறுத்த முயன்றான். காலடிகள் மண்ணில் பதியும் ஓசையைத் தவிர, இரவு மற்றவற்றையெல்லாம் மறைத்தது. குமரன் இருட்டைப் பகுத்தபடி உழறி நடந்தான்.

10

அத்தியாயம் ஒன்று

அவளூரின் எண்ணற்ற மரங்களில் கிளிகள் சென்றடையும் நேரத்தில்தான் அலங்காரன் ஆசிரமத்திற்குத் திரும்பி வந்தான். வழியின் மண்ணின் மணத்தில் குழைந்த அந்திநேரம். கால்நடைகளின் குளம்புகள் சகதியில் பதியும் ஓசை மட்டுமே அவ்வப்போது உயர்ந்து கேட்டுக் கொண்டிருந்தது.

மங்கலான வெளிச்சத்தில் ஆர்யதேவனும் தர்மசீலனும் பேசிக் கொண்டிருக்கின்றனர். அவன் ஆவலோடு அருகே சென்றபோது இருவரும் பேசுவதை நிறுத்திக்கொண்டனர். தன் அருகாமையை அவர்கள் விரும்பவில்லையோ என்று அலங்காரன் சந்தேகப்பட்டான். அதைத் தெரிந்து கொண்ட ஆர்யதேவன்,

"பழைய காலங்களை அசைபோட்டுக் கொண்டிருந்தோம்" என்றார்.

பார்த்த நிமிடம் முதல் தோன்றிய துயரத்தைத் தீர்க்க இது தோதான நேரம் என்று அலங்காரனுக்குத் தோன்றியது.

"உங்களுக்கு அறம் ஒன்று, வழி இரண்டு என்றுதானே முன்பு சொன்னீர்கள்." அப்புறம் எப்படி இந்தக் கூடுகை?

எதிர்பார்க்கப்பட்ட கேள்விதான் என்பதாக இரண்டு பிக்குகளும் சிரித்தனர். அவர்களின் கண்கள் தங்களுக்குள் கோர்த்துக் கொண்டன.

ஒரே தேசத்தில் பிறந்து இரண்டு வழிகளில் ஊர் சுற்றித் திரிவதற்கிடையில் அனுராதபுரத்தில் ஒரு வெண்கலச் சிலைக்கு முன்னால் இருவரும் தற்செயலாகச் சந்தித்துக்கொண்டதை நினைவு கூர்ந்தனர். நாததேவனென்று அழைத்து தர்மசீலனும் அவலோகிதேஸ்வரன் என்று அழைத்து ஆர்யதேவனும் அன்று ஒரே விக்கிரகத்தின் முன் அமர்ந்தனர். கிரீடம் தரித்திருந்த அந்த போதிசத்துவன் சூரியனும் சந்திரனும் பிறவிகொண்ட கண்களின் வழியாக கருணையோடு இருவரையும் பார்த்தார்.

கலகங்கள் நிறைந்த உலகத்தை எதிர்கொள்ள வழிகள் பலவாறாக இருந்தன. கருணையுடையதும் பிரக்ஞையுடையதுமான கடலை நோக்கி அவையெல்லாம் ஒழுகிச் சேர்கிறதென்று இருவரும் எண்ணினர். ஆரியதேவனுள் இன்றில்லாவிட்டால் நாளை இல்லாமல் போகும் உருவங்களின் ஒரு கடல் குமுறிக் கொண்டிருந்தது. ஒன்றைப் பின்பற்றாமல் மற்றொன்றிற்குத் தனித்ததொரு இருப்பு இல்லையென்ற அறிதலில் முரண்பாடுகள் மறைந்து போயின. அங்கே வேறுபாடுகளும் வித்தியாசங்களும்கூட இல்லாமல் போயின. போதிசத்துவனுக்குள்ளும் தனக்குள்ளும் ஒருபோல நிறைந்த இல்லாமைக்கு உருவம் கொடுக்க முயன்றார். கடும் சூன்யத்திலிருந்து பேரோசை உயர்வது அவருக்கு மட்டும் கேட்டது. நிலவின் வளையத்துக்குள் எழுத்துகளாக அவை வடிவம் கொண்டன. அவையெல்லாம் சேர்ந்து ஒரு மந்திரமூர்த்தியானது; தேவதையானது. அவர் எழுந்து நின்றார். கையில் சில விரல்வடிவங்கள் உருப்பெற்றன. மூர்த்தியும் தானும் ஒன்றேயென்ற எண்ணம் உண்டானபோது அவருடைய உள்ளிடங்களில் அவலோகிதேஸ்வரன் நிறைந்தார். அவர் அசையாமல் நீண்டநேரம் அப்படியே நின்றார்.

தர்மசீலன் அமர்ந்து இருந்தார். மற்றொரு வழியில் தங்களுக்குள் கடந்துவந்த போதிசத்துவனைப் பற்றித்தான் அவர் யோசித்துக்

கொண்டிருந்தார். சங்கமே பலவாறாகப் பிரிந்த காலங்கள், அவர் முன்னால் கடந்து போயின. ஆனால், தான் பின்தொடரும் பாரம்பரிய தேராவாதத்துடன் மகாயானத்துக்கும் ஹீனயானத்துக்கும் இடம் கொடுத்த அனுராதபுரத்தின் அபயகிரி விகாரை வேறொன்றையே கற்றுக் கொடுத்தது. தம்பதேனியப் பேரரசை நிறுவிய விஜயபாகு என்ற அரசன் அரை நூற்றாண்டுக்கு முன்னர் நடத்திய மத மாநாட்டில் எழுப்பப்பட்ட கோரிக்கையும் வேறொன்றில்லை. வார்த்தைகளாலும் வழிகளாலும் வெவ்வேறாக நிற்காமல், இணைந்திருக்க வேண்டும் என்ற எண்ணமே அவர் உள்ளத்தை ஆட்கொண்டது. கடும் பிடிவாதங்கள் அழிவிற்கு இட்டுச் செல்லக்கூடும். ஒன்றோடொன்று இணைந்தால் எல்லாம் ஒன்றாகிவிடும். பரவாயில்லை. வழிகள் பலவாயினும் சென்று சேரவேண்டிய இடமே முக்கியம். அவலோகிதேஸ்வரனின் கனிவு, அவர் மீதும் ஒளி பாய்ச்சியது.

ஒரே நேரத்தில் ஓர் உள்ளொலி தோன்றியபோது, தர்மசீலனும் ஆரியதேவனும் அன்றும் இன்றைப் போலவே தங்களுக்குள் பார்த்துக் கொண்டனர். இருவரின் கண்களிலும் ஒரே திகைப்பு வெளிப்பட்டது. ஆர்யதேவன் மௌனம் முறித்தார்.

"நீங்கள் இந்த மூர்த்தியை வழிபடுவீர்களா?"

அதற்கு பதில் சொல்லாமல் தர்மசீலன் ஓர் எதிர்க்கேள்வி தொடுத்தார்.

"உங்களுக்கு இந்த ஊர் மனதுக்கு இணங்கியதாகத் தோன்றுகிறதா?"

ஒரே அறத்தின் வெவ்வேறான வழிகளில் பயணிக்கும் பயணிகளுக்கிடையில் உள்ள எல்லையற்ற தர்க்கங்களைப் பற்றி நினைத்தபோது இருவருக்கும் பதில் தேவை இல்லையென்றே தோன்றியது. பலவாறாகப் பிரிந்து நின்றால், பட்டென இல்லாமல்

போவோம் என்ற மனவேதனையைக் குறித்து ஆர்யதேவனோ, எஞ்சிய இடங்களில் கண்டடையும் மன அமைதியைப் பற்றி தர்மசீலனோ எதையும் சொல்லவில்லை. எனினும், இருவருக்கும் உள்ளே அப்போது சன்னமானதொரு வெளிச்சம் படர்ந்தது.

அவர்கள் இருவரும் வெம்பலை தேசத்திலிருந்து புறப்பட்டவர்களாக இருந்தார்கள். ஆர்யதேவன் வெகு முன்னதாகவே காஞ்சிபுரத்துக்கு வந்துவிட்டார். அங்கே புத்த தர்மத்தில் சேர்ந்தார். பின்னர் வடநாடுகளில் சுற்றி அலைந்தார். ஒவ்வொரு வருடமும் ஒவ்வொரு ஊரில் வசித்தார். அக்காலத்தில், கடல் கடந்து ஒருமுறை இலங்கையின் அனுராதபுரத்துக்கும் வந்தார். அவ்வளவுதான். தர்மசீலன் பிறந்ததே அதே மதத்தைச் சார்ந்த பெற்றோருக்குத்தான். பின்னர் தாமிரபரணிக்கு வந்து பிக்குவானார்.

“போதிசத்துவர்களை வணங்கும் வழக்கம் உங்களுக்கு இல்லையே. அதனாலே சோதிப்பது”

ஆர்யதேவன் சொன்னதை தர்மசீலன் எதிர்க்கவில்லை.

“அவலோகிதேஸ்வரன் என்ற கருணாமூர்த்தி எங்களுக்கும் பிரியமானவர்தான். கனிவிற்கப்பால் மற்றொன்றில்லை என்றல்லவா நாமெல்லாம் ஒருபோலெ தேருவது”

இருவரும் மேலும் வெகுநேரம் பேசிக்கொண்டிருந்தனர். வடநாடுகளில் தங்களுக்குள் போரிட்டுக்கொண்ட மதவாதங்கள் குறித்து ஆர்யதேவனும், யுத்தம் செய்தவர்களை எல்லாம் ஒன்றிணைக்க இலங்கையில் நடைபெற்ற முயற்சிகளை தர்மசீலனும் பகிர்ந்து கொண்டனர். கருணையின் பெயரில் நடந்த யுத்தங்கள் எல்லாம் பெரும் இம்சைகளில் முடிந்து போய்விட்டதேயென இருவரும் பரிதவித்தனர். அந்த விஷயத்தில் மட்டும் தர்க்கம்

ஏற்படவில்லை என்ற சங்கடம் நிறைந்ததொரு சிரிப்புடன் தங்கள் கைகளை இணைத்துக்கொண்டனர்.

அன்று அங்கிருந்து பிரிந்து மீண்டும் இரு வழிகளில் சென்றவர்கள், பின்னர் இங்கே அவளூரில்தான் பார்த்துக்கொண்டனர்.

சொன்னவற்றில் பலவும் புரிந்துகொள்ள முடியவில்லை எனினும், அலங்காரன் எல்லாவற்றையும் கேட்டுக்கொண்டிருந்தான். இங்கே வந்து சேர்ந்தபிறகு இது வழக்கமானது. கேட்கும் பலவும் தலைக்கு மேல் பறந்து போகின்றன. ஒவ்வொரு நாளும் மல்லடித்து வாழ்ந்து, ஒரு கணத்தில் இல்லாமல் போகும் இந்த வாழ்வைப் பற்றி, யாருமறியாத எத்தனையோ விஷயங்களை எல்லாம் இவர்கள் சொல்கிறார்கள்! அவனுக்குக் கொஞ்சம் தண்ணீர் அருந்த வேண்டும் என்று தோன்றியது.

"அவளூர் நியோகங்களின் இடமாம். இங்கே வந்து சேர்பவர்களுக்கு வேறு எங்கும் தங்க முடியாதாம்"

தர்மசீலனின் வார்த்தைகளுக்கு வேகம் இருக்கவில்லை.

"அதிருக்கட்டும். ஓலைகளைப் பற்றிச் சிலவற்றைச் சொல்லணும், கேக்கறயா?"

ஆர்யதேவன் அலங்காரனிடம் கேட்டான்.

"இன்னொருநாள் பார்க்கலாம். பொறுங்கய்யா. இன்னைக்கு எனக்கு துயரங்களையெல்லாம் தள்ளி வைக்கணும். ரொம்ப மகிழ்ச்சியான நாள் இது" இரண்டு பிக்குகளின் எதிர்பார்ப்பையும் தீர்த்துக் கொண்டு அலங்காரன் சொன்னான்.

"நான் என் அப்பாவப் பாத்தேன். சிறுகண்டன்னு பேர். எப்போதோ ஊரை விட்டுப் போனவரு. இங்க வந்ததுனால அப்படி ஒரு பாக்கியம் கெடச்சது"

அன்று நடந்தது முழுவதையும் அலங்காரன் அவர்களிடம் சொன்னான். முதலில் சற்று அமைதியாக இருந்தாரென்றாலும், தர்மசீலனால் சொல்லாமல் இருக்க முடியவில்லை.

“இந்த மகிழ்ச்சி நீடித்து நிற்கும் என்றில்லை அலங்காரா. இந்தக் கண்டடைதலின் கொதிப்பு அடங்க அரை நாழிகைநேரம் போதும்”

“தெரியும் அய்யா”

அலங்காரன் மௌனமாக அமர்ந்தான். எனினும், திரைகளை எல்லாம் விலக்கி மாற்றியபோது, எஞ்சிய பரப்பின்கீழே ஒரு கடலின் ஆழம் முழுவதும் கனத்துக் கிடப்பது அவனுடைய முகத்தில் இருந்து அறிய முடிந்தது.

அத்தியாயம் இரண்டு

உடல் அவளூரை அடைந்தபோதும் தர்மசீலனின் உள்ளறைகளில் சில இலங்கையிலேயே தொடர்ந்தன. நினைவுகளுக்கு, அவற்றைக் கொண்டு நடக்கும் மனிதர்களைவிடவும் எத்தனையோ மடங்கு உயரமுண்டென்றும் அவை உருவாக்கவும் அழிக்கவும் செய்துகொண்டிருந்த பெருமிதங்களுக்குச் சுற்றிலுமுள்ள வடிவங்களைவிட எத்தனையோ தெளிவுண்டென்றும் அறிந்தவர் அதிசயித்துப் போனார். ஆசிரமத்தில் தன் அறையில் ஒரு கோரைப்பாயில் படுத்து கண்களை மூடியபோதும், சுற்றியிருந்த தூசு படலங்களை மனதுக்குள் ஒரு காற்று அவ்வப்போது விசிறிவிட்டுக் கொண்டிருந்தது. இயற்கை, தானே உருவாக்கிய சுரங்கத்தைப்போல அங்கே ஒரு கோட்டையின் மிச்சங்கள் தெளிந்து வந்தன. மருகாடுகள் மட்டுமே பிற்காலத்தில் எஞ்சியிருக்கும் என்று அறிந்துகொண்டதால் இருக்கலாம், சுவர்களும் கல்தூண்களும் நடுமுற்றங்களும் பெரிய ஸ்தூபங்களுமாக அக் கோட்டை அங்கே நிலைகொண்டிருந்தது. தகர்ந்த கோட்டையைச் சுற்றி சிதிலமடைந்த கிடங்குகள். சுற்று மதில்கள் எல்லாம் உடைந்து விழுந்தபிறகும் அப்படியொரு நிகழ்வே உண்டாகவில்லை என்ற பாவனையில், ஒரு கோமாளியைப் போலக் கைகட்டி நிமிர்ந்துநிற்கும் கோட்டைவாயில். இலங்கையில் கருணையின் செய்திக்கு எதிராக, படையெடுப்பு உண்டானபோது, தடுத்து நிறுத்துவதற்காகக் கட்டியெழுப்பப்பட்டவையே அவையெல்லாம். ரஜரடையில் யாசகத்தின்போது அந்தக் கோட்டையில் சாய்ந்தும் சரிந்தும் கிடந்த கல்தூண்களுக்கு இடையில்

சற்று ஓய்வுக்காக அமர்ந்தார் தர்மசீலன். சிதிலமான தூண்களின் சிற்பவேலைப்பாடுகளைக் கண்டபோது, இறந்தவன் உடலின்மேல் நிகழ்த்தும் நடவடிக்கைகளே அவருடைய நினைவில் வந்தன.

தாமிரபரணியில் வந்தது முதலாகவே, இப்படிப்பட்ட காட்சிகள் பார்த்துப் பழகிப்போனது. வங்க கலிங்க தேசங்களில் இருந்தும் தமிழகத்தில் இருந்தும் காலாகாலங்களில் வந்து சேர்ந்தவர்களின் குத்தீட்டிகளும் வாட்களும் இவற்றைக் காயப்படுத்தி இருந்தன. அதன் தழும்புகள் தர்மசீலனின் உள்ளேயும் இருந்தன. அபகரிப்பதற்கான கலகங்களில், தர்மம், கருணை ஆகியவற்றின் ஒரு சிறுதுளியும் இருக்கவில்லை. இந்த நாட்டின் வேடரும், நாகரும், யக்சரும் வெட்டுண்ட காட்டுமரங்களைப்போல வேரோடு சாய்ந்த போர்க்களங்கள், அவருடைய உள்ளத்தில் எழுந்து வந்தன. முடிவற்ற போர்கள் இந்த மண்ணிலிருந்து பலவற்றைப் பறித்தெறிந்தன; சிலவற்றை நட்டும் வளர்த்தின. அருள்முனிக்கு ஞானோதயம் தோன்றிய ஆலமரத்தின் சிறுகன்றினை அசோகச் சக்கரவர்த்தியின் மகள் சங்கமித்திரையே இங்கு கொண்டுவந்தாள். அது இன்று மகாபோதி விருட்சமாக வளர்ந்திருக்கிறது. குருதி கெட்டிய மண்ணில் தழைத்த கனிவின் பெருமரம். சங்கமித்திரையின் சகோதரன் மகேந்திரன் அதற்குமுன் தாமிரபரணியில் கொண்டுவந்து சேர்த்த புத்த தர்மமும் அசையாத வேர்களுடன் இங்கே படர்ந்திருக்கின்றன.

தூசுப் படலங்களை எழுப்பியபடி ஒரு காற்று வீசியது. எதையும் பார்க்க முடியவில்லையெனினும், ஒரு மிதியடி ஓசையை தர்மசீலனால் தெளிவாகக் கேட்க முடிந்தது. தூசு சற்று அடங்கியதும், உடல் முழுக்க காவியாடை போர்த்திய ஒரு புரோகிதர் அங்கே நிற்பதைக் கண்டார்.

இருவரும் வணங்கினர். தங்களுக்குள் அறிமுகம் ஆயினர். தர்மகீர்த்தி தேரா என்பவர் அவர். பௌத்த புரோகிதர்களான தேராக்கள், புத்தரின் குழந்தைகளாக அறியப்பட்டனர். வயதுக்கு மீறிய

பக்குவத்தை அவரிடம் கண்டபோது தர்மசீலனுக்கு அவர்மீது மரியாதை கூடியது.

"நீங்கள் எங்கே வசிக்கிறீர்கள்?" தர்மகீர்த்தி கேட்டார்.

"அனுராதபுரத்தில். அபயகிரி விகாரையில்"

"ரஜரடைக்கு வந்ததற்குக் குறிப்பான காரணங்கள் எதுவும் உள்ளதா?"

"இல்லை, இந்த இடம் எனக்குப் பிடித்தமானது"

தர்மசீலன் சுற்றுமுற்றும் மீண்டும் ஒருமுறை பார்த்தார்.

"இந்தக் கோட்டையைப் பார்க்கும்போது, பிம்பிசாரனின் மனைவி கேமாவை நினைத்துக் கொள்வீர் அல்லவா?"

ஒரே சரடில் கோர்க்கப்பட்டவர்கள் என்ற நெருக்கம் இடையில் வந்ததால் தர்மசீலன் மற்றொரு முன்னுரையுன்றி உள்ளே தோன்றியதை அப்படியே சொன்னார்.

"அது என்ன?"

"பேரழகியான கேமாவுக்கு அழகின் நிலையாமையை பகவான் புத்தன் காட்டிக் கொடுத்ததுதான் என் நினைவுக்கு வருகிறது. அதி அற்புத அழகியான ஒரு பெண், முதுமை அடைவதையும் வெறுமொரு ஜடமாக மாறுவதையும் காட்டி, அவளுடைய எல்லையற்ற அழகின் எதிர்காலம் என்னவாகும் என்று பகவான் நேரடியாகப் புரியவைத்தார் அல்லவா? அதுவேதானே ராஜகீயமான பிரதாபத்தின் கதையும்? புத்த தர்மத்திற்காகவே நிலைகொண்ட சாம்ராஜ்யம்கூட இதோ தவிடுபொடியாக உருக்குலைந்து கிடக்கின்றது. அரசர்களோ படைவீரர்களோ இல்லை. பழங்கதைகள் தெரியாதவர்கள் அரண்மனைத் தூண்களில் கால்நடைகளைக் கட்டுகிறார்கள்"

தேரா முகத்தில் வந்து அப்பிய தூசியைத் துடைத்துக்கொண்டார். கோட்டை மதிலில் காணப்பட்ட விரிசலின் வழியாக மறுபுறம் பார்த்தார். பின்னர் ஆச்சரியத்துடன் அவர் சொன்னார்.

“என்னுடைய ஆய்வும் கேமாவிலிருந்துதான் தொடங்குகிறது”

“அதெப்படி?”

தர்மசீலனுக்கு ஆவல் தோன்றியது.

“நீங்கள் அபயகிரி விகாரையில் அல்லவா இருக்கிறீர்கள்?”

“ஆமாம்”

“அங்கே பாதுகாத்து வைக்கப்பட்டிருந்த புத்தரின் பல் பற்றிக் கேள்விப்பட்டிருப்பீர்கள் அல்லவா?”

“இல்லை”

தர்மசீலன் சங்கோஜத்தோடு சொன்னார். தர்மகீர்த்தியால் அதை நம்ப முடியவில்லை.

“அது மிகவும் புகழ் வாய்ந்த விஷயமல்லவா! அந்த விகாரையில் யாரும் அதைப்பற்றிச் சொல்லாதது ஆச்சரியம் அளிக்கிறது. என்ன இருந்தாலும், அந்தப்பல் பிறகு அங்கிருந்து கொண்டு செல்லப்பட்டது. இப்போது அது பொலனரூவா என்ற இடத்தில் பத்திரப்படுத்தப் பட்டுள்ளது”

“அதை ஏன் அபயகிரியிலிருந்து எடுத்துச் சென்றார்கள்?”

“அதுதான் சுவாரசியம். அருள்முனியின் பல்லைப் பாதுகாப்பவரின் கையில்தான் அந்த நாட்டின் அதிகாரம் இருக்கும் என்று நம்பிக்கை. அதைக் கைக்கொள்வதற்காக நடந்த போர்கள் சொல்லி மாளாது”

“கருணையின் பெயரால் நடந்த கலகங்களுக்கு முடிவில்லை அல்லவா?”

“இல்லை என்பதுதான் அனுபவம்”

தர்மகீர்த்தி கையறுநிலையில் புன்னகைத்தார்.

“நாலைந்துநாள் கழித்து நான் பொலனரூவாவுக்குப் போகிறேன். விருப்பமிருந்தால் என்னுடன் வரலாம்”

“நானும் வருகிறேன்”

தர்மசீலன் சற்றும் யோசிக்காமல் ஒப்புக்கொண்டான்.

“உங்களுக்கு இந்த விஷயத்தில் என்ன இவ்வளவு ஈடுபாடு?”

“அதுவா? சொல்கிறேன் அந்தப் பல்லுக்காக நடந்த போர்களைப் பற்றி ஒருநூல் எழுதிக் கொண்டிருக்கிறேன் நான்”

அதுவும் தர்மசீலனுக்குப் புதுமையாக இருந்தது.

அருள்முனியின் அறத்தையோ அறிவையோ பற்றியல்லாமல், ஒரு பல்லைப் பற்றித்தானா ஒரு புரோகிதருக்கு எழுதத் தோன்றுகிறது!

பொலனரூவாவின் ஒரு விகாரையில் முனிவரான தர்மகீர்த்தி ரஜரடையின் ஆசிரமத்தில்தான் அக்காலத்தில் தங்கி இருந்தார். பொலனரூவாவை நோக்கிய தன் பயணத்தை தர்மசீலனுக்காக அவர் இரண்டுநாள் முன்பே துவங்கினார்.

பயணத்திற்கிடையில் அவர்கள் நடக்கும் திசைக்குக் குறுக்கே பாய்ந்த காற்று, தூசி நிறைந்த பாதையை மூடிக் கொண்டிருந்தது. அதில் கரைந்து சேர்ந்த வெம்மை உடல் முழுவதையும் எரித்தபோது, தான் ஒரு சிதையில் இருப்பதாக தர்மசீலனுக்குத் தோன்றியது.

தர்மகீர்த்திக்கு அதில் ஒரு புதுமையும் தோன்றவில்லை. அவர் விரக்தியில், “இந்த நாட்டின் எந்தக் காற்றின் அலைகளிலும் தீப்பொறிகள் கரைந்து சேர்ந்திருக்கின்றன. தீப்பொறிகளின் கனம் கூடிக்கூடி கடைசியில் எரிச்சல்களையெல்லாம் உள்ளே அடக்கி வெளியே குளிரென பாவிக்கும் ஒரு கரிக்கட்டைதான் இன்றைய இலங்கை” என்றார்.

அத்தியாயம் மூன்று

கிழக்குத் திசையின் வெளிச்சம் பாயை விட்டு எழுந்து ஜன்னல் வழியாகச் சற்றே எட்டிப் பார்த்தது. அதற்குள் அலங்காரன் விழித்து கண்களைக் கசக்கினான். சற்றுமுன் கண்ட பாதித் தெளிவடைந்த கனவில் மஸ்கரியும் இருந்தார். வெள்ளைப் புறாவெனப் பகல் பறக்கத் தொடங்கியபோது அவரை ஒருமுறை பார்க்க வேண்டும் என்றும், அப்பாவைப் பற்றிக் கூடுதலாகத் தெரிந்துகொள்ள வேண்டுமென்றும் தீர்மானித்தான். தாமதியாது அவன் மஸ்கரியைத் தேடிப் புறப்பட்டான். அவர் எங்கே இருப்பார் என்று அலங்காரனுக்கு ஒரு பிடியும் கிடைக்கவில்லையெனினும், நீண்டதூரம் தேட வேண்டி இருக்கவில்லை. அலங்காரனின் உள்ள கிடக்கையை உணர்ந்தது போல அவர் அவன்முன் வந்து நின்றார்.

“அப்பாவை மறுபடியும் பாக்கணும்”

“அது இப்போது தேவையில்லை. நிமித்தங்கள் வேறாகத் தெரிகின்றன. நாம் தேடாமலேயே பார்க்கக்கூடிய காலமும் இங்கே வரும்”

சொல்லிப் பலனில்லை என்று தெரிந்திருந்ததால், அலங்காரன் பேசாமல் நின்றான். மஸ்கரி ஏதோ ரகசியம் சொல்வதான பாவனையில் அலங்காரனின் செவிக்கருகே சாய்ந்தார்.

“நான் வேறொன்றைச் சொல்லவே இங்கு வந்தேன்”

அலங்காரன் தனியாக ஒரு விருப்பமும் காண்பிக்காவிடினும் அவர் தொடர்ந்தார்.

“அது கொக்கவ்வாவாம்”

“எது?”

“நாம் அன்று வேறொரு குகைக்கருகில் கண்ட பெண்”

ஓர் அந்திநேரம் எரிந்து தீர்வதன் சாம்பல் அலங்காரனுள் பரவியது. கொக்கவ்வா பிறந்த நாடு என்பதைப் பயணத்திற்கு இடையில் கேட்டிருக்கிறான்.

“அப்படி ஒருவரைப் பற்றிக் கேட்டிருக்கிறேன், அவ்வளவுதான். வேறொன்றும் தெரியாது”

“கன்னடநாட்டுச் சரணரில் ஒருத்தி. அவளூரில் பிறந்தவள்”

அலங்காரனுக்குக் குறிப்பாக அதிர்ச்சியோ, ஆச்சரியமோ தோன்றவில்லை. பதிலுக்கு அவன் வேறொன்றைத்தான் கேட்டான்.

“உண்மையில் நீங்கள் யார்? என் அப்பாவுடன் என்ன தொடர்பு?”

“நான் ஒன்றுமே மறைத்து வைக்கவில்லையே. தொடர்புகள்! அது யாரோடு இல்லாமல் இருக்கிறது? மேலும் கீழுமான தலைமுறைகள் தமக்குள்... இடமும் வலதுமான சூழல்கள் தமக்குள்... பிணைக்கப்பட்ட உலகம் அல்லவா?”

“உலகத் தத்துவங்கள் கேட்டு அலுத்துவிட்டேன் நான். அப்பாவைப் பற்றித்தான் கேட்டேன். அது சற்று தெரிந்தால் நல்லது”

“தத்துவத்தைச் சொல்லவில்லை. உன்னுடையதும் உன் தந்தையுடையதும் என்னுடையதும் சங்கதிகள் இவை. இந்த கொக்கவ்வாவுடையதும்... நீண்ட காலத்திற்குப் பின் பார்த்ததால் கொக்கவ்வாவைச் சட்டெனஅடையாளம் காண முடியவில்லையே என்ற சங்கடமே உள்ளது”

அலங்காரன், தொலைவில் பார்ப்பதான பாவனையில் தலை உயர்த்தி முன்புறமாகப் பார்த்தான். பார்வை வட்டத்தின் பெரும் தொலைவுகளை மரக்கூட்டங்கள் மறைத்துவிட்டிருந்தன. மஸ்கரி அதே இடங்களை நோக்கி நினைவுகளை மீட்டெடுத்தார்.

"உனக்குத் தெரிய வேண்டியது அனைத்தையும் சொல்கிறேன். சிறுகண்டனும் நானும் ஆதிநாதன் என்ற ஒரே சித்தனின் சீடர்களாக இருந்தோம். மலைநாட்டில் பிறந்து தெற்கிலும் வடக்கிலுமுள்ள நாடுகளில் எல்லாம் அலைந்து திரிந்த ஆதிநாதன், ஒருமுறை காமரூபத்திற்கும் வந்தார். அங்கே பெரும் கலகங்கள் நடந்த காலம் அது. பாலர்களுக்கும் சேனர்களுக்கும் துருக்கியர்களுக்கும், ராஜபுத்திரர்களுக்குமிடையில் சிறியதும் பெரியதுமான போர்கள் நடந்து கொண்டிருந்தன. போர் நடைபெற்ற ஒரு தெருவில் உற்றார்கள் யாருமற்றுக் கிடந்த கைக்குழந்தையான என்னை அவர் எடுத்து வளர்த்தார்"

அலங்காரனின் நினைவு ஆதிநாதனுக்குள் சென்றது. ஒருவரைத் தெரிந்துகொள்ள முயற்சிக்கும்போதுதான் அவர் ஒரு கண்ணி மட்டுமே என்றும் சங்கிலி மிக நீண்டதென்றும் தெரிகிறது. அந்தச் சங்கிலியின் மற்றொரு கண்ணியே தான் என்று உணர்ந்துகொண்ட அவன் கேட்பவனாக மட்டும் மாறினான்.

"ஆதிநாதன், பிராமணரோ பௌத்தரோ சமணரோ அல்லர். வர்ணப்பிரிவினைகளுக்கு எதிரானவர் அவர். ஆசீவகர்களுள் முதன்மையானவரான கோசாலரின் பெயரை எனக்கு வைத்தது அதனால்கூட இருக்கலாம்"

"கோசாலனைப் பற்றி பிக்குகள் சொல்லியிருக்கின்றனர்" என்றான் அலங்காரன்.

“பௌத்தர்களும் ஜைனர்களும் ஆசீவகர்களை மதிப்பதில்லை அல்லவா. அதனால், அவர்கள் சொன்னவற்றை எல்லாம் உண்மையென்று ஏற்றுக்கொள்ள முடியாது. அந்தணரையும் அவர்களின் மறைகளையும் முறைமைகளையும் ஒதுக்கித் தள்ளியவர்தான் கோசாலன். ஜைன முனிவரான மகாவீரருடன் இணக்கத்தோடும் பிணக்கத்தோடும் நீண்டநாள் இருந்தார். கடைசியில் எதிராளியாகவும் மாறினார். வேறொன்றுமில்லை, வழிகள் வெவ்வேறாக இருந்தன என்பது மட்டுமே காரணம். அது போகட்டும். என் கதைக்கு வருகிறேன்”

சமணர்களுக்கு இடையிலான வேறுபாடுகள் குறித்து எதையோ கேட்க எண்ணினான் அலங்காரன். கேட்டாலும் புரிந்துகொள்ள முடியாது என்று தோன்றவே அவன் அமைதியானான். மஸ்கரி தொடர்ந்தார்.

“மஸ்கரி என்று என்னை என் கூட்டாளிகள் கேலியாக அழைத்தார்களாம். மர்கலி கோசாலனை மஸ்கரி கோசாலன் என்றும் அழைத்தனர்.” மற்ற சமணர்களுக்கும் வைதீகர்களுக்கும் எதிரியாக இருந்ததால் மஸ்கரிக்கு ‘கள்ள சன்னியாசி’ என்ற பொருளும் வந்தது. ஆனால் அந்தப் பெயருக்கு ஒரு தற்பெருமை உண்டு என்றுதான் குரு என்னிடம் சொன்னார். ஆதிநாதனுடன்தானே நானும் அவளூருக்கு வந்தேன்.

மஸ்கரி தொடர்வதற்குள் அலங்காரன் முடித்தான்.

“உலகம், வேண்டாம் என்று ஒதுக்கியவர்களுக்கும், உலகத்தையே வேண்டாம் என்று ஒதுக்கியவர்களுக்கும் வசிப்பதற்கான இடமல்லவா இது”

“ஆமாம், அலங்காரா. நீ சிரிக்கலாம். அப்படியான இடங்கள் அல்லவா இப்போது அதிகரித்து வருகின்றன. சிறுகண்டனும் பல

இடங்களில் அலைந்து திரிந்துதான் இங்கே வந்து சேர்ந்தார். அவரும் எங்களுடன் சேர்ந்துகொண்டார். கன்னட நாட்டின் கல்யாணிலும் கலகங்கள் அதிகரித்தன. சாளுக்கியனான தைலராஜாவிடமிருந்து விடுதலை அடைவதற்காக சிற்றரசனான பிஜ்ஜலன் அங்கே பெரும்பாடு பட்டுக்கொண்டிருந்தான். கலகங்களில் சிலர் வென்றதாக எண்ணிக்கொண்டிருந்தனர். தோற்றவர்களை நாட்டைவிட்டே ஓடச் செய்தனர். இதில் ஒன்றும் சேராத, ஏதுமற்றவர்கள்தான் எல்லா இடங்களிலும் தோற்றனர். அலைந்து திரிந்தவர்கள் எல்லாம் கண்காணிக்கப்பட்டார்கள். சிறுகண்டன் கல்யாணிலிருந்துதான் இங்கே வந்தார்''

அப்பாவைப் பற்றிக் கேட்டபோது அலங்காரனுக்கு ஆவல் கூடியது. எனினும் இழை பிரிந்து நீளும் கதையின் வேறொரு சரடையே மஸ்கரி அப்போது விரித்தார்.

“இங்கேதான் கொக்கவ்வாவையும் நாங்கள் முதலில் கண்டோம்''

“அப்பாவைப் பற்றி இன்னும் கொஞ்சம் சொல்லுங்கள் அய்யா''

“அப்பா! அப்பா! ஒருவனுக்கு மட்டுமாக ஒரு வாழ்க்கை இல்லை என்று நீ அறிய வேண்டும் அலங்காரா. காணிநேரம்கூட பொறுமையில்லை என்றால் என்ன செய்வது!''

அவன் ஒன்றும் பேசவில்லை. கேட்பவனாகவே மட்டுமே நிற்கும் அவனை பொருட்படுத்தாமல், மஸ்கரி கொக்கவ்வாவின் கதைக்குள் நுழைந்தார்.

அத்தியாயம் நான்கு

சிங்களம், சமஸ்கிருதம், பாலி உட்பட பலமொழிகள் அறிந்த தர்மகீர்த்தியுடன் பொலனரூவா நோக்கிய பயணம், தர்மசீலனால் மறக்க முடியாத ஒன்றாக மாறியது. பயணத்திற்கு இடையில் நிறைய தேசங்களின் வரலாறுகளைப் பற்றிக் கூறும்போது, தன்னை இழந்து அவர் பல காலங்களில் வாழ்ந்தவராகவே தோன்றும். காணவிருக்கும் புத்தனின் பல்லைப் பற்றி அவர் மிகவும் ஆவேசமாகச் சொன்ன கதை, தர்மசீலனின் சந்தேகங்களை அதிகரிக்கவே செய்தது.

வாழும்போதே புத்தர் மரணித்து விட்டதாகக் கற்பித்துக் கொண்டாரோ? ததாகதன் அக்காலத்திலேயே தன் சீடர்களான தபஸுக்கும் பல்லூகனுக்கும் ஆராதனைக்காக தன் முடியைப் பறித்துக் கொடுத்தார் என்று தேரா சொன்னார். பின்னர், ஜேதவனத்திற்குப் போவதற்கு முன்னால், சுமனகூட மலையில் மகாசுமனனுக்கும் அவர் தன் முடியைக் கொடுத்தார். தான் மறைந்து போகும்போது அழியும் உடலில் எளிதில் அழியாத சிலவற்றை அவர் முன்னாலேயே உணர்ந்திருக்கக் கூடும்.

தர்மகீர்த்தி தான் எழுதிக்கொண்டிருந்த கிரந்தத்திற்குள் இருந்தார். அதில் ஒரு நல்லடக்கம் நடந்து கொண்டிருக்கிறது. அன்பின் கதிர்களை வீசத் துணிந்த ஒரு நட்சத்திரம், என்றென்றைக்குமாக கெட்டு அணைந்திருக்கிறது. குசிநாரா நகரத்தில் சால்மரங்கள் தம்முள் பிணைந்து நிற்கும் உபவனத்தின் ஓரிடத்தில், வடக்கில் தலைவைத்து உறங்கும் ஒரு சிங்கத்தைப் போல கௌதமபுத்தன் படுத்திருக்கிறார்.

அன்று மல்லர்களின் ஆதிக்கத்தில் இருந்தது அப்பகுதி. சீடர்கள் சேர்ந்து அந்த உடலில் புத்தாடைகள் புனைந்து கம்பளியால் போர்த்தினர்.

பின்னர், மல்லர்களின் தலைவர்கள் நறுமணம் வீசும் மரத்துண்டுகளால் அவருக்குச் சிதை உருவாக்கினர். சீடரான மகாகஸ்பன் பணிவிடை செய்தவுடன் சிதையில் தீ படர்ந்தது. சுகந்தத்தை ஜுவாலைகளுக்குள் இழுத்து எடுத்து அக்னி எரிந்தடங்குவதற்குள், அருள்முனியின் உடலும் எரிந்தடங்கி இருந்தது. அப்போதும் நெற்றி எலும்பு, இருபுறமுள்ள தோள் எலும்புகள், நான்கு பற்கள் என சில மிச்சங்கள் சிதையில் எரியாமல் எஞ்சியிருந்தன. அப்போது, அங்கிருந்த கேமா இடதுபக்கக் கூர்ப்பல்லை எடுத்து பத்திரப்படுத்திக் கொண்டார். எஞ்சிய உடற்பாகங்களைச் சொந்தமாக்குவதற்காக அங்கிருந்த எட்டு அரசர்களுக்குள் பெரும்போரே நடந்தது. அப்போது, தோணன் என்ற பிராமணன் அவற்றை எட்டாகப் பங்கிட்டுக் கொடுத்துதான் அவர்களைத் திருப்திப்படுத்தினார்.

மரணம்கூட ஒரு யட்சிதான். அது இரையைத் தின்று தீர்த்தால், அழியாமல் எஞ்சுவது பல்லும் முடியும் நகங்களும் மட்டுமே. புத்தனே இறந்தாலும் அவை மட்டுமே எஞ்சுமென்றால்!? தானறிந்த ததாகதனை அந்த எச்சங்களுடன் இணைத்து நோக்க தர்மசீலன் சற்றே சிரமப்பட்டார். தர்மகீர்த்தி கதையைத் தொடர்ந்தார்.

கேமா தன்வசம் வந்து சேர்ந்த பல்லை, கலிங்க அரசனான பிரம்மதத்தனிடம் பத்திரமாகப் பார்த்துக்கொள்ளுமாறு ஒப்படைத்தார். அவர் அங்கே தந்தபுரம் என்ற நகரத்தில் பெரியதொரு கோயில் கட்டினார். மேலே முத்து மாலைகளினால் அலங்கரிக்கப்பட்ட நூற்றுக்கணக்கான அறைகள். கோவிலில் பொன்நிகர் ஒளிர்வின்முன் விடியலின் கதிர்கள் நிறம் மங்கி நின்றன. புத்தனின் பல் வைத்திருந்த

பீடத்தில் பதிக்கப்பட்டிருந்த ரத்தினங்களே அதிசயிக்கும்படி வெண்மையின் ஒளியைப் பரவச்செய்து கொண்டிருந்தன. பிரம்மதத்தனின் மகனான காசிராஜன் ஆட்சியின்போதும் பல் வழிபாடு தொடர்ந்தது. ரத்தினம் பதித்த விளக்குகள் ஏற்றி அவர் கோவிலை மேலும் அழகுறச் செய்தார். காசிராஜனின் புதல்வனான சுநந்தனும் தொடர்ந்து வந்த அரசர்களும் பல்லையும் கோவிலையும் பராமரிப்பதில் எந்தக் குறையும் வைக்கவில்லை.

அதன்பின்னரே, அவர்களின் தொடர்ச்சியாக குகாசிவன் என்ற அரசர் அதிகாரத்திற்கு வந்தார். புத்த தர்மத்தைச் சேர்ந்தவர்களைப் போலவே அவர்களின் எதிரிகளான ✦நிர்கிரந்தர்களுடனும் அவர் கனிவோடு நடந்துகொண்டார். ஆனால், நிர்கிரந்தர்களுக்கிடையில் அகப்பட்டு மழைக்கால நிலவைப் போல மங்கலான குகாசிவனால் தன் முன்னோர்களைப் போல நன்மையின் ஒளியைப் பரவச்செய்ய இயலவில்லை

தேராவின் வார்த்தைகள் கூர்ப்பல்லின் முனையையும் கூர்மையையும் கொண்டிருப்பதை அறிந்த பிக்கு வேதனையடைந்தார்.

"அப்படியென்றால் பல் வழிபாட்டுக்கு அவர் அதிக முக்கியத்துவம் கொடுக்கவில்லை, அவ்வளவுதானே?" என்று கேட்டார் தர்மசீலன்.

"சமணர்களை நிர்கிரந்தரென இன்னும் நிந்திக்க வேண்டுமா?' என கேட்க நாக்கு வளைத்தாரெனினும், ஒரு தர்க்கத்துக்கான சூழலை மௌனத்தால் வென்ற பிக்கு செவிமடுக்கத் தொடங்கினார். அப்போதெல்லாம், அனுராதபுரத்தில் அபயகிரியின் பௌத்த விகாரையைக் கட்டிமுடித்த வளகம்பராஜா தகர்த்தெறிந்த அங்கிருந்த சமண விகாரை, அதன் கூர்முனைச் சிதிலங்களால் அவருடைய

✦நிர்கிரந்தர் - சமணர்

உள்ளத்தை காயப்படுத்திக் கொண்டிருந்தது. கேட்கப்பட்ட கேள்விக்கு மட்டும் தர்மகீர்த்தி பதில் சொன்னார்."

"எந்த தர்மமும் நிலைகொள்வது இத்தகைய ஆராதனைகளால் அல்லவா? பௌத்தர்களுக்கு அதொன்றும் வேண்டாமெனினும், சாதாரண மக்களுக்கு அது தேவைதான். அவர்களே தர்மத்தை நிலைநிறுத்துகின்றனர்"

தேராவுக்குக் கதைகளின் அடுக்குகளினூடே பயணிப்பதற்கு அது ஒன்றும் தடையாக இருக்கவில்லை.

நகரவாசிகள் பற்கோவிலில் தொடர்ந்து திருவிழாக்களை நடத்தினர். நகரம் முழுவதையும் கொடித்தோரணங்களாலும் வாழைக்குலைகளாலும், பல்வேறு வண்ண மலர்களாலும் அலங்கரித்தனர். மகாமுனிவரைப் புகழ்ந்துகொண்டு ஆடவும் பாடவும் செய்தனர். அரசன் படுக்கையறையின் மேற்சாளரத்தைத் திறந்து, "எதற்காக இந்த ஆரவாரக்கூச்சல்?" என்று விசாரித்தார். அமைச்சர்களுள் ஒருவர் பற்கோவிலின் வரலாறை அரசனுக்குச் சொன்னார். புத்த மத விசுவாசியான அந்த அமைச்சர் அரசரிடம்,

"உங்களுக்கு முன்பிருந்த அரசர்கள் அனைவரும் இந்தத் திருவிழாக்களிலும் வழிபாடுகளிலும் பங்கு பெற்றவர்களே. அவர்கள் அனைவரும் பொருள்பொதிந்த இவ்வாழ்வை மேலும் ஒளிரச் செய்து சொர்க்கம் புகவும் செய்தனர். இந்த நகரவாசிகளும் தங்கள் வாழ்வின் இறுதிவரை சொர்க்கத்திற்கான வழியிலேயே உள்ளனர்" என்றார்.

அமைச்சரிடமிருந்து தர்மோபதேசத்தை அறிந்து கொண்ட குகாசிவன், பௌத்த மார்க்கத்தை ஏற்றுக் கொண்டார். நாட்டிலிருந்த சமணர்களை எல்லாம் அவர் வெளியேற்றவும் செய்தார். அவமானமடைந்த அவர்கள் பாடலிபுத்திர அரசனும்ஜம்புத்தீவுபேரரசனுமான பாண்டுவிடம் சென்று, வணங்கி தங்கள் துயரைச் சொல்லினர்.

"சிவனையும் விஷ்ணுவையும் பிற தேவதேவிகளையும் வணங்குபவர் அல்லவா தாங்கள்? ஆனால் தங்களின் அயல் நாட்டவரான குகாசிவன் அந்த தேவதைகளை நிந்திக்கவும், சடலத்தின் எச்சங்களை வழிபடவும் செய்கிறார்"

இதைக் கேட்ட பாண்டு, சித்தயானன் என்ற குறுநில மன்னனை அழைத்து, "கலிங்க நாட்டுக்குச் சென்று குகாசிவனை அழைத்துக்கொண்டு வாருங்கள். அவர் வணங்கும் சடலத்தின் எச்சங்களையும் இங்கே கொண்டுவந்து சேருங்கள்" என்றார்.

சித்தயானன் உடனே கலிங்கத்துக்குப் புறப்பட்டார். குகாசிவன் அந்த அரசனை வரவேற்று உபசரித்தார். உபச்சாரத்தில் மகிழ்வுற்றாலும் சித்தயானன் பாண்டுவின் செய்தியை குகாசிவனிடம் தெரிவித்தார். குகாசிவன் அவரை பற்கோயிலுக்கு அழைத்துச் சென்றார். அதன் அசாதாரண ஒளியில் சித்தயானன் ஆச்சரியப்பட்டு சிலையென நின்றார்.

ஹரிசந்தனமரத்தால் உருவாக்கப்பட்ட நிலைப்படிகள். பவிழத்தால் உருவாக்கப்பட்ட சிற்ப வரிசைகள். தொங்கவிடப்பட்ட முத்துமாலைகள். மரகதத்தால் உருவான சாளரங்கள். பிற ரத்தினங்களால் அலங்கரிக்கப்பட்ட தொங்கு மணிகள். இந்திரநீலம் பதித்த மேல்விதானம். ஆங்காங்கே யானைக் கொம்புகளால் உருவாக்கப்பட்ட கூர்மையான பற்களுடன் நிற்கும் சமுத்திர பூதங்களின் சித்திரங்கள். வெண்கொற்றக் குடைகளுக்குக் கீழே பிறைநிலவு போல் ஒளிரும் புத்தனின் பல்! வானவில்லின் உறைவிடத்தில் சென்றடைந்தது போல் தோன்றியது அவருக்கு. அவர் அந்தப் புனிதப் பொருளைப் பணிந்து வணங்கினார்.

எனினும், பேரரசன் பாண்டுவின் ஆணையை மீற இயலாதே. தன்னைத்தானே நொந்துகொண்டு, குகாசிவனையும் அழைத்துக்கொண்டு சித்தயானன் பாடலிபுத்திரத்தை அடைந்தார்.

குகாசிவனின் கையிலிருந்த புத்தனின் அழகிய பல் முன்னைவிட அதிகம் ஒளிர்வதாக சித்தயானனுக்குத் தோன்றியது.

புத்தனின் பல், வாழ்ந்திருந்த புத்தனைவிடப் பெரிய சத்தியமாய் மாறிய கதை. அதைப் பற்றிய நம்பிக்கைகளும் அவநம்பிக்கைகளும் தர்மசீலனின் சித்தத்தைக் குழப்பின. கேட்பவனின் குழப்பங்களை அலட்சியப்படுத்திக்கொண்டு தேரா மீண்டும் கதையில் ஆழ்ந்தார்.

குகாசிவன் பயமற்று நிற்பதைக் கண்ட பாண்டுவிற்குக் கோபம் ஏறியது. சமணர்களின் முன்னிலையில் அவர் கர்ஜித்தார்.

“இவன் வழிபடும் இந்தப் பல்லை கரி அடுப்பிலிட்டு எரித்து விடுங்கள்”

அதைக் கேட்டவுடன் கரியடுப்பை ஏற்றி சமணர்கள் அதில் அந்தப் பல்லை எறிந்தனர். ரோருவனரகத்தில் முன்பு எரிந்தது போல தீ கொழுந்துவிட்டு எரிந்தது. எனினும் அந்த நெருப்புக் கோளத்திலிருந்து தேர்ச்சக்கர அளவுக்கு பெரியதான ஒரு வெண்தாமரை உயர்ந்து வந்தது. சுற்றிலும் மகரந்தம் தூவிய பூவின் நுனியில் அந்தப்பல் ஒரு மொட்டு போலத் தெளிந்து நிலைகொண்டது. அரசன் ஆணையிட்டபின், பல்லை அடக்கல்லில் வைத்து சுற்றியலால் அடித்தனர். எவ்வளவு உடைத்தாலும் அது உடையவில்லை. கிழக்கு மலைக்கருகே எழுந்துயரும் நிலவைப்போல அது அடக்கல்லின் அருகே ஒளிர்ந்தது.

இருப்பினும், மீண்டும் பலவிதச் சோதனைகள் தொடர்ந்தன. எல்லாவற்றையும் அந்தப் பல் கடந்து வந்தது. அதன் புனித சக்தியை உணர்ந்துகொண்ட பாண்டு, குகாசிவனுக்குத் தக்க மரியாதை செலுத்தினார். அந்தப் புனிதப் பல்லின் மகிமையில் நம்பிக்கை கொண்ட பாண்டு, அதைத் தலையில் அணிந்து நகர்வலம் வந்தார். பிறகு பெரியதொரு வெண்கொற்றக் குடையின்கீழ் ரத்தின

சிம்மாசனத்தில் அதை பிரதிஷ்டை செய்தார். பாண்டு புத்த மதத்தைத் தழுவினார். சமணர்களை எல்லாம் அவர் நாட்டை விட்டே ஓடச் செய்தார்.

சமணர்களின் தூண்டுதல் காரணமாகவோ பல்லின் மேன்மைகளைக் கேட்டதன் காரணமாகவோ என்று தெளிவாக முடிவு செய்ய இயலவில்லை, அக்காலத்தில் கீரதரன் என்ற ஒரு அரசன் பெரும்படையுடன் பாண்டுவை எதிர்த்தார். ஆனால் பெரும் போராளியான பாண்டு, கீரதரனைத் தோற்கடித்துக் கொன்றார். தொடர்ந்து, அவர் தன் மகனிடம் அரசாட்சியை ஒப்படைத்தார். குகாசிவனிடம் அந்தப் பல்லைத் திரும்பக் கொடுத்து சொந்த நாட்டிற்கு அனுப்பவும் செய்தார். குகாசிவன் அதை சொந்த நாட்டிலேயே வைத்து போற்றிப் பாதுகாத்து வந்தார்.

அதற்கிடையில்தான், உஜ்ஜயினி இளவரசன் தந்தகுமாரன் கலிங்கத்தை வந்தடைகிறான். புனிதப் பல்லை தரிசிப்பதே அவனுடைய நோக்கம். அவனுடைய பக்தியும் பணிவும் குகாசிவனை மிகவும் கவர்ந்தன. பேரழகியான தன் மகள் ஹேமமாலாவுக்குப் பொருத்தமானவன் நந்தகுமாரனே என முடிவு செய்தார். ஆயிரக்கணக்கான காளைகள் எருதுகள் மற்றும் ஏராளமான பொன்னும் பொருளும் கொடுத்து நந்தகுமாரனை ஹேமமாலாவுக்குத் திருமணம் செய்து வைத்தார்.

கீரதரன் போரில் கொல்லப்பட்டாலும் அவனுடைய சகோதரி புத்திரர்கள் வெறுமனே இருக்கவில்லை. மலைய வனங்களில் தம்படித்த அவர்கள், மாபெரும் படையை உருவாக்கி பல்லின் எச்சங்களைக் கைப்பற்ற முயற்சி மேற்கொண்டனர். அவர்கள் தூதர்களிடம் குகாசிவனுக்குச் செய்தி அனுப்பினர்.

“ஒன்று, அந்தப் பல்லை எங்களுக்குத் தரவேண்டும். அல்லது சர்வநாசம் வரக்கூடிய ஒரு போருக்குத் தயாராக இருங்கள்”

செய்தியறிந்த அரசன் தந்தகுமாரனை வரவழைத்தார்.

"நான் உயிருடன் இருக்கும்வரை இந்தப் பல்லை வேறொருவருக்கும் தரமாட்டேன். என்னால் போரில் அவர்களை வெல்ல முடியாமல் போகலாம். தேவர்களும் மனிதர்களும் ஒன்றாகப் போற்றிய இந்தப் புனிதப்பொருளை எடுத்துக்கொண்டு நீயும் ஹேமாமாலாவும் பிராமணத் தம்பதிகளின் வேடமணிந்து வேகமாக சிங்களத்தீவுக்குச் சென்றுவிடுங்கள்"

இதைக் கேட்ட தந்தகுமாரன் சற்றே தயங்கினான்.

"நமக்கு நெருக்கமானவர்களாக அங்கே யார் இருக்கிறார்கள்? புத்த தர்மத்தைப் பின்தொடர்பவர்கள் யாரேனும் அங்கே இருக்கிறார்களா? கடலின் அக்கரையில் உள்ள அந்தச் சிறிய தீவுக்கு புனிதப்பல்லுடன் நாங்கள் எப்படிப் போவது?"

"நீ வருந்த வேண்டாம். புத்த தர்மத்தைப் பின்பற்றும் நிறையபேர் இருக்கும் இடம் சிங்களத் தீவு. மட்டுமல்ல, அந்நாட்டு அரசன் மகாசேனன் என் நெருங்கிய நண்பனும்கூட. அவர் உங்களை வரவேற்பார். இந்தப் புனிதப் பல்லை அவர் பாதுகாக்கவும் செய்வார்"

தன் மகளையும் மருமகனையும் நாட்டிலிருந்து அனுப்பிய குகாசிவன், கீரதரனின் உறவினர்களை எதிர்த்துப் போரிட படைகளுடன் சென்று, போரில் வீரமரணம் அடைந்தார். அரசனின் மரணச்செய்தி கேட்ட வேதனையுடன் ஹேமமாலாவும் நந்தகுமாரனும் பிராமணர் வேடமணிந்து புனிதப் பல்லுடன் சிங்களத் தீவுக்குச் சென்றனர்.

கருணையின் அவதாரம் மண்ணில் களைந்துவிட்டுச் சென்ற பற்களுக்கான போர்கள்! ஒருவனின் வாழ்வும் மரணமும் பிற்காலத்தில் தம்முள் முரண்படுகின்றன! தர்மசீலன் மிகப்பெரும்

மனச்சோர்வடைந்தார். அப்போதும் தர்மகீர்த்தி கதையின் அற்புதமான பரிணாமத்தை வடிவமைப்பதில் மும்முரமாக இருந்தார்.

நாட்டைவிட்டு வெளியேறிய தம்பதிகள், விரைவிலேயே ஸ்திர பிரகிருதியுள்ள தென்பாரதத்தை அடைந்தனர். ஹேமமாலாவை ஒரு நகரத்தில் விட்டுவிட்டு நந்தகுமாரன் பெரியதொரு நதியைக் கடந்து சென்றான். அங்கே ஓரிடத்தில் ஒரு மண்குன்றுக்கு அடியில் பல்லை ஒளித்து வைத்துவிட்டு ஹேமமாலாவைத் தன்னுடன் திரும்ப அழைத்துக்கொள்வதற்காக மீண்டும் நகரத்துக்குச் சென்றான். மனைவியை உடனழைத்துக்கொண்டு அவன் ஒரு அடர்வனத்திற்குச் சென்று வசித்தான். அந்தநேரம் வான்வழியாகப் பயணித்துக் கொண்டிருந்த ஒரு தேரா, ஒரு மண்குன்றில் இருந்து புனிதக் கதிர்கள் ஒளி வீசுவதைக் கண்டு அங்கே இறங்கினார். சுகதனின் பல்லின் எச்சம் என்பதையறிந்து அவர் பக்தியோடு வழிபட்டார். அச்சமயம் அங்கே வந்து சேர்ந்த தம்பதிகள் தேராவிடம் அனைத்தையும் தெரிவித்தனர். அவர் அவர்களிடம்,

“களைப்பைப் பெரிதுபடுத்தாமல், இத்துடன் வேகமாக சிங்களத்திற்குச் செல்லுங்கள். பயணத்திற்கு இடையில் ஏதாவது சங்கடங்கள் வந்தால் என்னை நினைத்தால் போதும்” என்றார்.

தேரா, அவர்களை ஆசீர்வதித்துவிட்டுச் சென்றார். அப்போது அந்த நதியின் அதிபதியான பாண்டுபத்ரன் என்ற நாகராஜா அந்த வழியாக வந்தார். மண்குன்றில் இருந்து வெளிவந்த ஒளியை அவரும் பார்த்தார். ததாகதனின் புனிதப்பல் என்பதை அறிந்துகொண்ட நாகராஜா, உருவழிந்து சென்று அதைப் பாதுகாத்து வைத்திருந்த பேழையோடு விழுங்கிவிட்டார்.

கடற்கரைக்குச் செல்லத் தயாராகியிருந்த தந்தகுமாரனும் ஹேமமாலாவும் அங்கே பல் இல்லாததைக் கண்டு கண்ணீர் வடித்தனர்.

அவர்கள் தேராவை நினைத்தனர். அவர், அங்கே வந்து சேர்ந்து அவர்களை ஆசுவாசப்படுத்தினார். தன் திவ்ய திருஷ்டியால் எல்லாவற்றையும் புரிந்துகொண்ட தேரா, ஒரு கொடிக்குவியலில் இரையை விழுங்கிப் படுத்திருக்கும் நாகராஜாவைக் கண்டார். அப்போதே தன் சித்தியால் ஒரு கருடனாக உருவம் மாறினார். வான்வரை விரிந்த இறகுகளுடன் அந்தப் பறவை பறந்து உயர்ந்தது. கடலினை இரண்டாகப் பிளக்கும் திறத்துடன் அது மேருமலையின்கீழ் ஓய்வெடுக்கும் நாகராஜாவின் அருகே பாய்ந்து சென்றது. பயந்துபோன நாகராஜா தன் பாம்பு வடிவைக் களைந்து கருட வடிவிலான தேராவின் கால்களை வணங்கியபடி,

"மனிதர்களின் நன்மைக்காக மட்டும்தான் புத்தர்கள் அவதரிக்கிறார்களா? வளைகளுக்குள்ளான இருள் எங்களுக்கு வெறுத்துவிட்டது. ஒருதுளி வெளிச்சத்துக்காகத்தான் நான் இதை எடுத்தேன்" என்றார்.

"இந்தப் பல் சிங்களத் தீவுக்குக் கொண்டு செல்லப் படுகிறது. புத்த தர்மத்தைத் தெரிந்துகொள்ள முயல்வோர் நிறையபேர் அங்கிருக்கின்றனர். அவர்களுக்காக அதைத் திருப்பித் தாருங்கள்"

"ஆமாம், மனிதர்கள் மட்டுமே இவ்வுலகில் இருக்கின்றனர். அறிவும் வெளிச்சமுமெல்லாம் அவர்களுக்காக மட்டும்தான்"

நாகராஜா சற்றும் விருப்பமில்லா மனதுடன் பல்லைத் திரும்பக் கொடுத்தார். தேரா, கருட வடிவத்தை விடுத்து தன் சுயவடிவம் மீட்டெடுத்து மறைந்தார். ஹேமமாலா பல்லைத் தன் முடியில் ஒளித்து வைத்தாள். அவர்கள் பயணம் தொடர்ந்தனர்.

தர்மசீலன் பெருமூச்செறிந்தார். தேரா, உருவாக்கிய ஒரு கதை இப்படியானது வெறுமனேயில்லை. குருமார்கள் அற்புதங்கள் உருவாக்கினால் மட்டும் போதாது; அவற்றின் உரிமையும் வேண்டும்.

புத்தனின் புனிதப்பல்லைப் பாதுகாப்பவர்களுக்குதான் அதிகாரம் என்ற நம்பிக்கையும் இவர்கள் பரப்பியதாக இருக்கலாம். வெயிலை மறைப்பதற்காக பிக்கு மேல்துண்டை எடுத்துத் தலையை மூடிக்கொண்டார்.

இனிமையான ஒரு நறுமணம் காற்றில் வழிநெடுகப் பரவியது. கற்களும் முட்களும் மிருதுவான மலர்களாக மாறின. கிராமங்களிலும் நகரங்களிலும் உள்ளவர்கள், வழி நெடுகிலும் சுகதனின் புனிதப்பல்லை வரவேற்றனர். குன்றுகளையும் காடுகளையும் கடந்தபோது வனதேவதைகள் அவர்களைப் பின்தொடர்ந்தனர். அப்படியாக, அவர்கள் சமுத்திரக்கரையில் உள்ள ஒரு நகரத்தை அடைந்தனர்.

தர்மகீர்த்தி சற்றே நிறுத்தினார். பிக்கு கதையை கவனிக்கவில்லை என்று அவருக்குத் தோன்றியது. அதைப் புரிந்துகொண்ட தர்மசீலன், ஆவல் வெளிப்படுவதாக நடித்தார்.

"அதன்பிறகு அவர்களின் பயணம் இனிமையாக இருந்தது இல்லையா?"

"அப்படிச் சொல்ல முடியாது"

பிக்குவை தேரா மீண்டும் கதைக்குள் பிடித்துப்போட்டார்.

நிறைய வணிகர்களுடன் பெரிய பாய்மரங்கள் உள்ள ஒரு கப்பல் அங்கே அவர்களுக்காகக் காத்துக் கிடந்தன. மாலுமியிடம் அவர்களின் விருப்பத்தைத் தெரிவித்தனர். அவருடைய அனுமதியுடன் கப்பலில் பயணம் மேற்கொண்டனர். உக்கிரமாக வீசியிருந்த கடல்அலைகள், அவர்களின் இருப்பில் நுரைப்பூக்களாக மாறின. கொடுங்காற்று, பூமணம் தவழும் தென்றலாகக் கப்பலை வலம் வந்தது.

புனிதப்பல்லை ஆராதனை செய்ய விரும்பிய நாகங்கள் மீண்டும் வந்தன. சில அவற்றின் படம் உயர்த்தி கடலில் இருந்து சீறி வந்தன.

சில தேவதைகளின் வடிவில் நறுமணப் பூக்களுடன் ஆகாயத்தில் காத்து நின்றன. சில ரத்தினங்கள் பதித்த விளக்குகளும், பதாகைகளும், தங்கத் தாம்பாளங்களும் ஏந்தி நின்றன. சில நாகங்கள் ஆடவும் பாடவும் வீணை இசைக்கவும் செய்தன. அவற்றின் மந்திரசக்தியால் அரசகுமாரியின் முடியில் இருந்த பல் வான்நோக்கி உயர்ந்தது.

அத்துடன் நாகங்களின் ஆரவாரக் கூச்சல் வானை நிறைத்தது. அதன் எதிரொலிகள் வெளியேற இடமில்லாமல் வானின் கருவறையில் ஒடுங்கின. நாகங்கள் ஏழு பகலும் ஏழு இரவும் கப்பலைத் தடுத்து நிறுத்தி அவற்றின் அர்ச்சனையைத் தொடர்ந்தன. அசையக்கூட முடியாமல் கப்பல், கடலில் உருவாக்கப்பட்டதொரு அரண்மனைபோல வான் நோக்கி நின்றது.

வேறு வழியறியாத ஹேமமாலாவும் நந்தகுமாரனும் தேராவை மீண்டும் நினைத்தனர். நாகங்களின் இருப்பே தடையின் காரணம் என்றறிந்த தேரா, மீண்டும் கருட வடிவெடுத்தார். மேகங்களை இறகுகளால் பகுத்து மாற்றிய கருடன் வானத்தில் தோன்றியபோது, புனிதப் பல்லை ஹேமமாலாவின் கூந்தலில் திரும்ப வைத்துவிட்டு நாகங்கள் ஓடி ஒளிந்தன.

மீண்டும் கப்பல் அசையத் தொடங்கியது. கடல் அலைகளை இரண்டாகப் பிளந்துகொண்டு அது இலங்கையை இலக்காக்கி நகர்ந்தது. தேராவின் அருளால் கப்பலுக்கு முன்பைவிட வேகம் கூடியது. அவ்வாறு தடைகளைக் கடந்து அந்தப் புனிதப்பல்லுடன் அவர்கள் இலங்கைக் கரையை வந்தடையவும் செய்தனர்.

பிராமணர் வேடமணிந்த அரச தம்பதியர் தாங்கள் முதலில் கண்ட நகரத்தின் ஓர் ஆலயத்தில் தங்கினர். பிற பிராமணர்கள் அவர்களை வரவேற்கவும் செய்தனர். அதன்பிறகு, அவர்கள் அங்கிருந்து அனுராதபுரத்தை நோக்கிப் பயணித்தனர். அந்த இடம் மிகுந்த

தொலைவில் இருந்தது. பயணத்திற்கிடையில், தாங்கள் காண எண்ணிய மன்னனான மகாசேனன் இறந்துவிட்ட செய்தி அறிந்தனர். கீர்த்திஸ்ரீ மேகவண்ணன் என்ற வேறொரு அரசனே அன்று அந்த நாட்டை ஆண்டு கொண்டிருந்தார். அவரும் திரிரத்தினங்களில் நம்பிக்கை உள்ள புத்ததர்ம அனுதாபி என்று அறிந்தபோது அவர்கள் ஆசுவாசமடைந்தனர்.

அனுராதபுரத்தின் வடகிழக்குப் பகுதியில் மேககிரி விகாரையிலிருந்த ஒரு புரோகிதர், அரசனுக்கு நெருக்கமானவர் என்று அறிந்த தம்பதியர் அங்கே சென்றனர். பல்லை அங்கு பத்திரமாக வைத்துவிட்டு அந்த புரோகிதருடன் அரசவையை அடைந்தனர். புரோகிதர், அரசனிடம் அனைத்தையும் தெரிவித்தார். பிராமணத் தம்பதியர் வடிவில் இருவர், புத்தரின் புனிதப்பற்களுடன் வருவார்களென சோதிடர்கள் சொல்லி அறிந்திருந்ததால் அரசன் ஆச்சரியத்துடன் அவர்களை வரவேற்றுச் சிறப்பு செய்தார். அவர் கால்நடையாக மேககிரி விகாரையை அடைந்து, புனிதப் பல்லைக் கண்டு ஆனந்தக் கண்ணீர் வடித்தார்.

புனிதப் பல்லின் மகிமையினால் இலங்கையிலும் பல அற்புதங்கள் நடந்தேறின. அத்துடன் அரசனுக்கும் மக்களுக்கும் அதன்மீதான பக்தி மிகுந்தது. புரோகிதர்களின் அபிப்ராயங்களையும் மதித்து அரசர் அனுராதபுரத்தின் இன்றைய அபயகிரி விகாரையில் ஒரு கோவிலை உருவாக்கி புத்தனின் பல்லை அங்கே ஸ்தாபித்து வணங்கவும் செய்தார். அபயகிரி விகாரையை நோக்கியுள்ள புனிதப்பல்லின் உற்சவப் பயணம், பின்னர் இலங்கையின் திருவிழாக்களுள் ஒன்றாக மாறிப்போனது.

இதற்குள் அவர்கள், பொலனறுவாவை நோக்கியுள்ள பயணத்தில் பாதியைக் கடந்திருந்தனர். தர்மசீலனுக்கு தொடர்ந்து கதையைக் கேட்பதற்கான விருப்பம் இருந்ததெனினும் தர்மகீர்த்தி,

“நான் ‘தலதாவம்ச’ என்று பெயரிட்ட நூலில் இவ்வளவையும் எழுதியுள்ளேன். பலரும் பாடக்கேட்ட கதைகள்தான். அவை எல்லாவற்றையும் சேர்த்து ஒரு காவியம் ஆக்கியுள்ளேன், அவ்வளவே. இன்னும் முழுமையாக்கவில்லை. எழுதியவற்றிலேயே சில திருத்தங்கள் வேண்டுமென்றும் தோன்றுகிறது” என்றார்.

“எதற்காகத் திருத்தங்கள்?”

“முதலில் எழுதுவது அவரவருக்காக. திருத்தங்கள் மற்றவர்களுக்காக. ஒருமுறை திருத்தியதை பின்னர் வாசிக்கும்போது அவரே வேறொருவர் ஆவார் அல்லவா” என்று அவர் புன்னகைத்தார்.

தர்மசீலன் அப்போதும் அவர் சொன்ன கதையின் அதிசயங்களில் இருந்து மீண்டு வந்திருக்கவில்லை. வெறுமொரு பல் என்னென்ன நிகழ்வுகளை அடுக்கி வைத்திருக்கிறது! அந்த நிகழ்வுகள் சேர்ந்த கதையே எழுத்தினூடே, பேச்சினூடே வேறொன்றாக மாறியிருக்க வேண்டும். இதில் ததாகதனின் இடம் எங்கே? கலகங்களின் கதையிலா அல்லது கருணையின் வசனங்களிலா?

அவர் தர்மகீர்த்தியிடம் எதையும் கேட்கவில்லை. ஆனால், சுற்றிலும் கண்ட மருகாடுகளும் ஆங்காங்கே இருந்த மரக்கூட்டங்களும் புல்மேடுகளில் காணப்பட்ட கால் அடையாளங்களும் சிதிலமடைந்திருந்த குடில்களும் அடக்கஒடுக்கமாய் நின்ற விகாரைகளும் பிரம்மாண்டமாக எழுந்து நின்ற அரண்மனைகளும் ஆயிரமாயிரம் கதைகளைத் தனியாகச் சொல்வதாக அவருக்குத் தோன்றியது. எழுதவோ சொல்லவோ செய்யாததால், கதையாகாமல் போன உருவங்களின் உலகத்தை அவர் பரிதாபத்துடன் பார்த்தார்.

அத்தியாயம் ஐந்து

"நாம போன பாழிக்குடத்திலிருந்து இன்னும் ரொம்பதூரம் கெழக்கால நடந்தா ஓர் ஆறு இருக்கு. அதக் கடந்து போனா சில நாகராஜா கோவில்கள். அதுக்குப் பக்கத்துல ஒரு சிவன் கோவில் இருக்கு. அது அவளூரின் மறுபுறத்தில் இருந்தது. பல வர்ணத்திலுமுள்ளவர்கள், கோவிலுக்கு அடுத்தும் அகன்றும் வாழும் ஊர். இடையிடையே பிச்சை யாசிக்க, நானும் அங்கே போவதுண்டு. போனால் சிறிதுகாலம் அங்கேயே தங்குவதே வழக்கம். ஆற்றோரமாக இருந்த ஒரு கோவிலில் அருகில்தான் ஒரு பெண்குழந்தையை முதன்முதலாகப் பார்த்தேன்"

அவளூரில் பிறந்து கன்னட நாட்டின் வசனமாக முழங்கிய கொக்கவ்வாவை நினைவிலிருந்து மீட்டெடுக்கும்போது, மஸ்கரியின் கனத்த முகம் வாஞ்சையால் ஒளிர்வதை அலங்காரன் ஆச்சரியத்துடன் கவனித்தான். கதையின் சில பகுதிகள் செவிப்புலனில் தட்டி அழைத்துத் திரும்பிப் போனது அவனைப் பாதிக்கவேயில்லை.

"நான் அவளுடைய பெயரைக் கேட்டேன். குறும்புக்காரியான அவள் ஒரு வார்த்தையும் பேசவில்லை. அதனால் நான் அவளை காக்கம்மா என்று அழைத்தேன். மரத்தடிகளிலும், கோவிலின் நாக வடிவங்களின் முன்னாலும் எப்போதுமே தனித்திருக்கும் பெண் ஒருத்தியைக்கண்டு, அன்றெல்லாம் பதட்டம் தோன்றியிருந்தது. அந்தச் சிற்றுடலில் வாரிப் பூசியிருந்த திருநீறு, அவளுக்குச் சற்றும் இணங்கவே இல்லை. இரண்டு கண்களும் நெற்றியில் இட்டிருந்த குறியும் சேர்ந்தபோது வில்வ இலையின் முக்கண்கள் போலிருந்தன"

BHAGYANATH

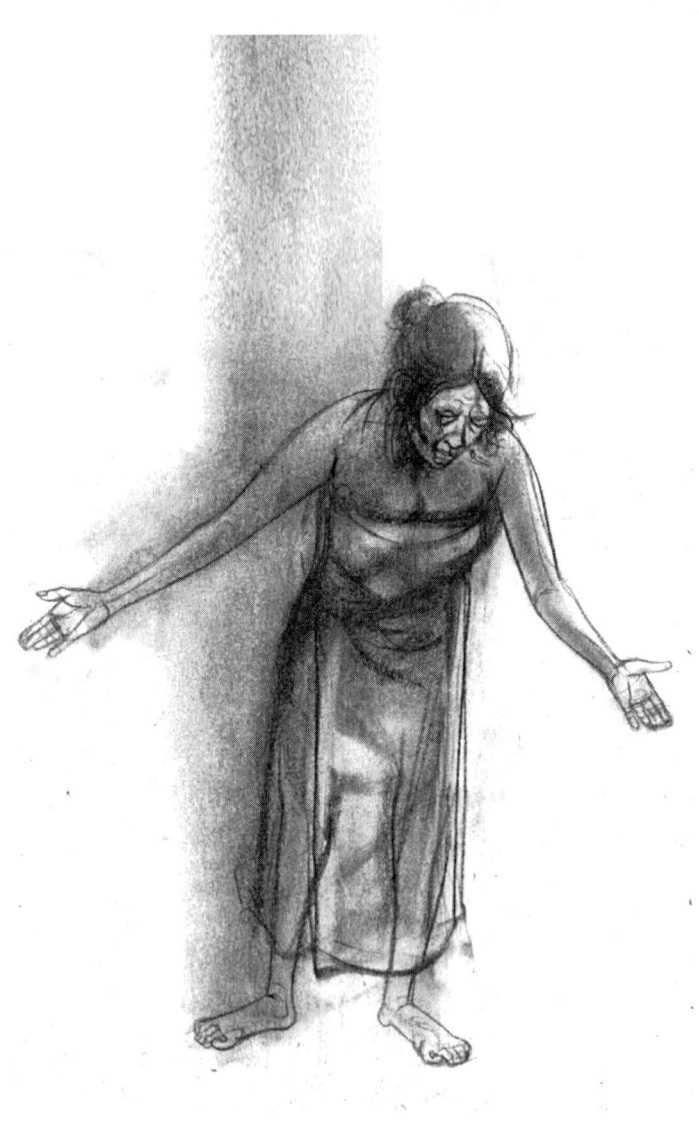

வேண்டிய ஒருவரைப் பற்றியதாக மஸ்கரி சொல்லிக் கொண்டிருந்தபோது வார்த்தைகளில் நிறைந்த கனிவு அலங்காரனுக்குள்ளும் படரத் தொடங்கியது. அவன் கேட்பவனாக மட்டுமே தொடர்ந்தான்.

"காக்கம்மா சற்றே பெரியவளானாள். ஆனாலும். அவளுடைய பழக்க வழக்கங்களில் மாற்றம் வரவில்லை. ஒருமுறை அவன் சிவன்கோவிலில் இருந்து இறங்கி வருவதைக் கண்ட நான் அதிர்ந்து போனேன்"

"நீ கோயிலுக்குள்ள போனியா?"

"ஆமா, அதுக்கு என்ன?"

"யாராவது பார்த்தாங்களா?"

"ஆமா, சிவபெருமான் உள்ளேதான் இருந்தாரு"

"காக்கம்மா விளையாட்டா சொல்றதுபோல எளிதில்ல பலவும் இங்க"

அவள் ஆலயத்துக்குள் நுழைந்துவிட்டாள் என்று அறங்காவலர்களும் மற்றவர்களும் அறிந்தபின் ஏற்படப் போகும் ஆபத்தையெல்லாம் நான் அவளிடம் சொல்லிப் பார்த்தேன். அது எதுவும் அவள் காதில் கேட்டுக் கொண்டதாகவே தோன்றவில்லை.

நான் இப்படிப் பேசிக் கொண்டிருந்தபோதே அங்கே சிலர் வந்தனர்.

"தோ, இங்க நிக்கிறா அவ!"

அவர்கள் ஓடி அருகில் வந்தனர். என்ன ஆனது என்று நான் கேட்டபோது, தீவிரமான ஒரு பார்வையே பதிலாக வந்தது.

"இவன் யாரு?" அவர்கள் அவளிடம் கேட்டனர்.

அவள் பேசவில்லை. என் பக்கம் திரும்பினார்கள். “இன்று மங்கலம் நடக்க வேண்டியவள் இவள். நீ யாரு?”

“ஒரு சமணன். சும்மா பேசிக் கொண்டிருந்தேன்”

நான் அவர்களை அமைதிப்படுத்த முயன்றேன். அவர்கள் என்னை நம்பியதாகத் தெரியவில்லை. அவளை அடித்து இழுத்துச் செல்ல தொடங்கியபோது நான் தடுத்தேன். அந்நேரம் அவர்கள் என்னை நோக்கித் திரும்பினர்.

“சமணர் இதில் நுழையாதீர்”

“பாவம்! மங்கலத்தைத் தவிர்ப்பதற்காகவே அவள் ஆலயத்தில் ஒளிந்து இருக்கலாம். சிவபெருமானிடமல்லவா அவளுக்கு விருப்பம். அவரன்றி வேறொருவர் என்றால் முடியுமா?”

என் வார்த்தைகள் எதுவும் எடுபடவில்லை.

இன்னொரு நாளும் அவள் மீண்டும் ஆலயத்துக்குள் இருந்து இறங்கி வருவதை நான் பார்த்தேன். ஆளில்லா நேரத்தில் அங்கே வந்துவிடுவதை அவள் வழக்கமாகக் கொண்டிருந்தாள். கோவிலினுள்ளே அவள் என்ன செய்கிறாள் என்பதையறிய ஒருமுறை நான் ஒளிந்து நின்றும் பார்த்தேன்.

கோவிலின் கருவறை திறந்தே இருந்தது. அவள் உள்ளே அமர்ந்து ஒரு பொடியை தூபக்கரண்டியிலிட்டு அணையா விளக்கிலிருந்து நெருப்பைப் பெறுகிறாள். கண்கள் மூடி எதையோ மந்திரித்துக்கொண்டே சிலைக்கு தூபப்புகை காட்டுகிறாள். நறுமணம் வெளியே பரவுகிறது. புகை அவளையும் சூழ்கிறது.

நான் நடுங்கிப் போனேன். ஆலயத்தின் அறங்காவலர்களோ பூசாரிகளோ பார்த்துவிட்டால் அவளுடைய கதி என்னவாகும் என்று என்னால் ஊகிக்க முடிந்தது. வெளியே வந்தபோது “இன்னிக்கும் நீ

உள்ள ஏறிட்டே, இல்லையா? போய் சிவனைப் பார்த்தியா?" என்று கேட்டேன்.

"பாத்தேனே"

"கோயிலுக்குப் போனது பரவாயில்ல. நீ ஏன் கருவறைக்குள்ள போன?"

காக்கம்மா உற்சாகத்தோடு சொன்னாள். "நான் முன்பொருமுறை வழக்கம்போல கோயிலுக்குப் போனேன். அப்ப அங்க ஒரு வாலிபன் நிற்கிறதப் பாத்தேன். அவரு பாக்குறத எல்லாம் நான் கண்டுக்கவே இல்லை. என் வழக்கப்படி சிவனைத் தொழுதேன். தரையில் உட்கார்ந்து பஞ்சாட்சரத்தையும் சொன்னேன். கொஞ்சநேரம் கழித்து கண்ணைத் திறந்து பாத்தப்பயும் அவரு என்னையே பார்த்துக்கிட்டு நின்னுக்கிட்டு இருந்தாரு"

எனக்கு சிரிப்புதான் வந்தது.

"அப்புறம்? ஆளு எப்படி? உனக்குப் பொருத்தமா இருப்பாரா?"

"அதெல்லாம் நான் பாக்கல. அவர், என்னக் கட்டிக்கிறியான்னு கேட்டாரு"

"அப்படியா? நீ என்ன சொன்ன?"

"அது எளிதல்லன்னு சொல்லிட்டேன். ரொம்பநேரம் வற்புறுத்தவும் எனக்கு கோபம் வந்துடுச்சு. என்னோட சிவபூஜையத் தடுக்காதீங்கன்னு சொல்லி போக முயன்றேன். அப்பத்தான் ஒரு அற்புதம் நிகழ்ந்தது. அவரோட வடிவம் மறஞ்சு அங்க சிவபெருமான் அழகுடன் நிக்கிறதப் பாத்தேன். உடம்பு முழுக்க திருநீறு பூசி கையில கபாலமும் ஏந்தி சுடலக் கூத்தாடத் தயாராக இருந்தார். அப்பறம் எங்கிட்ட, மகளே உன்னை எனக்குப் பிடித்துவிட்டது. என்றும் நீ எனக்கு தூபம் கொளுத்திக்

காட்டவேண்டும் என்று சொன்னார். அன்னையிலிருந்துதான் A uß£i ö\´ ¯zöuõh[Q÷Úß”

“நான் ஒன்றும் பேசவில்லை. அவளைப் பின்மாறச் செய்ய முடியாதென உறுதியானது. கடைசியில் பயந்தது போலவே நடந்தது. அவள் ஆலயத்தில் இருப்பதை அறங்காவலர்களில் எவரோ ஒருவர் பார்த்துவிட்டார். அவர் அவளை இழுத்து வெளியே கொண்டுவந்து அடிக்க கை ஓங்கவும், நான் வேண்டாமென்று தடுத்துப் பார்த்தேன். யாரும் என் வார்த்தைகளைப் பொருட்படுத்தவில்லை. அவர்கள் அவளுடைய உறவினர்களையும் அழைத்து வந்து, அந்த எளியவர்களையும் அடிப்பதைப் பார்க்க நேர்ந்தது.”

“மகளே நீ எந்தாணு இவ்விதம் செய்வது?”

அவளுடைய அம்மா தரையில் உட்கார்ந்து அழுதாள். காக்கம்மாவுக்குக் கூச்சம் எதுவும் உண்டாகவில்லை.

“அம்மே, சிவபெருமாள் என்னோடு நேரிட்டு சொல்க கொண்டாணு”

“நீ இனிமே இங்க எங்கேயும் தென்படக்கூடாது. தூய்மை பணியெல்லாம் செஞ்சு பிறகும் இவ இதேமாதிரி செய்யமாட்டான்னு என்ன நிச்சயம் இருக்கு?”

ஊரார்கள் ஒரே குரலில் சொன்னார்கள்.

காக்கம்மாவின் உறவினர்கள் அடிவாங்கித் தளர்ந்திருந்தனர். அவர்கள் அவளை நோக்கிக் கதறினர்.

“மகளே, நீ எங்கயாவது போயிடு. இல்லன்னா, இந்த நாட்டிலயே யாருக்கும் இருக்க முடியாத நிலைமையாப் போயிடும்”

காக்கம்மா நேராக இறங்கிச் சென்றாள். நான் பின்னால் நடந்தேன்.

“நில்லு”

அவள் நிற்கவில்லை.

“எங்கோ நீ போவது?”

அதற்கும் பதில் சொல்லாமல் அவள் முன்னோக்கிப் போனாள். நான் அவளை நெருங்கினேன்.

“நில்லு. தனியாப் போகவேண்டா. எந்தெங்கிலும் வழியுண்டாகும். என்னோடொப்பம் வா”

முதலில் சம்மதிக்கவில்லை என்றாலும் பிறகு அவள் நின்றுவிட்டாள்.

“சிவனன்றி எனக்கு வேறு தெய்வம் இல்லை. தெய்வங்களை நம்பாத்த நிங்கள்க்கு அது திரியுவதில்லா”

அவள் நடக்கத் தொடங்கினாள்.

“நேருதான். எங்களுக்கு ஆலயங்களோ தேவதேவியர்களோ இல்லை. ஆனாலும், நியதி என்ற ஒன்று இருக்கிறது. அதன் போக்கில் பட்டு உழலும் ஒருவனின் அழலைத் திரியுவதினுள்ள கனிவுமிருப்பது”

அவளுக்கு ஏனோ என்னிடம் நம்பிக்கை தோன்றியது. நான் அவளையும் அழைத்துக்கொண்டு சிறுகண்டனிடம்தான் சென்றேன். பல நாடுகளில் சுற்றியலைந்து இருப்பதால் சிறுகண்டனுக்கு ஏதாவது வழி தெரியும் என்று எனக்குத் தெரிந்திருந்தது.

“சொந்தம் குடியில்தான் ஏதுமே வழி உண்டாக்கத்தது”

அலங்காரன் குறுக்கிட்டான். மஸ்கரி அதை விரும்பவில்லை. ஆனாலும், அவர் அதைக் கேட்காதது போல நடித்தார்.

சிறுகண்டனிடம் நடந்தது அனைத்தையும் சொன்னேன்.

“அந்தணர் வாழும் ஆலயங்களில் நீ என்றுமே வெளியில்தான் இருப்பாய்”

சிறுகண்டன் காக்கம்மாவைக் கனிவோடு பார்த்தார்.

“உன்னை வேண்டாத தெய்வத்தை நீ எதற்கு வணங்குகிறாய்?”

அவள் முகம் மாறியது. பின் அமைதியாகச் சொன்னாள்.

“இடையில் புகுந்து பிரிவினை செய்பவர்களுக்குதானே தெய்வத்தையோ என்னையோ வேண்டாதது. அவர்களுக்குத் தெரியாது இல்லையா, சிவனும் நானும் ஒன்னுதான் என்பது”

சிறுகண்டன் என்னை நோக்கிப் புன்னகைத்தார்.

“கோசலா, இவளை அவ வழிக்கு விடறதுதான் சரி”

“ஆனா, எப்படி?”

என் சந்தேகம் தீரவில்லை.

“ஒரு வழி இருப்பது. கன்னட நாட்டுக்குப் போறது. அங்கே கல்யாணில் பசவேஸ்வரன் தானிரிப்பூ. பிஜ்ஜள ராஜாவின் மந்திரி. சிவபக்தர்களான சரணர்களின் ஒரு கூட்டமும் அங்க இருக்கு. அவங்களோட தலைவன்தான் பசவன். மேலோர் கீழோர் என்ற வேறுபாடு அவர்களிடம் இல்லையென்று கேட்டிருக்கிறேன். அவர்களின் மற்றொரு முன்னவரான பிரபுதேவன் எனக்கு குருவைப் போன்றவர். உலகத்தின் உள்ளும் பொருளும் அறிந்த சித்தனல்லவா பிரபு. காக்கம்மாவை அங்கே அனுப்பலாம்”

“அங்கே இவள் தனியாகச் செல்வாளா?”

“நான் தனியா இல்லை. எனக்கு எங்கேயும் போகவும் வேண்டாம்”

காக்கம்மா முடிவாகச் சொன்னாள்.

"இங்கே நீ தங்க முடியாது காக்கம்மா. நிம்மதியும் இருக்காது. உன் உறவுகளுக்குக்கூட அது அழிவையே தரும். கல்யாணுக்குப் போய் சரணர்களைப் பாரு. இணங்கிப்போக முடியலன்னா திரும்பி வந்துடலாமே"

காக்கம்மா எதுவும் பேசவில்லை. மௌனம் சம்மதமென்று நினைத்து சிறுகண்டன் பேசத் தொடங்கினார்.

"இவளுக்கு அங்கே போவதற்கான வழியும் அவங்க பேசும் மொழியும் தெரியாது. நானும் உடன் போகிறேன். இவளை கல்யாணுக்குக் கொண்டுபோய் பிரபுதேவனிடம் ஒப்படைச்சிட்டுத் திரும்பறேன். எனக்கும் பழைய இடமெல்லாம் ஒருதடவை பாத்த மாதிரியும் இருக்கும். பிரபுவுடன் சிலநாள் செலவு செஞ்ச மாதிரியும் இருக்கும்"

காக்கம்மாவுக்கும் அது சம்மதம்தான் என்று தோன்றியது. அப்படித்தான் அவள், சிறுகண்டனுடன் கல்யாணுக்குப் புறப்பட்டாள். என்னிடம் விடைபெறுவதற்கு இடையில் சிறுகண்டன் அவளை நோக்கிப் புன்னகைத்தார். மிகுந்த வாஞ்சையுடன் அவர் உச்சரித்தார் "அன்பே சிவம்!"

அத்தியாயம் ஆறு

பொலனறுவாவின் அரச மாளிகைகளுக்கு இடையில் உயர்ந்து நிற்கும் புனிதப்பல் ஆலயத்தின் படிகளில் தர்மசீலனும் தர்மகீர்த்தியும் ஏறிச்சென்றனர். வட்ட வடிவிலான கோயிலைச் சுற்றி கல்லில் உருவாக்கப்பட்ட சிற்பங்களும் புத்த விகாரைகளும் சூழ்ந்திருந்தன. உள்வாயில்கள் கடந்து சென்ற அவர்களின் முன் அருள்முனியின் பல் சற்று எழுந்து நின்றது.

"இதன் வேர்கள் குன்றினுள் ஆழ்ந்திறங்கி இலங்கையின் அடி மண்ணில் சென்று தொடுகிறது என்று சொல்லக் கேட்டிருக்கிறேன்"

தேரா, பல்லையே பார்த்துக்கொண்டு நின்றார்.

"வெள்ளை ஆம்பலின் ஓர் இதழ் போல இருக்கிறது, இல்லையா?"

கருணையின் தூது அதன் உறைவிடத்திலிருந்தே வெளிவருவதை அனுபவிக்க வாய்த்தபோது அவர் தர்மசீலனின் கைத்தலத்தோடு தன் கையைச் சேர்த்தார். சுற்றிலும் ஒளிரும் விளக்குகளின் ஒளிர்வில் அதிலிருந்து நிலவொளி பொழிவதாகவே அவருக்குத் தோன்றியது. ஆனால், பிக்கு எவ்வுணர்வையும் வெளிக்காட்டாமல் வெறுமனே நின்றார். அவர் மெதுவாக,

"நீங்கள் அதன் ஒளியைக் காண்கிறீர்கள். நான் அதன் கூர்மையைக் காண்கிறேன்" என்றார்.

தடாலென்ற ஒரு நினைவில் தர்மசீலன், தன் நாக்கினால் பற்களின் உட்பக்கத்தைத் தொட்டுப் பார்த்தார். இடப்பக்கக் கடைவாய்ப் பல்லின்

இடத்தில் இப்போது ஒரு பிளவு மட்டுமே இருக்கிறது. நடுவில் எப்போதோ கெட்டுப்போய் விழுந்திருக்கலாம். அப்படி அது நட்டமடைந்ததை தான் அறியாமல் போனது எதனால்? ஓர் எழுத்தையேனும் உச்சரிக்கவோ, சமைத்த உணவை சாப்பிடவோ நாக்கு கடைவாய்ப்பல்லில் தொடத் தேவையில்லை என்பதை நினைத்துப் பார்த்தபோது, தனக்கு ஏற்பட்ட சோர்வு இயல்பானதுதான் என்று அவருக்குத் தோன்றியது. இரையைக் கடித்துக் கிழிக்க மட்டும் உதவும் ஒன்று தன்னிடமிருந்து ஒழிந்து போயிருக்கிறது. மனிதனையும் மிருகத்தையும் சமமாக்கும் ஓர் உறுப்பு இல்லாமல் போனபோது, தான் மனிதத்தன்மையோடு கூடுதலாக நெருங்கவே செய்திருக்கிறேன். உள்ளேயிருக்கும் அருள்முனியின் உண்மையை உணர்ந்துகொள்ள அதுவே தாராளம்தான்! எப்படி இருப்பினும் விழுந்துவிட்டதில் தானேகூட ஆசுவாசம் அடையும் ஒன்றை புத்தன் இவ்வுலகிற்காக மிச்சம் வைத்துச் சென்றது எதற்காக? அவர் தன் இன்மையை நிரப்புவதெனில் அது இப்படித்தான் இருக்க வேண்டுமா?

அந்தப் பல்லின் முன்னால் பணிந்து வணங்கியபோது, தர்மசீலனின் கைகள் நடுங்கின.

"ததாகதா, கூர்முனையுள்ள பல்லில் தொடாமல் வெளியே வந்த தங்களின் சொற்களைவிட நாங்கள் அமரத்தன்மை உடையதாக எண்ணுவது, பல்லில் பதிந்த இரத்தத்தில்தான் என்று தாங்கள் முன்கூட்டியே அறிந்திருந்தீர்களா?' பிக்குவையே பார்த்து நின்ற தர்மகீர்த்தி அவருடைய உள்ளத்தை அறிந்திருக்க வேண்டும். திரும்பி நடந்தபோது தேரா,"

"உண்மையில், புத்தனின் அருட்சொற்களுக்கும் அரசரின் பேராசைகளுக்கும் இடையில்தான் போராட்டம் அல்லவா? இதைக் கைவசம் வைத்துக்கொண்டு யாரால் நிம்மதியாக நீண்டகாலத்துக்கு

ஆள முடிந்தது! பாதுகாப்பதற்கான சிரமத்தாலும் நட்டமடையும் என்ற பயத்தாலும் எத்தனை இரவுகளில் அவர்களின் உறக்கம் தொலைந்திருக்கும்!'' என்றார்.

தன் துயரங்களை தேரா ஏற்றெடுத்துக் கொள்வதாகத் தெரிந்த தர்மசீலன், சம்மத பாவனையில் தலையசைத்தார்.

“போர் மனிதர்களுடையது அல்ல; மிருகங்களுடையது. அவற்றுக்குத்தான் தொடர்ந்து வாழ வேறுவழிகள் இல்லை. அதை நினைவுபடுத்தத்தான் அருள்முனி இப்போதும் முயல்கிறார்'' என்றார் பிக்கு.

தர்மகீர்த்தி தொடர்ந்தார்.

“அதனால் என்ன பயன்? அருள்முனியின் சீடர்களாலும் போரைத் தவிர்க்க முடியவில்லை அல்லவா? இலங்கையை வந்தடைந்த பின்னும், இப்பல்லுக்கு நிரந்தரமாக ஓரிடத்தில் ஓய்வாய் இருக்க முடியவில்லையே. இருந்தாலும், பல்வேறு ஆக்கிரமிப்புகளுக்கு இடையிலும் ஏழு நூற்றாண்டுகள்வரை இது அபயகிரி விகாரையிலேயே இருந்தது. இந்த மண்ணில் அதிகாரம் தேடி வந்தவர்களுள் உங்களின் தேசத்தில் இருந்து வந்தவர்களும் சற்றும் குறைந்தவர்கள் இல்லை''

தர்மகீர்த்தியின் வார்த்தைகளில் இருந்த சில முட்கள், தர்மசீலனின் நெஞ்சைத் தைத்தன.

“நான் ஒரு பிக்கு. ஒரு தேசத்தோடும் தனிப்பட்ட விருப்பம் இல்லாதவன்''

“நான் ஒரு சுவாரசியத்திற்காகச் சொன்னேன்''

தர்மகீர்த்தி பட்டெனத் திருத்திக்கொண்டார்.

“எத்தனை எத்தனை அரசர்கள் பின்னாட்களில் இங்கிருந்து இலங்கையை அடைந்தார்கள் என்று நினைத்துக் கொண்டேன் சகோதரா. பல்லவ அரசர்களான சிம்மவிஷ்ணுவும் நரசிம்மவர்மனும் பலமுறை இந்நாட்டை கீழடக்கினர். பிறகு சோழர்கள். பராந்தகனும், ராஜராஜனும், ராஜேந்திரனும் இலங்கையின் பல இடங்களையும் சொந்தமாக்கிக் கொண்டனர். ராஜராஜன் பொலனரூவாவைக் கைப்பற்றினான். ராஜேந்திரன் இங்கிருந்த மஹிந்தன் என்ற அரசனையும், அரசியையும், இளவரசியையும் அவர்களின் தேசத்திற்குப் பிடித்துச் செல்வதுவரை நிகழ்ந்தது. இந்தக் கலகங்கள் நடைபெற்ற காலங்களிலும் அபயகிரி விகாரையில்தான் புனிதப்பல் பத்திரப்படுத்தப்பட்டிருந்தது. ஆனால் காணாமல் போய்விடுமோ என்ற பயம் அதிகமானபோது, அதை ருஹூனுவின் பல விகாரைகளிலும் ரகசியமாகப் பாதுகாக்க வேண்டியதிருந்தது. பிறகு பராக்கிரமபாகுவும் விஜயபாகுவும் இப்போதைய அரசனான நிசங்க மல்லனும்தான் பொலனரூவாவில் இதோ காணும் தலதா மாலிகாவாவைக் கட்டி ததாகதனின் புனிதப் பல்லைப் பாதுகாத்து வருகின்றனர்”

தர்மகீர்த்தி ஒரே மூச்சில் சொல்லி நிறுத்தினார். தர்மசீலன் நிசப்தமாகக் கேட்டுக் கொண்டிருந்தார். கருணையின் அடையாளங்களைக்கூட அழித்துவிட வந்தவர்களின் தொடர்ச்சியே நானென்றா இந்த தேரா சொல்ல வருகிறார்? அல்லது புத்தனின் மிச்சத்தைக் கலகத்திற்கான ஆயுதமாக்கியவர்களின் வாரிசுகள் என்றா? அப்படியானால், ரசித்து கதை சொன்ன தேரா அல்ல, அதைக் கேட்டுக்கொண்டிருந்த நானே துக்கத்துடன் வெட்கித் தலைகுனிய வேண்டும்.

பிக்குவின் மௌனம் தேராவையும் சற்றே நிலைகுலையச் செய்தது.

"தாங்கள் வருத்தப்பட வேண்டாம். எனக்குத் தெரிந்ததைச் சொன்னேன். அவ்வளவுதான். என்னுடன் வாருங்கள்"

தர்மகீர்த்தி முன்னோக்கி நடந்தார். தர்மசீலன் பின்தொடர்ந்தார். உயர்த்தி நடப்பட்டிருந்த ஒரு பரந்த பலகைக்கு முன் அவர்கள் சென்று நின்றனர்.

"இதைப் பாருங்கள்"

தர்மசீலன் கற்பரப்பைக் கூர்ந்து பார்த்தார். தமிழிலும் வடமொழியிலும் குறிக்கப்பட்டிருந்த எழுத்துகள்!

"பின்னர் வாசித்தால் போதும். செய்தி என்னவென்று நான் சொல்கிறேன்"

எழுத்தில் இருந்து கண்ணெடுக்காமலேயே பிக்கு, தேராவின் வார்த்தைகளைக் கவனித்தார்.

"இந்தப் புனிதப்பல்லின் மிச்சங்களைப் பாதுகாக்கும் பணியில் இருந்தவர்கள் வேலைக்காரர்கள் என்று அறியப்படும் தமிழர்கள். விஜயபாகு மன்னன் உலகம் அழியும் வரையிலான காலம் முழுமைக்கும் இந்தப் பொறுப்பை அவர்களுக்குக் கொடுத்திருப்பதாக அறிவிக்கும் ஆணை இது. இதோ காணப்படும் சில ஆலயங்களை உருவாக்கியதும் அவர்களாக இருக்கலாம்"

தர்மசீலன் வேதனையோடு புன்னகைத்தார். வேர்களைத் தேடும் ஆவலுடன் இந்த தேசத்தில் அலையும் நான், வேறொரு நாட்டின் அடையாளமாகிறேன். எல்லாவித தளைகளிலிருந்தும் விடுதலையடைய முடியாத நான் இந்நிலைக்குத் தகுதியானவன்தான்.

தர்மகீர்த்தி, கதையின் திருப்பங்களில் லயித்திருந்தார்.

"என்ன செய்வது? சோழர்களுடன் போர் நிகழ்ந்தபோது,

அவர்களை எதிர்த்துப் போரிட வேலைக்காரர்கள் தயாராக இல்லை. விஜயபாகு, அவர்களைத் தண்டித்துமிருக்கலாம்''

"நாம் திரும்பிப் போகலாமா?'' தர்மசீலன் தேராவிடம் கேட்டார்.

தர்மகீர்த்தி, என்ன சொல்வது என்று அறியாமல் நின்றார்.

"போகலாம். நான் சொன்னவற்றில் ஏதேனும் உங்களை வருந்தச் செய்தால் மன்னிக்க வேண்டுகிறேன்''

தர்மசீலன் மிருதுவாக தேராவின் தோளைத் தொட்டார்.

"நாடுகளுக்கிடையிலான கலகங்கள் பற்றித்தானே நாம் இவ்வளவு நேரமும் பேசிக்கொண்டிருந்தோம்? அந்நாடுகளில் நம் சுயத்தைத் தேடும்போதும் அவை நம்மை அடிபணியச் செய்துவிடக் கூடாது''

இருவருக்கிடையிலும் அன்பு தோன்றியது. அவர்கள் தமக்குள் கட்டியணைத்து விலகினர். தர்மகீர்த்தி பொலனரூவாவில் உள்ள தன் விகாரையை நோக்கியும் தர்மசீலன் அனுராதபுரத்தை நோக்கியும் சென்றனர்.

11

அத்தியாயம் ஒன்று

இருட்டில் குமரனுக்கு அடிக்கடி திசை தவறியது. ஒளிந்துகொள்ள இடம் தேடும் ஓர் உரகத்தைப் போல சிறிய அசைவுகளையும் வெளிச்சத்தையும்கூட அவன் பயந்தான். இதுவரை பார்வையாளனாகவே இந்த வாழ்வைப் பார்த்துக் கொண்டிருந்ததாகவும் இப்போதுதான் அதை நேரடியாக அனுபவிக்கத் தொடங்கியதாகவும் தோன்றியபோது ஓசை எழுப்பாமல் அழுதுகொண்டே மீண்டும் ஓடினான். ஆங்காங்கே நின்று மூச்சு வாங்கினான். கடைசியில் முன்பொருமுறை சென்று நின்ற குடிலின் வாசலில் போய் நின்றான்.

வழக்கம்போலவே அன்றும் உள்ளே வெளிச்சமாய் இருந்தது. அன்றைக்கு அழைத்தது போல இன்று அழைக்க நேரவில்லை. அவனுடைய காலடி சத்தத்தை கேட்டவுடன் முதியவர் வெளியே வந்தார். குமரனைக் கண்டபோது சகதியில் விழுந்த ஒரு பூனைக்குட்டியைப் போல அவருக்குத் தோன்றியது.

"அகத்து ஏறிக்கொள்ளு"

"என்னெக் காக்கணம் அய்யா"

இடறியும் அறுந்தும்போன வார்த்தைகளால் குமரன் நடந்தது அனைத்தையும் சொல்லி முடித்தான். அவ்வளவு நேரமும் தன்னுள்ளே

ஏதோ பெண் நகங்கள் கீறி விட்டுக் கொண்டிருந்த விகாரமான கோடுகளுக்கெல்லாம் பொருள் உண்டென்று அறிந்து மொத்தமாக வியர்த்துப் போனான்.

‘‘‘‘எனக்கெல்லாமே திரியும். நீயொரு காணிநேரம் இரிக்கு’’

அவர் ஒரு கலத்திலிருந்து கொஞ்சம் நீர் எடுத்து அவனிடம் நீட்டினார். வெறும் நீர் அல்ல, கடுப்பேறிய சாராயம். ஒரு மடங்கு குடித்தபோதே தீக்கனல் வந்து விழுந்ததுபோலக் குடல் எரிந்தது. குஞ்ஞாதி கலத்தில் சிரட்டையால் முகர்ந்து மீண்டும் எடுத்துவந்து அவனிடம் கொடுத்தார். அவன் சற்றே தயங்கினாலும் அதையும் வாங்கிக் குடித்து முடித்தான்.

“இது போறும் அய்யா’’

“இலையில் மாட்டிறைச்சியையும் சோற்றையும் எடுத்து வைத்த கிழவர் அன்போடு இதுங்கூடித் தின்னு’’ என்றார்.

குமரன் சாப்பிட்டு முடித்தான். குஞ்ஞாதி அவனுடைய தோளைத் தொட்டார்.

“சென்னு பெட்டெந்தால் விடுதி பெடாத்த இடங்களிலே நீ போயது. வழி திரிஞ்சு போகுன்னதறிகயாலே நான் விலக்கியதுமாணு’’

அவன் தலைகுனிந்தான்.

“போட்டே, ஒன்னு வந்து பிணஞ்சென்னும் வச்சு, அதில் குடு?ங்க வேண்டா. அதினு போம்வழி தேடு. அதுதான் திறமுள்ள வழி’’

குமரனின் கண்கள் நிறைந்தன.

“குறயாய் பறஞ்சென்னோராதே. எனாக்கு வந்தது மற்றொராள்க்கு வாருதென்னே கருதியுள்ளு’’

சற்றே நிறுத்திவிட்டுப் பின்னர் தொடர்ந்தார்.

“இவிடெ மலைச்சரக்குகளும் விற்றொழிச்சு மடங்கிப் போகும் வணிக்குகளேறே. அவர்க்கொப்பம் நீ இவிடம் விட்டாளு. அவரிங்கு வருவோளம் இவிடெ தங்கிக்கோளு. கெழக்கட்டுள்ள மலநிரகள் கடந்தால் மதுரையிலேக்குள்ள வழியாவிது. அங்கு சென்னால் நின்னெ ஆரும் திரிச்சறியப் போகாது”

குமரன் எதைச் செய்யவும் தயாராக இருந்தான்.

“என்கூடெ வா நீ”

குடிலின் பின்னால் குஞ்ஞாதி குமரனை அழைத்துப் போனார். புதர்க்காடுகள் பின்னகர்த்தி முன்னேறிச் சென்று அவர்கள் ஒரு பெரிய பாறையினருகே நின்றனர். குஞ்ஞாதி தனியாக அதை எடுத்து நகர்த்துவதை மெல்லிய வெளிச்சத்தில் அவன் பார்த்தான். கிழவனின் திறத்தில் அவன் அதிர்ந்து போனான். கீழே ஒருவன் இறங்கக்கூடிய அளவுக்குப் பெரியதொரு சுரங்கம் அது. உடைந்து பிளந்து நீட்டிக்கொண்டு நின்ற கற்களில் மிதித்து குஞ்ஞாதி கீழே இறங்கியபடியே குமரனையும் கைப்பிடித்து இறங்கச் செய்தார். அத்துடன் மெல்லிய வெளிச்சமும் இல்லாமல் போனது. ஒருவர் மட்டுமே புழங்குவதற்கான ஓர் அறை என்று அவனுக்குப் புரிந்தது. குஞ்ஞாதி அவனைப் பரந்தொரு பாறையில் உட்காரவைத்தார்.

“வெளிச்சம் இல்லன்னது இவ்வளவொரு குறையல்லயே. கழிஞ்சுகூடான் தக்க இடவுமிரிப்பது”

மெல்லிய குரலில் அவர் பேச, அது கற்சுவர்களில் பட்டு முழக்கமாகக் கேட்டது.

“கெடந்தொறங்கு. நான் பொய்க்கோட்டே? கல்லு கொண்டு அடய்க்கிலும் பேடி வேண்டா. காற்று வரும் வழி வேறொன்னிருப்பது”

குமரன் தலையசைத்தான். குஞ்ஞாதி கற்படிக்கட்டுகள் ஏறினார். குகையின் மேற்புறம் மூடிக்கொண்டது. உடற்சோர்வும் சாராயத்தின் மதர்ப்பும் ஒன்றிணையவே அவன் சட்டென உறங்கிப்போனான்.

வெளிச்சத்தின் ஓர் உருளை முன்னால் பதிந்தபோதுதான் விழித்தான். பாறையின் அருகில் ஓரளவுக்குப் பெரியதொரு வட்டத்தின் வழியாகத்தான் அது உள்ளே கடந்து வந்தது. அவன் அந்தத் துளை வழியாக வெளியே பார்த்தான். அதன் அருகிலும் பெரியதொரு பாறைதான். எனினும் மேலிருந்து காற்றும் வெளிச்சமும் தானிருக்கும் இடத்தில் வந்து சேர்கின்றன.

இரவைக் கழித்த அந்தக் கல் அறையை அவன் உற்று நோக்கினான். மூலையில் ஒரு மூட்டையைத் தவிர வேறொன்றும் அங்கு இல்லை. சற்றுநேரத்தில் குஞ்ஞாதி வந்து பாறையின் அடைப்பை நீக்கினார். ஒரு கலம் நீரை அவர் கீழே இறக்க, குமரன் அதை வாங்கி?த் தரையில் வைத்தான். பின்னால் குஞ்ஞாதி உள்ளே வந்தார்.

"வெளிக்கு போவதினு அவிடெயாகாம்"

அவர் பாறைக்கருகே இருந்த பிளவின் பக்கம் விரலைச் சுட்டினார்.

"இன்னிரவிலே நினக்கு மதுரயிலேக்கு போக வேண்டும். அதினு வட்டம் கூட்டிட்டுண்டு. பகல் இவிடெத்தான் இருந்தால் போறும். ஒக்கெயும் ஞான் நோக்கிக் கொள்வேன்"

குஞ்ஞாதி போனவுடன் குமரன் மீண்டும் பாறைப் பலகையில் படுத்தான். பின்னர் எழுந்து கூட்டிலடைத்த கால்நடையைப் போல கற்குகையின் ஓரங்களையும் மூலைகளையும் தொட்டுக்கொண்டு நடந்தான். ஓர் ஓரமாக இருந்த மூட்டைக்குள் என்ன இருக்கிறது என்பதை அறிய ஆவல் தோன்றியபோது, அதை ஒருமுறை தொட்டுப் பார்த்து நடுங்கிப் போனான். அதனுள்ளிருந்து வெளியே நீட்டி நிற்கும்

இரண்டு காதுகள்! ஏதோ கால்நடையினுடையது. ஒரு துடிப்புடன் மூட்டையின் கட்டை அவிழ்த்தான். எருமைகளின், நாய்களின் தோல்கள். அவற்றின் முன்பக்கம் போன்ற சில முகமூடிகள்!

குமரன் பட்டென மூட்டையைப் பழையபடி ஆக்கினான். தண்ணீருடன் பாறை அருகிலுள்ள பிளவை நோக்கிப் போனான்.

பாலில் வேகவைத்த தினையரிசிச் சோற்றுடன் குஞ்ஞாதி மீண்டும் வந்தார். அவன் சாப்பிடாமல் உட்கார்ந்திருப்பதைக் கண்ட அவருக்குள் ஏதோ ஒன்று தட்டுப்பட்டது.

“நீ பொதிக்கெட்டழிச்சு நோக்கி, அல்லையா?”

குமரன் ஒன்றும் பேசவில்லை. பின் தளர்வுற்ற குரலில்,

“அனந்தனைக் கொன்னது நிங்களாய்யா?” என்று கேட்டான்.

துளியும் கூச்சப்படாமல் குஞ்ஞாதி ஒப்புக்கொண்டார்.

“அதெ”

“மற்றுள்ளோர்க்காயி கொல செய்வதில் ஒரு ஏனக்கேடும் தோணாதா?”

“மற்றுள்ளோர்க்காயல்ல, எனாக்குத்தான் தோணியது”

“என்னதினு?”

“அவன் நாட்டுடையோருட மகன். நாட்டார்க்கெல்லாம் அயாளெக் கொண்டு பொருதி முட்டி. ஒடுக்கம் என் மகளையும் அவன்...”

குஞ்ஞாதியின் கண்கள் நிறைந்தன.

“உயிரு மட்டுமெங்கிலும் மிச்சம் வய்க்காமாயிருந்து அவனு. எனக்கு மக்களில்லாண்டு ஆயது அங்கனெ”

குமரன், முதியவரின் கைகளைப் பிடித்தான். அவருடைய முகம் கனத்தது.

"அவனெ வகவருத்துவதினு குஞ்ஞுன் என்னத்தான் ஏல்ப்பிச்சது பாழிலாவாது. எல்லாமே அவனு திரியும்"

அன்றைக்கு ஒரு நாய் குரைத்துக் குதித்ததையும், அவன் எழுந்து ஓடியதையும் குமரன் நினைத்துக் கொண்டான்.

"தனியாத்தான் செய்தீங்களா?"

"அல்ல, கூட்டரிலொரு பிள்ளைய கூடெ கூட்டினேன். பட்டியுடெ தோல் அவனே பொதச்சது. நான் போத்தின் வடிவில் சென்னு ஆ செட்ட பொக்கியுடெ கழுத்து ஒடிச்சுவிட்டேன்"

"அப்போள் பிள்ளைத்தைலமும் மந்திரவுமொக்கே பொய்யா?"

"எனக்கு மருந்தும் மந்திரமும் ஒன்னும் ஏதும் அறியாது. பக்ஷேஷங்கிலு ஒடிக்கேண்ட மர்மம் திரியும்"

உள்ளே அடித்த வெயிலில் குஞ்ஞாதியின் கண்கள் ஒளிர்ந்தன.

"ஒளிச்சு வச்சதொன்னுமல்லிது. நின்னோடு பறயணமென்னு கருதித்தான் இருந்தேன். நேரமும் காலமும் ஒத்தது இப்பொழுதுதானே"

இரவில் கிழவன் மீண்டும் வந்தார்.

"ஒடனே புறப்படு. அவரு வெளியிலே காத்து நில்ப்பது"

குமரன் குஞ்ஞாதியைக் கட்டிக்கொண்டு அழுதான்.

அத்தியாயம் இரண்டு

வணிகர்கள் நான்குபேர் இருந்தனர். உடன் இரண்டு கழுதைகளும் இருந்தன. சரக்கை இறக்கிவிட்டு வஞ்சிப்பட்டினத்தில் இருந்து திரும்பி வருகின்றனர்.

"இங்க இருந்து முப்பத்தைந்து யோஜனை தூரம் இருக்கு மதுரைக்கு. நடந்து சீலமிரிப்போ? அத்ர தூரம் தாண்டுமோ?"

அக்கூட்டத்தில் வயது முதிர்ந்தவரான ஒருவர் குமரனிடம் கேட்டார். முடியுமென்று தலையசைத்தான் குமரன்.

"கைப்பிழையாலே பிணஞ்சதென்னு திரிஞ்சேன். அதுதானே கூட சேர்த்துக்கொண்டது"

குமரன் தலைகுனிந்தான்.

இனி நானொரு குற்றவாளி; கொலைகாரன். ஆட்களின் இடையிலிருந்து ஒளிந்து நடக்க வேண்டியவன். ஒரே நிமிடத்தில் நான் வேறொருவனாகி இருக்கிறேன். ஒரே ஆயுதத்தின் கூர்மை போதும், ஒருவனைத் தலைவனோ அல்லது அகதியோ ஆக்குவதற்கு.

அவனுக்கு அழுகை அடங்கவில்லை. கிட்டத்தட்ட ஒத்த வயதுடைய ஒருவன் அவன் முதுகில் தட்டி ஆசுவாசப்படுத்தினான். அவன் கழுதை மீதிருந்த ஒரு மூட்டையை அவிழ்த்து ஒரு வேட்டியை எடுத்துக் குமரனுக்குக் கொடுத்தான்.

"கொறச்சு சென்னால் மலநிரகளாவிது. இரவில் நல்ல தணுப்புமுண்டே. தலையிலே கெட்டிக்கோ"

BHAGYANATH 2019

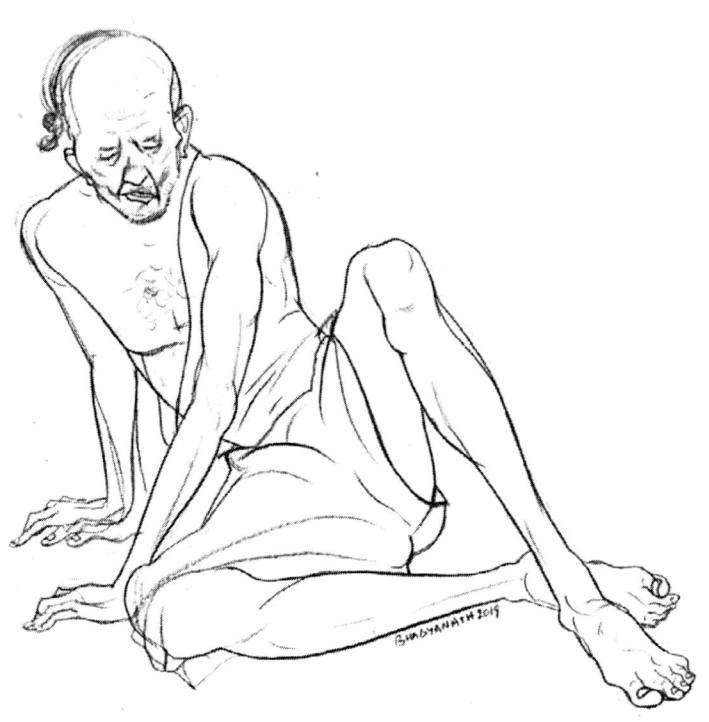

துணியைத் தலையில் கட்டியவுடன் அவன் அக்கூட்டத்தின் ஐந்தாவது ஆளானான். தனிமைப்பட்டவன் என்ற எண்ணம் அத்துடன் கொஞ்சம் குறைந்தது.

“நீ ஒப்பம் இரிக்கக் கொண்டுதானே இரவில் பயணத்தினு உறச்சது. நிலா இரிப்பதினாலே நினப்பதோளம் கஷ்டம் வராது”

நிலவுதான் என்றுமுள்ள துணை. இருந்தும் இன்னைக்கு அதை கவனிக்கவில்லையே. குமரன் வானத்தைப் பார்த்தான். வழமையான சிரிப்பை அங்கே பார்த்தபோது அவனுக்குள் ஆறுதல் தோன்றியது.

“என்னை ஞாபகம் இருக்கு இல்லையா!”

அவன் மௌனமாகக் கேட்டான். அதற்குள் சந்திரன் ஒரு மேகத்தின் பின்னால் மறைந்துவிட்டான்.

“வேனல் காலமாகக்கொண்டு மழப்பேடியும் வேண்டா”

கால் ஒரு கல்லில் இடித்துக்கொண்டதையும் பொருட்படுத்தாமல் சம வயதினனான வணிகன் ஆறுதல் அடைந்தான். அவன் பெயர் மங்களன் என்பதையும் வயது முதிர்ந்தவரின் பெயர் அபயன் என்பதையும் குமரன் அறிந்திருந்தான். விமலநாதனும் ரத்னாகரனுமே மற்ற இருவர். அவர்கள் பொதுவாகவே தேவைக்கு அதிகம் பேசாத இயல்புடையவர்கள். வணிகர்களாக இருப்பினும் சிறிது காலத்திற்குப்பின் அவர்கள் இருவரும் பிக்குகளாக மாறிவிடுவார்கள் என்று அவனுக்குத் தோன்றியது.

மங்களன் சொன்னது சரிதான். மழை இல்லாததால் வழியில் வழுக்கவில்லை. கழுதைகளும் நடக்கச் சோம்பல் காட்டவில்லை. அடிக்கடி காட்டு விலங்குகளின் முரளல் போல நீர்வீழ்ச்சிகளின் சத்தம் மட்டும் உயர்ந்து கேட்டது. சன்னமான குளிர், வழிபோக்கரின்

வியர்வை வெளிவரும் முன்பே அதைத் துடைத்தெறிந்தது. சங்கடங்களை எல்லாம் குமரன் சற்றுநேரம் மறந்திருந்தான்.

பின்னாலிருந்து ஒரு சத்தம் கேட்கவும் அபயன் நின்று செவி கூர்ந்தான். அது குதிரைக் குளம்படிகள் என்று புரிந்தபோது சற்றே திடுக்கிட்டான். குமரனிடம், கவனமாக இருக்கவேண்டும் என்று மட்டும் சொன்னான். ஆனாலும் அவன் நெஞ்சம் துடிக்கத் தொடங்கியது.

"பயம் இருந்தால் பலம் வராது"

அவன் தனக்குத்தானே சொல்லி உறுதிப்படுத்திக் கொண்டான். குதிரைக் குளம்படி அருகே வந்தது. எதிர்பார்த்தது போலவே படைவீரர்கள். குமரன் தலைதாழ்த்தி நின்றான். படைவீரர்கள், வணிகர்களின் முன்னால் வந்து குதிரையின் மீதிருந்து கீழிறங்கினர். கழுதைகளையும் ஆட்களையும் கூர்ந்து கவனித்தனர். "எங்கிருந்து வருகிறீர்கள்?" "எங்கே போகிறீர்கள்?" என்று இப்படி சில கேள்விகள் கேட்டு ஆழமாகப் பார்த்தனர். குமரன் வியர்த்து நின்றான்.

"ரக்ஷப் பெட்டோடாமென்னு நினச்சு, அல்லயா?"

ஒரு வாளின்முனை குமரனின் நெஞ்சைத் தொட்டது. அவன் ஓசையின்றி விறைத்து நின்றான்.

"திரிச்சு நடக்கு" இரு தோளிலும் ஈட்டிமுனைகள் வந்து குத்துகின்றன.

அவன் கண்களில் இருள் சூழ்ந்தது. தன் கைகளால் பற்றிக்கொள்ள ஓர் இடம் தேடினான்.

"இவர் பதிவு வழிபோக்கரல்லோ?" வணிகர்தான்

ஒரு படைவீரன் மற்றவர்களிடம் சொன்னான். குதிரைகள் முன்னோக்கிப் பாய்ந்தன. குமரன் நிலத்தில் சரிந்தான்.

“எந்தோ பிணஞ்சது?”

மங்களன் அவனைத் தாங்கினான். சிறிதுநேரம் கழித்து அவன் கண் விழித்தான்.

வணிகர்களைத் தவிர வேறு யாரையும் காணவில்லை.

“அவருடெ முன்னில் வச்சு பிணஞ்சிருந்தெங்கிலோ நீயிப்போள் குடுங்கியேனெ. நீ தன்னெயாவிது, ஞங்களும்”

அபயன் ஆசுவாசத்துடன் சொன்னான்.

“அப்போள் அவர்க்கு என்னெத் திரிஞ்சில்லயா?”

“அங்கனெ வந்தெங்கில் நம்மள் இப்போழுமிங்கனெ காண்மதோ?”

குமரனின் நெஞ்சத்துடிப்பு சீரானது. எல்லாம் கனவுதான். இப்போதும் கூடல் நோக்கிய பயணத்தில் இருக்கிறேன்!

“இம்மட்டிலாகில் எப்பொழுதிலுமே பிடிவிழானிட வரும்”

அபயன் சினம் காட்டும் குரலில் சொன்னான்.

“பருங்கி நில்காதெ முன்னோட்டு நடக்கு குமரா. நீ சதிக்கக்கூடாது”

அவன் தலைகுனிந்து நடந்தான். மங்களன் அவன் தோளைத் தட்டி ஆசுவாசப்படுத்தினான். தட்டென அழுகை வந்தது. ஆனாலும் அது நீளவில்லை. மற்ற எல்லா எண்ணங்களையும் பின்னால் தள்ளிவிட்டு பயம் அவனை முன்னோக்கி நகர்த்தியது.

நான்கைந்து நாழிகை தூரம் கடந்தபோது பாதையோர ஆலயத்தின் விளக்கைப் பார்த்தனர். நேரம் நள்ளிரவைத் தாண்டியிருக்க வேண்டும். கழுதைகளும் ஆட்களும் நடந்து சோர்ந்திருந்தனர். மட்டுமல்ல, வழக்கமாகத் தங்கும் இடம்தான் என்று அவர்களின் இயல்பான

பாவனைகளிலிருந்து தெளிவானது. அப்பக்கம் திரும்பத் துவங்கியபோதுதான் குமரன் ஒரு காட்சியைக் கண்டான்.

ஒருவர் பாதை ஓரமாகக் கைகளை நிலத்தில் ஊன்றிச் சாய்ந்திருக்கிறார். குமரன் அவரருகே சென்று அழைத்தான். அவரால் ஒன்றும் பேச முடியவில்லை. அதற்குள் மற்றவர்களும் அருகில் வந்தனர். ஆலயத்திற்குச் சென்று கொஞ்சம் நீர் எடுத்துவந்து அவருடைய முகத்தில் தெளித்தான். வாயில் சிறிது ஊற்றியபோது அவர் ஆவலோடு குடித்தார். சற்றே தளர்வு தீர்ந்ததென்று தோன்றியபோது அபயன் கைகளைப் பிடித்து எழ வைத்தான். குடுமியையும் பூணூலையும் பார்க்க அவர் அந்தணரெனத் தெளிவானது.

ஆலயத்தை நோக்கி நடக்க வைத்தபோது, வேண்டாமென்று தடுத்துவிட்டு குமரனும் கூட்டாளிகளும் நடந்து வந்த பாதையிலேயே முன்னோக்கிச் செல்லத் துவங்கினார்.

''ஞங்கள் ஈ வழி பின்னிட்டு வருவோர். இனி அங்கோட்டு குறே தூரம் ஆள்பார்ப்பும் இரிக்காது. குறச்சு விஸ்ரமிச்சு போனால் போறும்''

''நீங்கள் செய்ததற்கெல்லாம் நன்றி. ஆனாலும் நான் போகத்தான் வேண்டும்''

''இடைக்கு இம்மட்டு தளர்ந்து வீழ்கிலே என்ன செய்வது?''

''என்னை இப்படிக் கொண்டுபோகும் வெளிச்சம் அதற்கும் வழி உண்டாக்காதா? அதன் ஒளியில்தான் இதுவரை நான் வந்து சேர்ந்திருக்கிறேன்''

''அங்கினெ நம்புவதே நலம். உள்வெளிச்சம் கெட்டால் புறம்வழியும் இருண்டு போகுமென்னே வரூ. என்னாலும் குறச்சுகூடி விஸ்ரமிக்கயும் நல்லூ. அதினாலே நலமே வரூ''

அவர் விருப்பமில்லா மனதோடு வணிகர்களுடன் பாதையோர ஆலயத்தை அடைந்தார். அவர்கள் திரும்பத்திரும்பக் கேட்டுக் கொண்டதால் தன் சொந்தக் கதையைச் சொல்ல ஆரம்பித்தார்.

மதுரை மீனாட்சி கோவிலின் அர்ச்சகர் அவர். சற்று நாட்களுக்கு முன்னர் தேவியின் மூக்குத்தி ஒன்று காணாமல் போனது. அவர்தான் எடுத்தார் என்று கோவிலின் அறங்காவலர் சொன்னதை அரசனும் நம்பிவிட்டார். நாற்பத்தொரு நாட்களுக்குள் அதைத் திரும்பக் கொண்டு வராவிட்டால் மரணதண்டனை என்பது அரசகட்டளை. செய்யாத தவறுக்குப் பரிகாரம் காண முடியாததால் அவர் அழுதும் பிரார்த்தனை செய்தும் இதுநாள்வரை கடத்தினார். நேற்று நாற்பதாம் நாள். உறக்கம் வராமல் படுத்திருந்த அவருக்குமுன் ஒரு வெளிச்சம் தோன்றியது. அதைத் தொடர்ந்து அங்கிருந்து இறங்கிப் புறப்பட்டவர்தான். நீண்டதூரம் பின்னிட்டு இங்குவரை வந்திருக்கிறார்.

''பிழ செய்யாத்தோரு பேடிக்கேண்டதில்லல்லொ. ஆ வெளிச்சம் எந்தும் கூடெ உண்டாயிரிக்க. எங்கிலும் சோதிக்கட்டெ. அய்யா, எங்குதான் இப்போள் போவது?''

''அது தெரியாது. என்ன வந்தாலும் இரவுவரை பயணம்தான். தளர்ந்து விழும்போது தனியாகத் துன்பப்பட மாட்டேன். என் வெளிச்சமே எனக்கு வழிகாட்டுகிறது''

அவர் அவர்களிடம் விடைபெற்று இறங்கினார். தனக்கு மட்டுமே தெரியும் ஓர் ஒளியின் பின்னால் இருளில் நடந்து மறைந்தார்.

''மற்றுள்ளோரு பிழையாய்க் கருதும்போதும் நேரிலுள்ள தேற்றம்தானே நம்மெயாக நடத்திக்கொள்வது''

அபயன் சற்றே பெருமூச்சுவிட்டான்.

''நீலியின் கதையெக் கேட்டிரிப்பதோ நிங்கள்?''

குமரன் சற்றே நடுங்கினான். நீலியோ? அவளைப் பற்றி இனியும் என்ன கதை உள்ளது?

"தெரியுமே அய்யா"

கதை சொல்வதில் அபயனின் உற்சாகத்தைப் பற்றி முன்பே அறிந்திருந்த மங்களன்தான் பதில் சொன்னான்.

"அதை எவ்வளவு கேட்டிருப்பேன். பாஞ்சால தேசத்தில் காளியம்மனுடைய ஒரு கோவிலில் மிருகபலி நடந்திருந்தது. அதனை சமணர் எதிர்த்தனர். எதிர்ப்புக்கு முன் நின்ற முனிசந்திரன் என்ற ஜைன பிக்குவை மோகவயப்படுத்துவதற்காக காளியம்மன் தென்தேசத்துக்காரியான நீலியென்ற யட்சியை அனுப்பினாள். ஆனால் பிக்குவின்மீது மரியாதை தோன்ற, நீலி ஜைன தர்மத்தைத் தழுவினாள். பிறகு மற்ற மதத்தினரை எல்லாம் வாதத்தில் தோற்கடிக்கவும் செய்தாள். இதுதான் அல்லவா அய்யா நீலி கதை?"

"மங்களா, நீ நடுவுல வராதே. உன்னோட இலக்கு என்னவென்று தெரியும்? அதுவும் நீலிதான். நீலகேசி என்று அழைக்கப்படுபவள். ஆனால் இவள் அந்த நீலியல்ல"

மங்களன் புன்னகைத்தான். அபயன், குமரனிடம் திரும்பிச் சொன்னான்.

"இது எங்கள் ஜைனர்களுக்கிடையில் சொல்லிக் கேள்விப்பட்ட வேறொரு கதையாக்கும். லாட தேசத்திற்கு உட்பட்ட திருகுகச்சத்தில் நடந்தது. அந்நாட்டின் ஒரு வணிகனான ஜினதத்தனுக்கு மகளாகப் பிறந்தவள்தான் நீலி"

குமரன் சற்று பெருமூச்செறிந்தான். அபயன் கதையைத் தொடர்ந்தான்.

‘‘அந்நகரத்தில் சமுத்திரதத்தன் என்ற பெயருடைய வணிகனும் இருந்தான். அவன் மகன் சாகரதத்தன். அந்நகரின் இளவேனில் விழாவின்போது சாகரதத்தன் நீலியை ஒருமுறை பார்த்திருந்தான். முதல் காட்சியிலேயே அவளுடைய அதிசயமான அழகில் மதியழிந்த அவன் அவளை மணம் செய்துகொள்ள பேராசைப்பட்டான். எனினும் ஒரு பிரச்சனை இருந்தது. நீலியின் குடும்பம் ஜைனம். சாகரதத்தனுடையது பௌத்தம். சாகரதத்தனுக்கு மகனின் மோகம் என்னவென்று தெரிந்ததெனினும் ஜைனனான தினதத்தன் ஒத்துக்கொள்ளமாட்டான் என்று சந்தேகம் கொண்டான். அவன் மகனை பின்னடையச் செய்ய முயன்று பார்த்தபோதும் நீலியே வேண்டுமென அவன் பிடிவாதம் கொண்டான்’’

இதுவும் எத்தனையோ முறை கேட்டதுதானே என்ற பாவனையில் மற்ற வணிகர்கள் அலட்சியமாய் இருந்தபோதும் குமரன் கதையை கவனித்துக் கொண்டிருந்தான்.

‘‘கடைசியில் சமுத்திரதத்தன் ஒரு வழியைக் கண்டடைந்தான். தாங்களும் ஜைனர்கள்தான் என்று பொய் சொல்லி நீலியைத் தன் மகனுக்கு மணமுடிக்கச் செய்தான். ஒரு பௌத்தனைத்தான் திருமணம் செய்து கொண்டோம் என்பதை அறிந்த நீலியும் அழல் கொண்டாள். என்ன ஆனாலும் திருமணத்திற்குப் பிறகு பின்மாறுவது அறம் ஆகாது. அதன்பிறகும் அவள் ஜைன மதத்தவளாகவே அந்த பௌத்தர்க்கிடையில் வாழ்ந்தாள். சமுத்திரதத்தனும் மகனும் அவளைப் புத்த மதத்திற்கு மாற்றுவதற்கு பலமுறை உருட்டியும், மருட்டியும் பார்த்தபோதிலும் எல்லாம் பாழானது. அந்நிலையில் சமுத்திரதத்தன், ஒரு பௌத்தப்பிக்குவிற்கு விருந்தளிக்க வீட்டிற்கு அழைத்து வந்தான். பிக்குவிற்காக மாமிச உணவு சமைக்கும்படி நீலியிடமும் சொன்னான். பௌத்தர் மாமிசம் உண்பர் எனினும் எங்களுக்கு அது பழக்கமில்லை

என்பதை தெரிந்துகொள்க. மாமிசஉணவு சமைத்துப் பரிச்சயமில்லாத நீலி மிகுந்த துயரத்தில் ஆழ்ந்தாள்''

''அப்புறம்?''

குமரனின் ஆவலைப் பார்த்த அபயனின் உற்சாகம் கூடியது.

''அவளும் ஒரு வழி கண்டடைந்தாள். வீட்டிற்குள் வந்த பிக்குவின் இறுக்காலணிகள் வெளியில் கிடந்தன. அதில் ஒன்றை எடுத்து அறுத்து தேவையான பொடிகள் சேர்த்து நன்றாகச் சமைத்து முடித்தாள். அவள் சமைத்ததை பிக்குவிற்கு பரிமாறவும் செய்தாள். அதனுடைய ருசி பிக்குவிற்கு மிகவும் பிடித்துப்போனது. ஆயினும், அதிக மகிழ்ச்சி கொண்டது சமுத்திரதத்தனும் குடும்பமும்தான். நீலிக்கு மாமிசம் சமைப்பதில் தயக்கமில்லை என்றானதே!''

ஆனால் பிக்கு விடைபெற்று வெளியில் இறங்கிப் பார்த்தபோது இறுக்காலணி ஒன்று காணாமல்போய் இருப்பது தெரிந்தது. வீட்டினர் எல்லா இடங்களிலும் காலணியைத் தேடிக்கொண்டிருந்தபோது நீலி நடந்தது அனைத்தையும் சொல்லிவிட்டாள். வீட்டினரும் பிக்குவும் கோபத்தில் துள்ளினர். சமுத்திரதத்தனும் மனைவியும் அத்துடன் நீலியை வெறுத்தனர்

சாய்ந்தமர்ந்து உறங்கிய மங்களனின் குறட்டையொலி கேட்டபோது அபயன் சற்றே நிறுத்தினான். ஒரு கதையைச் சொல்லத் தொடங்கினால், அதை முழுமையாக்கும் பொறுப்பு சொல்பவனுடையது மட்டுமாகிப்போய்விட்டதென்று அவன் முணுமுணுத்தான். தொடர்ந்து சொல்ல வேண்டுமென்று குமரன் வற்புறுத்தியபோதுதான் அபயன் ஆசுவாசமடைந்தான். அவன் தொடர்ந்தான்.

"பின்பொருநாள் ஒரு ஜைன பிக்கு நீலியின் வீட்டிற்கு வந்தார். அவரை, அவள் இன்முகத்துடன் வரவேற்கவும் செய்தாள். ஆனால், இடையில் எப்போதோ ஒரு வைக்கோல் துகள் பிக்குவின் கண்களில் குத்தியது. அவர் துன்பப்படுவதைக் கண்ட நீலி, தன் நாக்கால் கண்ணில் பட்ட துகளை வெளியே எடுக்கவும் செய்தாள். அதனிடையில் என்ன கஷ்டமோ அவளுடைய நெற்றிக் குங்குமம் அவருடைய நெற்றியிலும் பதிந்தது. இவை அனைத்தையும் பார்த்த சமுத்திரதத்தனின் மனைவி பெரும் கூச்சலிட்டாள். நீலியின் இத்தகைய செயல்களை கணவனிடமும் மகனிடமும் தெரிவிக்கவும் செய்தாள். நீலியை நம்ப அங்கு யாருமே தயாராக இல்லை. அவர்கள், அவளை ஓர் அறையில் அடைத்துத் தாழிடவே செய்தனர். நீலி, தேவியம்மனை அழைத்துச் சொல்லி அழுதாள். அவளுடைய அறத்தைத் தெளிவுறச் செய்ய தேவியே ஒரு வழி கண்டடைந்தாள்"

ஆலயத்தில் அமர்ந்திருந்த குமரன், முன்னர் அவர்களைக் கடந்து சென்ற குதிரைப்படை வீரர்கள் அங்கே திரும்பி வருவதைக்கண்டான். தற்காலிகமாகவேனும் அவன் முகத்தில் ஒளி பரவியது. கதையில் மட்டும் கவனமாயிருந்த அபயன் குமரனின் ஒளிர்வைக் கண்டபோது ஆவேசமடைந்தான். முகத்தில் தேவைக்கேற்ப பாவனைகளை வரவழைத்து அவன் கதையின் பரிணாமத்தில் மூழ்கினான்.

"மறுநாள் பார்க்கும்போது தானே ஆச்சரியம்! அவள் வாழ்ந்த நகரத்தின் கோட்டைவாசல் அடைந்தே கிடந்தது! யாரெல்லாமோ முயன்றும் அதைத் திறப்பதற்கு முடியாமல் போனது. தேவி அந்த நாட்டின் அரசனான வசுபாலனின் கனவில் தோன்றி கற்பரசியான ஒரு பெண் தொட்டால்தான் கோட்டை வாசல் திறக்கும் என்று அறிவித்தாள். அரசன் தன் அரண்மனையின் பெண்களை எல்லாம் அழைத்து வந்து தொடச் செய்தான். கோட்டைவாசல் திறக்கவில்லை.

அப்படியானால் நாட்டில் உள்ள அனைத்து பெண்களும் வந்து தொட வேண்டும் என்று அரசன் கட்டளையிட்டான். அனைவரும் தோற்று நின்றனர். அறையிலடைக்கப்பட்ட நீலியைப் பற்றிப் படைவீரர்கள் அறிந்தனர். அவளை வீட்டிலிருந்து கோட்டைவாசல் அருகே அழைத்துச் சென்று தொடச்செய்தனர். நீலி தொட்டவுடன் வாசல் திறந்தது. அவளுடைய அறத்தையும் திறத்தையும் நாட்டுமக்களும் அரசனும் புகழ்வதை வீட்டினர் அனைவரும் பார்த்தனர்''

அபயன் கதை சொல்லி முடித்தான். குமரனைத் தவிர அனைவரும் உறக்கத்தில் இருந்தனர்.

''உனக்காகத்தானே நான் இந்தக் கதை சொன்னேன்''

''அப்படியா? பௌத்தரை விட மிகவுடையவர்கள் ஜைனர்கள்தான் என்பதைச் சொல்லும் கதையல்லவா இது?''

அப்படி ஒரு கேள்வியை அவன் எதிர்பார்க்கவில்லை.

''ஆ... ஆகலாம். ஒன்றையே பல கோணங்களில் நின்று பார்க்கும்போது பலதாக அல்லவா தோன்றுகிறது? குருடர்கள் யானையைப் பார்த்தது போல. நாங்கள் இதை அனேகானந்த பாவம் என்றல்லவா சொல்வோம்''

அபயன் ஒரு ஞானியைப் போல கௌரவம் கொண்டான்.

''ஆ... ஆ... நிஜம்தானே. யானையப் பார்த்தது போலானதால் ஆனேக்கண்டவாதம் என்றும் சொல்லலாம்''

உறங்குவதுபோல நடித்துக் கிடந்த மங்களன் முணுமுணுத்தான்.

அபயனுக்குப் பெருங்கோபம் வந்தது. எதைச் சொன்னாலும் ஒரு குதர்க்கப் பேச்சு! எதையெல்லாம் மறுப்பது என்பதை இந்த

இளைஞர்கள் அறிவதில்லை. எனினும் முகத்தின் கோபத்தைக் கைகளால் துடைத்துக்கொண்டு திடீரென அமைதியை வரவழைத்து அவன் குமரனிடம் சொன்னான்.

''என்னமோ ஆகட்டும். துயரற்ற காலத்திலும் ஆசையைக் கைவிட வேண்டாம் என்றல்லவா நான் சொல்ல வந்தேன். சரியெனத் தோன்றுவதில் உறுதியாக நின்றுவிட்டால் நமக்கு நன்மையே வந்து சேரும்''

அவன் மெதுவாக உறக்கத்தில் ஆழ்ந்தான்.

''எல்லாக் கதைகளும் சிலரைப் பற்றி மட்டும் அல்லவா முக்கியமாக நினைக்கிறது. இப்போது சொல்லப்பட்ட நீலியைத் தவிர அந்த நாட்டில் இருக்கும் மற்ற பெண்களின் கதி என்னவாகும்? அரசனும் நாட்டுமக்களும் தேவதையுமென அனைவரும் அவர்களைக் கைவிட்டு விட்டார்களே''

குமரனின் சந்தேகங்கள் கூடிக் கொண்டிருந்தன. அவை எவற்றையும் அபயன் கேட்டிருக்கவில்லை.

'எனாக்கு முன்னில் தெளியும் வெளிச்சம் ஏதாகும்? நான் விளிச்சால் கேள்க்கும் தேவதகள் எங்கோ இரிப்பது?'

காட்சிகளை எல்லாம் மறைத்துக்கொண்டு இன்மையின் ஒரு திரைச்சீலை குறுக்காக ஓர் ஆகாயம் போல முன்னால் விரிந்தபோது, குமரனும் சற்றே கண் மூடினான்.

12

அத்தியாயம் ஒன்று

''நம்முடைய காக்கம்மாதான் பிறகு கல்யாணில் சரணர்க்கிடையில் தூபத கொக்கவ்வா ஆனது''

ஒரு விரலின் நகத்தால் மறு கைவிரலின் நகத்தைத் தூய்மைப்படுத்துவதற்கிடையில் மஸ்கரி கடந்த காலங்களிலேயே தொடர்ந்தார்.

''ஆண் என்றும் பெண் என்றும் மற்றும் பல பிரிவினைகளை மறுத்துச் சொல்லும் வசனங்கள் கேட்டு கொக்கவ்வா அவர்களுக்குப் பிரியமானவள் ஆனாள்''

''இங்கிருந்த விலக்கும் வழக்கும் வேற்றுமையும் எல்லாம்தான் அவர் நினைத்திருப்பார் இல்லையா அய்யா?''

இதைக் கேட்க வேண்டுமா என்ற பாவனையில் மஸ்கரி தாடியைத் தடவியபடி தலையசைத்தார். அலங்காரன் அதற்குமேல் பேசவில்லை. மஸ்கரி கொக்கவ்வாவின் சில வசனங்களை நினைவுகூர்ந்து சொன்னார். ஆண்மையைப் பற்றியும் பெண்மையைப் பற்றியும் தனக்குப் பிரியமான நாஸ்திநாதனிடம் கேட்பது போன்ற சந்தேகங்கள்தான் அவை. அலங்காரனுக்குத் தொடை இடுக்கில் ஓர் உதறல் ஏற்பட்டது. முழுமை அடையாத ஓர் ஆணுறுப்பை வைத்திருப்பவன் ஆணா, பெண்ணா? தன்னைப்போல் ஒருவனைத்தான் கொக்கவ்வா நினைத்தாளா?

BHAGYANATH'19

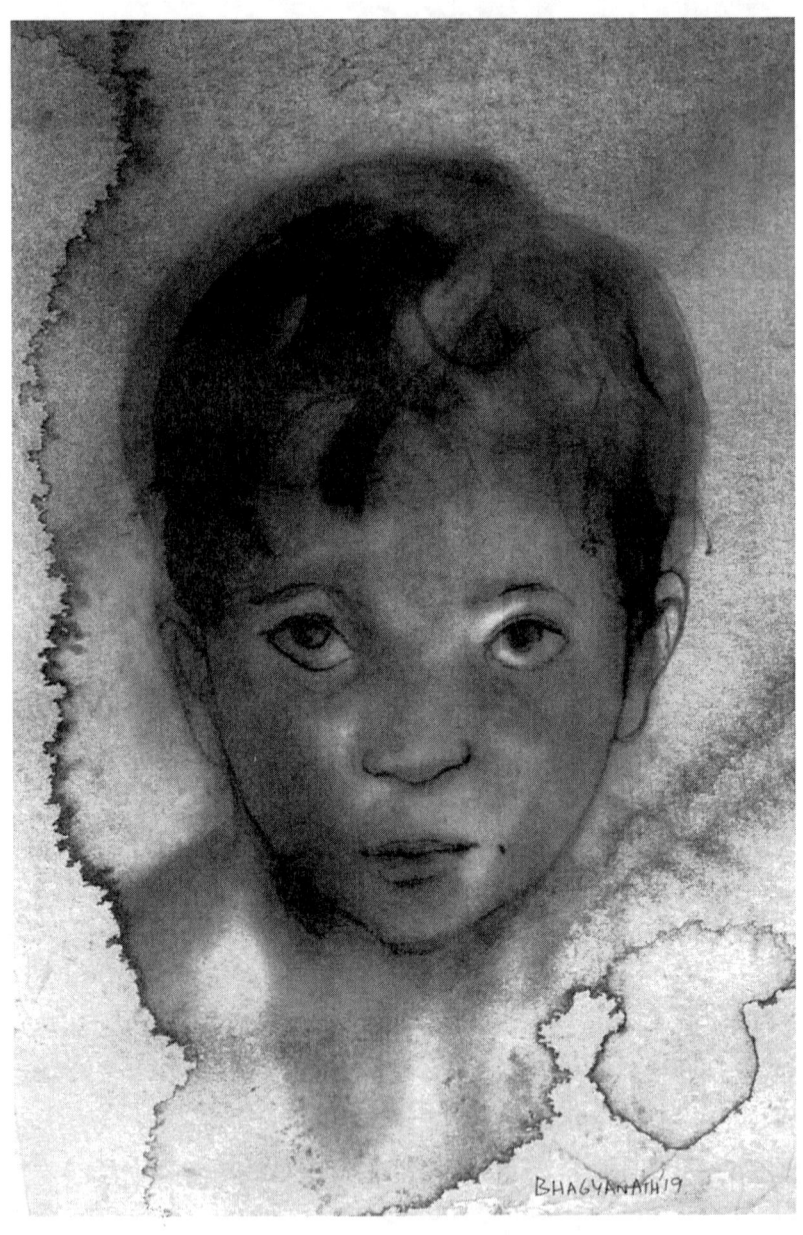

"சின்ன வயசுல இருந்தே வழி மாறி நடந்துதானே பழக்கம்? உயர் ஜாதியினரின் நேர்ச்சைகளையும் அறிவித்தல்களையும் அவள் அறிவதில்லை. அறிய முயன்றதில்லை அவள் என்பதே சரி"

அலங்காரன் சற்றே கோட்டுவாய் விட்டான்.

"அறியாமல் இருப்பதா? நீ வழி மாறி நடக்க வேண்டியிருந்ததே? கொக்கவ்வா இவ்விடமே விட்டுப்போக வேண்டியது ஆயிற்றே?"

மஸ்கரி தொடர்ந்தார்.

"சிவனுக்கும் நாராயணனுக்கும் அடியார்கள் நிறையப் பெருகினர். இவர்கள் இருவரையும் சேர்ப்பதற்கு இங்கே ஆட்கள் இருந்தனர். ஆனால் காக்கம்மாக்கள் தான் கோவிலைவிட்டு வெளியேற்றப்பட்டனர். அலங்காரன்களுக்கும் உள்ளே இடம் இருக்காது. அறங்கள் கலந்தாலும் மனித இனங்கள் வேறுபட்டே நிற்கிறது"

உரையாடலை வெட்டிக்கொண்டே ஆர்யதேவன் அங்கே வந்தார். அதுவரை தன் உரையாடலைச் சுற்றி விரிந்திருந்த அலங்காரனின் ஆர்வம் ஆர்யதேவனின் அமைதியான அருகாமையில் சென்றமர்ந்தபோது, மஸ்கரி அந்த பிக்குவைக் கடுமையாகப் பார்த்தார்.

"அதாவது, நிக்கறதாக இருந்தா நில். போவதென்றால் போ. இப்படி என்ன செய்வதென்று தெரியாமல் பதுங்குவது அழகல்ல"

"நீங்க தொடருங்க. நான் அப்புறம் வருகிறேன்"

ஆர்யதேவன் புன்னகைத்துக் கொண்டு அங்கிருந்து போக முற்பட்டார். அலங்காரன் பிக்குவை அன்பாகத் தடுத்தான்.

"நீங்க இங்க இருக்கிறதுல எங்களுக்கு மகிழ்ச்சியே. இவர்தான் மஸ்கரி கோசாலன்"

மஸ்கரியின் முகம் அப்போதும் தெளிவடையவில்லை. அவர் மீண்டும் அலட்சியமாகத் தாடியைத் தடவினார்.

"அலங்காரன் சொல்லி அறிந்தேன்"

ஆர்யதேவன் மஸ்கரியை வணங்கியபோது அவர் சற்றே அதிர்ந்தார்.

"புத்த பிக்குகள் ஆசீவகரை நிந்தனை செய்வதுதானே வழக்கம்?"

"தாங்கள் தவறாகப் புரிந்துகொண்டுதான் இவ்விதம் சொல்வது"

ஆர்யதேவன் மஸ்கரியின் கையைப் பிடித்தார்.

"பழைய கதைகளின் தொடர்ச்சி மட்டுமல்லவே நாம்? தாங்களே மிகச் சரியானவர்கள் என்பதை உறுதிப்படுத்துவதற்குதானே அன்றைய போட்டிகள் முழுவதும் நடந்தன. இன்று அப்படியில்லையே. சின்னச் சின்ன சரிகள் எல்லாம் ஒன்றாக நிலைத்து நிற்பதற்கான கடைசி முயற்சிகள்தான் அல்லவா?"

மஸ்கரி ஆர்யதேவனைத் தழுவிக்கொண்டார்.

"நீங்கள் உங்களுக்குள் பேசிக் கொண்டிருந்ததைத் தொடருங்கள்"

ஆர்யதேவன் உற்சாகப்படுத்தினார்.

"அப்படியெல்லாம் ஒன்றுமில்லை அய்யா. பல தர்மங்கள் இணைந்தால் என்ன நடக்கும்? தாங்களுக்குத் தோன்றுவதென்ன?"

மஸ்கரி உற்சாகம் கொண்டார். அவர் மிக நல்லவர் என்று அலங்காரன் உள்ளுக்குள் தீர்மானித்துக் கொண்டான்.

ஆர்யதேவன் தன் மொட்டைத்தலையில் விரலால் தடவினார்.

"இணைப்பைப் பற்றி ஒரு புத்தபிக்கு என்ன சொல்வேன் அய்யா!

தேராவாதிகளிலும் மஹாயானிகளிலும் உள்ள எத்தனையோ பிரிவுகள்தான் எங்களுக்குள்ளும் இருக்கிறது. சௌத்ராந்திகர், வைபாஷிகர், மகாசம்கிகர், சர்வாஸ்திவாதிகள், சூனியதாவாதிகள், விஞ்ஞானவாதிகள், தாந்திரிகர்... இல்லை அய்யா, நான் அதைப் பற்றியெல்லாம் சொல்லவில்லை. பிரிந்து நிற்பதெனில் நிறைய இடமிருக்கிறது. ஆனால் சேர்ந்து நிற்பதெனில் ஓரிடம்தான் இருக்கிறது. அங்கேதான் இருக்க வேண்டும்''

''அது திரிஞ்சதில்லா. இணங்கான் ஆவாத்தவர் தம்மில் எங்கினெயாணு சேருக?''

உரையாடலை முன்னால் கொண்டு செல்வதற்காகவே அலங்காரன் இடையில் புகுந்தான்.

''நான் ஒரு கதை சொல்றேன்''

ஆர்யதேவன் தன் அனுபவங்களில் இருந்து ஒன்றை வெளிக்கொணர்ந்தார்.

''ஒருமுறை பாடலிபுத்திரத்தின் தெருவழியாக நான் நடந்து கொண்டிருந்தேன். அப்பொழுதுதான் அந்தணர் கூட்டம் ஒன்று அவ்வழி வந்தது. அவர்கள் நெஞ்சில் அடித்துக்கொண்டும் கூக்குரலிட்டுக்கொண்டும் வந்துகொண்டு இருந்தனர். முஸ்லிம்களின் ஒரு கூட்டமும் அவர்களுடன் வருவதைக் கண்ட நான் ஒன்றும் புரியாமல் நின்றேன். பௌத்தரோடு போரிடும் இரு இனத்தாரை ஒன்றாகப் பார்த்தபோது எங்களுடன் இருக்கும் அரசர்கள் யாராவது அவர்களுடன் போரிடுகிறார்களோ என்றொரு நடுக்கமும் தோன்றியது. வழியருகே ஒதுங்கி நின்ற ஓர் அரச சேவகனிடம் என்னவென்று விசாரித்தபோது அவன் சின்னதாய் சிரித்தான்.

‘‘தெரியாதா? ஹுஸைனி பிராமணர்கள் அவர்கள்’’

‘‘ஹுஸைனி பிராமணரா?’’

‘‘அப்படியொரு இனத்தைப் பற்றி அதுவரை நான் அறிந்திருக்கவில்லை.’’

‘‘ஆமாம். முஹியால் என்ற வம்சத்தைச் சேர்ந்தவர்கள். மாறுபட்ட ஓரினத்தவர்கள். பிராமணர்க்கு விதிக்கப்பட்ட ஆறு கர்மாக்களில் கற்பித்தலையும் யாகத்தையும், தானத்தையும் மட்டும் செய்பவர்கள். யுத்தம் செய்வதில் மிகு விருப்பம் கொண்டவர்கள்’’

‘‘இவர்கள் எதற்கு இந்த முஸ்லிம்களுடன் கூக்குரல் எழுப்புகின்றனர்?’’

என் சந்தேகம் தீரவில்லை.

‘‘அது அவர்களின் ஆச்சாரம். அதிகம் ஒன்றும் தெரியாது’’

அரச சேவகன் பணிவுடன் சொன்னான்.

‘‘முஸ்லிம்களுடன் இவர்களுக்கு ஏதோ தொடர்பு உண்டென்றே தெரிகிறது. அவர்களின் ஆசூரா நாளின் சடங்குகளுக்கு இவர்களும் வருவதைக் கண்டிருக்கிறேன். உங்களுக்குக் கூடுதலாகத் தெரிய வேண்டுமெனில் வழி உண்டாக்கலாம்’’

‘‘அரச சேவகனுடன் நான் அவர்களுள் ஒருவரின் வீட்டை அடைந்தேன். ஹரிதத்தன் என்றொரு இளைஞன் அங்கிருந்தான். என் தேவையைச் சொன்னபோது, அவன் தன் தோளிலிருந்த உத்தரீயத்தை மாற்றி, தன் தாடியை உயர்த்தி அப்பக்கமாக விரல் சுட்டினான். அவனுடைய கழுத்தில் காய்ந்த காயம்போல நீண்டதொரு வடு! அதை விரலால் தடவிக்கொண்டே ஹரிதத்தன் சொன்னான்.’’

''நூற்றாண்டுகள் பழமையான எங்களுடைய கதையின் முதல்வரிதான் இது. தலைமுறைகளாகக் கைமாற்றப்படும் ஒரு காயம்''

அவன் தன்னுடைய வம்சத்தைப் பற்றிச் சொல்லத் துவங்கினான்.

''வெகுகாலத்துக்கு முன்னால் சரஸ்வதி நதிக்கரையில் வாழ்ந்திருந்த பிராமணர்கள் நாங்கள். பரசுராமனும் அஸ்வத்தாமனும் எங்கள் முன்னோர்கள். அதனால் போரில் ஆயுதம் ஏந்தும் பழக்கமும் எங்களுக்கு இருந்தது. லவபுரியிலிருந்துதான் நாங்கள் இந்த தேசத்துக்கு வந்து சேர்ந்தோம். எங்களின் பூர்வீகர் அதற்கு முன்பு பல நாடுகளில் வாழ்ந்திருந்தனர். அவருள் ரஹாப் தத்தன் என்றொருவர் இருந்தார். சுறியாவில் எங்கோ உள்ள பறாதா நதிக்கரையில்தான் அவர்கள் வாழ்ந்திருந்தனர்.''

அந்நாட்டிலும் அயல்நாடுகளிலும் பெரிய போர்கள் நடக்கும் காலம். யசீத் என்றொருவனே அன்று அங்கே ஆட்சி செய்தான். ஆனால், மக்களில் பெரும்பாலானோருக்கு யசீத்தின் ஆட்சியில் திருப்தியில்லை. குறிப்பாக, கூஃபா என்ற இடத்தில் இருந்தவர்களுக்கு யசீதின்மீது விருப்பமில்லை. அவர்கள் முஸ்லிம்களின் தீர்க்கதரிசியான முஹம்மது நபியின் பேரன் ஹுசைனை ஆதரித்தனர். அதிகாரத்தில் விருப்பமற்ற நீதிமானாக அவர் இருந்தார். எனினும் யசீதின் ஆட்சியிலிருந்து எங்களை விடுவிக்க வேண்டும் என்று கேட்டுக்கொண்டு, கூஃபாவிலிருந்து அனேகரின் கடிதங்கள் வந்தபோது ஹுசைனால் அந்த நாட்டிற்கு வராமல் இருக்க முடியவில்லை. ஆனால் அங்கு சென்று பார்த்தபோது முதலில் கிடைத்த அளவுக்கு ஆதரவு அப்போது கிடைக்கவில்லை. வேண்டிய அளவு படைபலமும் அவரிடம் இருக்கவில்லை. கர்பலா என்ற இடத்தில் நடந்த போரில் ஹுசைனின் படை அடிக்கடி தோல்வியைச் சந்தித்தது. யசீதின் பிரதிநிதியாக கூஃபாவை ஆண்டு கொண்டிருந்தார் உமர்.

அப்பெயருடன் வேறு பெயரும் இருந்தது, நான் மறந்துவிட்டேன். அவர்தான் எதிரிகளில் முதலாமவர். ஹுசைனுடன் அவர் குடும்பமும் குழந்தைகளும் இருந்தனர். அவர்களை அருகில் இருந்த ஆற்றில் இருந்து நீர் அருந்தக்கூட உமர் அனுமதிக்கவில்லை. பாலைவனத்தில் நீண்ட பயணம் செய்து தளர்வடைந்த அவர்களின் தாகத்துக்கான கூக்குரல் அங்கிருந்த சுடுகற்களைக்கூட நனைத்திருக்கும். ஹுசைனுடன் போர்முனையில் எழுபத்தியிரண்டு பேர் மட்டுமே இருந்தனர். அவர்கள் அனைவரும் போரில் மரணமடையவே, ஹுசைன் தனித்து விடப்பட்டார். கடைசியில் எதிரிகளின் அம்புக்கு அவரும் இரையானார்''

தொண்டைக்குழி இடறியபோது ஹரிதத்தன் சற்றே நிறுத்தினார். வேறொரு காலத்தில் வேறொரு நாட்டில் நடந்த ஒரு நிகழ்வு இங்கே ஒருவனின் கண்களை ஈரமாக்குவதைக் கண்டபோது நான் கைகூப்பி அமர்ந்துவிட்டேன். அவன் கதையைத் தொடர்ந்தான்.

''தீர்க்கதரிசியின் பேரனுக்கு இப்படி ஒரு முடிவு வந்ததை அந்நாட்டில் உள்ளவர்களால் சகிக்கமுடியவில்லை. எனினும் யசீதின் திறன் வாய்ந்த படைவீரர்கள் அதைக் கொண்டாடவே செய்தனர். அவர்கள் ஹுசைனின் தலையை வெட்டி எடுத்துக்கொண்டு யசீசிடம் சென்றனர். உமர்தான் அவர்களின் தலைவனாய் இருந்தான். நீண்ட பயணத்திற்குப் பின் இரவு வந்தது. ஹுசைனிடம் பிரியமுள்ள அந்த நாட்டிலுள்ள யாரேனும் எதிர்வினை ஆற்றுவார்களோ என்ற பயமும் அவர்களுக்கு இருந்தது. யசீதின் முன்னால் பெருமிதமாகக் கொண்டுபோய் வைக்க வேண்டிய சிரசை அவர்கள் யாராவது அபகரித்தால்? எனவே அவர்கள் அந்தத் தலையை அங்கிருந்த ஒரு வீட்டு உரிமையாளனிடம் கொடுத்துவைத்தனர். காலையில் திரும்பத் தரவேண்டும் என்று சொல்லவும் செய்தனர். எங்களின் பூர்வீகரான

ரஹாப் தத்தன்தான் அந்த வீட்டு உரிமையாளன். மறுநாள் காலையில் அவர்கள் முதல்நாள் கொடுத்திருந்த தலையைக் கேட்டனர். ரஹாப் தத்தன் வீட்டுக்குள்ளிருந்து ஒரு தலையை வெளியே நீட்டினான். படைவீரர்கள் அதை வாங்கி உற்று நோக்கினர்.''

''இது இல்லை, நாங்கள் உங்களிடம் ஒப்படைத்த தலை'' என்று முடிவாகக் கூறினர்.

அதைக்கேட்ட வீட்டு உரிமையாளன் வேறொரு தலையை வெளியே நீட்டினான். அதைப் பார்த்த படைவீரர்கள், ''இதுவும் அல்ல, நாங்கள் தந்ததைத் திருப்பித் தாருங்கள்'' என்றனர்.

ரஹாப் தத்தன் மீண்டுமொரு தலையை எடுத்துக் கொடுத்தான். அதுவும் ஹுசேனுடையது அல்ல என்று படைவீரர்களுக்கு உறுதிப்பட்டது. அப்படி ஏழு தலைகளை வீட்டு உரிமையாளன் காண்பித்தாலும் அவையெதுவும் இல்லையென்று படைவீரர்கள் தெரிந்துகொண்டனர். ஆக்ரோஷத்துடன் அவர்கள் அந்த வீட்டுக்குள் பாய்ந்து சென்றனர். உள்ளே கண்ட காட்சி அவர்களை நிலைகுலையச் செய்தது. தலையற்ற ஏழு உடல்கள் குருதியில் குளித்துக் கிடக்கின்றன! அவர்கள் அங்கு முழுவதும் தேடி வீட்டு உரிமையாளன் எடுத்து வைத்திருந்த ஹுசைனின் தலையைக் கண்டெடுத்தனர். கூடவே ரஹாப் தத்தனையும் பிடித்துக்கட்டி உமரின் முன்னால் கொண்டு வந்து நிறுத்தி அனைத்துத் தகவல்களையும் அவரிடம் சொல்லவும் செய்தனர்.

இந்த நிகழ்வு அசாதாரணம் என்று தோன்றிய உமர், வீட்டு உரிமையாளனை விசாரித்தார். கடைசியில் நிகழ்ந்தவற்றையெல்லாம் ரஹாப்தத்தன் மனம் திறந்து சொன்னார்.

''அய்யா, எனக்கு நீண்டகாலம் குழந்தைகள் பிறக்கவில்லை. அந்த வேதனையோடு வாழ்ந்து கொண்டிருந்தபோதுதான், மதீனாவில்

உள்ள தீர்க்கதரிசி முகம்மதின் சித்திகளைப் பற்றிப் பலரும் சொல்லக் கேட்டேன். அங்கே போக நெடுந்தூரம் இருக்கிறது. இருந்தாலும் துன்பங்களைப் பொருட்படுத்தாமல் நான் பயணம் செய்து மதினாவை அடைந்து முகம்மதுவைப் பார்த்தேன். என் துன்பங்களைக் கேட்டறிந்த அவர் சொன்னார்.

''தங்கள் நிலை கண்டு எனக்கும் பெருந்துயரம் தோன்றுகிறது. ஆனால் இது தெய்வச்சித்தம். அதைத் திருத்த இறைத்தூதர் மட்டுமான நான் சக்தியற்றவன். இறைவனை நம்புங்கள். தங்களுக்கு நன்மை வரும்''

நான் வெளியே வந்தேன். தீர்க்கதரிசியின் எளிமையில் பெருமிதம் தோன்றியதெனினும் என் தேவையை நிறைவேற்றாததால் பெரிய சங்கடமும் தோன்றியது. அப்படியாகத் திரும்பிப் போவதற்கிடையில்தான் முற்றத்தில் விளையாடிக் கொண்டிருந்த ஒரு குழந்தையைப் பார்த்தேன். முஹம்மதின் பெயரன் ஹுசைன்தான் அவன். என் முகத்தின் வாட்டத்தைக் கண்டு களங்கமற்ற துக்கத்தோடு அந்தக் குழந்தை, ''என்ன ஆச்சு? ஏன் உங்க முகம் வாடி இருக்கிறது?'' என்று கேட்டது.

நான் நடந்ததை எல்லாம் சொன்னேன்.

''கொஞ்சம்கூட வருத்தப்படாதீங்க. தைரியமாப் போங்க. இறைவன் கருணை உள்ளவர். உங்களுடைய எல்லாத் துன்பங்களும் உடனே மறையும்'' என்றான்.

பாலைவனம் வழியாகத் திரும்பிப் போகும்போது அந்தக் குழந்தையின் நேசமும் கருணையும் நிறைந்த முகமே எனக்குக் குளிர்மை கொடுத்தது. நான் வீட்டிற்குத் திரும்பி வந்தேன். தாமதமின்றி

எனக்கு ஒரு மகன் பிறந்தான். மீண்டும் குழந்தைகள் பிறந்தன. மொத்தம் ஏழு ஆண் குழந்தைகள்.

நேற்று என் முன்னால் படைவீரர்கள் நீட்டிய அந்தத் தலையில் நான் அன்றைய அந்தக் குழந்தை முகத்தைக் கண்டேன். அந்தத் தலையை வேறு யாரும் அவமதிக்காமல் பார்க்க வேண்டியது என் தர்மம் என்று எனக்குத் தோன்றியது. என்னுடைய ஏழு குழந்தைகளையும் நான் அதற்காக பலி கொடுத்தேன். ஆனாலும் என் பொறுப்பை முழுமையடையச் செய்ய என்னால் முடியவில்லை''

''ரஹாப்தத்தனின் வேதனை மிகுந்த வார்த்தைகளைக் கேட்டு உமர், அவரைச் செல்ல அனுமதித்தான். இந்தக் கதையை அறிந்த இமாம் ஹுசைனின் சகோதரியான ஸைனபா, பின்னர் ரஹாப்தத்தனை வந்து பார்த்தாள். தன் சகோதரனையும் தத்தனின் குழந்தைகளையும் ஒன்றாகவே பாவித்து கண்ணீர் வடித்தாள். ஸைனபாதான் எங்களுக்கு ஹுசைனி பிராமணர் என்று பெயருமிட்டாராம். கலவைகளின் ஒரு மகா சமுத்திரம்தான் இவ்விடம். ஒரு இனத்தாருக்கு மட்டும் உரிமை கொண்டாட என்ன இருக்கு?''

அடிக்கடி வந்த இருமலை உள்ளுக்குள்ளேயே விழுங்குவதில் அவ்வளவு நேரம் வெற்றி கண்டிருந்தாலும் மூச்சுவிட சிரமப்படவே ஆர்யதேவன் சற்றே நிறுத்தினார்.

''அப்போதுமே அவர்கள் பிராமணர் தானல்லவா?''

கதை முடியப் போகிறது என்று தோன்றியதால் மஸ்கரி இடைபுகுந்தார்.

''ஆமாம், பிராமணராக பிறந்ததிலும், ஹுசைனுக்காகத் தியாகம் செய்ததிலும் அவர்கள் ஒரு போலவே பெருமிதம் கொள்கின்றனர்''

அதைக் கேட்டு அலங்காரன் இடைவிடாது சிரித்தான். மற்ற இருவரும் சற்று அதிர்ந்தனர்.

''என்ன அலங்காரா?''

''அதுதானே அந்தணர்களின் நிலை. அவர்கள் எத்தனை இனத்தாரோடு கலந்தாலும் அந்தணராகவே இருப்பது''

ஆர்யதேவனின் நிறம் சற்றே மாறுவதை மஸ்கரிதான் கவனித்தார்.

''என்ன ஆச்சு உங்களுக்கு?''

பிக்கு சற்றுநேரம் மௌனம் காத்தார். பின்னர் சங்கோஜத்தோடு ''நானும் அப்படிப்பட்ட ஒருவனாம்'' என்றார்.

''எப்படி? நீங்கள் இப்படிப்பட்ட பிராமணர் இல்லையே?''

''இல்லை. ஆனால் நானும் அந்தணர் குலத்திலேயே பிறந்தேன். பின்னர்தான் பிக்குவானேன்''

''அதற்கென்ன?'' மஸ்கரி மீண்டும் கேட்டார்.

ஆர்யதேவன் தொடர்ந்தார்.

''அலங்காரன் சொன்னது சரி என்று எனக்கும் தோன்றுகிறது. பிரஞ்ஞாபாரமிதா உருவிட்ட பொழுதிலும் எனக்கு யக்ஞவல்கீயன் நினைவுதான் வந்தது. முன்பு பழக்கப்பட்டதெல்லாம் உடலிலும் உள்ளத்திலும் அப்படியே அடையாளமாகக் கிடப்பதாக அடிக்கடித் தோன்றுவது உண்டு. கால்வழியாக அவிழ்த்து விடப்பட்ட பூணூல் தலைமீதாக வந்து உடலில் மீண்டும் ஒட்டிச் சேர்ந்திருக்குமோ?''

மஸ்கரி, ஆர்யதேவனின் கையை அழுத்திப் பிடித்தார்.

''சந்தேகங்கள் ஏதுமற்ற தேடல்கள் இல்லையே. ஒருவன் தன்

வாழ்வில் எத்தனையோ பிறவிகள் வழியாகத்தானே கடந்து செல்கிறான்! ஒருவன் தன்னையே அறிந்து கொள்வதுதான் பேரறிவு. உங்களின் தேடல் பாழ்படாது அய்யா''

அந்த உரையாடலைத் தொடராமல் இருப்பதற்காக மஸ்கரி அலங்காரனைப் பார்த்து,

''உனக்கு அந்தணர்களைத் தெரியுமென்று தெரிகிறது. முசல்மான்களைத் தெரியுமா?'' என்று கேட்டார்.

''நல்ல கதை! ஊரைவிட்டு இங்கு புறப்பட்டபோது வஞ்சிப் பட்டணத்திலல்லோ குறச்சுநாள் தங்கியது. அங்கே உஸ்மான் என்னொரு கூட்டுகாரன் கிடச்சு. அவனோடுகூட அவிடத்தெ பள்ளியிலும் சென்னு. அது இந்நாட்டில்நின்னு மக்கத்துபோயி நாலாம் வேதத்தில் சேர்ந்த ஒரு பெருமாளுடெ பள்ளியாவிது. அதும் அவன் பறஞ்சு தந்தது''

ஆர்யதேவன் அவசரம் காட்டத் தொடங்கினார்.

''தியானத்தில் உட்கார நேரமாகிறது. மீண்டும் பார்க்கலாம்''

''நில்லுங்க. போகலாம்''

அலங்காரனின் பரிச்சயமான ஓசை, பரிச்சயமற்றதாக அவருக்குத் தோன்றியது. அவனுக்கு என்ன நேர்ந்தது என்று மஸ்கரிக்கும் புரியவில்லை.

இடதுகையால் முடியைக் கோதியபடி, ஒரு கரும்பாறையில் காலை அழுத்தி மிதித்துக்கொண்டு நிற்கிறான் அலங்காரன்.

''அது தெரியுமா, இது தெரியுமா என்றுதானே நீங்கள நீண்டநேரமாக் கேட்டுக்கிட்டு இருக்கீங்க? உங்களுக்கு எங்களின்

மூர்த்திகளைத் தெரியுமா? தாயும் மறுதாயுமாக மாறிமாறித் துள்ளும் தெய்வங்களைத் தெரியுமா?''

ஆர்யதேவனும் மஸ்கரியும் விழித்து நிற்க, அலங்காரன் தொடர்ந்தான்.

''ஒரு தாய் என்னை என் அம்மாவிற்குக் கொடுத்தவள். மறுதாய் என் அம்மாவை என்னிடமிருந்து பறித்தவள். சிலபோது இருவரும் ஒருவரே''

இருவரும் பொறுமையாகக் கேட்டிருந்தனர்.

''தீரவில்லை அறிஞரே. நானுமொரு கதை சொல்றேன். எங்களின் நீலியம்மாவின் கதை''

உள்ளிருந்து புரண்டதெல்லாம் ஒரேயடியாக வெளியே தள்ளுவதுபோல அலங்காரன் சொன்னான்.

''நீலிமலையில் ஒருத்தி இருக்கிறாள். சாத்தன் புலையன், குஞ்ஞிக்காளியின் ஒரே மகள். அவள் அங்கே வந்து சேர்ந்தது எப்படி தெரியுமா? ஒருநாள் வயல்ல வேலை முடிஞ்சு வந்த உடனே குஞ்ஞிக்காளி சாத்தனுக்கு உணவு பரிமாறினாள். பிறகு மெல்வதற்கு வெற்றிலையையும் பாக்கையும் கொடுத்தாள். ஆனால், சாத்தனுக்கு எதிலும் ஓர் இன்பம் தோன்றவில்லை. கண்கலங்கி முகம் கறுத்திருந்த சாத்தனோட நிலைமையைப் பார்த்து குஞ்ஞிக்காளியின் உள்ளமல்லவா வெந்து துடித்தது.''

''இன்னைக்கு என் பொலயனுக்கு என்ன ஆச்சு?''

சாத்தன் எதையும் சொல்லவில்லை. குஞ்ஞிக்காளி திரும்பத்திரும்ப கேட்கவே கண்களைத் துடைத்துவிட்டு எல்லாவற்றையும் சொன்னான்.

‘‘குஞ்ஞிக்காளி, கடிஞ்ஞீலும் கடசீலுமாயி பிறந்தோளல்லே நம்ம நீலி? நாலு தரேலும் நேர்ச்ச கழிச்சு உண்டாயதல்லே அவளு? அவள்க்கு பெல தீண்டியென்னு நாலு தரேல தம்புராம்மாரு பறயுந்நு. நாளே காவில் கூட்டம் கூடும்போது, பத்தரை நாழிகைக்கு நீலினேயும்கொண்டு அவிடெ செல்லணமென்னல்லோ கல்லே பிளர்க்குன்ன கல்ப்பன. காவிலெ கல்தர மேலே தலவச்சு ஏனென்டே நீலியே கொல்லணும்னு! பெல தீண்டியோளெ காவிலெ தேவர்க்கு குருதி கழிக்கணோன்னு!

சாத்தனின் பேச்சைக் கேட்டுக் கொண்டிருக்கவே குஞ்ஞிக்காளி நெஞ்சிலடித்து அலறி அழுதாள். தலை சுற்ற மயங்கி விழுந்தாள். பின்னாலேயே சாத்தனும் தரையில் விழுந்தார். ஆனாலும் புலர்வதற்குள் விடிவெள்ளி உதித்தவுடன் சாத்தன் எழுந்தான். அவன் நீலியை எழுப்பினான்.

‘‘மோளே நீலி, இன்னு காவிலெ தேவர்க்கு நீயாலே ஒரு நேர்ச்சயிருப்பது. போயி குளிச்சு கோடியுடுத்து வா’’

நீலி சோலைக்குச் சென்று குளித்து வந்தாள். உள்ளக் குமுறலை அடக்கி சாத்தன்,

‘‘புறப்பெடாராயி. நீயாகொடுவாளுகூடி கையிலெடுத்தோ’’ என்றார்.

குஞ்ஞுக்காளி எழுவதற்குள் இருவரும் புறப்பட்டார்கள். காவுக்குச் சென்றபோது நாயன்மார் நான்கு பிரிவினரும் தம்புரான்களும் மற்ற ஊர்க்கார்களும் அங்கே இருந்தனர். பத்தரை நாழிகையானவுடன் சாத்தன் பலி கல்லின் மேல் நீலியின் தலையைச் சாய்த்து வைத்தான். ஏக்கத்தோடு நாலு நாடும் வாழும் தெய்வங்களை அழைத்தான். பின்னர் நீலியின் கழுத்தில் ஓங்கி வெட்டினான்.

அப்படியே தளர்ந்து விழுந்த சாத்தனின் நினைவு தவறியது. கொடுவாள் வானத்துக்குப் பறந்துபோனது. நாயன்மார் நான்கு பிரிவினரும் நாட்டை ஆளும் தம்புரான்களும் அந்தக் காட்சியைக் கண்டு சொல்லழிந்து நின்றனர். என்ன ஆச்சரியம்! நீலி அதோ ஒரு கருங்கல் சிற்பமாக மாறி நிற்கிறாள்!

அப்போது வானத்திலிருந்து இடியோசையென வானொலி கேட்டது.

''என்னைப் புலையாட்டு சொல்லிக் கொல்ல இனி இந்த மண்ணில் பிறந்த யாராலும் முடியாது. நீலமலையின் நீலியாக இங்கேயே இருப்பேன் நான்'' அலங்காரனின் குரலில் ஈரம் பரவியது.

''அவள்தானே எங்களோட அம்மா. இந்த மண்ணில் பிறந்து கதி இல்லாமல் போனவர்களே எங்களுடைய தெய்வங்கள்''

''நீலிதன்னேயாகுமோ? அரவானும் நின்டே தெய்வமல்லையா?''

சிலுசிலுத்த ஓசை கேட்டு அலங்காரன் திரும்பிப் பார்த்தான். செல்வன் ஒரு கையை இடுப்பில் வைத்தபடி அவன் மீண்டும் சொன்னான்.

''கூத்தாண்டவர் கோவிலில்வச்சு நின்னே ஞான் கண்டிரிப்பது''

அலங்காரனுக்குச் சற்று உரக்கச் சொல்ல வேண்டுமென்று தோன்றியது.

''அதே. அரவானும் என்டே தெய்வம்தானே''

ஆனால், எதன் பொருட்டோ அவன் குரல் உயரவில்லை.

ஆர்யதேவன் அழைத்தார். ''அலங்காரா, என்னுடன் வா''

பிக்கு வழக்கமற்ற கோபத்தோடு செல்வனைப் பார்த்தார்.

"வார்த்தைகளை கவனமாக உதிர்க்க வேண்டும் அல்லவா? இப்படி யாரையும் காயப்படுத்தக் கூடாது"

செல்வன் தலைகுனிந்தான். அவன் தடாலென அங்கிருந்து சென்றான்.

"அலங்காரா, என்னுடன் வா" ஆர்யதேவன் மீண்டும் அழைத்தார்.

"வரேன் அய்யா, தளர்வா இருக்கு. சற்று உறங்கினால் பரவாயில்லைன்னு தோணுது"

மஸ்கரி வழக்கம்போல நின்ற இடத்திலிருந்து காணாமல் போனார். ஆசிரமத்திற்குத் திரும்பும் வழியில் ஆர்யதேவன் அலங்காரனிடம்,

"நீலியை எனக்குத் தெரியும். ஒரு நீலியை அல்ல; பல நீலிகளை" என்றார்.

செல்வனின் வார்த்தைகளில் இருந்து திருப்புவதற்காகத்தான் அவர் அப்படிச் சொல்லியிருப்பார்.

அலங்காரன் சன்னமான ஆனால் உதறும் குரலில்,

"நீலி இல்லையே, கூத்தாண்டவர்... நான் அரவானா, அரவாணியா?" என்றான்.

ஆர்யதேவன் அவனைச் சேர்த்தணைத்தார்.

"எதற்காக இப்படித் துன்பப்படுகிறாய்? அலங்காரா, உன் கடவுளை நாங்கள் கணக்கில் எடுக்கவில்லை என்று தோன்றியபோது நீயே ஊற்றதோடு சொன்னாய். செல்வனின் கடவுளை நீ மதிக்கவில்லை என்பதனால்தானே அவனும் அப்படிப் பேசினான். உன் உண்மையை

நீதானே உறுதிப்படுத்த வேண்டும். வேறு யார் செய்வார்? பிறப்பினங்களில் ஒதுங்குவோர் இல்லையே நாம் அனைவரும்?''

அந்த உரையாடல் நீண்டு போகாமல் இருப்பதற்காக பிக்கு வேறொன்றிற்குக் கடந்தார்.

''ஓலைச்சுவடிகளை வாசிப்பதற்குப் பெருமுயற்சி எடுக்கிறோம். இப்போது சிலதெல்லாம் தெளிவுறுகிறது. அதன் எழுத்துகளிலும் அடையாளங்களிலும் எங்கெல்லாமோ குருதி புரண்டிருக்கிறது. அறிந்த பொருள்களில் இருந்து வியர்வையின் வாடை பரவுகிறது. முயற்சியைத் தொடர்கிறோம். நமக்கு வெளிச்சம் கிடைக்காமல் போகாது''

அலங்காரனின் மனம் இருண்டிருந்தது. காணமுடியாத ஒரு பறவையின் கருஞ்சிறகுகள் அங்கே சிதறி விழுந்து கொண்டிருந்தன.

அவன் ஒன்றும் பேசாமல் ஆர்யதேவனின் பின்னால் நடந்தான். அன்றிரவு நூலின் பொருளைத் தேடுவதற்கிடையில் வினோதமான சில சத்தங்களுடன் கூடிய கூக்குரல் ஆர்யதேவனுக்குக் கேட்டது. ஓலைச்சுவடிகளுக்கு இடையிலிருந்துதான் அக்கூக்குரல் வெளிவந்தது என்றறிந்தபோது பிக்குவிற்கு மூச்சடைத்தது. நடுங்கும் கரங்களுடன் நூலை மூடிவிட்டு வெறுந்தரையில் நீண்டநேரம் உறங்கமுடியாமல் கிடந்தார்.

அத்தியாயம் இரண்டு

"அலங்காரா உனக்கு என்னைத் தெரிகிறதா?"

உச்சி மயக்கத்தின் இடையில் வெயிலின் உடையாடையைப் பறக்கவிட்டபடி அவள் வந்தாள். உதிர்ந்த வெண்ணிற இறகுகளிலொன்று அவனுடைய கண்ணிமைகளை வந்து தொட்டது.

"நீ உருவாக்கும் வலைகளில் அகப்படுவது அன்றி நான் இதுவரை ஒன்றும் அறிந்திருக்கவில்லையே"

"அது உனக்குத் தோன்றுவது மட்டுமே. நான் கேட்டது என்னைத் தெரிகிறதா என்பதே"

"யட்சி என்றல்லவா சொன்னாய்?"

"ஆமாம். ஆனாலும் சாதாரணமாக ஒரு பெண் யட்சி ஆகமாட்டாள். எல்லாம் நிறைவாகவே இருந்தது என்றதொரு வாழ்க்கை வாழ்ந்தவர்கள் அடையாளங்கள் எதையும் மிச்சம் வைக்காமல் போய்விடுவார்கள். வாழ்ந்தது போதவில்லையென்று இறுதியில் தோன்றும் எண்ணம், ஒரு தீப்பொறியாக வெளியே வந்து எரியும்போதுதான் ஒருத்தி யட்சியாக மாறுகிறாள். மண்ணில் முறிந்துபோன வாழ்வு அப்படித்தான் முழுமையாகிறது. அது போகட்டும். அதுக்கப்புறம் என்ன தெரிகிறது?"

"என்னை இப்படித் தூக்கிச் சுமப்பவள் என்றறிவது. எனக்கு உன்னிடமிருந்து விடுதலை இல்லையென்று அறிவது. வெயில் ஒரு

மனித வடிவமானது. வெளிச்சத்திற்குப் பெண்ணுடலின் வடிவும் உண்டானது''

''என் சினேகமோ? அது தெரியவில்லையா? நான் வாழ்ந்து தீராமல் இருப்பது ஏன் என்று அறியவில்லையா?''

அலங்காரன் பேசவில்லை.

''என்ன? தெரியாதா?''

''நேசம் ஒரே அளவில் உள்ளவர்கள், தமக்குள் இணைவதல்லவா சரி? இங்கே நீ என்னை வழி நடத்துபவள். நான் கீழ்ப்படிபவன். அதில் எங்கே நேசம்? வெறும் தோணல் மட்டுமே''

அவன் உணர்ச்சிகளின் விளிம்பை அடைய, அவள் கேட்டாள்.

''நீ உஸ்மானை மாத்ரமே ஓர்க்குந்நுள்ளோ?''

''இல்லை. அவன் சகோதரி ஆயிசாவையும். என்னைத் தூக்கிச் சுமக்கும் உனக்கு எல்லாம் அறிவதில்லே?''

''தெரியும். நீ சொன்னதுபோல நான் உன்னை வழி நடத்துபவளாயின், நீ அவளோடு அடுக்கில்லாயிருன்னு''

''அடுத்திட்டு என்னதோ! அங்குநின்ன பொறப்பட்டாரே, நீயென்னே கொண்டுபோன்னாரே அதவிடே வச்சு மறந்நல்லோ''

''ஆமாம், நீ மறக்கவில்லையே. அவளை மறக்காதே என்றுதான் நான் சொல்வேன்''

''உண்மைதான். உஸ்மானுடன் கடலோரத்தில் உள்ள அவர்களின் குடிலுக்குச் சென்றபோதுதான் ஆயிசாவை முதலில் பார்த்தேன். நாங்கள் நெருங்கவும் செய்தோம். எனினும் அவள் என் இனத்தவளோ,

நான் அவள் இனத்தவனோ இல்லாதிருந்ததால் நாங்கள் ஒன்றிணைய முடியவில்லை. உனக்குத் தெரியுமே, அவளுடன் இணைய என்னால் முடியாமல் இருந்தது. இப்போது எனக்கு எல்லாம் தெரியும். நீதான் அதற்குச் சம்மதிக்காதவள். நீதானே என்னைக் கொண்டுவந்தாய்?''

''அவள் இப்போது எங்கு இருக்கிறாள் என்று உனக்குத் தெரியுமா?''

''எனக்குத் தெரிய வேண்டாம்''

அப்போது அங்கே மெல்லிய காற்று வீசியது. அவள் தன் முடியை அவிழ்த்து விட்டிருந்தாள்.

''தெரிஞ்சுக்கோ. மல்லிகையின் வாசத்தை உன்னால் உணர முடிகிறதா?''

அலங்காரன் மூக்கைப் பொத்திக்கொண்டான்.

''எல்லோரும் ஒவ்வொன்றைச் சொல்லித் தருகின்றனர்; கற்றுத் தருகின்றனர். அறிவை நோக்கி அழைத்துச் செல்வதாகவே அனைவரும் பாவனை செய்கின்றனர். நீயும் அப்படித்தானே செய்கிறாய்?''

''சிலவற்றைத் தெரிந்து கொள்ளாமல் இருக்க முடியாதே''

அவள் அலட்சியமாகச் சிரித்தாள்.

''உன்னுள் இருப்பவனும் அவளுள் இருப்பவனும்! உங்கள் உலகில் எல்லா இடங்களிலும் எல்லைகள் இருக்கின்றன அலங்காரா. மண்ணுக்கும் மண்ணில் இழைபவனுக்கும் எல்லைகள், ஆண் என்றும் பெண் என்றும் எல்லைகள். மரித்தவர்களின் நினைவாக நடப்பட்ட நடுகற்களைக்கூட, பின்னர் நீங்கள் எல்லைக் கற்களாக்குவீர்கள். எல்லைகள் இல்லாமல் ஆவதற்கு நீங்கள் எங்கள் உலகிற்கு வரவேண்டும்''

காதின் உள்வழி நோக்கி நீளும் நிறைய சிற்ப வேலைப்பாடமைந்த குகை முகப்பை அடைத்துக்கொண்டு அப்பூப்பன்தாடி போல ஈரமான காற்று முதுகில் உரசிச் சென்று கிறுகிறுத்தபோது, அவன் சங்கடத்துக்குள்ளானான். ரகசியம் சொல்வதுபோல் அது மர்மச் சத்தம் எழுப்பியது.

''நீ பார். முல்லைக் கொடிகள் சுற்றி ஏறிய இரண்டு கபர்கள் தெரிகிறதா? உங்கள் எல்லைகள் உங்களுக்காக உருவாக்கி இருப்பவை''

அலங்காரன் திடுக்கிட்டெழுந்தான். உடலைப் போர்த்தியிருந்த முல்லைப் பூக்களின் வாசம், அவற்றின் இதழ்களை விட்டொழிந்து போவதாக அவனுக்குத் தோன்றியது. ஆயிசா, உனக்கு ஏதாவது ஆகிவிட்டதா? இடமும் காலமும் என்னவென்றோ நிகழ்வது என்னவென்றோ அவனுக்குச் சரியாகத் தெரியவில்லை. அந்திநேரத்தின் மிகக் கொடியதொரு துயரம் அவனுள்ளும் படர்ந்தது. இல்லை, ஏதோ கனவு கண்டிருக்கிறேன். அவன் வெளியே பார்த்தான். வண்ணம் நிறைந்த செப்புகள் மேலே கவிழ்ந்து உடைந்து திசைகளில் கருப்பும் சிவப்பும் தெறித்திருக்கிறது. இரவும் பகலும் சேரும் ஆகாயத்தைப் பார்த்தபோது, எல்லைகளைக் குறித்து அலங்காரன் சிந்தித்தான். மஸ்கரி சொல்லக் கேட்ட கொக்கவ்வாவின் வசனங்களில் ஒன்று அவன் நினைவில் வந்தது.

''முலைகள் பெருத்தால் பெண்ணென்று அழைக்கிறார்
மீசை முளைத்தால் அவரை ஆணென்று அழைக்கிறார்
இவற்றின் அறிவு ஆணோ பெண்ணோ நாஸ்திநாதா?''

முகத்தில் அறைவது போன்றதோர் அடி தனக்குத் தெரிந்த யாரோ ஒருவருக்கு விழுந்ததாக அவனுக்குத் தோன்றியது. கொக்கவ்வாவை உடனே ஒருமுறை பார்க்க விரும்பினான்.

அத்தியாயம் மூன்று

பின்னர் ஒருமுறை மஸ்கரியைப் பார்த்தபோது அப்பாவை அல்ல, கொக்கவ்வாவைத்தான் பார்க்க வேண்டும் என்று அவன் சொன்னான். அதைக் கேட்ட மஸ்கரி சிரித்தார். பழைய பயணத்தின் தொடர்ச்சி பாழியின் முன்னால் முடிவுற்றது.

"சிறுகண்டனைப் பார்த்தபிறகு கொக்கம்மாவைப் பார்க்கலாம்"

மஸ்கரி தீர்மானித்தார். அலங்காரன் ஒப்புக்கொண்டான். இருவரும் குகைக்குள் சென்றனர்.

"யாரது? கோசாலனா?"

மங்கலான வெளிச்சத்தில் இருந்து மெல்லிய ஓசை கேட்டது.

"அப்பா... நானும் இருக்கிறேன். அலங்காரன்"

தெரியாமல் அழைத்துவிட்டான். எனினும், இப்பிறப்பில் அடைந்ததும் இழந்ததும் எல்லாம் அதிலிருந்தது. அதன் கனம் தாங்கமுடியாமல் இருக்கலாம், எதிர்புறமிருந்தும் கனத்த மௌனமே பதிலாக வந்தது. சந்தர்ப்பம் அறிந்து மஸ்கரி இடைபுகுந்தார்.

"கொக்கவ்வாவைப் பற்றித் தெரிந்து கொள்வதற்காகவே அலங்காரன் வந்திருக்கிறான்"

"கோசாலன் சொல்லவில்லையா? கூடுதலாக என்ன தெரிய வேண்டி இருக்கிறது?"

அலங்காரன் சற்றே தயங்கினான். அவன் அப்போது கொக்கவ்வாவைப் பற்றி நினைக்கவே இல்லை. மஸ்கரியே பதில் சொன்னார். "கல்யாணில் நடந்தது என்னவெல்லாம் என்று நேராகச் சொல்வதல்லவா நல்லது. கண்டறிவதைவிட கேட்டறிவு சரியாக வருமா?"

வாழ்விற்கு ஒரு பொருள் உண்டானதாகச் சிறுகண்டன் உணர்ந்தார். முன்பில்லாத ஓர் உற்சாகம் அவர் வார்த்தைகளில் பரவியது.

"எல்லாம் நினைவு இருக்கிறது கோசாலா"

சிறுகண்டனின் குரல் குகைச்சுவர்களில் பட்டு எதிரொலித்தது. ஒருமுறை நடந்த வழிகளைக் கோர்த்தெடுத்து அவற்றை அலங்காரனின் முன்னால் வார்த்தைகளால் அவர் வரைந்தார். உயிருக்கு உண்மை உண்டென்று தெளிவுபடுத்திய சிலர், அந்த வழிகளினூடே நடப்பதை அலங்காரன் கண்டு கொண்டிருந்தான்.

கெட்டித்துப்போன குருதியிலும், சிதறிக் கிடக்கும் உடல் உறுப்புகளிலும் மிதிக்காமல் நடக்க முடியாத இடமாக மாறிப்போனபோதுதான் சிறுகண்டன் கல்யாணை விட்டு வெளியேறினார். மீண்டும் பல இடங்களில் அலைந்து திரிந்தார். அக்காலத்தில்தான் அல்லம பிரபுவைப் பார்க்க நேர்ந்தது. அனிமிஷன் என்ற சித்தனிடமிருந்து சிவலிங்கம் பெற்று சரணப் பாதைக்குத் திரும்பியவர்தான் பிரபுதேவன். சற்று உயர்ந்து நின்று இவ்வுலகைக் காண்பதற்கான மூன்றாம்கண் அவருக்கு இருந்ததென்று சிறுகண்டனுக்குத் தோன்றியது. அதற்குள் பசவண்ணா கல்யாணில் மகாமந்திரியாகியிருந்தார். அங்கே அவர் உருவாக்கியிருந்த அனுபவ மண்டபத்துக்குத்தான் பிரபு போனார். எந்த வர்ணத்துக்கும் வேறுபாடு பார்க்காமல் இடம் தருமொரு வானவில்லை பசவண்ணா தன் கையில் வைத்திருந்தார்.

மன்னன் இறந்தால் அவன் சடலத்திற்கு அரைச் சக்கரத்தின் விலைதான் என்று பசவன் சொன்னார். மன்னனின் அரண்மனையில் அரசியாய் வாழ்வதைவிடவும் சிறந்தது, சரணரின் இல்லத்தில் வேலைக்காரியாவதே என்று உறுதியாகச் சொன்னார். இந்த வசனங்கள் முழுவதையும் சிறுகண்டனும் கேட்காமல் இல்லை. இருந்தும் அன்று கல்யாணுக்குத் திரும்பிப்போக மனம் வரவில்லை. உடலில் இருந்து பறிக்கப்பட்ட தலைகளின் நினைவில் நடையைத் தொடர்ந்த அவர் அவளூரை வந்தடைந்தார். அவளூரின் மர்மங்களே மனமெங்கும் வியாபித்திருந்தன. ஆதிநாதனின் இருப்பு அவரை அங்கேயே நிலைத்து நிற்கவும் வைத்தது.

குருவின் நினைவில் ஒரு நிமிடம் நிசப்தனான பிறகு, சிறுகண்டன் கதையைத் தொடர்ந்தார்.

தெளிவும் உயர்வும்போல, உடலும் உள்ளமும்போல பசவண்ணாவுடன் பிரபு சேர்ந்தவுடன் கல்யாண் இம்மண்ணிலுள்ள வெறும் ஓரிடம் மட்டுமே என்றில்லாமல் போனது. போர்க்கூச்சல்களுக்கு மாற்றாக கனிவின் வசனங்கள் நாடெங்கும் நிறைந்தன. அங்கு ஏற்பட்ட மாற்றத்தைப் பற்றிச் சிறுகண்டனுக்கும் தெரிந்துகொள்ள வேண்டுமென்று பின்னர் தோன்றியது. காக்கம்மாவுடன் அங்கே போக அதுவும் ஒரு காரணமானது. பிரபுதேவனை அங்கே சென்று நேரில் பார்க்கலாம் என்று எண்ணினார். சிறுகண்டனுடன் அவளூரில் இருந்து வெளியேறிய வழிகளின் பயணம் நீண்டபோதும் காக்கம்மாவுக்கு எந்த பரிச்சயமின்மையும் தோன்றவில்லை. அவள் விரிந்த விழிகளுடன் கால்கள் பிணைய நடந்தபோது சிறுகண்டனுக்குள் ஒரு குறும்பு தோன்றியது.

"கல்யாணுக்கு எண்பது யோசனை தூரத்திற்குமேல் இருக்கிறது. பல காடுகளும் ஆறுகளும் கடக்க வேண்டும். இரவென்றோ பகலென்றோ பாராமல் நடக்கவும் வேண்டும். இதெல்லாம் உன்னால் முடியுமா?''

"உலகம் சிவமயமானதல்லவா அய்யா. காடுகள் எல்லாம் ஜடை என்றும் ஆறுகள் எல்லாம் அவர் முடியில் சூடும் ஆகாயகங்கை என்றும் அல்லவா நான் எண்ணுகிறேன்"

சிறுகண்டன் தன் கௌரவத்தை விடவில்லை. கடக்க வேண்டிய தூரம் மிக நீளம். உடனிருப்பது இளமையை உடலுக்குள் ஏந்தத் துடித்துக் காத்திருக்கும் ஒரு பெண்கொடி. விளையாட்டுக்குச் சொன்னதாக இருப்பினும் அவளுடைய ஆனந்தத்தை ஒரு நிமிடத்திற்கேனும் குலைப்பதற்கல்லவா துணிந்துவிட்டேன் என்று நினைத்தபோது அவருக்குள் குற்றஉணர்வு தோன்றியது.

"காக்கம்மா, நான் உன்னுடைய சிவபெருமானின் அடியவர் அல்ல. நியதியின் வலைப்பின்னலில் இருந்து நம்மை விடுவித்துக்கொள்ள யாருக்கும் திறம் இல்லை என்றுதான் நான் நினைக்கிறேன். இதோ காணும் இந்த தூரம் முழுவதையும் கடக்கச் செய்து கல்யாணுக்கு நம்மைக் கொண்டுபோவதும் நியதியன்றி வேறொன்றும் அல்ல"

காக்கம்மா அதைக் கேட்டதாகவே காட்டிக் கொள்ளவில்லை. இறந்த காலத்திலோ எதிர்காலத்திலோ தடைபட்டு நில்லாமல் நிகழ்காலத்தின் பாய்ச்சலின் வழியே அவள் அனாயாசமாக நீந்துவதாகத் தோன்றியபோது சிறுகண்டனால் மீண்டும் பேசாமல் இருக்க முடியவில்லை.

"தன்னம்பிக்கையெல்லாம் நல்லதுதான். ஆனாலும், காக்கம்மா நீ ஒரு அபலை அல்லவா? பெரிய சில இலக்குகளுக்கு உள்பலம் மட்டும் போதாது, உட்கருத்தும் வேணும். நான் துணை வந்ததுகூட அதை அறிவதாலேயே"

"அய்யா, தாங்களும் ஆண் எனும் பலத்தில் பெருமை கொள்கிறீரா? அது பொய்யல்லவா? ஆணென்றோ பெண்ணென்றோ இல்லாத,

உள்ளமென்றோ உடலென்றோ நினைக்காத, உண்மையென்றோ பொய்மையென்றோ அறியாத நாஸ்திநாதன்தான் எனக்குத் தெய்வம்''

சிறுகண்டன் சற்று மூச்செறிந்தார்.

''மன்னித்துக்கொள் காக்கம்மா. நீ போக வேண்டியது அல்லம பிரபுவின் அருகேதான்!''

பிரபுவைப் பற்றிப் பேசத் தொடங்கியபோது அவரால் வார்த்தைகளைக் கட்டுப்படுத்த முடியாமல் போனது.

''உன் சிவபெருமான்தான் பிரபு என்றல்லவா சரணர் எல்லோரும் நம்புகின்றனர். ஒருமுறை கேட்ட கதையை நான் சொல்கிறேன். கோரக்க்ஷநாதன் என்றொரு மகாசித்தன் இருந்தான். யோக வித்தையின் மறுகரை கண்டவன். ஆனால் பயிற்சிகளால் பெற்ற உடல்பலத்தால் பெருமிதம் கொண்டவன். உடல் அழிவின்மையால் நீண்டகாலம் தன்னை மரணம் நெருங்காது என்றல்லவா அவன் எண்ணியிருந்தான். உடல் பலத்தின் மிதப்பில் ஒருமுறை, ஒரு வாளுடன் சென்று தன்னை வெட்டிக் கொல்கவென்று யோகிகள் அனைவரிடமும் அறைகூவல் விடுத்தான். தயங்கித்தயங்கியெனினும் பல யோகிகளும் கோரக்ஷநாதனின் உடலை அந்த வாளினால் வெட்டினார்கள். அற்புதம் என்றே சொல்ல வேண்டும். அவன் உடலுக்கு ஒரு கேடும் வரவில்லை. மாறாக, ஒவ்வொரு வெட்டிற்கும் உலோகத்தில் தொட்டதுபோல ஒரு மணிநாதமே உடலிலிருந்து வெளிவந்தது. யோகிகள் அனைவரும் பின்வாங்கினர். கோரக்ஷநாதன் யோகியெனினும் அந்த மனநிலைக்கு இணங்காதவாறு தன் உடல்உறுதியில் மீண்டும் தலைகனத்துத் திரிந்தான். அக்காலத்தில் ஒருமுறை அவன் அல்லம பிரபுவைச் சந்திக்க நேர்ந்தது. பிரபுதேவனிடமும் வாளை நீட்டித் தன்னை வெட்டும்படி உரைத்தான்.

பிரபு தவிர்த்துச் சென்றாரெனினும், உடலுரம் பெற்ற அவன் மீண்டும் மீண்டும் அதையே சொல்லிக் கொண்டிருந்தான். அவன் தொந்தரவு சகிக்க முடியாமல் ஆனபோது பிரபு வாளை வாங்கிச் சித்தனை வெட்டினார். அது அந்த உடம்பைத் தொடவே இல்லை என்பது மட்டுமல்ல, மணிநாதமும் கேட்டது. அப்போது, பிரபுதேவன் அந்த வாளால் தன்னையும் வெட்டுமாறு சித்தனிடம் உரைத்தார். கோரக்க்ஷநாதனுக்கு சிரிப்புதான் வந்தது. பிரபுதேவனுடையது எலும்பும் தோலுமான மெலிந்த உடல். ஒரே வெட்டில் இல்லாமல் போகப் போவது ஓர் அறிவாளியல்லவா என்ற கனிவு தோன்றியதால் சித்தன் அச்செயலில் இருந்து பின்வாங்கினார். பிரபுவா பின்வாங்குவார்! கடைசியில் சற்றும் விருப்பமில்லா மனதுடன் கோரக்ஷநாதன், பிரபுதேவனின் உடலில் ஆழமாக வெட்டினார். உடலின் உள்ளே பாய்ந்த வாள் வெளியே வந்த பிறகும் பிரபுவின் உடலில் ஒரு கீறல்கூட விழவில்லையாம்! சித்தன் மீண்டும் வலமும் இடமுமாக வெட்டியபோதும் ஒரு சிறு காயத்தையும் ஏற்படுத்த முடியவில்லை. மகா சித்தனான கோரக்ஷநாதன் தளர்ந்து போனான். அவன் உண்மையுடையதும் பொய்மையுடையதுமான தத்துவத்தை உணர்ந்து கொண்டான். கூடுதலாக அறிந்துகொள்ள பிரபுதேவனின் கால்களில் பணிந்து அவருடைய சீடனும் ஆனான்''

சிறுகண்டன் தொடர்ந்தார்.

''காக்கம்மா, அதன் உட்பொருள் உனக்கு இப்போதே தெளிவாகத் தெரிகிறதே''

பயணம் தொடங்கி இரவுபகல் பலவும் கடந்தன. காவிரியும் பம்பாசரசும் கடந்து மீண்டும் தொடர்ந்த பயணத்திற்கிடையில் சோளமும் நெல்லும் விளையும் வயல்களும் தென்னையும் கமுகும் காய்த்துத் தொங்கும் வீடுகளும் ஆங்காங்கே வந்து மறைந்தன.

வழியில் சில பாதையோர ஆலயங்களில் தங்கினர். சில இடங்களில் பாடல்கள் பாடும் அடியவர்களின் வீடுகள் அபயமாயின. போகும் பாதை முழுவதும் சிறுகண்டன் கல்யாணைப் பற்றியும் அங்கிருக்கும் சரணரைப் பற்றியும் அதுவரை தான் அறிந்திருந்த எல்லாவற்றையும் மிகுந்த ஆரவாரத்துடன் காக்கம்மாவிடம் விவரித்துக்கொண்டே வந்தார். கிருஷ்ணாநதியும் மலப்பிரபாநதியும் சேரும் கூடல் சங்கமத்தை அடைந்தவுடன் பேச்சு பசவண்ணாவைப் பற்றியதாக மாறியது.

"விஜயபுரத்தின் ஓர் ஊரில் பிறந்த பசவண்ணா சைவ பிராமணர்களின் ஆச்சாரங்களை எல்லாம் தூக்கியெறிந்து விட்டு கூடல் சங்கமத்தை அடைந்து குருகுல வாசம் முடித்தாராம். பசவ வசனங்களில் எல்லாம் தொடர்ந்து சொல்லப்படும் கூடல் சங்கமேஸ்வரரின் கோவில்தானே இதோ காண்பது. விருப்பம் இருந்தால் நீ உள்ளே போய்வா. நான் இங்கு காத்திருக்கிறேன்."

காக்கம்மா கோவிலுக்குள் சென்றுவிட்டு வரும்போது சிறுகண்டன் இரு நதிகள் இணையும் இடத்தில் அலையடிப்புகளைப் பார்த்தபடி நின்றிருந்தார். ஆற்றில் குளித்துக் கொண்டிருந்த சிலரிடம் அவ்வப்போது பேசிக் கொண்டிருப்பதையும் பார்த்த காக்கம்மா புன்னகைத்தாள்.

"அவங்ககிட்ட என்ன கேட்டீங்க அய்யா? இரண்டாகப் பிறந்த நதிகள் ஒன்றானபின் எங்கே செல்லும் என்பதையா?"

"இல்ல, அது எனக்குத் தெரியும். இனி ஸ்ரீசைலத்திற்குத்தான் இந்நதி போகிறது. நான் இந்த நாட்டைவிட்டுப் போய் பல ஆண்டுகள் ஆகிறது அல்லவா? இவர்களிடம் பசவேஸ்வரனைப் பற்றி மேலும் சிலவற்றைக் கேட்டுக் கொண்டிருந்தேன்"

"அப்படியா? அப்படீன்னா தெரிஞ்சது எல்லாத்தையும் என்னிடமும் சொல்லுங்கள்"

சிறுகண்டன் ஆற்றில் இறங்கி முழுகி நிமிர்ந்தார். திரும்ப வந்து படிகள் ஏறுவதற்கிடையில் உதட்டிலிருந்து நீர்த்துளிகளுடன் வார்த்தைகளும் தெறித்து வந்து விழுந்துகொண்டு இருந்தன.

"கூடல் சங்கமத்தில் அல்லவா பசவனின் அறிவும் திறமும் முழுமை அடைந்தது? தாய்மாமன் பலதேவன் தன் மகள் கங்காம்பிகையை பசவனுக்குத் திருமணம் செய்து கொடுத்தது அதனாலும் இருக்கலாம். சித்தரசனின் மகள் நீலாம்பிகையையும் மணம் செய்து கொண்டார் என்றே இவர்கள் சொல்கிறார்கள். பின்னர் பசவன் சற்றுகாலம் மங்கலவாடையை அடைந்து அங்கிருந்த சிற்றரசனான பிஜ்ஜளனின் கணக்காயராக இருந்தார். பிறகு, பிஜ்ஜளன் கல்யாணின் பேரரசனானபோது, பசவன் அவருடைய முதன்மை அமைச்சராகவும் ஆனார். பசவனின் மூத்த சகோதரியே நாகலாம்பிகை. மற்றொரு சகோதரி பத்மாவதியை பிஜ்ஜளனே மணமுடித்துக் கொண்டதால் அரசனின் மைத்துனனும் ஆனார். இந்த எல்லாவற்றையும்தான் இங்கிருந்து தெரிந்துகொண்டேன்"

கூடல் சங்கமத்திலிருந்து பயணத்தைத் தொடர்ந்தபோதும் காக்கம்மா திரும்பிப் பார்த்துக்கொண்டே வந்தாள். வழிநடை மேலும் இரண்டு நாட்களுக்குத் தொடர்ந்தது. கல்யாணை நோக்கிய வழியை அடைந்தபோது, அப்பக்கமாகக் காலை எடுத்துவைக்க சிறுகண்டன் சற்றே தயங்கி நின்றார். முன்னர் காலில் பதிந்த குருதிமணம் அங்கே இப்போதும் இருக்குமோ என்று தேடுவதைப்போல் அவர் மூக்கைப் புடைத்தார்.

ஆனால், அவர் சென்றவுடன் கல்யாணில் நிகழ்ந்து முடிந்திருந்த மாற்றங்களைப் பார்த்தும் அவரால் நம்ப முடியவில்லை. தெருக்களில்

படைவீரர்கள் இல்லை; குதிரைகளின் குளம்படிகள் இல்லை; கூச்சல் குழப்பங்களோ, கூக்குரல்களோ இல்லை. மாற்றாக, நெல்மூட்டைகளுடன் செல்லும் காளைவண்டிகளின் மணியோசைகள். மரத்தை அரத்தால் அறுப்பதன் கிறுகிறுப்புகள். ஆற்றோரத்தின் துவை கற்களிலிருந்து வந்து சுவர்களைத் தட்டி எழுப்பும் ஈரமான ஓசைகள். அவற்றுக்கும்மேல் வீணைகளின், சிறு மத்தளங்களின் பின்புலத்தில் இசையாக வெளிப்படும் சரண வசனங்கள்.

தெருக்களில் ஆட்கள் நிறைய இல்லை. தம்பதிகளாகத் தெரிந்த ஒரு பெண்மணியும் ஓர் ஆணும் வழியில் சிதறிக்கிடந்த நெல்மணிகளைப் பொறுக்கி எடுக்கின்றனர். இருவரும் கழுத்தில் சிவலிங்கம் அணிந்திருந்தனர். காக்கம்மாவும் சிறுகண்டனும் அவர்கள் அருகே சென்றதைக் கவனித்ததாகத் தெரியவில்லை. அந்திப் பொழுதானதால் அந்த ஆடவன் கொஞ்சம் வேகம் கூட்டினான்.

"லக்கம்மா கொஞ்சம் வேகமாகட்டும். இதப்பாரு, இப்படி மெதுவாப் போனா எப்ப முடிக்கிறது?"

அவன் முன்னால் இருந்த நெற்குவியலைப் பார்த்து அவள் கேட்டாள்.

"அய்யா, ராசாவுக்கு அதிமோகம் இருக்கலாம்; ஆனால், சிவசரணர்களுக்கும் அது இருக்கலாமா? மரணத் தூதர்களுக்குக் கோபம் வரலாம்; பிறப்பே இல்லாதவர்க்கும் கோபம் வரலாமா? அரிசியை அடைய இவ்வளவு பேராசை எதுக்கு? சிவனுக்கு அது பிடிக்காது. மாரய்யா, இப்படியே போனா அமரேஸ்வர லிங்கத்திடமிருந்து நீங்க மிகவும் தூரமாப் போவீங்க"

அவன் பதில் ஏதும் பேசவில்லை. சிறுகண்டன் மாரய்யாவை அழைத்தார்.

"அய்யா, நாங்க கொஞ்ச தூரத்தில் இருந்து வர்றோம். அல்லம பிரபுவின் வசிப்பிடம் எங்க இருக்குது? அவரை ஒருதடவ பாக்கணும்னு நெனைக்கிறோம்"

"பிரபுதேவன் இங்க இல்லையே. ஜங்கமனான அவர் எப்போதும்போல ஊர் சுற்றிக்கொண்டு இருப்பார். என்னைக்குத் திரும்பி வருவார் என்று தெரியாது"

"நாங்க உடனே திரும்பிப் போகல. அவர் வருகிற வரைக்கும் இங்கே தங்கலாம் என்று இருக்கோம்"

"அதுக்கென்ன? வெளிநாடுகளில் இருந்து வந்த நிறையபேர் இங்கே வசிக்கிறார்கள். இன்றைய கல்யாணுக்கு ஈடாக இந்த உலகத்தில் வேறு இடம் இருக்கிறதா என்ன?"

லக்கம்மாவின் கண்கள் பெருமிதத்தால் ஜொலித்தன.

"அம்மா, அதென்ன அப்படி சொல்றீங்க?"

"அய்யா, நீங்க இங்க இருக்கிற எந்த வீட்டிலயும் தங்கலாம். விருப்பமான எந்தத் தொழிலையும் தேர்ந்தெடுக்கலாம். சரணர்களுக்கு இடையில் சாதியோட ஏற்றத்தாழ்வு கிடையாது. ஆண் என்றோ பெண் என்றோ வேறுபாடு கிடையாது. எல்லாரும் ஏதாவது தொழில் செய்யணும்னு மட்டுமே இருக்கு. 'காயகமே கைலாசம்' என்றுதான் மகாமந்திரியான பசவேஸ்வரன் சொல்கிறார்"

"பசவேஸ்வரன் பிராமணன் அல்லவா?" சிறுகண்டன் கேட்டார்.

"பலருடைய சந்தேகம் அது. அதைக் கேட்டபோது பசவண்ணாவின் பதில் என்ன தெரியுமா?"

மாரய்யா சற்றே புன்னகைத்தார்.

"சிரிலய்யாவை நான் வணிகனென்று சொல்வேனா? மாச்சய்யாவை வண்ணார் என்று அழைப்பேனா? காக்கய்யாவை தீண்டத்தகாதவன்னு சொல்வேனா? சென்னய்யாவை சக்கிலி என்று கூப்பிடுவேனா? நான் ஒரு பிராமணன் என்று நானே சொல்லிக்கொண்டால் கூடல் சங்கமதேவன் வெடித்துச் சிரிப்பார்"

"இவையெல்லாம் வெறும்பேச்சு மட்டுமல்லவா?"

"இல்லை அய்யா. சென்னய்யாவின் வீட்டு வேலைக்காரியின் மகனுக்கும் காக்கய்யாவின் வீட்டு வேலைக்காரியின் மகளுக்கும் பிறந்த மகனே தானென்றும், கூடல் சங்கமதேவனே அதற்கு சாட்சி என்றும் சொன்னவர்தான் பசவண்ணா. இதுவரை அதில் எந்த மாற்றத்தையும் நாங்கள் பார்த்ததில்லை. வேறெந்த சரணரைவிடவும் தான் தாழ்வானவர் என்றே ஒவ்வொரு சரணரும் எண்ணுகிறார்கள். மற்றவர்களின் முன்னால் ஒவ்வொருவரும் ✦தாசோகம் என்றே உருவிடுகிறார்கள்"

சிறுகண்டன் பேசாமல் நின்றபோது மாரய்யா தொடர்ந்தார்.

"நீங்க பாத்துத் தெரிஞ்சுக்கோங்க. கோட்டைக்குள்ள போயி பசவண்ணாவ நேர்ல பாருங்க. இங்கே நீங்க எங்க தங்கணும்னு அவரே சொல்வார்"

காக்கம்மாவும் சிறுகண்டனும் அவர்களை வணங்கிவிட்டு முன்னால் நடந்தபோது பின்னாலிருந்து மாரய்யா விளித்துக் கேட்டார்.

"அய்யா உங்க நாட்டுல எல்லாம் எப்படி? இதையெல்லாம்

✦தாசோகம் - நான் உன் அடிமை

கேட்டுட்டு முகத்தில் ஒரு மாற்றமும் காணலையே?''

சிறுகண்டன் வெட்கினார். அவர் திரும்பிப் பார்க்கவில்லை. யாரும் பார்த்திராத ஒரு பார்க்கவ ஸ்மிருதி. அதன் சுருக்கம் என்று சொல்லப்பட்ட ஒரு சாங்கர ஸ்மிருதி. ஆதிநாதனிடமிருந்து கேட்டறிந்த ஸ்மிருதி வசனங்கள். அவரின் உள்ளத்தின் வழியாகக் கடந்து சென்று கொண்டிருந்தன.

பார்கவ ஸ்மிருதியைப் பற்றி முன்னால் எங்கேயோ கேட்டிருப்பதாகவே கதையைக் கேட்டுக் கொண்டிருந்த அலங்காரனுக்கும் தோன்றியது.

''நகர்ந்து போ''

ஓர் ஓசையின் நினைவில் அலங்காரன் நடுங்கினான். வழியில் நடந்து போவதற்கிடையில் அப்படி கேட்ட போதெல்லாம் தடாலெனச் சென்று மறைந்து நிற்பதே வழக்கம். ஓர் ஓசையைக் கேட்டால் இருளிடங்களில் பதுங்கும் பாம்பையும் பூரானையும் நினைத்துக்கொண்டு அவன் தன் உடலையே பயத்துடன் பார்த்தான்.

அத்தியாயம் நான்கு

கல்யாணிலிருந்த ஏழு கதவுகள் உள்ள கோட்டை, சிறுகண்டனுக்கு முன்பே பரிச்சயமானதாக இருந்தது. முதல் கோட்டைவாயில் கடந்து உள்ளே செல்லும்போது எதிர்பாராமல் சுற்றிலும் ஆழமேறிய கிடங்குகள் வரும். அதைக் கடந்தால் அடுத்த கதவு தெரியும். அதற்கும் உள்ளே சென்றால் காவல்புரங்களும், மல்லர்களின் மல்யுத்தப் பயிற்சிக்கான பெரிய அறைகளும், குற்றவாளிகளுக்கான இடுக்கான சிறைக்கூடங்களும், நாட்டியத்திற்கான அரங்கேற்ற மண்டபமும், அரசவையும் எல்லாம் இருக்கிறது என்று கேள்விப்பட்டிருக்கிறார். அவற்றையெல்லாம் பார்க்க முடியாவிட்டாலும் சுற்றிச்சுற்றி உள்ளே செல்லும் இடைநாழிகள் சில வேலைகளில் நினைத்திராத இடங்களுக்குக் கொண்டு செல்லுமென்றும் போருக்கு வருபவர்களைக் கண்ணிவைத்துப் பிடிப்பதற்காக உருவாக்கப்பட்ட அந்தக் கோட்டை, ரகசியங்களின் ஒரு வலையால் சூழப்பட்டு இருக்கிறதென்றும் அவருக்குத் தெரியும். அதனாலேயே சந்தேகத்துடன் இந்த வாயிலைக் கடந்தனரெனினும், காவலாளிகள் தடுக்கவோ எதையும் கேட்கவோ செய்யவில்லை. நாற்புறச் சுவர்களும் யாளி வடிவங்களால் அலங்கரிக்கப்பட்டிருப்பதைப் பார்த்தபடியே நடந்தவர்கள் விசாலமான நடுமுற்றத்தை அடைந்தனர். அதன் ஒரு மூலையில் கூட்டமாகச் சிலர் நிற்கின்றனர். நெற்றியில் திருநீறும் கழுத்தில் உத்திராட்சமும் தரித்த ஒருவர் நடுவில் நின்றபடி அவர்களின் கோரிக்கைகளைக் கேட்டுக்கொண்டிருந்தார். அவர்தான் பசவண்ணா என்று யாரும் சொல்ல வேண்டிய தேவை எழவில்லை.

கூட்டம் முழுவதும் கலைந்து போகும்வரைக் காத்திருந்தனர். பசவண்ணா கூப்பிய கரங்களுடன் அருகே வந்தபோது இவர்களும் கைகூப்பினர்.

''நீங்கள் எங்கிருந்து வருகிறீர்கள்? ஏதாவது உதவியை நான் செய்ய வேண்டி இருக்கிறதா?''

''தாங்கள் இவ்விடத்தின் மகாமந்திரியான பசவேஸ்வரர்தானே?''

''ஆமாம், இங்கிருக்கும் மக்கள் அவர்களின் சகோதரனாகக் கருதி பசவண்ணா என்றே அழைப்பார்கள்''

''தங்களின் இந்தப் பணிவு எங்களுக்குப் புதுமை அய்யா''

சிறுகண்டன் முகஸ்துதியாகச் சொல்லவில்லை எனினும், பசவண்ணா அப்படி எண்ணி இருப்பாரோ? ஆனாலும் புகழ்ச்சிகளைக் கேட்டுப் பழக்கப்பட்டுபோன ஆளைப்போல அவர் பேசவில்லை.

''உள்ளே கர்வம் இருந்தால் பணிவு ஒரு வெளிப் பகட்டு மட்டுமாகவே இருக்கும். மகாமந்திரி என்ற போதை அடங்க, பக்தி போதுமானதாக இருந்தது. பெரிய பக்தன் என்ற எண்ணத்தை அடக்க பிரபுதேவனே வேண்டியிருந்தார்''

பசவண்ணாவின் வார்த்தைகள் உள்ளிருந்து வருவதாகவே அவர்களுக்குத் தோன்றியது. சாட்சாத் பிரபுதேவனைப் பற்றிப் பேசினார்! அந்தக் கதையைக் கேட்க அவர்களுக்கும் ஆவலாக இருந்தது. அவர்களின் எதிர்பார்ப்பைக் கண்ட பசவண்ணா தொடர்ந்தார்.

''முன்பொருநாள் நான் அரண்மனையில் அமர்ந்து சிவலிங்க பூஜை செய்து கொண்டிருந்தேன். வெளியே இரண்டுபேர் காத்துக்

கொண்டிருப்பதாக ஹடபத அப்பண்ணா என்ற சரணர் வந்து சொன்னார். அவர்களுள் ஒருவர் ஜங்கம வேடத்தில் இருக்கிறார் என்று அறிந்தபோது அவர்களை வரவேற்க நான் அப்பண்ணாவிடமே சொல்லி அனுப்பினேன். அவர் திரும்பச் சென்று நான் சிவலிங்க பூஜையில் இருப்பதாகத் தெரிவித்தார். அவர்களை வரவேற்கவும் செய்தார். ஆனாலும் நான் நேரில் செல்லாததால் ஜங்கம வேடத்தில் இருந்தவர் பட்டெனக் கோபமடையவும் செய்தார்''

''சிவபதம் அடைந்தோம் என்று தமக்குள் எண்ணுபவரிடம் இருந்து குகேஸ்வரன் அகன்றே நிற்பார்''

''அப்பண்ணா திரும்பிவந்து என்னிடம் இதைத் தெரிவித்தார். ஆனால் பூஜையை முடித்துக்கொள்ள என் மனம் ஒப்பவில்லை. சொந்த வீட்டிற்கே வரும் ஒருவரை ஏன் வரவேற்க வேண்டும்? நான் மீண்டும் அப்பண்ணாவைத் திருப்பி அனுப்பினேன். அவரே திரும்பவும் சென்றதால் ஜங்கமன் முன்பைவிடக் கோபம் கொண்டார்''

''பக்தன் என்று தனக்குள் நடித்துக் கொண்டிருக்கும் பசவன் மிகுந்த அகங்காரத்தை வெளிப்படுத்துகிறான். வாசலில் காத்திருப்பது யார் என்பதும் அவர் எதற்காக வந்திருக்கிறார் என்பதும் அவனுக்குப் புரியாது''

''பாவம் அப்பண்ணா. அவர் மிகவும் வேதனை அடைந்தார். அப்போதுதான் ஒன்றைக் கவனித்தார். ஜங்கமனின் நிழலோ, மிதித்த இடத்தின் கால் அடையாளங்களோ காணப்படவில்லை! எனினும் எதையேனும் சொல்லி என் அருகில் வர அப்பண்ணாவிற்கு தைரியம் வரவில்லை. என் சகோதரி நாகலாம்பிகையின் மகன் சன்ன பசவண்ணாவே பூஜை நடக்கும் இடத்திற்கு வந்தான்''

"வாசலில் காத்திருக்கும் சரணரின் மகத்துவத்தைப் புரிந்து கொள்ளவில்லையெனில் என்ன பக்தி உனக்கு இருக்கிறது மாதுலா? நீங்கள் பூஜிக்கும் சங்கமநாதன் அல்லவா வெளியே காத்திருக்கிறார். பிரபுதேவனையும் சீடனான சித்தராமனையும் புரிந்துகொள்ள உங்களின் இதயம் தயாராகவில்லை. அவர்களை வரவேற்க வேறொருவரை அனுப்பலாமா?"

"பிரபுதேவன் என்று கேட்டவுடன் நான் குதித்தெழுந்தேன். ஓடிச்சென்று அவருடைய கால்களில் விழுந்தேன். நேர்ந்த தவறுக்கு மன்னிப்பு கேட்டுக் கொண்டேன். பிரபுவின் கோபம் அடங்கவில்லை. என் அகம்பாவம் முழுவதும் வெளியேறிவிட்டதை உறுதிப்படுத்திய பிறகே அவர் உள்ளே வரச் சம்மதித்தார்"

சொல்லி நிறுத்தியபோது சிறுகண்டன் தொடர்ந்தார்.

"அல்லம பிரபுவை முன்பே அறிவேன். அவரை ஒருமுறை பார்க்க வேண்டும். இப்போது அவர் இங்கு இல்லை என்பதை அறிந்தோம்"

பசவண்ணாவின் முகத்தில் ஆனந்தமும் ஆச்சரியமும் ஒன்றாக வருவதை அவரால் பார்க்க முடிந்தது.

"பிரபுவை உங்களுக்குத் தெரியுமா? நாங்கள் யாரும் பிரபுவுக்கு நிகராக மாட்டோமெனினும், அவர் இங்கே இல்லாததை ஒரு குறையாகக் கருத வேண்டாம். நீங்கள் இங்கே எங்கு வேண்டுமென்றாலும் தங்கிக்கொள்ளலாம்"

சிறுகண்டன் காக்கம்மாவைப் பார்த்துப் புன்னகைத்தார். வந்து சேரவேண்டிய இடத்தை அடைந்துவிட்டோம் என்றொரு பாவனை அவள் முகத்தில் தெளிவு பெறுவதை அவர் கண்டார்.

"உனக்கு இவர் பேசுவது புரிகிறதா?"

மொழி வேறல்லவா என்று நினைத்து சிறுகண்டன் அவளிடம் கேட்டார்.

"புரிகிறது" என்றாள் காக்கம்மா.

"கேட்பதற்கு இனிமையாக இருக்கிறது. துளும்பும் குடத்தினுள் முழங்கும் ஓசைபோல. அன்பின் மொழியில் சொல்வதனில் வார்த்தைகளின் பொருளைத் தனியாகத் தேடவேண்டாம் அல்லவா?"

அத்தியாயம் ஐந்து

தொடர்ந்துள்ள நாட்களில் கல்யாணை சிறுகண்டன் மேலும் சற்றே நெருக்கமாக அறிந்துகொண்டார். சரணர் பல தொழில்கள் செய்வது மட்டுமின்றி செய்யும் தொழிலைப் பற்றி வசனமும் எழுதுகின்றனர்! மரவேலை செய்பவளான காளவ்வாவுக்கு மரத்திலும் வார்த்தைகளிலுமான வேலை ஒன்றுதான்.

"மரத்தை வெட்டும்போது இலக்கு தவறினால் கால் உடையும்.

பேசும்போது வாக்கு தவறினால் நாக்கு உடையும்"

என்றே காளவ்வா சொல்வார். பணியாளர்களின் பேச்சுகளினூடே கவிதை உள்நோக்கி வருகிறது; தாழ்நிலத்தை நோக்கி ஆறு தானாகக் கிளம்பி வருவது போல. கீழ் இனத்தில் பிறந்து பின்னர் அறிஞராய் உயர்ந்த உரிலிங்கபெந்தி அவளுடைய கணவன். ஆச்சாரங்களில் ஊறிப்போன அந்தணரையும் தொழில் செய்யாமல் திரியும் ஜங்கமரையுமென யாரையும் உரிலிங்கபெந்தி தன் வசனங்களின்வழி சும்மா விடுவதில்லை. தொழில் செய்து பெறாத எதையும் தொடுவதே இல்லையென தெரு கூட்டுபவளான சந்தியாக்கா எப்போதும் சொல்வாள். பொன்னாலான ஒரு துணித்துண்டு தன் மடியில் வந்து விழுந்தாலும் கை வைக்கமாட்டேன் என்பது அவளுடைய வசனம். நூல் நூற்பவளான கதிரா ரெம்மவ்வெக்கு அவளுடைய கைராட்டையின் கைப்பிடி சமர்ப்பணமும், நூல் சுற்றும் தண்டு அறிவுமாம். பரிசல்காரனான அம்பிகரா சௌடய்யா தன் வேலையைப் பற்றிச் சொன்னது இதுதான். தன்னை யாரும் 'தோணிக்காரா,

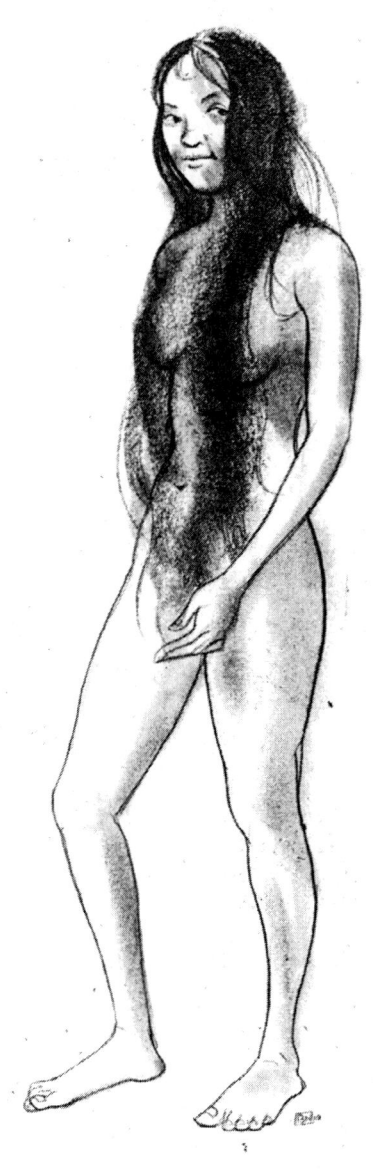

தோணிக்காரா' என்று தாழ்த்தி அழைக்க வேண்டியதில்லை. தன்னை நம்புபவரை ஒரே அழுத்தில் மறுகரை சேர்த்துவிடுவேன்.

எங்கே பார்த்தாலும் சரணர்கள். அவர்கள் போட்டுக்கொள்ள வெற்றிலைச் செல்லத்துடன் நடக்கும் ஹடபத அப்பண்ணா. அவர்களுக்குச் செருப்பு தைத்துக் கொடுக்க மாதார சென்னையா. அவர்களின் துணிகளைத் துவைக்க மடிவாள மாச்சிதேவன். கல்யாணில் தொழில் செய்பவர்களையே எங்கும் காணலாம். கேட்பதெல்லாம் அவர்களின் வசனங்கள். பகட்டும் பெருமையும் பாராமல் அனைவரின் நாவிலும் திகம்பரியாக வந்து நடனம் ஆடுகிறாள் காவிய தேவதை.

சிறுகண்டனையும் காக்கம்மாவையும் போல வேறு தேசங்களில் இருந்து வந்தவர்களும் நிறைந்திருந்தனர். கூர்ச்சரத்தில் இருந்து ஆதய்யாவும், கலிங்கத்திலிருந்து மருள சங்கரதேவனும், குந்தள தேசத்திலிருந்து ஏகாந்தத ராமய்யாவும் உள்ளிட்ட நிறையபேர். மோளிகேய மாரய்யா என்ற மரம் வெட்டுபவரான சாதுசரணர், காஷ்மீர அரசனாக இருந்த மகாதேவன் என்று அறிந்து அவர்கள் அதிர்ந்தனர். இங்கே வராமல் தன் சொந்த நாட்டையே இப்படி ஆக்கியிருந்தால் நன்றாக இருந்திருக்குமே என்ற சந்தேகமும் சிறுகண்டனுக்குத் தோன்றியது. ஒருமுறை அவர் மாரய்யாவிடமே தன்னுள் எழுந்த சந்தேகத்தைக் கேட்டார். சட்டெனத் தன் கண்களைத் துடைத்துக்கொண்டே "இது ஒரு பிராயச்சித்தம் அல்லவா?" என்றவர் பதறும் குரலில் தொடர்ந்தார்.

"மந்திரியான பசவண்ணா அரசனையும் தாண்டிச்சென்று தன் விருப்பமாய் செயல்படுவதையும் ஜாதியும் குலமும் மறந்து அனைவரையும் ஒன்றாக வரவேற்பதையும் அறிந்து எனக்கு முதலில் கோபமே வந்தது. ஸ்மிருதியை நிந்திப்பவனான பசவனைக் கொல்ல

சிங்கய்யா எனும் ஒரு வழிப்பறிக் கொள்ளையனை நான் இங்கே அனுப்பினேன். ஆனால் இங்கே வந்து சரணர்களின் ஒற்றுமையையும் தொழிலின் பெருமையையும் நேரில் பார்த்த அவன், பசவேஸ்வரனின் சீடனாகவே மாறிவிட்டான். விபரம் அறிந்த நானும் என் மனைவியும் இங்கே வந்து சேர்ந்தோம். பசவனின் கல்யாண் என்ன என்பதை அப்போதுதான் அறிந்தேன். அரசன் என்ற திமிர் உருகிக் கரைந்துபோனது. நாங்கள் தவறை உணர்ந்துகொண்டு பசவண்ணாவிடம் மன்னிப்பை வேண்டி நின்றோம். இங்கே சரணராக காலம்தள்ள அவர் அனுமதி அளித்தார். மரம் வெட்டி விறகாக்கும் தொழிலை நாங்கள் தேர்ந்தெடுத்தோம். செங்கோல் பிடித்த உள்ளங்கை மழுவின் தழும்பேற்றுத் தடித்தது. உடலில் இருந்து ஒழுகும் வியர்வையில்தான் நான் என் பாவங்களைக் கழுவுகிறேன்''

இப்படிப்பட்ட கதைகள்தான் அங்கிருந்த மற்ற சரணர்க்கும் சொல்வதற்கு இருந்தன. பக்தியின்மீது பெரிய இன்பம் ஒன்றும் தோன்றவில்லையெனினும், கல்யாணிலேயே சிறிதுகாலம் தங்கி இருக்கலாம் என்று சிறுகண்டன் உறுதி கொண்டார். அப்படி நாட்கள் கடப்பதற்கு இடையில் ஒருநாள் தெருவில் சரணர்களின் பெரியதொரு ஆரவாரம் கேட்கிறது. பிரபுதேவன் திரும்பி வந்திருக்கிறார். சிறுகண்டன் வெளியில் வந்து பார்த்தார்.

மகாமந்திரி பசவண்ணாவும் மனைவியரான கங்காம்பிகையும் நீலாம்பிகையும் சகோதரி நாகலாம்பிகையும் அவர்களின் மகன் சன்ன பசவண்ணாவும் அவரை வரவேற்கும் கூட்டத்தில் இருந்தனர். உடனிருந்த முக்தாயி அக்கா தொழுத கையை முடிந்தவரை உயர்த்திப் பிடித்தார். அக்காவின் சகோதரனும் குருவுமான அஜகண்ணா அகால மரணமடைந்தபோது அவரைத் துன்பத்திலிருந்து வெளிக்கொணர்ந்தது பிரபுதேவன் என்பது யாவரும் அறிந்ததே.

அவர்களெல்லாம் தெருவழியாக உற்சாக ஊர்வலமாகச் செல்கின்றனர். சிறுகண்டன் காக்கம்மாவை அழைத்தார். ஊர்வலத்தில் அவர்களும் கலந்து கொண்டனர்.

அனுபவ மண்டபத்தில்தான் ஊர்வலம் நிறைவுற்றது. பசவண்ணாவும் பிறரும் பிரபுவை உள்ளே அழைத்துச் சென்றனர். சரணராக இல்லாததால் சிறுகண்டனும் காக்கம்மாவும் வெளியிலேயே நின்றுவிட்டனர். உள்ளே நடக்கும் விவாதங்களைப் பற்றி அதற்குள் சிறுகண்டன் தெரிந்து கொண்டிருந்தார். அனைத்து தர்மங்களைக் குறித்தும் வாழ்க்கை நெறிகளைப் பற்றியும் யாரும் பேசலாம்; வாதம் புரியலாம்; அறைகூவலாம்; தகுதியோ மகிமையோ பார்க்காமல் வாதிடலாம்.

அப்போதுதான் அழகியான ஓர் இளம்பெண் அங்கே வந்து சேர்ந்தாள். முழு நிர்வாண உடல். நீண்டு தழைத்த முடியிழைகளால் முன்பகுதி மறைக்கப்பட்டிருந்தது. அவர்கள் கூச்சம் ஏதுமின்றி உள்ளே போனபோது அருகே நின்றிருந்த கிண்ணரய்யா என்ற சரணரிடம் சிறுகண்டன் கேட்டார்.

"அது யார்?"

அவர் சற்றே அதிர்ந்தார்.

"இங்கே உங்களைக் கொஞ்ச நாட்களாகப் பார்த்துக் கொண்டிருக்கிறேனே, ஆனாலும் மகாதேவி அக்காவை உங்களுக்குக் தெரியாதா?"

"நாங்கள் இங்கு வந்து சிறிது நாட்களே ஆகின்றன. பலரையும் இப்போதுதான் தெரிந்து கொள்கிறோம்"

"அற்புதமாய் இருக்கிறது! அக்காவைத் தெரிந்துகொள்ளாத யார் இருக்கிறார்கள் இங்கே?"

"நான் சொன்னேனே. சிலவற்றை மட்டுமே கேட்டு அறிந்து கொண்டிருக்கிறேன். இங்கே வந்து சேர்ந்தபிறகுதான் சரணரைப் பற்றித் தெரிகிறது. மகாதேவி அக்காவைப் பற்றி எங்களுக்குச் சொல்லுங்கள்"

சிறுகண்டன் மென்மையாகக் கேட்டுக்கொண்டார். அதைக் கேட்கக் காத்திருந்ததுபோல அவர் சொல்லத் தொடங்கினார்.

"முன்பொரு நாளில் திகம்பரியாக மகாதேவி அக்கா அங்கே வந்து சேர்ந்தபோது, அவரைப் பரிசோதிக்க பிரபுதேவன் என்னைத்தான் அனுப்பினார். கௌசிக மன்னனின் மனைவி அவர். மன்னர் மிகவும் விரும்பியே அவரைத் திருமணம் செய்துள்ளார். சில நிபந்தனைகளோடுதான் அவர்கள் அதற்கு சம்மதித்தார்களாம். ஒருமுறை வார்த்தையை மீறி அரசன் அவருடைய சேலை நுனியைத் தொட்டபோது முழு ஆடையையும் துறந்து அவர் அரண்மனையை விட்டு வெளியேறினாராம். ஜங்கமையாக ஊர்சுற்றித் திரிந்திருக்கிறார் என்றே எங்களுக்கும் தகவல் கிடைத்தது. நான் கோட்டை வாயிலை நெருங்கி அவர்களைத் தடுத்தேன். எதிர்கொள்ளப் போகும் சோதனையைக் குறித்து முன்னறிவிப்பாகச் சிலவற்றைச் சொல்லவும் செய்தேன்."

"உடல் நடுங்குகிறது இல்லையா குழந்தை? உயிரில் மாயை இருப்பதால்தான். அப்படியானால் மனதிற்கு என்ன மதிப்பு? நிர்வாணத்திற்கு என்ன விலை? முப்புரம் எரித்த இறைவனால் லௌகீகமான ஒருவனுக்குப் பரிசளிக்கப்பட்டவள் நீ. உனக்கு அந்த வாழ்க்கையே சிறப்பு. அப்படிப்பட்ட ஒருத்தியைக் கைக்கொள்ள பகவான் தயாராக மாட்டார் என்பது முட்டாளான உனக்குத் தெரியாதே"

மிக ஆழமானதாக இருந்தது அவளுடைய பதில்.

''லிங்கபூஜை வழியாக உடலை ஜெயித்தவள் நான். அறிவின் வழியாக மனதையும் ஜெயித்தேன். சிவானுபவத்தின் ஊடாக ஆன்மாவையும் வென்றெடுத்தேன். நான் பூசியுள்ள திருநீறைப் பார்த்தீரா? காமனைச் சுட்ட சாம்பல் இது. அப்படி ஒருத்தியைத் தவிர இன்றைய கல்யாணுக்குள் யாராலும் நுழைய முடியாது என்பது எனக்குத் தெரியும்''

''என் தடையைப் பொருட்படுத்தாமல் மகாதேவி உள்ளே சென்றுவிட்டார். பசவண்ணாவைப் பார்த்து வணங்கினார். தன்னைச் சரணளாக ஏற்றுக்கொள்ள வேண்டுமென்று அவர் பிரபுதேவனிடம் விண்ணப்பித்தார். எனினும், அனுபவ மண்டபத்தில் பிரபுதேவன் அவர்களிடம் வாதம் புரியவே செய்தார்''

''இளமை ததும்பும் நீ இப்படி நிர்வாணமாக ஏன் இங்கே வந்தாய்? இங்கிருக்கும் சரணர்கள் அதை விரும்ப மாட்டார்கள். இவர்களுடன் சேரவேண்டும் என்றால் உன் கணவன் யார் என்று நீ சொல்ல வேண்டும்''

பகவான் சன்ன மல்லிகார்ச்சுனன் தவிர இந்த உலகில் தனக்கு வேறொரு கணவர் இல்லை என்று மகாதேவி பதில் சொன்னார். ஆனால் பிரபு அதில் திருப்தி அடையவில்லை. இந்த வேடத்தில் இங்கே ஏன் வந்தாய் என்று கேட்டார். மனம் சுத்தமானது என்றால் உடலுக்கு என்ன வேலை என்று கேட்டார் மகாதேவி. உடல் பெரிதல்லவெனில், முடியால் அதை ஏன் மறைத்தாய் என்று கிண்டலாகக் கேட்டார் பிரபு. அதற்கும் சரியான பதிலடி கொடுத்தார் மகாதேவி.

''பழத்தின் மேல்தோலின் மினுமினுப்பு போகவேண்டும் என்றால் உட்புறம் நன்றாகப் பழுத்திருக்க வேண்டும். காமன் முத்திரைகளைக் கண்டு இங்குள்ள சரணர் துயரடைய வேண்டாமென்றே நான் முடியால் மறைத்தேன்''

வாக்குவாதம் நீண்டது. மற்ற சரணரெல்லாம் துவண்டனர். வடிவுள்ள உடல் அரூபியான தன் இறைவனிடம் சென்று சேர்ந்துவிட்டது என்றும், தான் என்பது இப்போது இல்லை என்றும் மகாதேவி சொன்னபோது பிரபு அவரிடம்,

''அப்படிச் சொல்வதெனில் இப்போது பேசுவது யார்? தான் சடலம் என்று ஒரு சடலம் தானாகவே அழைத்துக் கொள்ளுமோ?'' என்றார்.

''சில வேளைகளில் சடலமும் பேசும். அந்த நிலையை அடைவதை அனுபவித்துதான் அறிந்துகொள்ள முடியும்'' என்றார் மகாதேவி.

''பிரபுதேவனுக்குப் புல்லரித்தது. அவர் மகாதேவியைத் துதித்தார். வயதில் இளையவள் எனினும் மகாதேவி எல்லா சரணர்களுக்கும் அக்கா என்று அறிவித்தார். 'மகாதேவி அக்கா, மகாதேவி அக்கா' என்று சரணர்கள் ஆரவாரக் கூச்சலிட்டனர்''

அதற்குள் உள்ளிருந்து சரண மந்திரங்கள் உயர்ந்தன. நேரம் அதிகமாகி விட்டது என்று கிண்ணரய்யாவும் அனுபவ மண்டபத்துக்குள் ஏறிச் சென்றார். காக்கம்மாவின் முகத்தில் ஒரு தெளிவும் இல்லை என்றுணர்ந்த சிறுகண்டனுக்கு ஆவல் கூடியது.

''என்ன தேர்வுகள் எனக்காகக் காத்திருக்கும்?''

காக்கம்மா முணுமுணுத்தபோது அவர் புன்னகைத்தார். அவளுக்கு அந்த மொழி நன்றாகத் தெரியத் தொடங்கியிருந்தது.

''மனதில் இருப்பதை மறைவின்றிக் காட்டு. உன் வெள்ளை உள்ளத்தை யாரால் தள்ளிவிட முடியும்?''

அவர்கள் இவ்வாறு பேசிக் கொண்டிருக்க, அனுபவ மண்டபத்தில் கூட்டம் நிறைவுற்றது. சரணர்கள் ஒவ்வொருவராக வெளியே வந்தனர். காக்கம்மாவும் சிறுகண்டனும் வெளியே நிற்பதைப் பார்த்த

பசவண்ணா உள்ளே அழைத்தார். அவர்கள் பிரபுதேவனின் முன்னால் சென்று வணங்கினர்.

சிறுகண்டனைக் கண்டதும் பிரபுதேவனின் முகம் மலர்ந்தது. நீண்ட நாட்களுக்குப் பிறகும் அவர் அடையாளம் கண்டுகொண்டார். உடன் இருப்பது யார் என்று கேட்டபோது சிறுகண்டன் அதுவரை நிகழ்ந்தது அனைத்தையும் சொன்னார். கேள்விகள் எதுவும் எழவில்லை. பிரபு காக்கம்மாவை அவருடைய மொழியில் கொக்கவ்வா என்று அழைத்தார்.

''இங்கே சரணரை அவர்கள் செய்யும் தொழிலின் பெயரைச் சேர்த்துதான் அழைப்பார்கள். உனக்காக பகவான் கண்டடைந்த தொழில் அல்லவா தூபம் காட்டுவது? அதையே நீ இங்கேயும் செய்தால் போதும். இன்றுமுதல் நீ தூபத கொக்கவ்வா''

அவர்கள் வெளியேறினர். தன் செயல் முழுமையடைந்துள்ளது என்ற நன்றியுணர்வுடன் சிறுகண்டன் அனைவரிடமும் விடைபெற்று வெளியேறினார். கொக்கவ்வாவின் முகம் நன்றிப்பெருக்கால் கனிவுறுவதைக் கண்ட அவர் மனம் நிறைந்தது.

''இவ்வளவு விருப்பமான கல்யாணை விட்டு ஏன் அப்பா இங்கே திரும்பி வந்தீங்க?'' அலங்காரன் கேட்டான்.

சிறுகண்டன் சிறிதுநேர மௌனத்திற்குப்பின், ''கல்யாணின் சரணர்களுக்கு இடையிலான ஒற்றுமையில் எனக்கு மரியாதை தோன்றியது சரிதான். எனினும் நான் ஒரு பக்தன் இல்லையே. சரணரில் சேராத எனக்குச் சிலவற்றோடு பொருந்திப் போகவும் முடியவில்லை'' என்றார்.

''அது என்னது?''

‘‘கன்னட மாரிதம்தே என்றதொரு சரணர் அங்கே இருந்தார். அவர் ஒரு திருடர். தூங்கிக் கொண்டிருப்பவர்களின் வீடுகளில் இருந்து திருடுவது முறையல்ல என்றே அவர் சொல்வார். அதனால் மாரிதம்தே வீட்டுக்குள் சென்றவுடன் உறங்குபவர்களை எழுப்புவார். பின்னர் திருடுவதற்குத் தேர்ந்தெடுக்கப்பட்ட பொருட்களை எல்லாம் அவர்களிடம் காட்டி அவர்களை சமாதானம் செய்வார். தனக்குரியதை எடுத்துக்கொள்வதாகச் சொல்லி அதிலொரு பகுதியை எடுத்துக் கொள்வார். மிச்சத்தைத் திரும்ப வைத்துவிடுவார். அது கேட்டவர்களை அதிரச் செய்யும். திருடரின் நீதியைப் பற்றி எனக்கு இன்றும் நல்ல மதிப்பில்லை’’

சிறுகண்டன் நிறைந்து சிரித்தார்.

‘‘என்னவோ ஆகட்டும். அது தொழில் அறமென்று கருதினாலும் வேறொன்று இருக்கிறது. சரணர் அல்லாதவர் வீட்டில் திருடுவது புண்ணியம் என்றல்லவா அவர் எண்ணம். அன்று அதைக் கேட்டபோது கனிவல்ல, கோபம்தான் தோன்றியது. இப்படிச் சில குறைகள் எல்லாவற்றிலும் இருக்குமென்று தெரியாமல் இல்லை. எனினும் அக்காலத்தில் நடந்த வேறொரு நிகழ்வு கல்யாணிலிருந்து நான் வெளியேறக் காரணமானது’’

அலங்காரனின் ஆவல் கூடியது. சிறுகண்டன் தொடர்ந்தார்.

‘‘ஏகாந்தத ராமய்யா என்றொரு சரணரைப் பற்றி நான் முன்பே சொல்லி இருக்கிறேனே. அவரூரிலிருந்து கல்யாணுக்குப் போகும் வழியில் சமணர்கள் வசிக்கும் ஓர் இடமிருந்தது. அங்கே அவர்களின் ஆலயம் ஒன்றும் இருந்தது. ராமய்யா அங்கிருந்த சமணருடன் வாதத்தில் ஈடுபட்டார். வாதத்தில் தோற்றால் ஜைன ஆலயத்தைச் சிவாலயமாக மாற்றவேண்டும் என்பதுதான் பந்தயம். ராமய்யனுடனான வாதத்தில் சமணர்கள் தோற்றும் போனார்களாம்.

ஆனால் வாக்குறுதியை நிறைவேற்றும் எண்ணத்தில் தவறிவிட்டார்களாம். ஏகாந்தத ராமய்யாவும் அவருடைய சீடர்களும் அந்த ஆலயத்தைக் கைப்பற்றி இடித்துவிட்டனர். ஒன்றைத் தகர்த்துவிட்டு அதன் கற்களையெடுத்து அதற்கு எதிராக வேறொன்றைக் கட்டி எழுப்புவது நீதியென்று தோன்றவில்லை. சரணர் வெற்றியடையட்டும். எனினும் கவிஞர்களுள் திரிரத்தினம் என்று கேள்விப்பட்ட பம்பையும் ரண்ணாவும் பொன்னாவும் சரணர்களே என்று கல்யாணின் வசன கவிகள் நினைவுபடுத்தி இருந்தால்! தோற்றவர்களின் தேசத்துக்குத் திரும்புவதன்றி எனக்கு வேறுவழி ஒன்றும் தோன்றவே இல்லை''

இருட்டில் சிறுகண்டன் பெருமூச்சுவிடும் மெல்லிய ஓசை கேட்டது.

''ஒரே அறத்தைச் சார்ந்தவர்கள் தமக்குள்ளே இணக்கமும் மற்ற நலன்களுமெல்லாம் இருக்கின்றன. வர்ணத்தின் எல்லைகளைக் கடந்தவர்கள்கூட அறத்தின் எல்லைகளில் இடறி விழுந்துவிடுவார்கள். அதுவும் வென்றவர்கள் தேசத்தின் எல்லைகளில் அகப்பட்டு நிற்பார்கள். சைவர், ஜைனரை எதிர்ப்பார்கள். ஜைனரும் பௌத்தரும் ஆசீவகரைத்தான் எதிர்ப்பார்கள். உங்களுக்குத் தெரியுமா? ஆசீவகருக்குச் சொந்தமாக நூல்கள் இல்லை. மற்றெல்லா தர்மங்களும் அவற்றின் சீடர்கள் எழுதிவைத்த நூல்கள் வழியாகத்தான் பேசுகின்றன. ஆசீவகர்களின் மொழியாகக் காண்பதெல்லாம் அவர்களின் எதிரிகள் உருவாக்கிய நூல்கள் வழியாகத்தான் நிலைபெற்று வருகின்றன. ஆனால் ஒன்று உண்டு. நியதியின் சக்கரம் சுழலாமல் இருக்காது. வலிமையானவர்கள் மற்றவர்களை நெரித்து அழுத்தினால், பின்னொரு காலத்தில் அவர்களின் தர்மத்தின் கதியும் அதுவாகவே ஆகும் என்பதல்லவா நீதி. அதுதான் நியதியின் விளையாட்டு! அதைத் தெரிந்துகொள்வதுதான் என் விருப்பம்''

13

அத்தியாயம் ஒன்று

வணிகரின் கூட்டம் மலைத்தொடர்கள் கடந்து அந்தப்பக்கம் செல்வதற்குள் மறுநாள் மதியம் ஆகியிருந்தது. ஆங்காங்கே ஓய்வெடுத்ததால் பெரிய தளர்வொன்றும் தெரியவில்லை. அது மட்டுமல்ல, தான் தப்பித்துவிட்டோம் என்ற எண்ணம் அவனுடைய வேகத்தைக் கூட்டுவதாகவே இருந்தது.

''கூடல் பட்டணத்திலேக்கு இனியும் தூரமிரிப்பூ''

''அதினென்னதோ? எத்ரயாகிலும் நடப்பேன்''

புறப்பட்ட இடத்திலிருந்து எவ்வளவு தூரமோ அவ்வளவு தூரம் என்ற ஒரு வரியை ஒவ்வொரு மைல்கல் தாண்டும்போதும் குமரன் உள்ளே குறித்துக் கொண்டிருந்தான். அதற்குள் வணிகர்கள் அவனிடம் நெருக்கமாகி இருந்தனர். விமலநாதனும் ரத்னாகரனும் அவன் கதைகளைக் கேட்பதற்கு ஆவலாய் இருந்தனர். அபயன் பலபோதும் அவன் தோளில் கைபோட்டுச் சேர்த்து நடந்தான். மங்களன் சிலபோது கைகோர்த்து உடன் நடந்தான்.

மாலை ஆனது. பெரியதொரு படகில் கழுதைகளும் ஆட்களும் ஏறி வைகை ஆற்றைக் கடந்தனர். ஒரு சிறுநகரத்தை அடைவதற்கு முன்னால் கண்ட தண்ணீர்ப் பந்தலில் ஓய்வின் இடையில் அபயன்,

‘‘கூடல் பட்டணத்துக்கு நாங்கள் வருவதில்லை. இனி நாம் இரு வழிகளில் பிரிகிறோம்’’ என்றான்.

‘‘அதென்னதே?’’

குமரனுக்கு திடீரென தான் யாருமற்றவனாக ஆகிவிட்டதாகத் தோன்றியது.

‘‘அந்தப் பட்டணத்தின் அரசன் சமணரை அங்கிருந்து வெளியேற்றி இருக்கிறான். அதன்பிறகு நாங்கள் அங்கே போவதில்லை’’

‘‘அது ஏன் அப்படி ஆச்சு? நீங்கள் வணிகர்கள்தானே? வணிகர்களை நாட்டை ஆள்வோர் நாட்டுக்குள் வரவேண்டாம் என்று சொல்வார்களா?’’

‘‘அது வழக்கமல்ல என்று அறிவேன். ஆனால், இன்றைய நிலைமை தெரியாது. இது நீண்டகாலம் முன்பு நடந்ததல்லவா? ஜைன தர்மத்தைப் பின்பற்றியவன் என்று ஒரு காலத்தில் புகழ்பெற்றவன்தானே அரசன் கூன்பாண்டியன். பின்னாளில் அவர் மனம் மாறி சைவ சமயத்தில் சேர்ந்தார்’’

குமரன் ஆவலோடு கேட்பதைக் கண்டபோது அபயனுக்கு வழக்கம்போல் கதை சொல்லும் ஆர்வம் கூடியது.

‘‘கூடல்நகரில் எங்களுக்கான கோவில்களும் சமணர் தியானிக்கும் குகைகளும் நிறைந்திருந்தன. அரசன் கூன்பாண்டியன் சமணர் என்பதால் எங்களையும் காப்பாற்றி வந்தான். ஆனாலும், அரசியான மங்கையர்க்கரசி சைவ சமயத்தைச் சார்ந்தே இருந்தாள். அவளுடைய அமைச்சரான குலச்சிறை நாயனாரின் செல்வாக்கு அதற்கொரு காரணம். பிறகொரு நாளில் அரசனுக்கு நோய் வந்தது. உடல் முழுக்க கொப்புளங்கள் நிறைந்தன. இந்த நேரம் பார்த்துக் காத்திருந்த அரசியும்

அமைச்சரும் சைவசமயக் குரவர்கள் என்று கருதப்பட்ட அப்பரையும் சம்பந்தரையும் அரண்மனைக்கு வரவழைத்தனர். சம்பந்தர் 'மந்திரமாவது நீறு' என்றொரு தேவாரப்பாட்டைப் பாடி, உடம்பில் பூச திருநீற்றையும் கொடுத்தார். அவ்வாறாக அரசனின் நோய் நீங்கியது என்றும், அதன்பிறகு அரசனின் உடலிலிருந்த கூன் நிமிர்ந்தது என்றும் சைவர்கள் சொல்கின்றனர். எப்படியோ அரசன் சைவனானான். அவருடைய கோபம் சமணர் பக்கம் திரும்பியது. சமணர்களை நாட்டைவிட்டு விரட்டினார். எண்ணாயிரம் சமணர்களைக் கழுவேற்றியதாகவும் சொல்லப்படுகிறது. அவர்கள் கூன்பாண்டியனை நின்றசீர் நெடுமாற நாயனார் என்று போற்றவும் செய்தனர். அதன்பிறகு நாங்கள் கூடல் பட்டணத்திற்குப் போவதே இல்லை''

''என்னால் எனாக்கும் அங்கோட்டு போகவேண்டா'' என்றான் குமரன்.

''அதுக்கு நீ ஏன் போகாமல் இருக்கிறாய்?'' மங்களன் அதிர்ந்தான்.

''எனாக்கு பேடியாகும்''

''இப்போதைய அரசன், கூன்பாண்டியன் இல்லையே. நீ சமணனும் இல்லையே. இதெல்லாம் முன்பு ஒரு காலத்தில் நடந்த கதை அல்லவா?''

''ஆகுமே. எந்தாலும் வய்யா''

''பின்னே, நீ எங்கே போகிறாய்?''

''நான் நிங்கள்க்கொப்பம் போன்னோட்டே?''

அபயன், அவனைச் சேர்த்தணைத்தான்.

''அது வேண்டா மகனே. நாங்கள் என்றுமே நாடோடிகள். நீ

இன்னும் கொஞ்ச நாட்களுக்கு மற்றவர்களிடமிருந்து மறைந்தே வாழ வேண்டியிருக்கும். எடுத்தேன் கவிழ்த்தேன்னு ஆபத்தில் மாட்டிக் கொள்ளாதே. நாட்டுடையோரில் ஒருவன் அல்லவா நீ..."

குமரன் சற்றே தளர்ந்தான். பறந்து சென்றுவிட்டதாக எண்ணியிருந்த பயம் அவனிடமே திரும்ப வந்து குடியேறியது.

"பயப்படாதே" ரத்னாகரன் ஆசுவாசப்படுத்தினான்.

"நீ கொஞ்சகாலத்துக்கு இங்கேயே இரு. எல்லாம் கொஞ்சம் சாந்தமடையட்டும். அதுக்குள்ள ஏதாவது ஒருவழி பிறக்கும்"

அனைவரும் எழுந்தனர். குமரன் தலைகுனிந்து இருந்தான். வணிகர் நால்வரும் குமரனைத் தழுவினர். அபயன் கண்களைத் துடைத்துக்கொண்டான்.

"எதுவும் வரட்டும். நீ எங்ககூடவே வந்திடு"

"வேண்டய்யா, அது நிங்கள்க்கும் நல்லதல்ல"

எதையோ ஆழ்ந்து யோசித்து முடிவெடுத்ததுபோல் குமரன் சொன்னான்.

மங்களன் வந்து குமரனின் கையைப் பிடித்தான். ஒரு முடிவெடுத்ததாக அபயன் மங்களனை அழைத்தான்.

"நீ வா. எதுவும் பேசவேண்டாம். அவன் வழி வேறு என்று என் மனம் சொல்கிறது"

அனைவரும் புறப்படத் தயாரானார்கள். குமரனிடம் விடைபெற்றனர். கழுதைகளை முன்னால் செலுத்தியபடி நீண்ட வழியினூடாக நால்வரும் நடந்து மறைந்தனர்.

குமரன் மீண்டும் தனியனானான்.

அத்தியாயம் இரண்டு

இருப்பிடம் முழுக்க செவ்வெறும்புகள் வந்து நிறைந்தபோது குமரன் எங்கே போகவேண்டுமென்று தெரியாமல் எழுந்து நடக்கத் தொடங்கினான். அனாதையென்று தோன்றினாலும் பரிச்சயமற்ற நாட்டின் பாதுகாப்பில் அவன் ஆசுவாசம் அடைந்தான். புதியவர் யாராவது சற்றே கூர்ந்து பார்க்கும்போதெல்லாம் தன் ஊரை அடைந்தது போலப் பதுங்கவும் செய்தான்.

மாலை இருளத் தொடங்கியிருந்தது. இரவைக் கடத்த வேறொரு இடம் வேண்டும். அவன் முன்னோக்கியே நடந்தான். அப்போதும் ஆளற்ற வழி தன் காலடிகளில் தொடங்கி அகன்று நீண்டது. நடுவில் பார்த்த வீடுகள் எதிலும் தட்டி அழைக்கத் தோன்றவில்லை. இரவு செல்லச் செல்ல அவன் பயம் கூடியது. அதற்கிணங்க நடைக்கு வேகமும் கூடியது.

மெல்லிய நிலவொளி. குறைந்த இருட்டைப் பகுத்து மாற்றியபடி அது உள்ளே கடக்க முயல்கிறது. குமரன் நீலியை நினைத்தான். ஒருவன் விரும்புவது போல் நிலவு அவனை வந்தடைவது இல்லை. மங்கலான வெளிச்சத்தை ஒரு நிமிடம் உள்ளே தெளித்து, நினைவை மட்டும் இருத்திவிட்டு அது தானாகக் கடந்துபோகும். அதற்குள் மரக்கிளைகளில் மெதுமெதுவாக உயர்ந்து வந்த ஓர் இரைச்சலை அவன் கேட்டான்.

"குமரா, இருட்டிலிருந்து வெளியேற முடியாமல் நீ மூச்சு முட்டும்போது, எதனைப் பற்றியதென்று உன்னாலேயே

BHAGYANATH'19

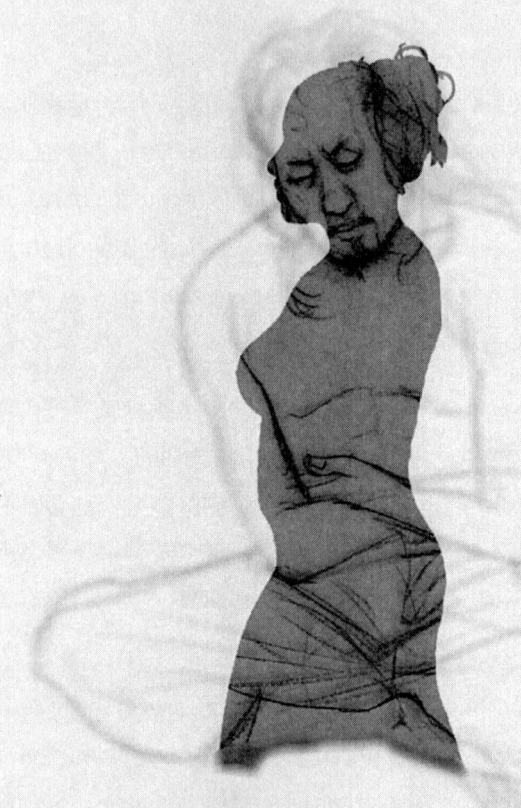

தெரிந்துகொள்ள முடியாததொரு நினைவாக நான் வருவேன். நீ விரும்பினால் மட்டுமே அதற்கு என் வடிவமும் வாசமும் உண்டாகும். இல்லையென்றால் மரணமடைந்த அனேக மனிதர்களைப்போல ஒன்றிலும் தெளிவடையாத ஓர் எண்ணமோ கனவோபோலக் கரைந்து போவேன்..."

"நீலி..."

அவன் குரல் தாழ்த்தி அழைத்தான். மரக்கிளைகளின் இரைச்சல் நிலைத்தது. நிமிடநேரம் உள்ளே நிறைந்த அனைத்தையும் மெல்லிய காற்று கலைத்துவிட்டது.

வழியிலிருந்து சற்றே உள்ளே ஏறியபோது பொட்டு போன்றதொரு வெளிச்சத்தைக் காணவும் குமரன் நின்றான். பின் அங்கே செல்வதாகத் தெரிந்த ஊடுபாதையில் திரும்பி அந்த வெளிச்சத்தை நெருங்கினான். வெளியே ஒரு பிக்குவைப் பார்த்தபோது பெரியதொரு நிம்மதிப் பெருமூச்சு ஏற்பட்டது.

பௌத்தப் பள்ளி அது. எழுத்து கற்றுக்கொண்ட காலம் முதலான பரிச்சயத்தால் அதைக் கண்டதும் பெரும் நிம்மதியடைந்தான். சட்டெனப் பள்ளியின் வாயிலுக்குச் சென்று பிக்குவை வணங்கினான்.

"இரவில் தங்க இடம் வேண்டும் அல்லவா?

முன்னுரை ஏதுமின்றி பிக்கு கேட்டார்."

"ஓர் இரவு மட்டும் என்று இல்லை அய்யா. கொஞ்சநாட்கள் தங்க வேண்டும். அதற்கு இடம் கிடைப்பது நெருக்கடியாக உள்ளது"

குமரனுக்கும் நேரடியாகப் பேச வேண்டுமென்றே தோன்றியது. பிக்கு அவனுடைய ஊரையும் பெயரையும் கேட்டார். பயணத்தின் உத்தேசம் என்னவென்றும் கேட்டார்.

‘‘உலகத்தில் இருந்தே ஒளிந்துவிட வேண்டும் என்று நினைத்தேன்’’

‘‘ஒளிந்து வசிப்பதற்கான இடம் அல்ல இது. வெளிச்சம் தேடுபவர்களுக்கானது’’

‘‘வெளிச்சம் கண்டடைவதற்காகவே மிகவும் அலைந்து திரிந்தேன். கடைசியில் ஒளிந்து கொள்வதே நலமென்று தோன்றியது’’

பிக்கு போகச் சொல்லவில்லை. மாறாக, உள்ளே வரும்படி கையசைத்தார்.

குமரன் உள்ளே கடந்தான். இடவசதி கொண்டு அங்கே நிறைய அறைகள் இருக்குமென்று கணக்கிடவும் செய்தான். அவற்றில் ஒன்றில் கிடந்துறங்க அனுமதி கிடைத்ததும் பெரும் நிம்மதி தோன்றியது.

தளர்வு ஒரு வௌவாலைப்போல உடலினுள் தொங்கியதால் அவன் உறங்கியதை உணரவேயில்லை. வெளிச்சம் வரவும் எழுந்துவிட்டான். காலைக்கடன்களை முடித்துவிட்டு வரும்படி வேறொரு பிக்கு வந்து சொல்லிவிட்டுப் போனார். திரும்பி வருவதற்குள் விடிந்து ஏழுநாழிகை ஆகியிருந்தது. உணவுநேரம். அவர்களின் வழமைகளை அறிந்திருந்ததால் எவ்விதச் சங்கடமும் இன்றி உடனமர்ந்து உண்டான். யார் என்றோ எதற்கு வந்தாய் என்றோ ஒருவரும் கேட்கவில்லை. ஓய்வுப் பொழுதில் ஒரு பிக்குவின் அருகில் அவனாகவே சென்று அமர்ந்தான். ஊர் ஏதென்று அறிந்தபோது அவர் மற்றொருவரை நோக்கிக் கைகாட்டினார். குமரன் அவரருகில் சென்றான்.

‘‘மலைநாட்டிலிருந்து வருகிறாய் அல்லவா?’’ அவர் புன்னகைத்தார்.

அதைக் கேட்டபோது உள்ளம் சற்றே கலங்கியது. உண்மையைச் சொன்னால் என்ன நிகழும் என்று தெரியவில்லை. எதுவும் வரட்டுமென்று, 'ஆமாம்' என்றான்.

"நானும் அங்கிருந்துதான் வந்தேன்"

குமரனின் முகம் தெளிவடையவில்லை. வேறு ஏதேனும் சூழலாக இருந்தால் உறவினரான ஒருவனைப் பார்த்ததன் பரவசத்தை வெளிப்படுத்தி இருப்பான். ஆனால், விரலில் புரண்ட குருதியை மறைப்பதுபோல அவன் கைகள் இரண்டையும் பின்னால் கட்டவே செய்தான். அவ்வப்போது முகம் துடைத்துக் கொள்வதாக பாவனை செய்துகொண்டு, பெருவிரலைச் சற்றே முகர்ந்து பார்க்கவும் செய்தான்.

எங்கே பயணம் என்ற பிக்குவின் கேள்விக்கும் சரியான பதில் சொல்லவில்லை. ஆனாலும், தன்னை முழுமையாக வெளிப்படுத்துவதாக பிக்கு பேச்சைத் தொடர்ந்தார்.

"இங்கேதான் நான் ஒரு காலத்தில் அபயம் அடைந்தேன்"

உரையாடல் தன்னைவிட்டு அகன்ற ஆசுவாசத்துடன் குமரன் கேட்கத் தயாரானான்.

"நீங்க இங்கே வந்து எவ்வளவு காலம் ஆயிற்று?"

"பல வருடங்கள் ஆயிற்று. உங்களைப் பார்க்கவும் மனம் பல வருடங்கள் பின்னோக்கிச் சென்றுவிட்டது"

பிக்குவின் வார்த்தைகளில் பிறந்த நெருக்கம் குமரனுக்கு ஆசுவாசமாக இருந்தது. சொற்களைப் பற்றிய நினைவு அவனுள் வந்தது. அன்போடு உச்சரிக்கும் வெறும் ஓசைகளில்கூட ஒளி, தானே வந்து நிறையும். அதற்கு மற்றொருவனின் உள்ளத்தைத் தொடவும் முடியும். ஆனாலும், அழுத்தி ஒரு முனகலோ ஒரு முணுமுணுப்போ

போதும், முன்னால் அது தொட்ட இடங்களில் எல்லாம் காரைமுட்கள் தைக்க...

குமரனின் மனம் வேறெங்கோ இருக்கிறது என்று பிக்கு புரிந்துகொண்டார்.

"வினயானந்தன் என்பது என் பெயர். நீங்கள் இங்கேதானே இருப்பீர்கள்? பிறகு எப்போதாவது சந்திக்கலாம். சங்கடம் ஏதேனும் இருப்பின் என்னிடம் சொல்லுங்கள்"

குமரன் தலையசைத்தான்.

முன்னர் வேறு ஏதோ பெயரில் இருந்தவர். புதிய பெயர் ஏற்றவுடன் ஒருவன் நிச்சயம் மாறுகிறானா அல்லது வேறு ஒருவனாக நடிக்கிறானா? பழையவனின் வாழ்வை அவன் எங்கே வைத்து மறந்திருப்பான்?

குமரன் பிக்குவிடம் எதையும் கேட்கவில்லை. வினயானந்தன் பிச்சைப் பாத்திரத்தைக் கையிலெடுத்து வெளியே நடந்தார். முட்டிவரை நீண்ட சீவரத்தின் முனையை அவர் கீழே இழுத்துவிட்டுக் கொண்டிருந்தார்.

ஆனந்தம் என்னவென்று தானும் அறிந்திருக்கவில்லையே என்று குமரன் நினைத்துக்கொண்டான். முதல்முதலாக வேறொரு எண்ணம் உள்ளே நுழைந்து வந்தது.

இனியாவது அதை அறிய வேண்டும். நானும் ஒரு பிக்குவாக வேண்டும். பெயரை மாற்றினால் வேறு ஒருவன் ஆகலாம் என்றால் அதையும் செய்ய வேண்டும். அவன் கையை எடுத்து மறுபடியும் முகர்ந்து பார்த்தான்.

அத்தியாயம் மூன்று

முற்றத்தில் சிறுதூறல் விழுகிறது. குமரனுக்கு அதில் நனைய வேண்டும் என்று தோன்றியது. வெளியே இறங்கி ஆசிரமத்தின் அருகிலுள்ள பூந்தோட்டத்தை நோக்கி நடந்தான். ஆசிரமத்திற்கு வந்தபோது முதலில் பார்த்த பிக்கு அங்கே ஒரு குடத்தில் நீர் எடுத்து செடிகளுக்குப் பாய்ச்சுவதைப் பார்த்தான். மழை வந்ததால் திரும்பிவிட முயலும்போது குமரனைக் கண்டார்.

''என்ன விசேஷம் நண்பா, நலமாக இருக்கிறீர்களா?''

''ஆமாம், இங்கே வந்து சேர்ந்தது நன்மை என்றே நினைக்கிறேன்''

''அதென்ன, அப்படி?''

''நான் என் ஆசையைச் சொன்னால் மறுக்க மாட்டீர்களே?''

''என்ன''

''நானும் ஒரு பிக்குவாக வேண்டும்''

''ஏன் அப்படியொரு எண்ணம்?''

''ஆனந்தம் தேடிய என் அலைச்சல்கள் இலக்கின்றிப் போயின. மற்றொருவனாக மாறினால்தான் அது முழுமை அடையும் என்று தோன்றுகிறது''

''ஆனந்தம் நிலையற்றது நண்பா. துன்பமே நிலையானது''

"அது எனக்குத் தெரியும். சுகமே துன்பத்தின் காரணம் என்று நான் எழுத்துப் பள்ளியிலேயே படித்திருக்கிறேன். சுகதுக்கங்கள் ஒழிந்த ஆனந்தத்தை அல்லவா நானும் தேடுகிறேன்"

"என்றால் மட்டுமே நீங்கள் போதிசத்துவனின் பாதையை எட்டுவீர்கள்"

பிக்கு அதுவரை கேட்டதிலிருந்து வித்தியாசமான குரலில் தொடர்ந்தார்.

"நான் அந்த வழியினை அடைய சற்றே தாமதமாகிப் போனது"

"என்ன ஆச்சு?"

"சொல்றேன். காஞ்சிபுரத்தில் தங்க வணிகம் செய்திருந்த ஒரு வணிகன் நான். வேண்டியதை விடவும் அதிக சொத்துக்கள் இருந்தன. வாழ்வில் எப்போதும் பரபரப்புகள். கூடுதலாக சம்பாதித்ததில் ஒரு பங்கை மற்றவர்களுக்கு உதவுவதற்கும் நான் ஒதுக்கி வைத்திருந்தேன். ஒருமுறை நெருங்கிய நண்பன் ஒருவனுக்கு வியாபாரத்தில் நட்டம் ஏற்பட்டபோது ஒரு பெருந்தொகையைக் கடனாகக் கொடுத்தேன். அவன் அதைக்கொண்டு நட்டமடைந்த அனைத்தையும் திரும்பப் பெற்றான். பிறகு ஒருநாள் என் வணிகம் வீழ்ச்சியடைந்தது. வறுமைத் துன்பம் என்னவென்று அறிந்தேன். அன்று நான் முன்பு உதவிய என் நண்பனைச் சென்று பார்த்தேன். ஒரு புதியவனைப் பார்ப்பது போலத்தான் அவன் என்னைப் பார்த்தான். உலக வழக்கம் என்னவென்று அன்றுதான் நான் அறிந்து கொண்டேன். அவனுக்கு நான் கொடுத்திருந்த பணத்தைக்கூடப் பெற்றுக் கொள்ளாமல் திரும்பிவிட்டேன். குழந்தைப் பாக்கியம் இல்லாதிருந்தது நன்மையானது. நானும் மனைவியும் ஊரைவிட்டு வெளியேறினோம்.

அவள் பிக்குணிகளின் சங்கத்தில் சேர்ந்துகொண்டாள். நான் இங்கு வந்துவிட்டேன்"

"இங்கே வந்ததினாலே சமாதானம் கிடச்சிதோ?" குமரன் கேட்டான்.

"சந்தேகம் என்ன? எல்லாம் முழுமையாக இல்லாமலாகும்வரை துக்கம் நம்மைப் பின்தொடர்ந்து கொண்டிருக்கும். இப்போது எனக்குத் தெரியும், சூனியமான உள்ளொளியின் சுகம். இன்மையின் நிறைவு"

"இன்மைக்கு முன்பு ஏதாவது இருந்தது என்பதுகூட ஒரு எண்ணம் மட்டுமே, அல்லவா?"

குமரன் சந்தர்ப்பத்திற்கு ஒத்து உயர்ந்தான்.

"ஆமாம், சில மாயைகளிலிருந்து விடுதலை கிடைக்கும்போது பெறும் ஆனந்தத்தைச் சொல்லிப் புரிய வைக்கமுடியாது"

குமரன் நீலியை நினைத்தான். அவள் இன்மையாய் இருந்தாளா அல்லது உண்மையா? ஒரு வாளின் கூர்மை அவன் உள்ளத்தைத் துளைத்து மறுபுறம் கடந்தது. அவள் இன்மையல்ல என்பதைத் தெரிந்துகொள்ள அதுவே போதுமானதாக இருந்தது.

குமரன் ஆசிரமத்துக்குள் சென்றான். சாணி மெழுகப்பட்டதுபோல இருண்ட ஆகாயம். சுற்றிலும் ஓர் இரைச்சலாக உயர்ந்த சரண மந்திரங்கள் அவனிடமிருந்து அகன்று போனது. அசாதாரணமான நிலையிலேயே வாழ்வு அதன் தனிமையை நிலைநிறுத்துகிறது. அவன் வெறும் தரையில் படுத்தான். மேற்கூரை வேய்ந்த கீற்றுகளின் ஓட்டைகள் வழியாக உள்ளே நுழைய முயன்ற வெளிச்சம் மேலேயே தங்கி நின்றது. கண்களை மூடியபோது கெட்டித்த குருதி உடல் முழுவதும் வழவழத்துக் கொண்டிருப்பதாகத் தோன்றியது. பிடி கழன்ற

கோடாலியைப்போல ஒருவனின் ஒடிந்த கழுத்தும், பிளர்ந்த வாயும் மூடிய கண்களின் அகத்தடத்திற்குள் பாய்ந்து வந்தன. அசாதாரணமான வாழ்வை ஒட்டுமொத்தமாக அந்த ஒரேயொரு காட்சி முடிவுக்குக் கொண்டுவந்திருந்தது.

குமரன் திடுக்கிட்டெழுந்தான். வெறுமனே சுவரைப் பார்த்தபடி நீண்டநேரம் படுத்திருந்தான். சுற்றியிருந்த இடம் காலமெல்லாம் மறைந்து போனபோது தானொரு இன்மையென்றே அவன் உள்ளே உறுதிகொண்டான்.

14

அத்தியாயம் ஒன்று

அவளூரின் காடுகள் மேலும் வளர்ந்து இருக்கின்றன. அவற்றை வெட்டி எறிவதற்கான கோடாலிகளை யாரோ கூர்தீட்டுகிறார்கள்.

அலங்காரன் திடீரென ஒரு நாளில் காணாமல் போனபோது, தர்மசீலனுக்குள் இனம் புரியாத உணர்வு தோன்றியது.

நிச்சயமாக அப்படித்தான் நிகழ்கிறதா? தான் இப்போது இருப்பது அவளூரில்தானா? அப்படி ஓரிடம் இருக்கிறதா அல்லது தன் உள்ளத்தில் இருக்கிறதா நிஜமான அவளூர்?

அலங்காரன் எங்கே சென்றிருப்பான்? இங்கே இருந்த கால அளவில் அவனுடன் அதிகம் ஒன்றும் பேசிக்கொள்ளவில்லை எனினும் அவனைக் கண்காணித்துக் கொண்டே இருந்தேன். சிலபோதெல்லாம் தன் சொந்த வாழ்க்கையை நினைவூட்டிய அலங்காரனின் அனுபவங்கள் அவனோடு நெருங்க அல்ல நகர்ந்து நின்று பார்க்கத்தான் தர்மசீலனைத் தூண்டியது.

பிக்கு ஆவதற்குமுன் கருணன் என்பதுதான் அவன் இயற்பெயர். இப்போது கிளியூரிலிருக்கும் தன் மக்கள், ஈழத்து நாட்டிலிருந்து வந்தவர்கள் என்று அவன் சிறுவனாக இருக்கும்போதே சொல்லக் கேட்டிருக்கிறான். எனினும், எதற்காக சொந்த நாட்டைவிட்டு வந்தார்கள் என்ற அவனுடைய கேள்விக்கு யாரிடமிருந்தும் பதில்

கிடைக்கவில்லை. குடும்பத்திலிருந்த மற்றவர்களைப் போலவே அவனும் அங்கிருந்த எழுத்துப்பள்ளியில் படித்தான். அங்கிருந்த ஆசான்களும் அவன் கேட்டிருந்த கதையையே திரும்பச் சொன்னார்கள். திரும்பத் திரும்பச் சொன்னால் எதுவும் சத்தியமாக ஆகிவிடும் என்று மந்திரங்களை மனனம் செய்தபோதெல்லாம் அவனுடைய உள்ளத்தில் ஆழப் பதிந்திருந்தது. பள்ளிவாணப்பெருமாள் கிளியூரில் உருவாக்கிய புத்தர் ஆலயத்திற்கு அவன் வழக்கமாகச் சென்றான். ஆலமரத்தின் கீழே தியானத்தில் ஆழ்ந்து அமர்ந்திருந்த சாக்கிய முனியின் நீண்ட தாடியையும் முடியையும் பார்த்தபோது அவன் அவனுள்ளேயே நீளும் தேடலுக்குச் செலவிட வேண்டியிருக்கும் முடிவிலாக் காலத்தைப் பற்றிச் சிந்தித்தபடி அசையாமல் நின்றான்.

ஒரு பிக்குவாக வேண்டும் என்று இளவயதிலேயே அவன் விரும்பினான். அப்படியெனில் ஒருவன் தன் முன்கால வேர்களையெல்லாம் வெட்டியெறிய வேண்டும் என்று அவனுக்குத் தெரியாமல் இல்லை. எனினும், பிக்குவாக வேண்டும் என்ற மோகமும்கூட வெடித்து முளைத்தது அந்த வேர்களில் இருந்துதான் என்று கருணன் நம்பினான். பெரியதொரு நீரோட்டத்தின் ஒற்றைத் துளியாய்த் தன்னைக் கண்டபோது சுயம் முழுமையானவனாகவே தன்னை உணர்ந்தான்.

நிலையற்ற நாட்டிலிருந்து மனிதர்களின் ஒரு மகாபிரவாகம். அதைக் கற்பனை செய்யும்போதெல்லாம் அவர்கள் கடந்து வந்த கடல் அவனுள்ளே நிறையும். அவனே அதனைக் கடந்து செல்வதற்கான கப்பலை உள்ளே கட்டி எழுப்புவான். அதில் ஏறி அலைகளின் நெஞ்சில் தாளமிட்டு, கரையை நெருங்குவான். கடற்பரப்பில் உயர்ந்தும் தாழ்ந்தும் உறைந்தும் கிடந்த அலைகளில் மிதித்து வரிசைவரிசையாக

நடந்து சென்றவர்கள்தான் தன் பூர்வீகர் என்று சிலவேளைகளில் அவனுக்குத் தோன்றும். அதன் இன்னொரு முனையில் நிற்கும் தன்னையே காணும்போது பின்னால் நீளுந்தோறும் ஒளி மங்கும் மனித வடிவங்களுக்கு முகம் கொடுக்கவும் முயல்வான்.

அறிந்திராத உறவுகளைத் தேடுதல். மண்ணிலிருந்து ஊறும் நீரில் சற்றே காலூன்றி நிற்றல். தான் என்ற நீர்த்துளியை உணர்ந்துகொள்ளல். அப்படிப்பட்ட எண்ணங்களுக்கு வலிமை வந்தபோதுதான் கருணன் ஈழநாட்டுக்குப் புறப்பட்டான்.

ராமேஸ்வரத்தை அடைந்தால் அதற்குப் பிறகான வழி எளிமையானது என்று அவன் முன்பே அறிந்து வைத்திருந்தான். நூற்றாண்டுகளுக்கு முன்பு குமரன் கூடல் பட்டணத்திற்குப் போன வழியிலேயே கருணனும் பயணம் செய்தான். மலைநாட்டைப் பிரிக்கும் மலைத்தொடர்களைத் தாண்டிக் கடந்து அவன் தமிழகத்தை அடைந்தான். வறட்சியின் காலமது. கொப்பளிக்கும் வெயிலிலும் கருணன் தளர்ச்சி அடையவில்லை. வெளி தாகத்தைக் காட்டிலும் உள் தாகத்தைச் சுமந்து நடந்தான். கடல் அவனைத் தூண்டிக்கொண்டே இருந்தது. ராமேஸ்வரத்தை அடையவும் அவன் தளர்ந்திருந்தான். அங்கேயிருந்து பெரியதொரு படகில் பயணம் செய்தபோது இருபுறமும் உள்ள மகாசமுத்திரங்களின் எல்லையற்ற நீரின் நடுவில், தான் மிகவும் அற்பமானவனாக அவனுக்குத் தோன்றியது. தனுஷ்கோடியை எட்டியபோது கடற்காற்று வந்து சூழ்ந்துகொண்டது. உதட்டை நாக்கு உரசியபோதெல்லாம் கடலின் உப்பு கரித்தது. அதில் அவன் அலையடிக்கும் காலத்தின் துளிகளில் கரைந்துபோன சிறிய வாழ்வுகளில் ஒன்றின் சுவையை உணர்ந்தான்.

மீன் பிடிக்கச் சென்று திரும்பி வந்துகொண்டிருந்த முக்குவர்கள் தவிர வேற்று ஆட்கள் அதிகமாக அங்கே இருக்கவில்லை. கருணனுக்கு

மிகுந்த தாகம் எடுத்தது. கையில் வைத்திருந்த நீர் அதற்குள் தீர்ந்துவிட்டிருந்தது. தளர்ந்து விழும் சூழலில் அவனைத் தாங்கி நிறுத்தக்கூடிய ஏதாவது ஒன்றின்மீது சாய்ந்துகொள்ள விரும்பினான். நீண்ட மணற்பரப்பின்றி வேறொன்றும் காணமுடியாததால் தரையில் அமர்ந்தான். மணலின் அடியில் ஒளிந்திருந்த முட்செடிகளின் முனைகள் உடம்பை நோக்கி நீண்டபோது உட்காரவும் எழும்பவும் முடியாமல் துவண்டான்.

முக்குவப் பெண்களே தாகம் தீர வழிகாட்டினர். மண் குடங்களை அருகில் வைத்து மென்மணலில் குந்தி அமர்ந்து அவர்கள் கைகளால் குழி தோண்டுவதைக் கண்ட தருணத்தில், எதிர்பார்ப்போடு அவர்களைப் பார்த்தான். எழுந்திருக்க மிகவும் சிரமப்பட்டாலும், நகர்ந்து நகர்ந்து அவர்களின் அருகில் சென்றான். ஆழமற்ற குழிகள். அவற்றில் மண்ணின் கண்ணீர் போல கலங்கலற்ற நீர். முக்குவப் பெண்கள் அதில் குடங்களை முக்கி நீர் நிறைத்துக் கொண்டிருந்தனர். குழிகளின் அருகே செல்வதற்குள் கருணன் விழுந்துவிட்டிருந்தான். அதைப் பார்த்த பெண்கள் எழுந்து அவனருகே வந்தனர். குடத்துநீரை முகத்தில் தெளித்தனர்.

குளிர்மையும் இனிமையுயான நீர். உப்பின் கரிப்பு சிறிதுமில்லை. கடலின் நடுவில் உள்ள அந்த இடத்தில் அது எப்படி வந்தது என்று குழம்பிப் போனான். அவன் மண்ணைத் தொட்டு வணங்கினான். பெண்களிடம் நன்றி கூறினான். எழுந்துகொள்ள முடிந்தபோது கடற்கரை நோக்கிச் சென்றான்.

துறைமுகத்தில் வணிகர்கள் நிறைந்திருந்தனர். பாண்டி நாட்டிலிருந்தும் சோழ நாட்டிலிருந்தும் வந்தவர்கள் மிகுதியும் இருந்தனர். கடலில் கப்பல்களின் பாய்மரம் பயணிகளை அருகில் அழைத்துக் கொண்டிருந்தது. ஒரு மாலுமியிடம் தாமிரபரணிக்குச்

செல்லவேண்டும் என்று கருணன் சொன்னபோது, அவர் சற்றே யோசனையோடு மற்ற வியாபாரிகளைப் பார்த்தார். அவர்களோ முதலில் கருணனை அலட்சியப்படுத்தவும் தங்களுக்குள் முணுமுணுக்கவுமே செய்தனர். ஏதும் அறியாதவனைப் போன்ற அவன் நிலைமையையும் பார்வையையும் பார்த்து கருணை தோன்றிய மாலுமி, வியாபாரிகளிடம் நீண்டநேரம் பேசிப் பார்த்தார். அவன் எதையும் பேசாமல் அமைதியாகவே நின்றிருந்தான். கடைசியில் தொடரும் பயணத்தில் தன்னையும் இணைத்துக் கொள்வதாக அவர்கள் சம்மதிக்கவும், பெரும் சந்தேகம் எழுந்தபோதும் அவனுடைய தளர்வடையத் தொடங்கியிருந்த கண்களின் ஒளி திரும்பக் கிடைக்க அதுவே போதுமானதாக இருந்தது.

தனுஷ்கோடியில் இருந்து தலைமன்னாருக்குப் புறப்பட்ட கப்பலில் கருணனும் ஏறிக்கொண்டான். தயக்கத்துடனே சிலரை அவன் பரிச்சயப்படுத்திக் கொண்டான். பிரச்சனைக்குரியவன் அல்லன் என்று தோன்றியதால் பிறகு அவர்கள் பேசத் தொடங்கினர். தாமிரபரணியின் வடமேற்குக் கரையிலிருந்து முத்தும், தென்மேற்குப் பகுதிகளில் இருந்து மணிகளும், உள்வனங்களிலிருந்து யானைத் தந்தங்களும் கிடைக்குமாம். அவற்றை வாங்கி தமிழகத்திற்குக் கொண்டுவருவதற்கு அவர்கள் பயணிக்கின்றனர். தன் பயணத்தின் நோக்கம் என்ன என்பதை கருணன் சொல்லக் கேட்டு அவர்கள் சிரித்தனர்.

''எப்போதும் இப்படிப் பல நாடுகளைத் தாண்டிச்செல்லும் உங்களுடைய வேர்கள் எங்கே இருக்கும் நண்பா?''

அவர்களுள் ஒருவன் கேட்டான்.

''உங்களுக்கும் இருக்கும். வேர்கள் அறுந்து போயிருந்தால் உறைவிடத்தில் அதன் காயங்களைக் காணலாம். கண்டறிய வேண்டும் அவ்வளவுதான்''

கருணனின் நோக்கும் போக்கும் அவர்களை வெகுவாகக் கவர்ந்தன. அதனால் பயணத்திற்குத் தடங்கல் எதுவும் ஏற்படவில்லை. வணிகர்களுக்கு இலங்கையின் ஒவ்வொரு இடமும் பரிச்சயமானதுதான். அவர்களுள் ஒருவரான வேழவேந்தன் வெளிப்படையாகப் பேசவும் சந்தேகங்களுக்குப் பதில் சொல்லவும் துவங்கியபோது, என்னவென்று சொல்ல முடியாததொரு நிம்மதி தோன்றியது. தனக்கு இணங்கும் இடங்கள் பற்றிச் சொல்லித்தர அவரால் முடியும்.

"அங்கிருக்கும் எந்தப் பள்ளிக்கு நான் செல்ல வேண்டும்?" கருணன் கேட்டான்.

வேழவேந்தன் சற்றே யோசித்தார்.

"சொந்த வேர்களைத் தேடிச் செல்வதாகத்தானே சொன்னாய். அது இலங்கையில்தான் இருக்கிறதென்று நினைக்கிறாயா? பள்ளிக்குத்தான் போக வேண்டுமா? நான் யாழ்ப்பாணம் என்ற இடத்திற்குச் செல்கிறேன். தேடலின் இடையில் நீங்கள் அங்கேயும் வந்து சேரலாம்"

அவர் அப்படிச் சொன்னாலும் கருணன் அங்கே செல்வது என்று முடிவு செய்யவில்லை. ஒவ்வொரு ஊரைப் பற்றியும் அதிகமாக அறிய வேண்டியிருக்கிறது. பல வழிகளிலும் சென்று பார்க்கலாம் என்றே தோன்றுகிறது. கடற்காற்று வீசியபோது அவன் கைகளை மார்போடு பிணைத்துக்கொண்டான். கடற்பரப்பின் நிறம் சற்றே மாறி ஆழ்ந்த நீலநிறம் ஆகியிருந்தது. இரண்டு பெருங்கடல்கள் தமக்குள் ஒன்றாகிறதா, தான் இரண்டு கடல்களாகப் பிரிகிறேனா என்ற சந்தேகத்தில் கருணன், தன் முன்னர் கண்ட எல்லையின்மையைக் குழப்பத்தோடு நோக்கினான். ஆழ்ந்த காற்றில் புலன்களுக்கு அவற்றின் உணர்வுகள் நட்டமடைந்தபோது அவன் கப்பலின் மேல்தட்டில் அமர்ந்தான்.

இருட்டு விழுந்திருந்தது. தலைமன்னாரின் விளக்குமரம் நெருங்கிநெருங்கி வருகிறது. கப்பல் இறங்கியவுடன் கருணன் விளக்குமரத்தின்மேல் ஒரு குடைபோலக் குத்தி நிறுத்தப்பட்டிருந்த ஆகாயத்தைத்தான் முதலில் பார்த்தான். உடனிருந்த வணிகர்கள் முன்னால் நடப்பதைக் கண்ட அவனும் வேகமாக அவர்களை அணுகினான். வேழவேந்தனே மறுபடியும் துணையானார்.

மாந்தோட்டம் என்ற இடத்திற்கு அவர்கள் சென்றனர். இரவில் அங்கேயொரு பாதையோர ஆலயத்தில் தங்கிவிட்டு, மறுநாள் பலரும் பலவழிகளில் பிரிந்து செல்வர். இருட்டிலும் கருணன் சுற்றி இருப்பவற்றைத் தெரிந்துகொள்ள முற்பட்டான். அவனுடைய ஆவலைக் கண்டறிந்த வேழவேந்தன் நடப்பதற்கிடையில் ஒவ்வொரு இடத்தைப் பற்றிய பழங்கதைகளைச் சொல்லிக்கொண்டே வந்தார். கனத்து வந்த இருட்டை வெளிச்சமாக மாற்ற, அது போதுமானதாக இருந்தது. ஜம்புத்தீவையும் தாமிரபரணியையும் ஒன்றிணைக்கும் உறவின் நிறைய கதைகளை அவர் அறிந்து வைத்திருந்தார். மாந்தோட்டத்தைப் பற்றிச் சொல்லும்போது வேழவந்தனின் ஆர்வம் கூடியது.

முன்னொரு காலத்தில் வங்கதேசத்தில் இருந்து புறப்பட்ட விஜயன் என்ற அரசகுமாரன் இந்த இடத்திற்குத்தான் வந்து சேர்ந்தானாம். இந்தக் கதையைக் கருணன் முதலில் அவரிடமிருந்துதான் கேட்டான். ஈழத்து பூதஞ்சேந்தனார் என்ற பழைய தமிழ்க்கவிஞர் கூடல் பட்டணத்தைச் சென்றடைந்ததும் இங்கிருந்துதான். பின்னர் பல காலம்வரை சோழருடையதும் பாண்டியருடையதுமாக இருந்தது அந்த இடம். ஒரு கடலின் அப்புறமும் இப்புறமும் உள்ள அலைக்கழிப்பின், குடியேற்றத்தின், போர்த் தயாரிப்பின் குருதிச்சொரிவும், வேர்வையும், கண்ணீரும் விழுந்த மண். இவை அனைத்தையும் கேட்டறிந்திருக்கிறார்

வேழவேந்தன். அதையெல்லாம் சொல்வதற்கு சற்றுதூரமே செல்லும் வழிநடைப்பயணம் போதாது.

மாந்தோட்டத்தை நெருங்கும்போது கருணன் சற்றே நின்றான். எங்கே செல்ல வேண்டுமென்ற அவனுடைய சந்தேகத்தை உணர்ந்த வேழவேந்தன்,

''எங்களுடைய ஆலயத்தில் தங்கலாம். பிறகு வேண்டுமென்றால் யாழ்ப்பாணத்துக்குப் போகலாம். எங்கேயென்றாலும் உன் பயணத்தை நாளை தொடரலாம்''

எதனாலோ கருணன் அன்போடு மறுத்தான்.

''வேண்டாம் நண்பா, இரவில் இப்படி நடக்க நன்றாக இருக்கிறது''

''எல்லா வழிகளும் எளிதானதல்ல. நல்ல கவனம் தேவை''

''பரவாயில்லை. நீங்கள் சொன்ன கதைகளின் வெளிச்சம் இருக்கிறதே''

''எனில் பூதந்தேவனார் பாடிய ஒரு பாட்டின் ஒளியும் உடனிருக்கட்டும்''

கருணனுக்கு அதிசயமாக இருந்தது. புலனுக்கெட்டாத ஒரு யாழின், ஒரு பறையின் பின்புலத்துடன் வேழவேந்தன் பாடத் தொடங்கினார்.

''நினையாய் வாழி தோழி நனைகவுள்
அண்ணலி யானை அறிமுகம் பாய்ந்தே
மிகுவலி இரும்புலிப் பகுவா யேற்றை
வெண்காடு செம்மறுக் கொளீஇய விடர்முகைக்
கோடை யொற்றிய கருங்கால் வேங்கை
வாடுபூஞ் சினையிற் கிடக்கும்
உயர்வரைநாடனொடு பெயரும் ஆறே''

உடன்இருந்தவர்கள் நீண்டதூரம் சென்றது எதையும் வேழவேந்தன் அறியவேயில்லை. பாட்டின் வழியாக மட்டுமின்றி வேறு ஏதோ நினைவுகளின் வழியாகவும் அவர் மிதந்தபடி நடக்கிறார். பாடி முடித்தபோது புன்னகையுடன் கருணன் அவரைச் சேர்த்தணைத்துக்கொண்டான். ஒரு வணிகரிடமிருந்து இவ்வளவு எதிர்பார்க்கவில்லை. இருவரின் வாழ்விடமும் ஒன்றாகவே இருக்க வேண்டும். இல்லையென்றால் இப்படியொரு நெருக்கம் எப்படி வரும்!

வேழவேந்தனுக்கும் அந்த நட்பை உடனே முறித்துக் கொள்ளத் தயக்கம் தோன்றியது. தமிழர்கள் அதிகம் வாழும் யாழ்ப்பாணத்தில்தான் அவர் பிறந்தார். அந்தப் பெயரைக் கேட்டபோதே யாழ்மீட்டி நடந்த பழைய பாணன் ஒருவன் அவரை விடாமல் பின்தொடர்வதாக கருணன் முடிவு செய்தான். வேழவேந்தனுக்குத் தன்மொழியினரோடு தோன்றும் அன்பை அறிந்து அவன் புன்னகைத்தான். சிறிதுநேர நட்பில்கூட மிச்சமிருக்கும் அக்கறையின் ஆழம் அனுபவித்தறிந்தான். அப்போது உலகத்திடமே பேரன்பு தோன்றியது. எப்படியும் தன் தேடல் வீணாகாது.

"நீங்க எப்படி ஒரு வியாபாரியானீர்கள்?" அவன் வெளிப்படையாகக் கேட்டான்.

வேழவேந்தன் பதில் சொல்ல சற்றே தயங்கினார். பின்னர் குரலைத் தாழ்த்தி முகத்தை கருணனின் காதருகே கொண்டு சென்று, "இவ்வளவு நெருக்கம் காட்டும் உங்களிடம் மறைக்க முடியவில்லை. ஏமாற்றமாட்டீர்கள் என்றும் நம்புகிறேன். ஒரு போராளி நான். வணிகர்களுடன் அவர்களைப் போல வேடம் அணிந்து செல்கிறேன், அவ்வளவுதான்" என்றார்.

கருணன் சற்றுநேரம் பேச்சற்று நின்றான். கப்பல் பயணத்திற்கு

முன்னால் அவர்கள் தன்னிடம் ஏன் விரோதமாக நடந்துகொண்டனர் என்பது அப்போதுதான் அவனுக்குப் புரிந்தது. வேழவேந்தன் மேலும் சிலவற்றைச் சொன்னார். சோழர்கள் பாண்டியர்கள் சிங்களர்களுக்குள் நடக்கும் போருக்கு எல்லையில்லை. இருபுறத்தாரின் போராளிகளும் வணிகர்களுடன் பயணிப்பர். யாரும் அறியாமல் பல இடங்களிலும் தங்குவர். வாய்ப்பு கிடைத்தால் அவரவர்களின் அரசர்களுக்காகப் போரிடவும் ஒன்றிணைவர்''

''நீங்கள் இப்போது யார் பக்கம் இருக்கிறீர்கள்?'' கருணனின் சந்தேகம் தீரவில்லை.

''நான் தமிழர்கள் பக்கம்'' அவர் உறுதியோடு சொன்னார்.

''அப்படி என்றால்?''

''எங்களை வேலைக்காரர் என்றுதான் எல்லோரும் அழைத்து வருகின்றனர். இலங்கைத் தமிழர்களுக்காக ஏராளமான போர்களில் பங்கெடுத்து இருக்கிறேன். தங்களுக்குள் போரிடும் சிங்கள அரசர்களுக்கு வேண்டியும் படையில் இணைந்து இருக்கிறேன். அப்போதெல்லாம் அதிகமான செல்வம் யார் தருகிறார்கள் என்று மட்டுமே பார்ப்பேன். எது எப்படியாயினும் தமிழருக்கு எதிராகப் போரிடமாட்டேன் என்பது மட்டும் உறுதி''

அவர் தொடர்ந்தார்.

''சிங்களர் தமக்குள்ளும் தமிழரும் சிங்களரும் தமக்குள்ளும் மாறிமாறி போரிட்டுக் கொண்டிருக்கின்ற இடங்களே சுற்றிலும் காணப்படுகின்றன. போராளிகளையும் மற்றவர்களையும் தெரிந்துகொள்வது சிரமமே''

காலதாமதமாவதையும் உடனிருப்பவர்கள் மிகவும் முன்னால் சென்றுவிட்டார்கள் என்பதையும் அறிந்த அவசரத்தில், அவர் கருணனை மேலும் ஒருமுறை பாதையோர ஆலயத்திற்கு அழைத்தார். பிரியத்தோடு கருணன் மீண்டும் மறுத்தான். சட்டென ஒரு வெளிப்படுத்தலாக வேழவேந்தன்,

''பள்ளிக்குச் செல்வதற்கான உங்களுடைய ஆர்வத்தை நானாகத் தடுக்கவில்லை. அனுராதபுரத்திற்குச் செல்லுங்கள். அங்கேதான் அபயகிரி விகாரை இருக்கிறது. எல்லாளன் என்ற புகழ்பெற்ற பழைய தமிழின அரசன் அங்கேதான் வாழ்ந்தான். இரவில் பயணம் செய்வதில் அதிக கவனம் வேண்டும்''

கருணனை ஒருமுறை கட்டி அணைத்துவிட்டு அவர் வேகமாக முன்னால் நடந்தார்.

எங்கே செல்வது என்றறியாமல் அவன் சற்றுநேரம் நின்று சுற்றிலும் பார்த்தான். முன்னால் தெரியும் வழியன்றி இருட்டில் வேறு எதுவும் தெரியவில்லை. வந்த வழியிலேயே திரும்பி நடக்கலாமா? தனியாகச் செல்லும் வழிநடையைத்தான் எப்போதும் தேர்ந்தெடுக்கிறேன். அதன் அமைதியும் என்றும் உடனிருக்கும் பாதுகாப்பின்மையும் தன்னை எப்போதும் உக்கிரம் கொள்ள வைத்திருக்கிறது. அவன் மேலே பார்த்தான். தலைக்குமேல் இருண்ட, அலைகள் ஒழிந்த கடல். திரும்ப நடந்து சற்றுதூரம் சென்றபோது வேறொரு பாதையைக் கண்டான். எங்கே செல்கிறதென்று அறிய முடியாவிட்டாலும் அவன் அந்த வழியாகவே நடந்தான். பாதையோரங்களில் எங்கும் ஆளரவம் காணவில்லை. சற்று கடந்தபோது வழி மறுத்து நிற்கும் மரக்கூட்டங்களைக் கண்டான். அந்தப்பக்கம் ஒரு காடு தொடங்குவதாக இருக்கலாம். இதற்குமேல் திரும்பச் செல்லவும் தோன்றவில்லை. பாதையோரம் கண்ட ஒரு பாறைக்குக் கீழே அவன்

வெறும் தரையில் படுத்தான். பாறைக்கருகில் கூந்தலைக் கட்டிவைத்து நிமிர்ந்து நிற்கும் தென்னைகள். மேலே யட்சிகளின் ஒளிரும் நட்சத்திரக் கண்கள். அருகிலும் மேலேயும் இழுத்தடிக்கும் காந்தத்தின் கவர்ச்சியில்பட்டு கருணன் சுழன்றான். யாரோ ரத்தத்தை உறிஞ்சி எடுப்பதுபோலத் தளர்வுற்றான். வெகு சீக்கிரத்திலேயே உறங்கிப் போனான்.

மறுநாள் அனுராதபுரத்தை நோக்கிய அவன் பயணம் தொடர்ந்தது. நீர்நிலைகளும் காடுகளும் நேருக்குநேர் பார்த்துக் கொள்ளும் நிலங்களின் வழியாக நடந்தான். எந்த வழியில் செல்ல வேண்டும் என்று அப்போதும் ஒரு வடிவம் கிடைக்கவில்லை. ஆங்காங்கே காணப்படும் வண்ணக் கலவையான கொடித் தோரணங்கள். மந்திரங்களின் ஆரவாரம் உயரும் விகாரைகள். உச்சத்தில் ஓசை எழுப்பும் வாத்திய மேளங்கள். அவற்றுக்கு இடையிலும் சீராக அணிவகுக்கும் படைவீரர்கள். கருணன் ஒவ்வொரு இடமாக நின்றான். தான் தேடும் இடங்களில் அது வராது என்று தோன்றவும் மீண்டும் நடந்தான். ஈழநாடு என்ற இலக்கோடுதான் புறப்பட்டான். அவன் இப்போது தேடுவது அப்படி ஒரு நாட்டையல்ல. அதற்கும்மேல் தன்னையே வார்த்தெடுக்கும் உலைகளையும் அவற்றிற்கெல்லாம் வெளியே உள்ள தன்னையும்தான் தேடி அலைகிறான்.

அருவியாற்றைக் கடந்து முன்னேறிய பயணத்திலும் அபயகிரி விகாரையைப் பற்றியே அதிகமும் கேட்டறிந்தான். அதன்பிறகு எங்கே செல்வது என்ற சந்தேகம் அவனுக்கு ஏற்படவில்லை. நீண்டதொலைவு நடக்க நேரவில்லை. வளகம்ப அரசன் காலத்தில் ஒரு குன்றின்மீது உருவாக்கப்பட்ட புராதன ஸ்தூபத்தைத் தொலைவிலிருந்து காண முடிந்தது. விசாலமான இடத்தில் கட்டி உயர்த்தப்பட்ட பகட்டும் படாடோபமும் உள்ள அந்த விகாரையைப் பார்த்தவன், சற்றுநேரம்

கண் இமைக்காது நின்றான். சிறப்பான காரணமேதும் இல்லையெனினும், தான் தேடிய இடம் அதுதானென்று அவனுக்கு உறுதியேற்பட்டது. உலகின் பல பகுதிகளில் இருந்தும் புத்த தர்மத்தை அறிந்து தெளிய வந்தவர்கள் அங்கே நிறைந்திருந்தனர். பிக்குவாக வேண்டுமெனில் இருபது வயது ஆகியிருக்க வேண்டும். அதுவரை தங்குவதற்கும் அங்கே இடமிருந்தது. சிராமணேர விரதமிருந்து உள்ளமும் உடலும் பக்குவமானபோது அவர் ஒரு பிக்குவானார். தர்மசீலன் என்ற பெயரில் கருணன் தன் புது வாழ்வைத் தொடங்கினார்.

அத்தியாயம் இரண்டு

கொக்கவ்வாவின் நாட்டை ஒருமுறை சுற்றி வரவேண்டுமென்று நினைத்துதான் அலங்காரன் புறப்பட்டான். திசையையும் வழியையும் முன்பே மஸ்கரி சொல்லி இருந்ததால் பயணத்தில் இடர்பாடு ஏதும் ஏற்படவில்லை. ஆறுகளையும் நாகராஜா கோயில்களையும் கடந்து வந்த அவன் ஒரு சிவன் கோவிலைக் கண்டான்.

"காற்றில் நறுமணம் கலந்தது போல
ரதியில் ஆனந்தம் இணைவது போல
பிரியப்பட்ட ஒருவனுக்குத் தனியானதொரு
வெகுமதி கிடைப்பது போல
சரணர் சிவலிங்கத்தோடு சேர்கின்றார்
நாஸ்திநாதா!"

கொக்கவ்வா தங்களிடம் எவ்வளவு அன்புள்ளவள்! அப்படி ஒருத்தியை ஏன் வேறு இடத்திற்கு அனுப்பினீர்கள்?

பதில் கிடைக்கவில்லை. நாஸ்திநாதன் தன் கேள்வியை அலட்சியப்படுத்துகிறாரா? இல்லை, அப்படியிருக்க வாய்ப்பில்லை. திண்ணனார் அப்பிக்கொடுத்த இடக்கண் தன்னைப் பார்க்காது இருக்குமோ? வேடனான திண்ணனை சிவபெருமான்தானே பின்னர் கண்ணப்ப நாயனார் ஆக்கினார்!

ஒருமுறை தமிழகத்தில் நீண்ட பயணத்திற்கிடையில் கேட்ட கதை அது. வேட்டையாடித் திரியும் வேளையில் திருக்காளத்திமலையில்

குடுமித்தேவரின் சிலை திண்ணனின் கண்ணெதிரே வந்து நின்றது. திண்ணன் அந்த முக்கண்ணனைக் கண்ணிமைக்காமல் பார்த்தான். பெரும்பக்தி தோன்றவே இரவில் கோவிலை அடைந்து காட்டுப்பூவையும் இறைச்சியையும் சிலைக்கு முன்னால் வைத்து பூசனை செய்தான். பின்னர் அதுவே வழக்கமானது. கோவில்பூசாரி தினமும் நடை திறக்கும்போது இந்த பூசனையைப் பார்த்தார். அதை அவரால் சகித்துக்கொள்ள முடியவில்லை. இப்படி கருவறையை மாமிசத்தால் அசுத்தப்படுத்துவது யாரென்று அறிய ஒருநாள் இரவில் கோவிலுக்கு அருகிலுள்ள மரத்தின் பின்னால் ஒளிந்திருந்தார். விடிவதற்கு நெடுநேரம் முன்பே வாயில் நீரும் தலையில் பூக்களும் கையில் இறைச்சியுமாக வழக்கமான பூசனைக்காக வந்த திண்ணன் வாயிலிருந்த நீரினால் சிலைக்கு அபிஷேகம் செய்தான். பூக்களைச் சூட்டினான். இறைச்சியைப் படைக்கும்போது சிலையின் இடக்கண்ணிலிருந்து ரத்தம் வழிவதைப் பார்த்தான். இதைத் தடுக்க முடியாமல் போனபோது அவன் தன் இடக்கண்ணைப் பறித்தெடுத்து சிலையின் இடப்பக்கம் அப்பினான். அதற்குள் வலக்கண்ணிலிருந்து ரத்தம் வழிந்தது. திண்ணன் அன்பினால் தன் வலக்கண்ணைப் பறிக்கத் தொடங்கினான். பார்வையற்றுப் போனால் அப்படியே கண்ணின் தடம் தெரியாமல் போய்விடுமே என்று அடையாளத்திற்காக சிலையின்மீது தன் காலினால் மிதித்துக்கொண்டும் நின்றான். அதற்குள் சிவபெருமான் தோன்றி அவனைத் தடுக்கவும் செய்தார். இதையெல்லாம் பார்த்த பூசாரி இறைவனையும் பக்தனையும் வணங்கினார். அன்றிலிருந்துதான் திண்ணன், சிவனடியார் கண்ணப்ப நாயனார் ஆனாராம்.

தானும் கண்ணப்ப நாயனாரின் குலத்தைச் சேர்ந்தவனே. ஆனால் மலைநாட்டில் தனக்கும் கொக்கவ்வாவுக்குமான குலதெய்வக் கோவில்கள் அருகருகே இருந்தாலும் மிகுந்த தொலைவிலிருப்பதாகத்

தோன்றியது. அலங்காரன் கோவிலினருகே செல்லவில்லை. ஆனாலும், கருவறைக்குள் அகல்விளக்கின் வெளிச்சத்தில் தூரத்திலிருந்து சிவலிங்கத்தைத் தெளிவாகக் காணமுடிந்தது. அங்கே அவன் தன்னையே கண்டான். ஒருபாதி பெண்ணும் மறுபாதி ஆணுமாக வேற்றுமைகளை இணைத்து வைத்த தெய்வம். மலைப்பாதை வழியாக முன்னெப்போதோ செல்லும்போது கண்ட ஆயிரவில்லியின் கற்சிலையும் அவன் நினைவில் வந்தது.

கொக்கவ்வாவின் வீட்டையோ சுற்றுப்புறத்தையோ பார்க்க வேண்டுமென்ற ஆசை எதுவும் தோன்றவில்லை. ஆனால் திடீரென்று வேறொரு எண்ணம் அவனை சங்கடப்படுத்தியது.

ஆயிசாவைச் சென்று பார்க்கலாமா?

அவளூரின் வெளிப்புறத்தின் காணமுடியாத முடிச்சுகளிலிருந்து தப்பிக்க வேண்டும். தன்னைச் சற்று மீட்டெடுக்க வேண்டுமெனில் தன்னுடையதான எண்ணங்களிலேயே முழுக வேண்டும். அப்படித் தோன்றியபோது அவன் அந்தப் பாதைகளின் வழியாகவே திரும்பி நடக்கத் தீர்மானித்தான்.

அவளூரிலிருந்து வெளியேறும் வழி தெரியாதெனினும் அங்கே வந்தவர்களும் அங்கிருந்து சென்றவர்களும் உலவிய வழிகளைக் கண்டறிய சிரமம் ஏற்படவில்லை. அலங்காரன் முன்னோக்கி நடந்தான். காதைத் துளையிட்டு வளர்த்து எதிரே வந்த ஒருத்தியிடம் வழி கேட்டான். உடல் முழுவதும் திருநீறு பூசி இருந்த அவள்,

''இங்கே வரவும் இங்கிருந்து போகவும் ஒரே வழிதான் இருக்கிறது. நீங்கள் அந்தப் பாதையில்தான் இருக்கிறீர்கள்'' என்றாள்.

தான் அங்கே வந்து சேர்ந்த மாற்றுவழியை அவன் வெளிப்படுத்தவில்லை. அவனுக்கு மிகுந்த நிம்மதி தோன்றியது.

அவளூரை விட்டு வெளியேறுவதற்கான அவசரத்தில் அவன் நடையில் விரைவைக் கூட்டினான். நடக்கநடக்க காட்டின் அடர்த்தி கூடிக்கூடி வந்தது. அப்போதும் தெளிவடையும் விதத்தில் வழி அவனை முன்னே செலுத்தியது.

அவளூரிலிருந்து வெளியே வந்தபோது அவனுக்கு ஒரு திரிகையிலிருந்து வெளியே தெறித்து விழுந்த தானியம் தானென்று தோன்றியது. இப்போது நான் சுதந்திரமானவன்; கூடவே ஓர் அனாதையும். அப்படியொரு துயரில் மட்டும் சாத்தியப்படும்விதமாக விட்டுச்சென்ற பழைய காதல் அவனுள் வந்து நிறைந்தது. பிரிவுத்துயரின் குடைச்சலில் காய்ப்பேறிய காயங்கள் சிவந்து துடித்தன.

நடையைத் தொடர்ந்தான். ஓய்வின் இடைவேளைகள் குறைந்தன. ஓடியும் மூச்சிரைத்தும் இலக்கை மனதில் உறுதிப்படுத்தி முன்னேறிச் சென்றான். எவ்வளவு நடந்தாலும் எட்டாத தூரம் அவன் கால்களைத் தளர்த்தியது.

ஒருமுறை பின்னிட்ட வழிகளே என்பதை அறியாத விதத்தில் சுற்றி இருப்பதெல்லாம் அவனுக்குப் பரிச்சயமற்றே இருந்தது. எனினும் கால்கள் அவற்றின் வழியைக் கண்டடைந்தன.

வஞ்சிப் பட்டினத்திற்குத்தான் அவன் சென்று சேர்ந்தான். இலக்கை அடைந்தவுடன் வேலையை முடித்துக்கொண்டு தயாரானதுபோல் அவன் கால்கள் நிலைகொண்டன. பாதையோரம் இருந்ததொரு மண்குவியலின்மீது சாய்ந்து அமர்ந்தான். கடந்து சென்ற ஒரு மழையின் மெல்லிய ஈரம் மண்ணில் படர்ந்திருந்தது. அதன்மீது சற்றே அழுத்தி அமர்ந்தான். கண்ணை மூடியபோதும் அவன் உறங்கவில்லை.

“நீ ஒரு நிகழ்வைப் பார்க்கிறாயா?”

முன்பே பின்தொடர்ந்த அந்த ஓசை, இப்போதும் உடனிருப்பதில் அவனுக்குள் ஓர் அருவெறுப்பு தோன்றியது.

"நீ இங்கேயும் வந்துவிட்டாயா?"

"வந்திட்டேனே, உன்னோட இருக்கறது என் தேவையல்லவா?"

அலங்காரன் கண் திறந்து பார்த்தான். பாதையோர ஆலமரத்திலிருந்து கீழே நீட்டிய கிளையில் ஒரு குருவி தலையைத் திருப்பிப் பார்க்கிறது.

"நீ யாரைப் பார்க்க வந்திருக்கிறாய் என்று எனக்குத் தெரியும். ஆனாலும் நான் அதை முடக்கவில்லையே"

அவளின் குரலில் குருவி சொன்னது. அலங்காரன் முகத்தைச் சுளித்துப் பேசாமலிருந்தான்.

"நீ என்னுடன் வா. நான் வேறொருவரைக் காட்டுகிறேன்"

அலங்காரன் அசையவில்லை.

"எழுந்திரு. அவரைப் பார்ப்பது உனக்கும் பிடிக்கும்"

குருவி சிறகடித்து முன்னால் பறக்கத் தொடங்கியது.

விருப்பமின்றியே அவன் எழுந்தான். அது சற்றே பறந்துவிட்டு ஒரு மாமரக்கிளையில் அவன் வருகையை எதிர்பார்த்துக் காத்திருந்தது. அலங்காரன் நெருங்கிவரவும் அது மீண்டும் பறந்தது. அவன் அதைப் பின்தொடர்ந்தான்.

குருவி, அங்காடியை நோக்கி அவனை அழைத்துச் சென்றது. ஒரு மலை விளைப்பொருட்களின் கடைக்கு முன்னால் அது வட்டமாகச் சுற்றிப் பறந்தது. பின்னர் அவனையே பார்த்தபடி ஒரு பலாமரக் கிளையில் அமர்ந்தது.

கடையில் ஓர் ஓலைச்சுவடியில் எதையோ எழுதிக் கொண்டிருந்தவனை அலங்காரன் பார்த்தான். எங்கேயோ பார்த்துப் பரிச்சயமுள்ள முகம். ஆதாயிதானே இது? ஆமாம், அவனேதான்.

ஆதாயி வளர்ந்து பெரியவனாகி இருக்கிறான். அவனைப் பார்த்தபோதுதான் தன் வயதைக் குறித்த நினைவு வந்தது.

''ஆதாயி, என்னெ ஓர்ம இரிப்போ?''

அவன் குரலில் குழந்தைப்பருவக் குதூகலம் இருந்தது. குரலில் மாற்றம் இருப்பினும் அந்தக் குதூகலத்தை ஆதாயி சட்டென நினைவு கூர்ந்தான்.

''அலங்காரன்தானே நீ? அந்த ஓலைச்சுவடிகளுடன் நீ எங்கே போனாய்?''

ஆதாயி வாய்பிளந்து புருவம் சுருக்கி உச்சிமுதல் பாதம்வரை அவனை உற்றுப் பார்த்தான்.

''நெறைய நாடுகள்ல அலைஞ்சேன். எதுக்காகன்னு தெரியல. ஆதாயி நீ இங்க எப்படி வந்தே?''

''குத்தகைக்கு எடுத்த நெல் வயலால என்ன மிஞ்சும்? அப்பனு அது போறும். எனக்கு வேற வழி வேணும்னு தோணுச்சு. நீ இப்ப என்ன இங்க வந்திருக்க?''

''ஒருத்தரப் பாக்கணும். அதுக்கு உன்னோட தொண வேணும்''

அலங்காரன் ஆயிசாவைப் பற்றிச் சொன்னான்.

''அவள நேராப் போய் பாக்கணுமின்னா அவளோட ஒறவுக்காரங்க சம்மதிப்பாங்கன்னு தோணல''

ஆதாயி ஒன்றும் பேசவில்லை. அப்படியான சிடுக்குகளில் சென்றுவிழ அவனுக்குச் சற்றும் விருப்பம் இருக்கவில்லை. மட்டுமல்ல, இவன் தன் இனத்தவனும் இல்லை.

"வெலக்கொள்ளிகளோட கூடாதே"

சிறுவயதில் அப்பா சொல்லி இருந்ததை அவன் நினைத்துக்கொண்டான்.

"இங்க நெலச்சு நிக்கறதுதான் முக்கியம். கண்ணை மூடிக்கிட்டு இப்படி வந்து நின்னா என்ன செய்ய முடியும்? வாய்ப்பு கிடைச்சா கூட இருக்கிறவங்க தலைவலியையும் காமிச்சு குடுப்பாங்க. வணிகத்துல எப்ப கை கொப்பளிக்கும்னு தெரியாது"

அலங்காரனுக்கு அதன் பொருள் சட்டெனப் புரிந்தது. அவன் இறங்கி நடந்தான்.

ஆதாயியால் அந்தத் தளர்வான நடையைப் பார்த்து நிற்க முடியவில்லை. சிறுவயதில் மறந்து வைத்த ஏதோ ஒன்று அவனுள் திரும்ப வந்தது.

"நில்லு. நான் கடையப் பூட்டிட்டு வரேன்"

அலங்காரன் நிற்கவில்லையெனினும், ஆதாயி அவசரமாக நடந்து அவனுடன் சேர்ந்துகொண்டான்.

"இந்தக் காலம் முழுசா நான் தனியாத்தான் நடந்தேன். உன் வேலை முடங்க வேண்டாம்"

"அலங்காரா, என்னை மன்னிச்சிடு. அவளை எப்படிப் பார்க்க முடியும்? அதை யோசனை பண்ணு"

"எனக்குத் தெரியாது"

அருகருகே நடக்கும்போதும் அவர்கள் இருமுனைக் காந்தங்களாகத் தோன்றினர். ஒரு முனையில் ஒட்டிச் சேர்வதற்கான விருப்பம், மறுமுறை வலிந்து அகல்வதற்கும்.

"உஸ்மான்னு ஒருத்தன உனக்குத் தெரியுமா? இங்க அங்காடியிலதான் அவன மொதல்ல நான் பாத்தேன்"

ஆதாயி கையறுநிலையில் நின்றான்.

"அதே பேர்ல நிறையபேர் இங்க இருக்காங்க"

"அவன் வீட்டுக்குத்தான் போகணும். வழி தெரியும்"

அவர்கள் நடந்து கடற்கரையை அடைந்தனர். வேலை முடிந்து வந்தவுடன் பரவிக் கிடக்கும் மணலில் சற்றே கண்ணயரக் கிடக்கும் படகுகள். இரை பிடித்துத் தளர்ந்த வலைகள். அலைகளைத் தொடாமலிருக்க சற்றே மேலேறி குந்தி அமர்ந்திருக்கும் ஒரே அளவிலான குடிசைகள்.

சற்று தூரத்தில் உயர்ந்து நிற்கும் கலங்கரை விளக்கைக் கண்ட அலங்காரன் நிம்மதி அடைந்தான்.

அவளுடைய குடிசைக்கருகில் நின்றால் கலங்கரை விளக்கம் அருகே தெரிகிறது.

இருவரும் அங்கே சென்றனர். அலங்காரன் அப்படியே நின்றுவிட்டான்.

"இதுக்குமேல நான் வரல"

உஸ்மான் அங்கே எங்கேயாவது இருக்கிறானா என்று அவன் தேடிக் கொண்டிருந்தான். ஆனால் எங்கேயும் காணவில்லை. அலங்காரனின் நிலைமை, ஆதாயிக்குப் புரிந்தது.

‘‘அவளப் பாக்குறதுக்கு ஏதாவது வழியிருக்கான்னு நான் பாத்துட்டு வரேன்’’

அலங்காரன் கடற்கரையை நோக்கி நடந்தான். ஆழ்கடலின் மீது பரவி வந்த காற்று அவனைச் சூழ்ந்தது. கடலின் இரைச்சல் நீண்டதொரு கூக்குரலின் ஓசையோடு ஒத்துப்போனது. தூரத்திலிருந்து உருண்டு புரண்டு வந்த அலைகள், திரும்பிப் போகும் அலைகளோடு மல்லுக் கட்டியதால் நிலை குலைந்தன. அவை அலங்காரனின் காலையடைந்து நாயைப்போல முரண்டு கொண்டிருந்தன.

நேரம் கடந்துபோனதை ஆதாயி திரும்பி வரும்வரை அலங்காரன் அறியவேயில்லை. அவன் முகம் வாடி இருந்தது. அவனை ஆர்வமாகப் பார்க்கவும் ஆதாயி தலைகுனிந்தான்.

‘‘அவங்க யாரும் இங்கயில்ல. உஸ்மானோட அப்பா எறந்துட்டாரு. உஸ்மான் ஊரைவிட்டே போய்ட்டான். கண்ணனூரில் உள்ள ஒரு போர்வீரன்தான் ஆயிசாவ நிக்காஹ் முடிச்சிருக்கான். அவளும் இங்கயில்ல’’

அலங்காரன் அசையாது நிற்கவும் முதல்முறையாக ஆதாயி அவனுடைய கைகளைக் கோர்த்துக்கொண்டான்.

‘‘நீ வா’’

இருவரும் நடந்தனர். கடைக்குத் திரும்புவதற்குள் அந்தியாகி இருந்தது. தூரத்தில் கண்ட விளக்குமரத்தில் வெளிச்சம் தெளிவடைந்திருந்தது. ஆதாயி கடைக்குள் ஏறினான். அலங்காரனைப் பார்க்காமல் அவன் மூட்டைகளை அடுக்கி வைப்பதாக நடித்தான்.

‘‘நீ வருத்தப்படாதே. அவள் இப்போது இந்த உலகத்தில் இல்லை’’

அலங்காரன் தளர்ந்து போனான். நடந்து கடந்த தூரம் முழுவதும் கால்களில் இரைந்து ஏறியது. அவன் அப்படியே தரையில் அமர்ந்தான்.

''யாரு... யாரு... இதச் சொன்னது?''

''ஆயிசாவோட உம்மான்னு நெனைக்கிறேன். அந்த வீட்டு வாசல்ல நின்னுட்டு இருந்தாங்க அவங்க. நான் யாருன்னு கேக்கல''

''அவளோட அம்மா முன்னாடியே செத்துட்டாங்களே''

அலங்காரன் சங்கடத்துக்கு உள்ளானான்.

''யாரோ ஆகட்டும். அவங்க சொன்னது இதுதான். மைமூன் என்கிறவனைத்தான் ஆயிசா கட்டிக்கிட்டா. கண்ணனூர் ஆலிமூசா ராஜாவோட கப்பற்படையில இருந்தான் அவன். திறமையானவன். ஆலிமூசா மாலத்தீவுக்குப் படையெடுத்துச் சென்றபோதும் அவன் கூடவே இருந்தான். போருக்கு பஞ்சம் இல்லாத காலமல்லவா? வெட்டியும் கொன்றும் அடக்கவும், வாளால் வெல்லவும், கேடயத்தால் தடுக்கவும் அல்லவா மலைநாட்டை ஆண்ட கடைசிப் பெருமாள் ஆணையிட்டிருந்தார். அவரைப் பின்தொடர்ந்தவர்கள் அதைச் சரியாகவே செய்தனர். தற்கொலைப் படைகளுக்கோ முதலிலேயே பஞ்சமும் இல்லை. போர் ஒழிந்த நேரம் அற்ற காலம். அவளுடன் வாழும்போதும் மைமூன் படையில் சென்றான். கடைசியில் ஒரு போரில் அவன் வெட்டுண்டு இறந்தான். பிறகு நீண்டநாட்கள் அவளும் வாழவில்லை''

அலங்காரன் எதுவும் பேசாமல் மட்டுமே இருந்தான். எனினும் திறமையானவன் என்ற வார்த்தையில் அவன் உள்ளம் ஒடுங்கியது. அதன்பிறகு கேட்டதெல்லாம் இரு காதுகளிலும் பட்டு வெளியிலேயே சிதறின. இறந்தவன் மீதும் தோன்றிய பொறாமையில் அவன் வெட்கிப்போனான். சட்டென்றதொரு சங்கடத்துக்குத் திரும்பிவந்தான்.

''இன்னைக்கு வேற எங்கயும் போக வேண்டாம். நீ இங்கேயே இருந்தாப் போதும்''

சுருட்டி வைத்திருந்த பனம்பாய் ஒன்றை ஆதாயி தரையில் விரித்தான். அலங்காரனின் தோளில் சற்றே அழுத்திப் பிடித்த பிறகு அவன் வெளியேறினான்.

''படைவீரர்கள்! எல்லா இடத்திலும் அவர்களே இருக்கிறார்கள். களரிப் பயிற்சி பெற்றுக்கொண்டு இந்தத் தொழில் செய்ற சிலபேரு எங்க கூட்டத்திலேயும் இருக்காங்க. யாருக்காகவோ செத்துப்போற முட்டாள்கள். அவர்களுக்காக வாழறவங்கதான் தனிமரமா ஆகுறாங்கன்னு என்னைக்காவது நெனைக்க வேண்டாமா?''

ஆதாயி எதைஎதையோ சொல்லிக் கொண்டிருந்தான். ஆளும் ஓசையும் அடங்கியபோது பாயில் படுத்துக்கொண்டான்.

அவனுக்குத் துளியும் உறக்கம் வரவில்லை. ஆயிசா அருகே வந்து நிற்பதுபோல் தோன்றவே அவன் கண்ணைத் துடைத்துக்கொண்டு மறுபடியும் பார்த்தான். இல்லை; யாருமில்லை.

ஒரு திரியின் வெளிச்சம் அருகில் வந்து சேர்ந்திருக்கிறதென்று அதன் கையில் படாமல் பாய்ந்த இருட்டு அலங்காரனின் காதுகளில் சென்று சொன்னது. அவன் உதறி எழ முயன்றான். தீச்சுவாலையின் நுனியில் ஒரு பெண் வடிவம் தெளிவுற்றது. அது யாரென்பதை அவன் ஊகித்தெடுக்க முயன்றான்.

''யார் இது? ஆயிசாவா?''

இல்லை. நெருப்பின் தழல்போல் அசைந்து கொண்டிருந்த முகம் யாருடையதென்று தெளிவாகவில்லை. சுடரும் கண்களைப் பார்க்க முடியாமல் முகத்தைத் திருப்பியபோது பரிச்சயமானதொரு குரல் தெளிவாகவே கேட்டது.

‘‘நீ இங்கப் பாரு. முல்லைக் கொடிகள் படர்ந்து கிடக்கும் இரண்டு கபருகள் பாத்தியா?’’

ஆயிசாவின் குரல் அல்ல. என்றும் தன்னுடன் இருப்பவளுடையது. ஓசை மேலும் கனத்தது.

‘‘ஒன்னு ஆயிசாவோடது, அடுத்தது மைமூனோடது’’

அலங்காரம் முகம் புதைத்தான்.

‘‘ஆயிசா நீ எங்க இருக்க? அல்லாவோட விரல்களுக்கு இடையிலதான் உன் இதயம் இருக்கின்றது என்றல்லவா என்கிட்ட ஒருமுறை சொன்னாய். உன் ஆன்மா நீ ஆசைப்பட்ட சொர்க்கத்தை அடைந்ததா, இல்லை என்னையும் அவனையும் ஒன்றாகவே நினைத்துநினைத்து உன் கபரருகே திரும்பிவிட்டதா?’’

‘‘அலங்காரா, நீ இப்போ என் சொந்தம். மற்ற நினைவுகளுக்கு உன்னை விட்டுக்கொடுக்க எனக்கு விருப்பமில்லை. நீ எனக்கு மட்டுமே உரித்தானவன்.’’

‘‘இது என்ன தொல்லை! என்னை விட்டுப் போறியா?’’

இடது கையைச் சுருட்டி தரையில் அடித்துக்கொண்டு கண்ணைத் திறந்து பார்த்தான். அது கடையின் அறை என்று தெளிவாகத் தெரிந்தாலும் ஒரு துளி வெளிச்சமும் அங்கில்லை. அவளிடமிருந்து அகன்று எங்கேயாவது தனியாக இருக்க அவன் மிகவும் விரும்பினான். இருட்டின் கடலாழத்தில் மூழ்கிக் கிடந்து மூச்செடுக்க முடியாமல் துவண்டபோது அவள் உடனிருக்க வேண்டுமென்றும் தோன்றியது. இல்லை, தனக்கு முடிவாக என்னதான் வேண்டும்? எந்த நேரமும் தனித்திருக்கும்படி இவளிடமிருந்து விடுதலை வேண்டும். பாதை கிடைக்காமல் அலையும்போது இவளுடைய துணையும் வேண்டும்.

வாழ்ந்து கொண்டிருக்கும் ஒருவனின் இயலாமை இது. இவள் அதற்கு நேர்மாறாக தன் தனிமையில் உள்நுழைவதும் பாதைகளில் தனித்து விடவும் செய்கிறாள். நீண்டநேரம் தலைவைத்துப் படுத்ததால் மரத்துப்போன தன்னுடைய வலக்கையை இடக்கையால் தூக்கி எடுத்தான். பின்னர் தன்னிடம் இருந்து அற்றுப்போனதுபோல அசைவற்ற அந்த உறுப்பை உடலோடு ஒட்டி வைப்பதற்கான ஆவலில் வலக்கையின் உட்புறத்தை அழுத்தித் தேய்த்தான்.

15

அத்தியாயம் ஒன்று

வினயானந்தனோடு நெருங்கவோ பேசியும் உரையாடியும் இருக்கவோ குமரன் பெரிதாக விரும்பவில்லை. ஆனாலும் அவர் அடிக்கடி குமரனிடம் சென்றார். ஒரே ஊர்க்காரர்கள் என்பது அவருக்குக் குமரனுடன் அணுகவும், அவன் அவரிடமிருந்து அகலவும் காரணமானது.

"''ஊரிலிருந்து தனக்கு ஒரு விடுதலை இல்லையா?''

வினயானந்தன் அடிக்கடி துன்பம் கொண்டார். மலைநாட்டில் எனினும் தன் ஊர் குமரனின் ஊருக்கு அருகில் இல்லை. தூரத்தில் வடக்கே பேராற்றின் கரையில் உள்ள பன்னியூரில் இளந்துருத்தி என்ற இல்லத்தில் பிறந்தவன் அவன். பிறப்பால் அந்தணனான ஜாதவேதன் பின்னாளில் பிக்குவானார். அயல் தேசங்களிலிருந்து வந்து சேர்ந்த நூற்றுக்கணக்கான அந்தணர்கள் மலைநாட்டில் வேரூன்றியிருந்த காலம். காடுகளைச் சீர்திருத்தி அவர்கள் வயல்களும் தோட்டங்களும் உருவாக்கினர். குழுக்களாக வாழ்ந்த இடங்களில் ஆலயங்களை எழுப்பினர். அவர்களுக்கும் ஆலயங்களுக்கும் வேண்டியவர்களைத் தங்களோடு சேர்த்துக் கொண்டனர். அல்லாதவர்களை வெளியே நிறுத்தினர். வெகுவிரைவில் அந்தணர்களில் பலரும் செல்வமும் செல்வாக்கும் பெற்றனர். அந்த அளவுக்குத் திறனற்றவர்கள் அவர்களை அண்டிப் பிழைத்தனர். அப்படியாக செல்வந்தரான கைப்பஞ்சேரி

இல்லத்தை அண்டி, காலம் கழித்த குடும்பம்தான் ஜாதவேதனுடையது எனினும், மறை ஓதவும் யாகம் செய்யவும் உரிமையுள்ளதால் அதற்கு இணக்கமான முறைகளைத்தான் சிறு வயது முதலே அவன் பயின்றிருந்தான்.

அந்தணர்கள், ஆரணர்களின் வாழ்த்துமொழிகள் கேட்டே ஜாதவேதன் வளர்த்தான். வடக்கிலிருந்து மலை கடந்து வந்து சேர்ந்த மறையோரில் சிலர் அரசரின் துணையோடு பௌத்தரைக் கட்டிவைத்த கதையை அவன் கேட்டுக்கேட்டு மரத்திருந்தான். அவர்களுள் ஒருவரான குமாரிலபட்டர் நூற்றுக்கணக்கான பௌத்தர்களை வாதத்தில் தோற்கடித்தாராம். பந்தயத்தின்படி அவர்களுள் அதிகமானோர் உயிர் துறந்தனர் என்றும், மற்றவர்கள் நாக்கு அறுக்கப்பட்டு நாடு கடத்தப்பட்டனர் என்றும் மூத்தோர் உற்சாகமாகச் சொல்வதை அவன் கேட்டிருக்கிறான். குமாரிலபட்டரிடம் அவனுக்கு மிகுந்த மதிப்பு தோன்றியது. மேலும் தெரிந்து கொள்வதற்காக அவன் ஒருமுறை அப்பாவிடம் கேட்டான்.

''இந்த குமாரிலருக்கு அப்படி என்ன சிறப்பு?''

அப்பா சிரித்தார்.

''அதெல்லாம் நீ பெருசாகும்போது தெரிஞ்சுக்க. இருந்தாலும் கொஞ்சம் சொல்றேன். கர்மங்கள் செய்வது, அதுதான் தர்மம் என்று வாதிட்ட மீமாஸ்சகன்தான் குமாரிலன். யாகம் செய்யறதுதான் ஆரணரின் கர்மம். மறையின் பொருள் தெரிவதைவிட அதன் ஒலிவடிவமான உடலைச் சீர்கெடாமல் பார்த்துக் கொள்வதே நம் கடன். மேழத்தோளில் ஓர் அந்தணன் தொண்ணூற்றொன்பது யாகங்கள் செய்ததைக் கேட்டதில்லையா? இந்த யாகம் செய்வதற்கும், மறை ஓதுவதற்கும் பின்னாலிருக்கும் தத்துவம் என்னவென்று இக்காலத்தில் மீண்டும் விரிவாகச் சொன்னது குமாரிலபட்டர்தான். பௌத்தருள்

முன்னோடியான தர்மகீர்த்திவரை வாதத்தில் தோற்கடித்து அந்தத் தத்துவத்தை நிறுவவும் செய்தார். பிராமணர்களுக்குத் தலையை உயர்த்தி நடக்க முடிந்தது அதனால்தான் என்று சொன்னால் போதுமே. வேதம் ஓதுவதன் ஒலியும் யாகங்களிலிருந்து உயரும் புகையும் நாடு முழுவதும் நிறையும்போது மனசும் நிறைகிறது என்றே இப்போது சொல்ல முடியும்''

உபநயனம் முடிந்தவுடன் ஆச்சாரப்படியான தினகர்மங்கள் செய்யவும், கணக்கு எதுவும் தவறாமல் கொட்டு முதலிய வாத்தியக்கருவிகளை இசைக்கவும், மறைகளை சுவீகரித்துக் கொள்ளவும் அவன் ஏறக்குறையக் கற்றுக்கொண்டான். எனினும் அதற்குள் சந்தேகங்களும் தலைதூக்கத் தொடங்கின. ''சம்சமித்யூசே வ்ருஷ்ணங்னே'' என்று குரு ஓதச்சொல்லிக் கொடுக்கும்போதே ஜாதவேதனின் கண்கள் மேலே பார்த்திருக்கும். திரும்பச் சொல்லாதபோது குரு திட்டுவார். ஜாதவேதன் அந்த மந்திரத்தின் பொருள் என்னவென்று யோசித்துக் கொண்டிருப்பான்.

''அக்னிமீளே, அயம் தேவாய, ஈளே அக்னிம், தேவாய அயம்''

குரு ''ரத' சொல்லும்போது அவன் நடுவில் நுழைவான்.

''இப்பிடி ரண்டு சூத்திரங்கள எணச்சு திரும்பத்திரும்பச் சொல்றதால அர்த்தத்துக்குப் பதில் அனர்த்தம் ஆயிடாதோ?''

குருவுக்கு அதைக் கேட்கும்போது கோபம் வரும்.

''இது ஏவும் நான் உருவாக்கினதில்லை. நீ கடவல்லூருக்கு ஒருவாட்டி போயிப்பாரு. உன்னோட சந்தேகமெல்லாம் தீந்துடும். புத்தியும் தெளியும்''

''அது ஏதோவொரு வண்ணான் தொடங்கின ஏற்பாடுன்னு

கேட்டிருக்கன். அப்படீன்னா மறைகளை எல்லாம் துவச்சு வெளுக்கறதத்தான செய்யணும்?''

அது துணி துவைப்பவனல்ல என்றும் ரஜகன் என்று அழைக்கப்படும் சோகிரம்காரன் பிரபாகரன்தான் என்றும் திருத்தமாகச் சொல்ல வேண்டுமென்று குருவுக்குத் தோன்றும். ஆனாலும் பதில் பேசமாட்டார். சிஷ்யனின் முட்டாள்தனம் என்றெண்ணி அடுத்த சூத்திரத்திற்குக் கடப்பார். ஜாதவேதன் விடமாட்டான்.

''இந்த யாகம் செய்றதால என்ன குணம்?''

''யாகம் செஞ்சா சொர்க்கத்துக்குப் போலாம்''

''அப்படின்னா யாக கர்மம் காரணம்; சொர்க்க பலி காரியம்னுதானே ஆகறது? அப்படியும் யாகம் செஞ்சவங்க எல்லாரும் ஏன் சொர்க்கத்துக்குப் போகல்ல? காரணம் இருந்தும் காரியம் ஆகல்ல இல்லியோ?''

''அது... உடனே போவாங்கன்னு இல்ல. யாகம் செஞ்சா அத செய்ய வைக்கிற ஆளுக்கு அபூர்வம் என்றொரு சித்தி லபிக்கும். அது இருக்கிறவங்கதான் அப்புறமா சொர்க்கத்துக்குப் போவாங்க''

''இதெல்லாம் யாரு சொன்னது?''

''வேதங்கள் யாராலும் உருவாக்கப்படறதில்ல. தேவதைங்களும் உண்டாவதற்கு முன்னாடியே இந்த மந்திரங்கள் எல்லாம் இருந்ததுதான். ஒவ்வொரு யுகத்தின் தொடக்கத்திலும் பிரம்மாவுக்கும் முனிவர்களுக்கெல்லாம் அவை தரிசனம் கொடுக்குமாம். அவற்றில் சொல்லப்பட்டதெல்லாம் சத்தியம்தான். அதுல சந்தேகப்படாம இரு. இவ்ளோதான் நேக்குத் தெரியும்''

பிறகு விருப்பமின்மை வெளிப்படுமாறு ஓர் உபதேசம் வரும்.

‘‘அதையும் இதையும் கேட்காமல் சொல்லித் தருவதைப் படி உண்ணீ. ஸ்வயம் சமர்த்தன்னு நெனச்சுக்காதே. வைசம்பாயனுடையதும் யக்ஞவல்கீயனுடையதும் கத நோக்குத் தெரியாதோ?’’

அந்தக் கதையை நூறுதடவை அவர் சொல்லிக் கேட்டதுதான். முன்பு ஒருமுறை வைசம்பாயனன் என்ற முனிவர் சீடர்களுக்கு வேதம் கற்பித்துக் கொண்டிருந்தாராம். சீடரில் சிறந்தவனான யக்ஞவல்கீயன் தன்னைவிடத் திறமை குறைந்த சக சீடர்களை அவமதித்துத் தற்பெருமை காட்டியபோது கோபமேறிய குரு, தான் கற்பித்த வித்தைகளையெல்லாம் திருப்பித் தரும்படி கேட்டாராம். தான் கற்றவற்றையெல்லாம் யக்ஞவல்கீயன் வாந்தியாகக் கொட்டிவிட்டாராம். உடன் பயில்பவர்கள் தித்திரிப் பறவைகளின் வடிவில் வந்து அவற்றையெல்லாம் கொத்தித் தின்றனராம். அவற்றிலிருந்துதான் தைத்திரியம் என்ற வேதப்பிரிவு பிறந்ததாம்.

சந்தேகங்கள் தீரவில்லையெனினும் கதையின் உள்ளுறையை அறிந்துகொண்ட ஜாதவேதன் அமைதியாவான். அதை எதிர்பார்த்திராத குரு சீடனுக்குக் கேட்கும்படியாக அன்பும் கண்டிப்பும் கலந்த குரலில் வெளிப்படுத்துவார்.

‘‘அதெப்படி? சமதக்கோல் ஒடைக்கச் சொன்னா பலாப்பூவோட தீ நெறத்தப் பாத்திண்டு நிப்பான். பாடச் சொல்லி கத்துக் கொடுக்கலாம்னா தலையை சும்மா மேலையும் கீழையும் ஆட்டுவான். இவனை என்ன செய்ய?’’

மிகவும் வறுமை சூழ்ந்திருந்தது ஜாதவேதனின் வீடு. ஒருமுறை பிரபஞ்சத்திலிருந்தே களவுபோன பூமியை, மீட்டெடுத்த

வராகமூர்த்தியின் ஆலயம் அதிக தொலைவில் இல்லை. அந்த ஆலயப் பகுதியிலேயே சுற்றித் திரிந்த அப்பாவுக்கும் மற்ற ஆண்களுக்குமான திறமைக் குறைவினால் இல்லத்தில் வாழ வழி இல்லாமல் இருக்கிறது என்று மற்றவர்கள் அமைதியாகப் பேசிக்கொண்டனர். வறுமையை ஒரு குறையாக ஜாதவேதன் நினைக்கவில்லை. அப்போதும் இன்னும் அதிகமாகத் தெரிந்துகொள்ள வேண்டுமென்ற ஆவலே அவனிடம் இருந்தது. குளியல், பூஜை, வேதம் ஓதுதல் என்ற அளவில் தினகர்மங்களின் குற்றியில் சுற்றி ஒவ்வொரு நாளும் மாற்றமேதுமற்ற வழக்கமான நாளாக மாறிப்போனபோது அவன் தன்னைப் பற்றியே சிந்திக்கத் தொடங்கினான்.

''இதென்ன வாழ்க்கை! எனக்கு இது வெறுத்துப் போச்சு. எங்கேயாவது போகணும். இதைவிட அதிகமா கத்துக்கணும்''

எங்கே போவது! சங்கதையையும் பதபாடத்தையும் கிரமமாக ஓதுபவர்கள் ஏராளமாக இருக்கின்றனர். ரத பாடத்திலும் ஜடா பாடத்திலும் மூடிப்பச்சையிலும் லயித்திருப்பவர்கள் இருக்கிறார்கள். வேத பாராயணத்திலும் முக்காலமும் ஓதுவதிலும் சில இடங்களில் போட்டியும் நடக்கின்றன. இவையெல்லாம் பலவிதமான விளையாட்டுகள் என்றே அவனுக்குத் தோன்றின. கிளிகளின் எதிர்ப்பேச்சுக்கு ஒரு சுவை உண்டு என்பது சரிதான். பொருள் அறிந்து வேதம் சொல்வதல்லவா சரி? வேதம் ஓதப் பயிற்றுவிக்கும் வேதாங்கத்துக்கு சிக்ஷ்ய என்ற பெயர் வந்தது சும்மாயில்லை!

பக்கத்தில் சோகிரம் என்ற ஊர் இருக்கிறது. இங்கே வந்து சேர்ந்த காலத்திலிருந்தே அந்த ஊரின் அந்தணர்களுடன் பன்னியூர்க்காரர்களுக்குப் போட்டிதானாம். அங்கே தட்சிணாமூர்த்தியின் ஆலயமும் இருக்கிறது. இங்கே விஷ்ணு என்றால் அங்கே சிவன். சொத்தும் ஆள்பலமும் இங்கேதான் கூடுதலெனினும்,

அறிவின் மேன்மை சோகிரம்காரர்களுக்குத்தான் என்பதே அவர்களின் எண்ணம். வேதத்திலும் சாஸ்திரங்களிலும் அவர்களுடன் அடிக்கடி தர்க்கமும் போட்டியும் தொடர்ந்து நடைபெற்றன. சோகிரத்து அந்தணருடன் தர்க்கத்தில் தோற்றபோதெல்லாம் ஆள்பலமும் சொத்துமதிப்பும் கூடுதலாக இருந்த பன்னியூர்க்காரர்களுக்கு ஏதோ குறை தோன்றவே செய்தது. அவர்களைத் தோற்கடிக்க வேண்டுமென்றால் இன்னும் கூடுதலாகத் தெரிந்துகொள்ள வேண்டுமென்று மூத்தவர்களுக்குத் தோன்றத் தொடங்கியிருந்தது. ஆனால், அது எப்படியென்று தெரியாமல் இருந்தது. மறைகளைப் பற்றி இன்னும் அதிகம் தெரிந்துகொள்ள சோகிரத்துக்குப்போய் கற்றுக் கொள்ளலாமா என்று ஜாதவேதனுக்குத் தோன்றாமல் இல்லை. அங்கே மேற்குக் குத்துள்ளியில் பிரபாகரன் என்றொருவரைப் பற்றி பலமுறை குரு சொல்லிக் கேள்விப்பட்டிருக்கிறான். குமாரிலபட்டரின் நேரடிச் சீடன். இன்னும் அதிகமாகக் கற்றுக்கொள்ள அவரிடம் சென்றால் என்ன? வேதம் சொல்வதற்கிடையில், அப்படி எதையோ கேட்டபோது குருவின் முகம் துக்கத்தாலும் அவமானத்தாலும் வெளிறியதை ஜாதவேதன் பார்த்தான். பன்னியூர்க்காரர்களைப் பற்றிய சோகிரம்காரர்களின் பரிகாசம், குரு சகித்துக் கொள்வதற்கும் அப்பால் இருந்ததாகத் தோன்றியிருக்கிறது. எப்படியெனினும் சோகிரத்துக்குப் போகவேண்டாம் என்று எண்ணினான். தர்க்கமும் சந்தேகமுமாக அவ்வப்போது குறும்பு செய்வானெனினும், குருவை மீறிச்செல்ல அவனுக்கு மனம் வரவில்லை.

ஒரு கட்டத்தில் உள்ளழைப்பைத் தடுக்க முடியாமல் போனபோது அவன் இறங்கிச் செல்லத் தீர்மானித்தான். நான்கைந்து நாட்கள் எங்கே என்றறியாத நடைப்பயணம். அறிவாளிகள் இருப்பதாகத் தோன்றிய இடத்திலெல்லாம் சற்றுநேரம் நின்றான். இது அல்ல இது அல்ல என்று மனம் சொல்லவும் மீண்டும் நடந்தான். கடைசியில் ஒரு சிவன்

கோவிலருகே வந்து சேர்ந்தான். பரிச்சயமற்ற ஊர். மாலைப்பொழுது. ஒரு பூசாரியைப் பார்த்துவிட்டால் இரவைப் கடப்பதற்கான ஓர் உபாயம் கிடைக்குமென்று தோன்றியது. இதுவரை பாதையோர ஆலயங்களில் உறங்கி இருக்கிறான். பயணத்துக்கு இடையில் தங்குவதற்கு அந்தணர்களின் வீடுகளை மனப்பூர்வமாகத் தவிர்த்திருக்கிறான். ஆனால், சொந்தமான மேற்கூரையின் சுவர்களின் நட்டத்தை அவன் அதற்குள் அனுபவித்து அறிந்துகொண்டான். சந்தியாவந்தனத்துக்காக குளத்தில் இறங்கிய நேரத்தில்தான் பூசாரி கால் கழுவுவதற்காகப் படித்துறையை அடைந்தார். புதியவன் என்று அறிந்து சற்றே தயங்கினாலும் பூணூலையும் குளிக்கும் முறையையும் பார்த்தபோது அவருக்கு நிம்மதியானது. பிராமணன்தான். படிகளில் இறங்கும்போது அவர் கேட்டார்.

''யாரு? ஆரணனென்று அறிந்துகொண்டேன். வேறு எதுவும் தெரியவில்லையே''

''நான் ஜாதவேதன். பன்னியூரைச் சேர்ந்தவன். இளந்துருத்தி என்று சொல்வார்கள்''

''அப்படியா? குளிச்சிட்டு உள்ள வா. அங்க பார்க்கலாம்''

ஜாதவேதன் தலையசைத்தான். குளித்து சந்தியாவந்தனம் முடித்து கோவிலுக்குள் சென்றான். அப்போது நமஸ்கார மண்டபத்தில் வேறு யாரும் இல்லை. அவன் அங்கே அமர்ந்து மந்திரம் சொன்னான். வழமையான சூத்திரங்களையும் முடக்கவில்லை. பின்னர் நடைசாத்தும்வரை நாலம்பலத்தில் காத்து நின்றான்.

''கொஞ்சம் சோந்து போயாச்சுல்லயோ? பரவால்ல, ராத்திரி இங்கேயே எங்கூட தங்கிக்கலாம்''

அவன் பூசாரியின் பின்னால் நடந்தான். ஆலயத்துக்கு அருகிலேயே ஒருவர் மட்டும் தங்கும்படியான அறை. உள்ளே பட்டாடைகளும் வேட்டிகளும் குவிந்திருந்தன. கொடியில் தோரணங்கள்போல கௌபீனங்கள். அறை முழுவதும் திருநீற்றின் வாசம்.

பூசாரியின் பெயர் பரமேஸ்வரன். அந்த ஊரைவிட்டு சற்றே வடக்கே பெருஞ்செல்லூர் அவருடைய இல்லம். வாரம் ஒருமுறை ஒரு மாற்று ஆளை ஏற்பாடு செய்துவிட்டு ஊருக்குப் போவார். பெரிய கஷ்டம் இல்லாமல் வாழ்க்கை நடத்துவதற்கான பொருள் கோவிலில் இருந்து கிடைக்கிறது.

அவர் ஜாதவேதனைப் பற்றிக் கேட்டுத் தெரிந்துகொண்டார். வேதத்தின் பொருள் தேடிய பயணத்தைப் பற்றி அவருக்கு அவ்வளவாகத் தெளிவில்லை. ஆனாலும் ஒன்றுமட்டும் சொன்னார்.

"செல்லூர்ல சிலபேரு இருக்கா. அவங்கள்ல யாரையாவது பார்த்தா நிவர்த்தி உண்டாகும்னு தோண்றது"

அதன் பின்னாலேயே பரமேஸ்வரன் ஏதோ சிந்தையில் ஆழ்ந்தார். குடுமியில் விரலைச் சுற்றியபடி அவர் அவனிடம்,

"ஆமா, மீமாம்சமும் இன்னும் பலவும் வசமாக இருக்கறதாத்தானே சொன்னே. வேதத்துக்கு அப்பால் ஒன்னும் இல்லன்னுதானே சொல்றா. அப்ப இந்தக் கோயில்கள்ல இருக்கற மூர்த்திகள் எப்படி? அவங்களுக்கு இப்படி சொல்ற சக்தியெல்லாம் உண்டோ?" என்று கேட்டார்.

ஜாதவேதன் சிரித்தான்.

"நீங்க பூசாரிதானே? இருந்துமா இப்படி ஒரு சந்தேகம்?"

‘‘ஒரு கூட்டம் சந்தேகங்கள்னு வச்சுக்கோ. இல்லத்தில ஓதுதல், இங்கே வேறு மந்திரம். அங்கே மீமாம்சம், இங்கே தந்திரம். ரெண்டுக்கும் ஒரு சம்பந்தமும் இருக்கறதாத் தோணல்லை. இரண்டையும் அந்தணர்களே சொமந்து திரியறது புரியவும் இல்லை. அப்பறம் சர்வேஸ்வரன்னு ஒருத்தன் இல்லன்னு மீமாம்சகருங்க சொல்றாங்கன்னு தெரியறது. இங்க வந்துட்டா சதா சர்வேஸ்வரான்ற துதிதான்’’

‘‘என்னன்னாலும் ஒரு கர்மம்தானே செய்றீங்க? அதுல சந்தேகப்பட வேணான்னுதான் தோணுது. எனக்கும் இதெல்லாம் அவ்வளவாப் புரியல்லை. அதனாலதான் இப்படி இறங்கித் திரியறேன்னு வச்சுக்கோங்க’’

இருவரும் பேசியும் உரையாடியும் இருந்ததில் நேரம் கடந்தது தெரியவில்லை. இனி உறங்கலாம் என்று முடிவானது. அப்போதுதான் பூசாரிக்கு ஒன்று தோன்றியது.

‘‘சதுரங்கம் விளையாடத் தெரியுமோ நோக்கு?’’

உம், கத்துண்டு இருக்கேன்’’

‘‘நல்லது! அப்படின்னா ஒருவாட்டி ஆடாம எப்படி?’’

அவர் சதுரங்கத்தை எடுத்து விரித்தபோது ஜாதவேதன் தடுத்தான்.

‘‘இப்ப வேணாம். நீங்க விடியக்காலமே எழுந்துக்கணுமே?’’

‘‘அது அப்படித்தான். சிலது செய்யாம இருக்க முடியாதுன்னு இருக்கும்போதுதான் வேற சிலதைச் செய்யத் தோணறது’’

விருப்பமில்லா மனதோடு சதுரங்கப்பலகையை மடிப்பதற்கிடையில் அவர் சொன்னார்.

"இங்க படுத்துக்கோ. நான் கோயிலுக்குள்ள படுத்துக்கறேன்"

தடுத்துவிட ஜாதவேதன் மிகுந்த சிரமப்பட்டான். முடியாமல் போகவே, அவன் அறைக்கு வெளியே இறங்கினான்.

"நான் வெளிய எங்கேயாவது படுத்துக்கறேன். கதவைச் சாத்திக்கோங்க" பின்னாலிருந்து கேட்ட அழைப்பைத் தடுத்தபடி அவன் ஆலய முற்றத்தை நோக்கி நடந்தான். நல்ல நிலவொளி. சுற்றுப் பிரகாரத்தின் ஓரிடத்தில் இரண்டாம் வேட்டியை விரித்து ஆகாயத்தைப் பார்த்துக் கிடந்தான். நிறைநிலவு மேலே படர்வதைக் கண்டு கிடந்தவன் உறங்கிப் போனான்.

அத்தியாயம் இரண்டு

''ஆ... ஆ... ஆ...''

கனத்த குரலில் ஓர் இசையைக் கேட்ட ஜாதவேதன் திடுக்கிட்டெழுந்தான். தான் படுத்திருக்கும் இடம் எது என்று நினைவில் கொள்ள முயன்றான். பரந்த கல்லில் கிடந்த உடல், முழுக்க மரத்துப் போயிருந்தது. அப்போதும் திறந்திருந்த காதுகளைத் திறந்தபடி மிக அருகிருந்து ஒருவர் பாடுகிறார்.

''ஆ... ஆ... ஆ...
வாழ்க வாழ்க நாவே! வெளிவரணுமே நீ
போக போக சாவே! வெறி வேறாக
பாழ் பேச்சுகள் நீக்கி பதிராகப் போக்கி
பார் முழுவதும் ஆளும் சுடரே... சுடலே...''

அருகமர்ந்திருப்பவரின் சடைமுடியும் தாடியும் பாட்டுக்கு இணங்க ஆடுவதை மங்கலான வெளிச்சத்தில் ஜாதவேதன் பார்த்தான். பாட்டு முடியும்வரை அவன் மூச்சடக்கிக் கிடந்தான். ஓசையின் கனம் குறைந்துகுறைந்து வந்தது. திடீரென அவர் அவனை ஒருமுறை பார்த்தார். அந்தி வெளிச்சத்தின் ஆதித்யனைப் போலச் சிவந்த இரு கண்கள். அவன் படுத்த வாக்கிலேயே சற்று நடுங்கிப் போனான். கண்களை இறுக்கி அடைத்துக்கொண்டான்.

சிறிதுநேரம் கழித்துக் கண்களைத் திறந்தான். அவரை அங்கே காணவில்லை. அதன்பிறகு அவனுக்கு உறக்கம் வரவில்லை.

மாந்திரீகமானதோர் இசையில் அகப்பட்டு அவன் இரவின் இரகசியங்களுக்குள் கண் திறந்து கிடந்தான்.

ஆலயத்தின் மணியோசை கேட்டபோதுதான் அவன் எழுந்து குளக்கரைக்குச் சென்றான். காலைக்கடன்களையும் குளியலையும் முடித்து நேராக ஆலயத்தினுள் நுழைந்தான். பூசாரியிடம் இரவின் விசித்திர நிகழ்வைப் பற்றிச் சொன்னபோது அவர் உரக்கச் சிரித்தார்.

''ஓ அது அந்த நம்பியாத்தனாக்கும். ஆளுங்களை இப்படி பயம் காட்டுவாரு''

''யாரு அவரு?''

''ஒரு பாவம். பெருஞ்செல்லூர்காரர். ஓத்தெல்லாம் ரொம்ப சிறப்பாச் செஞ்சவன்னு கேள்விப்பட்டிருக்கேன். ஆனா, நேர்ல கேட்க முடிஞ்சதில்ல. ரொம்ப ஆச்சாரமாக வாழ்ந்தவரு. இப்ப அதெல்லாம் மாறிப் போயிடுச்சு. குளிக்கறதும் இல்ல, பூசனையுமில்ல. இப்படி முடிவில்லாம நடப்பாரு. இல்லத்திலிருந்து முன்பே வெளியேறியாச்சு. இருந்தாலும் வேற யாருக்கும் ஒபத்துரவமா இருக்கமாட்டாரு. அறிவு அதிகமாயி பைத்தியமாயிட்டாருன்னுதான் சொல்றாங்க''

உடனடியாக ஜாதவேதன் பூசாரியிடம் விடைபெற்று வெளியேறினான். நம்பியாத்தனை ஒரு தடவை பாக்கணும். அவரைப் பற்றிய உண்மை என்னன்னு தெரிஞ்சுக்கணும். பலரிடமும் கேட்டு, தேடி அவரைக் கண்டடைந்தான். மிக அருகாமையிலேயே அங்கே ஓர் ஆலமரக்கிளையில் தலைகீழாகத் தொங்கிக் கிடந்தார் அவர்.

ஜாதவேதன் அருகே செல்லவும் ஒரே பாய்ச்சலில் கீழே வந்தார். பின்னர் அதிவேகமாகப் பறந்து காணாமல் போனார். ஜாதவேதன் பின்வாங்கவில்லை. மீண்டும் அவரைத் தேடிச் சென்றான். இம்முறை அவர் வழிக்கு வந்தாரெனினும், பேச வைப்பதற்கு மிகுந்த சிரமம்

மேற்கொள்ள வேண்டியிருந்தது. அவர் பேசத் தயங்கியபோது ஜாதவேதன்,

''தாங்கள் அறிவுள்ளவர் என்று எனக்குத் தெரியும்'' என்றான்.

நம்பியாத்தன் அமைதியாகவே இருந்தார்.

''வேதங்களின் பொருளறிய ஆசைப்பட்டு வந்தவன் நான்''

அவர் உதடு சுழித்துச் சிரித்தார்.

''மின்னல் கொடியின் பிரானுக்கும்
மிகவு பெற்ற வானவர்க்கும்
தெரியாத பரம்பொருளைத்
தேடுவது யாரோ...''

அவருடைய முகம் சாந்தமாகும்வரை ஜாதவேதன் காத்திருந்தான். பின்னர் மெதுவாகத் தன் பயணத்தின் கதையைச் சொல்லிக் கேட்க வைத்தான். அதில் அவருக்கு அவன்மீது பரிவு தோன்றியிருக்க வேண்டும்.

''நீ வா''

அவர் சடாரென முன்னோக்கி நடந்தார். அழுக்கேறிய வேட்டி உலைந்தபோது துர்வாடை பரவியது.

''அறம்தான் உயிருக்குள்ள
நிறைவென்று யாரோ சொன்னார்
திறமோடு அதைச் செய்து செய்து
இங்கே அறிவு கெட்டு நான் நடந்தேன்...
ஆ... ஆ...''

தன்னைக் காத்திருக்கும் விதியே முன்னால் நடப்பதாக ஜாதவேதனுக்குத் தோன்றியது. அவனுடைய கைகால்கள் நடுங்கின. ஆனாலும் வருவது வரட்டும் என்று நம்பியாத்தனின் பின்னாலேயே நடந்தான்.

''நீங்க இந்தப் பைத்தியத்தின் முகமூடியைக் கழற்றி விடுவீர்களா? யாரை ஏமாற்ற இந்த நாடகங்கள்?''

நம்பியாத்தன் நின்றார். அவருடைய முகம் இருளடைந்தது.

''ஏன் என்னை இப்படிச் சுழற்றி அடிக்கிற? கொஞ்சம் சும்மாதான் விடுறியா?''

அவனை நோக்கித் திரும்பியவர் குரலெழுப்பினார்.

''அறிவதற்கான மோகம் மட்டுமே''

''எங்கிட்டருந்து என்ன தெரிஞ்சுக்கப் போறே?''

''எனக்கு ஒன்னும் தெரியாது, ஒன்னுமே''

''நான் நம்ப மாட்டேன். மறைகளின் மறுகரை கண்டவர் என்று ஒரே பார்வையில தெரிஞ்சுக்கிட்டேன்''

''மறுகரை காண்பதா, நானா?''

நம்பியாத்தன் உரக்கச் சிரித்தார்.

''இல்லன்னாலும்... என் சில சந்தேகங்களுக்கு பதில் தருவதற்காவது உங்களால முடியும்னு எனக்குத் தெரியும்''

ஜாதவேதன் விட்டுக் கொடுக்கவில்லை. நம்பியாத்தன் மிகவும் சங்கடத்துக்குள்ளானார். அதைத் தெரிந்துகொண்டே அவன் கேள்விகளைத் தொடுத்தான்.

‘‘வேதங்கள்னா என்ன? இதோ கேட்கிற ஓசைகளுக்கு அப்புறம் அவற்றின் பொருள் என்ன?’’

நம்பியாத்தன் அமைதியாக இருந்தார். அவர் யோசித்துக் கொண்டிருப்பதாக அவனுக்குப் புரிந்தது. சற்றுநேரம் கடந்து தப்பிப்பதற்கான வார்த்தைகளாக,

‘‘வேதத்திற்கு வேறு பொருள் எதற்கு? அதுதானே பொருள். உடலேதான் உள்ளமும். அது இந்த உலகத்துக்கு முன்பே பிறந்தது. உலகமே அழிந்தாலும் அழிவில்லாதது. அது மட்டுமே உண்மை‘‘ என்றார்.

ஜாதவேதன் புன்னகைத்தான். கேட்கப்படுவது மீமாம்சம்.

‘‘இன்னொன்னு கேட்கட்டுமா? வார்த்தைகளை முறித்து முறித்து அதன் பொருள் முழுவதையும் தலைகீழாக மாற்றி ரத பாடமும் ஜடா பாடமுமாக குருமார்கள் ஏன் அதை அப்படிச் சொல்கிறார்கள்? உடல் என்றாலும் உள்ளம் என்றாலும் மேலும் கீழுமாக மாறினால் அதற்குப் பொருள் உள்ளதா? பொருள் இல்லை என்றால் வார்த்தைகள் உண்டா?

நம்பியாத்தான் ஒரு நிமிடம் மௌனமானார். பின்னர் வாயைத் திறந்து நாக்கை வெளியே நீட்டினார். ஒரு பூவரசின் இலை போல் அகன்ற பெரிய அந்த உறுப்பு கீழே நீண்டு வந்து தாடியின் கீழ்முனையையும், மேலே உயர்ந்து புருவங்களின் நடுவிலும் தொடுவதைக் கண்டு நம்பிக்கை வராமல் அவன் மீண்டும் பார்த்தான். நம்பியாத்தனின் ஓசைக்கு அழுத்தம் கூடியது.

‘‘ஓசை! ஓசை! அதுதான் எல்லாம். அதைக் கூடிய மட்டும் சுத்தமாக்க வேண்டும். ஒவ்வொன்றையும் தனித்தனியாகக் கேட்க வேண்டும். ஒவ்வொரு மெல்லிய நாதத்திற்கும் தெளிவு வேண்டும். அசையாத ஸ்வரம் என்றாலும் அசையும் ஸ்வரம் என்றாலும் எல்லாம்

துல்லியமாக இருக்க வேண்டும். கறை புரளாத மொழியில்தான் பரம்பொருள் உயரும். என் நாக்கைப் பார்த்தாயா? மீமாம்சம் விட்டு யோக வித்லதயின் பின்னால் சென்றவன் நான். அங்கேயும் சமஸ்த ஓம்கார வித்தையை விரும்பி, நாவை இவ்விதம் ஆக்க வேண்டி வந்தது. சுத்தமான ஓசைக்காக அதன் உறுப்பையும் பாகம் செய்யாமல் இருக்க முடியாதே. அதற்கான முறைகள் கடுமையானதாக இருந்தன''

''எப்படி? எனக்கும் சொல்லித் தருவீங்களா?'' ஜாதவேதனின் ஆவேசத்தைக் கண்டபோது நம்பியாத்தன் சற்றே சந்தேகித்தார்.

''உண்ணீ, இது எதுவும் தனியாகச் சோதிப்பதற்கானதல்ல. திறமையான ஒரு குருவின் துணையை அடைய வேண்டும். குருவானவர், நாக்கின் கறைகளை நீக்கி கூர்மையான கத்தியால் அதன் சன்னமான வேரை முறிக்க வேண்டும். காயத்தில் இந்துப்பு புரட்ட வேண்டும். அப்படியே நாக்குக்கும் அண்ணாக்குக்கும் உள்ள உறவை முறித்தபிறகு, நாக்கைத் துணியால் சுற்றி வெளியே இழுத்து நீட்டவேண்டும். அப்படி நீண்டகாலம் செய்தால்தான் இவ்விதமாகும். முறை தவறாமல் இவற்றையெல்லாம் செய்தவன் நான். இருந்தும் என்ன? நினைச்சது எதையும் அடைய முடியல. அது போகட்டும். நீ இதையெல்லாம் இப்போது செய்ய வேண்டாம். இப்படிப்பட்ட மீமாம்சகரும் தமக்குள் தர்க்கம் செய்ததெல்லாம் மொழியையும் பொருளையும் பற்றி அல்லவா? உயிரின், உலகின் உண்மையை அறிவதற்கான தேடலில் ஒவ்வொருவரும் சென்றடைவது ஒவ்வொரு இடமாகலாம். ஒரு முனிக்கு ஒரு மதம் என்று கேட்டதில்லையா? உண்மை என்னவென்று யாருக்குத் தெரியும்!''

ஜாதவேதனின் முகம் வாடியது.

"நான் மீமாம்சமல்ல, வேதாந்தத்தைத் தெரிந்து கொள்ளத்தான் விரும்புகிறேன்"

"மீமாம்சம் என்றாலும் வேதாந்தம் என்றாலும் எல்லையற்ற கடல்கள் அவை. ஒவ்வொரு மிடறு நீரை அள்ளுவதற்கும் முன்பே ஆயுசு முடிஞ்சுடும்"

"ஒரு மிடறுன்னா ஒரு மிடறு"

ஜாதவேதனின் குரலில் உறைப்பு ஏறியது.

"உனக்கு நன்மை வரட்டும்" நம்பியாத்தன் இரு கைகளையும் ஜாதவேதனின் தலையில் வைத்துக்கொண்டு சொன்னார்.

"அறமும் பொருளும் இன்பமும் வீடுமாக உள்ள நாற்பொருள்களை ஒவ்வொருவரும் அவரவர் வழிகளில் தேடுகிறார்கள், அவ்வளவுதான். புறத்தே பொருள் தேடி அலைந்தவர் எல்லாம் முடிவில் அவரவர்களிலேயே திரும்பி வருவதுதான் வழக்கம்"

ஜாதவேதன் ஓசை அடங்கி நின்றான்.

"காணல், கருதல், உரை, பொருள், ஒப்புமை, உபாயம் போன்ற அறிவுக்கான வழிமுறைகளினூடே உலகத்தை உள்ளேயும் வெளியேயும் தேடுவதுதான் இப்போது என் விருப்பம். அது மறையும்போது வேறொன்று தோன்றும். நீயும் தேடு. எல்லாம் முடிந்து நீ முன்பே பழகிய கர்மங்களுக்கே திரும்புவாய் என்று என் மனம் சொல்கிறது. போய்விடு. எனினும், என்றாவது தோன்றும்போது திரும்ப வருவதற்குத் தயங்காதே"

ஜாதவேதன் பதிலை எதிர்பார்க்காமல் நம்பியாத்தன் வெகுவேகமாக மறைந்து போனார். ஒரு கொடுங்காற்று கடந்து போனதுபோல அவனுக்குத் தோன்றியது.

குமரன் கேட்காமலேயே இந்தப் பூர்வகதைகளை வினயானந்தன் விளக்கிச் சொன்னார். பாக்கியம்! அன்றைன்றைய வாழ்வில் நடக்கும் செயல்களல்ல, மற்ற ஏதெல்லாமோ நிகழ்வுகளைத்தானே கேட்கிறேன். அந்தணர்களுடையது வேறொரு உலகம். மொழி பொருள் போன்ற சிலவற்றைக் கேட்டபோது குமரனுக்கு மிகுந்த ஆசுவாசம் தோன்றியது.

உலகத்தின் சங்கடங்களில் இருந்தும் பயங்களிலிருந்தும் தப்பிப்பதற்காகவே இப்படிப்பட்ட காரியங்களைக் கண்டுபிடித்து இருக்கவேண்டும்.

அவன் முகம் தெளிவானது. தெரிந்துகொள்ளும் விருப்பத்தோடு ஊரை விட்டு வந்த அந்தக் குழந்தைப்பருவம் அவனை நோக்கித் திரும்பி வந்து கொண்டிருந்தது. வினயானந்தனின் மீதிக் கதையைக் கேட்க அவன் ஆவல் கூடியது.

''வேறொரு நாளில் பேசலாம்''

ஏதோ சோம்பல் வந்ததுபோல வினயானந்தன் அவசரம் காட்டினான்.

''அதிகமாகக் கேட்கத் தோன்றுமிடத்தில் நிறுத்துவது, கதை சொல்லியின் தந்திரமா?'' குமரன் பரிதவித்தான்.

கண்களை இறுக்கிச் சிரித்தபோது அந்த பிக்கு முன்காலத்திற்கே திரும்பியது போலத் தோன்றியது. பூர்வாசிரமத்தின் ஜாதவேதனை அவன் நேரில் கண்டான்.

அத்தியாயம் மூன்று

ஒரு கதைக்கு வேண்டிய சுவையும் சிறப்புமுமற்ற ஒன்றாகவே இருந்தது ஜாதவேதனின் பிற்கால வாழ்க்கை. அவன் பல இடங்களிலும் அலைந்தான். பலரிடமும் தன் சந்தேகத்தைப் பங்கிட்டான். திருப்தி தரும் பதில்கள் எங்கிருந்தும் கிடைக்கவில்லையே என்று சங்கடப்பட்டான்.

நாடு வெறுத்தபோது அவன் காடு புகுந்தான். இலை உதிர்ந்து நிற்கும் மரங்களைக் கண்டபோது உள்ளேயிருந்த மிகுந்த பாரம் ஒழிந்துபோனால் ஆசுவாசமாகலாம் என்று தோன்றியது. எதற்கு இத்தனை அவசரம்? கொஞ்சம் சிறகசைப்புகள்; கூடவே சில சலசலப்புகள். சிறு துடிப்புகளுக்குப் பிறகு அசைவுகள் ஒடுங்கும். அவ்வளவு நாட்களாகத் தொடரும் தேடல்கள் மட்டுமே மிஞ்சும். வாழ்வு இதுவரை தனக்குத் தந்தது என்னவென்ற கேள்விக்கு இவ்வளவுதானா பதில்?

துக்கத்திலிருந்து விடுதலை பெறவேண்டும். அதற்குத் தற்காலிகமான ஆசுவாசங்கள் போதாது. யாகம் செய்தால் பின்னால் சொர்க்கம் கிடைக்கும் என்று சொல்கிறார்கள். அது என்றைக்குமான விடுதலை அன்று. துன்பத்திற்கு அப்படி ஒரு முடிவு வரவேண்டுமெனில் அறிவு பெற்றாக வேண்டும். ஆனால் அறிவைத் தடுக்கும் அனுபவங்களே சுற்றிலும் உள்ளன. கண்டும் கேட்டும் நுகர்ந்தும் ருசித்தும் தொட்டும் மட்டுமே அறிந்து கொள்வதற்கு அளவுகோல் உண்டு. மிக உயர்ந்து பறக்கும் ஒரு பறவையைப் பார்க்க முடிவதில்லை. மிக நெருக்கத்திலும் ஒன்றைத் தெரிந்துகொள்ள முடிவதில்லை.

கண்ணில் இட்ட மையை எப்படிக் காண்பது? காட்சிப் பிழையோ செவிப்புனலில் பிழையோ போல புலன்களுக்குக் குறையிருப்பினும் தெரிந்துகொள்ள முடியாது. மனம் வேறு எங்கேயேனும் எனில், முன்னால் நடப்பவை கூடத் தெரிவதில்லை. மறைந்தும் மூடியும் தமக்குள் வேறுபடுத்த முடியாமல் ஒன்றிணைந்தும் இருக்கும் உருவங்களையும் அறிய முடிவதில்லை. அப்போது பலவற்றையும் அனுமானித்து அறிய வேண்டியுள்ளது. இருந்தும் தெரியாதவற்றிற்கு மறைகளையும், அறிஞர்கள் சொன்ன சொற்களையும் நம்புகிறோம். எப்படியெனினும், பிரபஞ்சத்தைப் பற்றியும் அதனுள் வாழ்வின் இயல்பைப் பற்றியுமெல்லாம் அறிய வேண்டுமெனில் கர்மங்களை மட்டுமே வெறுமையாய் செய்து கொண்டிருந்தால் போதாது. தனக்குத்தானே உணர்ந்துகொள்ள முடியாத அவஸ்தைகளிலிருந்து அகல என்ன செய்ய வேண்டுமென்று அறியாமல் ஜாதவேதன் உளைச்சல் அடைந்தான்.

காட்டினுள்ளே நுழைந்து ஜனபதங்களிலிருந்து எவ்வளவு முடியுமோ அவ்வளவு அகன்று செல்ல வேண்டுமென்ற ஒரு வேகத்தில் அவன் இலைச்சருகுகளைப் நெரித்துக்கொண்டு முன்னேறினான். முறிந்து விழுந்த மரக்கிளைகளாலோ காலில் பிணைந்த கொடிகளாலோ அவனை நீண்டநேரம் தடுக்க முடியவில்லை. தான், ஏதோ ஒருவன் எனும்படி, மிகமிகத் தனிமைப்பட்டவனாகத் தோன்றியபோது மட்டும் சற்றே ஆசுவாசப்படுத்திக் கொண்டான்.

பாறைக் கூட்டங்களுக்கு இடையில் பட்டுத் தெறித்து கீழே வரும் ஒரு நீர்வீழ்ச்சி சற்று தூரத்தில் தெரிந்தது. அதை நோக்கி நடந்தான். குளிர்க்காற்று சற்றே தயங்க வைத்ததெனினும், காற்றை முறித்துக் கடந்தான்.

நீர்வீழ்ச்சிக்கும் தனக்குமிடையில் நிரவிக் கிடக்கும் பாறைக் கூட்டங்கள். அவற்றிற்கிடையே நுங்கும் நுரையுமாக வழிந்திறங்கும் நீர், அவ்வப்போது பல்லிதழ்ப் பூக்களாய் விரிந்தது. ஆங்காங்கே பாறைகளில் பச்சைநிறம் படர்ந்திருந்தது. வழுக்கல் இருக்குமெனினும் மறுகரைக்குப் போகவேண்டும் என்று தோன்றிய எண்ணத்திற்கு அவன் அடிபணிந்தான். கால்களைப் பாறைகளின்மீது மெதுவாக வைத்து முன்னேறினான்.

நீர்வீழ்ச்சியின் ஓசையைவிடக் குறைவானதெனினும் நெருங்கிவிட்டதால் தெளிவான வேறொரு ஓசை அவனைத் தடுத்து நிறுத்தியது. அந்தப் பக்கமாகத் திரும்பிப் பார்த்தபோது, சற்று தூரத்தில் ஒருவன் தளர்ந்து படுத்திருப்பதைப் பார்த்தான். சீவரத்தையும் திருவோட்டையும் மழிக்கப்பட்ட தலையையும் பார்த்தபோது பிக்குவென்று தெரிந்தது. அருகே செல்ல மனம் முன்பே பாய்ந்தாலும், வழுக்கும் பாறைகள் வேகத்தைக் குறைத்தன. பிக்குவின் கை அவனைக் கண்டு ஒருமுறை உயர்ந்து தாழ்ந்தது.

''என்னாச்சு உங்களுக்கு? இதோ நான் வரேன்''

உரக்கச் சொல்லி அவரை நோக்கி நடக்கத் தொடங்கினான். அதனைப் பார்த்த பிக்கு கண்மூடிக் கிடந்தார். அவன் அருகே சென்றான். சிரமப்பட்டாலும் அவரை எழுப்பி ஒரு பாறையில் உட்கார வைத்தான். தலை பின்னால் சாய்வதைக் கண்டு கையால் தாங்கினான்.

முகத்தில் நீர் தெளித்தான். சற்று நேரத்தில் அவர் கண் திறந்தார்.

''நீங்க யாரு? எப்படி இங்க வந்தீங்க?'' பிக்கு சற்றே ஆசுவாசமடையவும் ஜாதவேதன் கேட்டான்.

''வேறொருவருமற்ற ஓரிடம் தேடி வந்தேன்''

பிக்கு தளர்வான குரலில் சொன்னார்.

''ஆனாலும் உள்ளம் அடையும் தூரத்தை உடல் அடைய முடியவில்லையே. சட்டெனத் தளர்ந்து போனேன்''

ஜாதவேதன் அதிகம் ஒன்றும் கேட்கவில்லை. குளிர்ந்திருந்த கைகால்களைத் தேய்த்துவிட்டுச் சூடாக்கினான். காட்டிலிருந்து பழங்கள் கொண்டுவந்து கொடுத்தான். தனித்திருந்த இரு தேடலர்களும் அவ்வாறு நண்பர்களானார்கள். அவர்கள் துக்கத்தையும் துக்க காரணத்தையும் பரிகாரத்தையும் பற்றிப் பேசினர். போதானந்தன் என்ற அந்த பிக்குவுடன் ஊர் சுற்றிய ஜாதவேதன் கடைசியில் இந்த ஆசிரமத்திற்கு வந்து சேர்ந்தான்.

ஆசிரம வாழ்வு, இன்னதென்று உணர முடியாததோர் மனநிம்மதியை அவனுக்குத் தந்தது. உள்ளேயிருந்த படபடப்புக்களுக்கு சிறு அமைதி கிடைத்ததுபோல் இருந்தது. தியானபுத்தரின் வடிவை அருகிருந்து பார்த்தபோது கருணையின் ஒளி தன்மீது படர்வதாக அவனுக்குத் தோன்றியது. ஒருமுறை போதானந்தனிடம் ஜாதவேதன் கேட்டான்.

''நானும் பள்ளியில் சேரணும். உங்களைப்போல் பள்ளியார் ஆகணும்''

முதலில் எல்லாம் இது ஒரு தற்காலிக வினோதம் என்று எண்ணி தவிர்த்துவிட்ட போதானந்தன், ஜாதவேதனின் உறுதியை உணர்ந்தபோது முடிவாக சம்மதம் தெரிவித்தார். பிக்குகளின் கேள்விகளுக்கு எல்லாம் பதில் சொல்லி முடித்தபோது அவர்களுள் ஒருவர் சொல்லிக் கொடுத்தார்.

''புத்தம் சரணம் கச்சாமி''

சரணத்ரயம் ஏற்றுச் சொல்லியபோது ஜாதவேதனின் உள்ளம் சற்றே நடுங்கியது. இதுவரை பழகியதெல்லாம் மாறுகிறது. இந்தக்காலம் முழுதும் நாத்திகர் என்று நிந்தித்தவர்களுடன் சேருகிறோம். மறைகளும் அவற்றைச் சொல்லும் முறைகளும் ஒருநொடிநேரம் உள்ளே மின்னி மறைந்தன. அவற்றையெல்லாம் வாழ்வில் இருந்து கிள்ளி எறிகிறேன். சொல்லிலடங்கா வேதனை. ஒருவன் வேறொருவனாகும் மாற்றம். எனினும், அவனுக்குப் பின்வாங்கத் தோன்றவில்லை.

''இனி குடுமியைத் தவிர மேலும்கீழும் உள்ள மயிர் களைய வேண்டும்''

பிக்குகள் சொன்னவற்றையெல்லாம் ஜாதவேதன் செய்தான். வெள்ளைப் புடவை சுற்றினான். ஐந்து உபதேசங்களையும் உள்வாங்கிக் கொண்டான். இதன்பிறகு சிராமண விரதம்தான். பூணூலைக் கால்வழியாக உருவி ஆயிற்று. குடுமியை வெட்டி மேலே எறிந்தாயிற்று. சிவப்பு வேட்டியணிந்து நான்கு நாட்கள் மறைந்து இருந்தாயிற்று. இருபது ஆண்டுகளுக்கான நோன்பு. கொல்லாதே, களவு செய்யாதே, பிரம்மச்சரியம் கைவிடாதே, பொய் பேசாதே, கள்ளுண்ணாதே, ஆட்டமும் பாட்டும் பாடாதே, பகட்டுகள் கூடாது என்ற விலக்குகளில் சிலதெல்லாம் அவர் இதுவரை பழகி வந்ததே. பின்னர், பள்ளிமாருடன் ஆற்றுக்குப் போய் சன்னியாசம் சுவீகரித்துக்கொண்டார். மூன்று சீவரங்களில் ஒன்றை இடுப்பில் அணிந்துகொண்டார். மற்றொன்றை உத்தரீயமாக்கி வேறொன்றைத் தோளில் சுற்றிக்கொண்டார். பிடகங்கள் மூன்றையும் உருப்போட்டுக் கற்றார். அப்படி ஜாதவேதன் வினயானந்தன் ஆனார்.

கதை முழுவதும் கேட்டவுடன் குமரனுக்கு வினயானந்தனை மிகவும் பிடித்துப் போனது.

''நானும் பள்ளியார் ஆக வேண்டும்''

குமரன் தன் பழைய விருப்பத்தை இந்த பிக்குவிடமும் சொன்னான்.

''அதையெல்லாம் பலமுறை யோசித்துவிட்டுச் சொல். ஒரு நொடியில் தோன்றிய எண்ணத்தைச் சிறிது காலத்திற்குப்பின் மாற்ற வேண்டும் என்று தோன்றினால் என்ன செய்வது?''

''அதென்ன, நீங்க அப்படிச் சொல்றீங்க?''

''ஒன்னுமில்ல. சரியானது எதுவென்று எனக்குத் தெரியாது குமரா. இங்கே வந்து சேர்ந்தபோது இருந்த நிம்மதி இப்போ என்கிட்ட இருக்குன்னு தோணல. அவிழ்த்தெறிய முடியாத எதுவெல்லாமோ உள்ள இருந்துக்கிட்டு பின்னாலிருந்து இழுப்பது மாதிரி ஒரு குடைச்சல்''

''நீங்க அறிவு தேடிப் புறப்பட்டது போலவே, நானும் ஊரைவிட்டு வந்தவன். ஒன்னுமே முழுசாகல. எப்போதும் எனக்கு ஒரு சந்தேகம் இருக்கு?''

''என்ன அது? சொல்லு''

''ஒருத்தன் தன் சொந்தப் பேரை மாத்தறப்ப என்ன மாற்றம் வந்து சேருது?''

வினயானந்தன் எதையும் பேசாமல் சற்றுநேரம் அமர்ந்திருந்தார். இதற்கு என்ன பதில்? ஒரு வேளை தன் சந்தேகங்களையும் எண்ணங்களையும் சொல்லலாம். இல்லையென்றால் மொழியும் பொருளும் தமக்குள்ளிருக்கும் இணக்கத்தையும் பிணக்கத்தையும் குறிக்கும் நூறாயிரம் தர்க்கங்களைக் குறித்துதான் சொல்ல வேண்டும்.

"நீ அறிவு தேடிப் புறப்பட்டவன் அல்லவா? எனக்குத் தோன்றுவதைச் சொல்வதைவிட வேறு சிலவற்றைத் தெரிந்துகொள்ள வேண்டும் என்று தோன்றுகிறது. அப்போது தானாகவே தீர்மானிக்கலாமே"

குமரன் பிக்குவைத் தாழ்ந்து வணங்கினான்.

"நீங்கள் அறிந்தவற்றைச் சொல்ல கேட்பது என்பதே என் ஆசை. அப்போதல்லவா என் வாழ்விற்கும் ஒரு பொருள் உண்டாகும்"

மீமாம்சகரும் வேதாந்திகளும் நியாய வைசேஷிகரும் பௌத்தர்களும் தமக்குள் காலங்காலமாய் தொடரும் வாதங்களின் சுழலுக்குள்தான் வினயானந்தன் குமரனைத் தள்ளிவிட்டார். ஒரு உருவமும் அதன் பெயரும் தமக்குள் என்ன உறவு? அவற்றுக்கிடையே நேரடியான ஒற்றுமை இருக்கா? ஒன்றின் பெயர் அதுவே ஆனதால் அப்படி வந்து சேர்ந்ததா அல்லது ஒவ்வொரு பொருளையும் மற்றொன்றில் இருந்து மாறுபட்டுத் தெரிந்து கொள்வதற்கான வழி என்ற அளவில் ஒவ்வொரு பெயரும் கொடுக்கப்பட்டுள்ளதா? பதத்திற்குச் சொந்தமான பொருள் உண்டா அல்லது பதங்கள் சேர்ந்த வாக்கியத்துக்கு மட்டுமே பொருளறிய முடியுமா? பொருள் என்பது என்ன? அது நேரடியாகப் பொருளையோ வேறுபாட்டையோ குறிக்கிறதா?

அதன்பிறகு குமரனுக்கு வினயானந்தனிடமிருந்து விடுதலை இல்லாமல் போனது. வாழ்வில் வந்து சேர்ந்து முடிச்சுகளிலிருந்து வெளியேற மாயஉலகின் சரடுகளை எடுத்துச் சுழற்றுகிறான். உலகின் முழுப்பரப்பையும் அதன் சிறு துளிகள்வரை தெரிந்துகொள்ளவும், அனுபவிக்கவும் மனிதன் ஏற்படுத்திய மொழியென்ற ஒலி வடிவம். அதன் எல்லையற்ற பொருள்கள்.

கிடைக்கும் நேரமெல்லாம் அவன் பிக்குவின் அருகே வந்தான். யாஸ்கனும், ஔதும்பராயணனும், பாணினியும், பதஞ்சலியும், பத்ருஹரியும், குமாரிலனும் பிரபாகரனும், திக்னாகனும், தர்மகீர்த்தியும் அவர் வழியாக குமரனிடம் பேசினார்கள். சப்தங்களின் பெருங்கடலில் இருந்து பாய்ந்து வந்து சேர்ந்த சில அலைகளில் குளிப்பதன் துடிப்பையும் உவப்பையும் அவன் அனுபவித்தான். சரி தவறுகளைவிட அப்படிப்பட்ட எண்ணங்களின் ஒன்றோடொன்று வேறுபட்ட வழிகளே அவனை அவற்றின் சிறையில் அகப்படுத்தின.

அத்தியாயம் நான்கு

வினயானந்தனுடன் பங்கிட்ட ஓர் இரவும் கடந்துபோனது. இப்போது அவர் படுக்கை அறையில் அமர்ந்து, மாலா மந்திரங்கள் உருப்போடுவதைக் கேட்கலாம். இரவில் பிக்கு பேசமாட்டார். சீக்கிரமே உறங்கிவிடுவார். தனிமையில் குமரன் எழுந்து வெளியே நடந்தான். ஜாதவேதனை வினயானந்தனாக்கிய காடு, குமரனுள்ளும் தழைத்து வளர்ந்தது. நீர்வீழ்ச்சியின் இரைச்சல் கூடியது. அவன் ஆசிரமத் தோட்டத்தைக் கடந்து வெளியே நடைபாதையை அடைந்தான்.

பாதையின் மறுபுறம் தழைத்து நிற்கும் மரக்கூட்டங்கள் இரவில் பூத வடிவங்களாக வளர்ந்தன. ஆனாலும் குமரனுக்குள் பயம் தோன்றவில்லை. பிரபஞ்ச ரகசியங்கள் முழுமையையும் உள்ளடக்கிய ஓர் இடம் நோக்கிச்சட்டென ஒருவன் கடக்காமல் இருக்க ஒரு மறைப்பு மட்டுமாகலாம் அது. காரிமுள்ளும் சூரிமுள்ளும் ஒருவேளை நோகச் செய்யலாம். இருட்டு அவனை உள்ளே அழைத்துச் சென்றது. மரக்கூட்டங்களை நெருங்கிக் கடந்து கனத்த காட்டின் அழைப்பைக் கேட்டு நடந்தான். பின்னாலிருந்து யாரோ முதுகில் தொடுவதாகத் தோன்றவும் திரும்பிப் பார்த்தான். அவனுள்ளே ஒரு வெண்மின்னல் வெட்டியது. நீலி! இலைப்படர்ப்பின் இடையில் பதுங்கி வந்து சேர்ந்த நிலவொளியிலும் அந்தக் கண்களின் சந்திரகாந்தங்களையும் உதட்டின் ரத்தச் சிவப்பையும் தெரிந்துகொள்ள ஒரு நொடிப்பொழுது போதுமானதாக இருந்தது. ஆனால் அவளுடைய முகம் கனத்து இருண்டிருந்தது. ஒரு வாழ்வின் அழல் முழுவதும் அதை மூடி இருந்தது.

முதல் நடுக்கத்திலிருந்து குமரன் வெளிவந்தான்.

"நீலி..."

"நான் காரணமாக ரொம்ப உழன்றுவிட்டாயல்லவா?"

நீலியின் கண்களின் ஒளி மங்குவதை அவன் கண்டான்.

"இல்ல. முதலில் பார்த்த நாளிலிருந்து உன் கூடவேதான் நடந்து கொண்டிருந்தேன். வாழ்விலிருந்தே விடுதலை அடைந்தாலும் நீ இப்போதும் என் கூடவே இருக்கிறாய்"

அவன் அவளுக்கு நேராகக் கை நீட்டினான். அதற்குள் அவள் சற்றே பின்னால் அகன்று நின்றாள். அவன் அருகே நடந்தான். அதற்கிணையாக அவளும் மீண்டும் கையெட்டாத் தூரத்திற்கு அகன்று சென்றாள்.

"வாழ்விலிருந்து எனக்கு விடுதலையில்லை. முழுமை அடையாத எதற்கும் முக்தியில்லை"

நீலியின் கண்கள் பசுமையும் துடிப்புமுள்ள ஒவ்வொன்றையும் சுழன்றெடுப்பதாகக் குமரனுக்குத் தோன்றியது.

"நான் ஒன்னு கேக்கவா?"

அவன் வார்த்தைகளுக்காகத் தவித்தான்.

"என்ன?"

"நீ இப்பவும் இருக்கிறாயா அல்லது என்னோட எண்ணம் மட்டுமா?"

"குமரா, நீயே உன் எண்ணம்தான். அதைத் தெரிந்துகொள்ள வேண்டுமென்றால் என் நிலையை அடைய வேண்டும்"

அவன் ஒரு நிமிடம் பேசாமல் நின்றான். எனினும் வாழ்ந்து கொண்டிருக்கும் எல்லோருக்குமான ஆதி அவனையும் விட்டொழியவில்லை.

நீ இவ்ளோ காலம் எங்க இருந்த? இப்ப பக்கத்துல வந்தது எதுக்காக?''

''உன்னை விட்டு ஒழிந்துபோக என்னால் முடிந்ததில்லை ஒருபோதும். ஆனாலும் முன்னால் வராமல் இருப்பது ஏன் என்று உனக்கே தெரியுமே. இதுவரைக்குமான உன் பயணத்தில் ஒரு ஆபத்தும் வராமல் பார்த்துக் கொண்டிருந்தேன். அதை நீ அறிந்திருக்கவில்லை. அவ்வளவுதான்.

நீலி ஒரு மூச்செடுத்ததை சதாவரிச் செடிகள் உணர்ந்துகொண்டன. அவற்றின் வெண்பூக்கள் அசைந்து கொடுத்தன.

''செத்து ஒடுங்கினாலும் நான் செய்த காரியங்களிலிருந்து எனக்கு விடுதலை இல்லை. அதனால் உன் முன்னால் இப்படி வெளிப்படுத்த வேண்டியதாயிற்று''

''அப்படின்னா? இந்த மண்ணில் நீ இன்னும் என்ன செய்ய வேண்டி இருக்கிறது?''

''அது போகிற போக்கில் தெரியும்''

குமரன் அப்போதுதான் உண்மையாகவே நிலைகுலைந்து போனான்.

''இன்னும் என்ன செய்ய வேண்டியதிருக்கு? எனக்கு அது தெரியணும்''

''எனக்கும் தெரியாது குமரா. முடிந்தால் என்னை நம்பு. என்ன

செய்ய வேண்டும் என்று உள்ளே யாரோ வந்து சொல்வாங்க. அதற்கு ஒத்து நடந்து கொள்வது மட்டுமே நான் செய்ய வேண்டியது''

குமரன் தன்னிலை அடைய நேரம் எடுத்தது. அவன் சற்றே அடங்குவதுவரை, அவள் காத்திருந்தாள். பின்னர், அவனைக் கைநீட்டி அணைத்தாள். அவன் அருகே சென்றான். பெரியதொரு மரத்தினடியில் நீலி உட்கார்ந்து குமரனையும் உட்கார வைத்தாள். அவன் அவளுடைய மடியில் அமர்ந்தான். பிறந்து விழுந்த இரத்தப் பிசுபிசுப்புள்ள பச்சிளம் குழந்தையாய் துணைதேடி அவன் உதடுகள் அவள் மார்பில் அழுந்தின. பின்னர், அவளின் நிர்வாண உடலில் இடுப்பினிடையில் முகமழுத்தி உறங்கினான். விடியும்வரை அவர்கள் அந்த மரத்தடியிலேயே கழித்தனர். அடுத்திருந்த ஆலமரக்கொம்பில் தலைகீழாகத் தொங்கிக் கிடந்த வௌவ்வால் மட்டும் அவர்களுக்குக் காவலாக விடியும்வரை அப்படியே அமர்ந்து இருந்தது.

அத்தியாயம் ஐந்து

மறுநாள் குமரன் திரும்பி வந்தபோதும் வேறொன்றும் நடக்காததுபோல ஆசிரமம் அவனை ஏற்றுக்கொண்டது. ஆனால், வேறு ஏதோ ஒரு இடத்திற்கு வந்துவிட்டதாகவே அவனுக்குத் தோன்றியது. தன்னுடனே இருக்கும் தன்னை மீறிய உலகத்துக்குள் அவன் கீழடங்கி இருந்தான். கடந்துபோன அனுபவங்களை எல்லாம் அந்த நிழல் உலகத்துக்குள் சேர்த்து வைத்திருக்கிறான். கதைகளும் கனவுகளும் மட்டுமல்ல, தான் பேசும் மொழியும் உள்ளடங்கும் அந்த உலகம், கண்முன் காணப்படும் உலகத்தைவிட மிகவும் உண்மையானது என்று அவனுக்குத் தோன்றியது. அங்கே வாழ்வென்றும் தாழ்வென்றும் வேற்றுமை இல்லை. உள்ளத்திற்குள் ஒளிர்ந்து மறையும் காட்சிகளும் காதில் உரசிச் சென்ற ஓசைகளுமெல்லாம் அங்கேதான் சேகரித்து வைக்கப்படுகின்றன. அவ்வுலகில் இருந்துகொண்டுதான் இவ்வுலகத்தை அனுபவிப்பதாகவே தோன்றியது.

வினயானந்தன் ஒருமுறை வந்து, புத்தபள்ளியில் சேர்வதற்கான குமரனின் பழையதொரு விருப்பத்தை உணர்த்திவிட்டுச் சென்றார். அப்போது அவன் எதுவும் பேசவில்லை. நீலி உடனிருக்கும்போது தன்னால் எப்படி பிக்குவாக முடியும்? எனினும் அப்படியொரு நினைவு வந்து பட்டென மறைந்துபோனது. அவன் மீண்டும் இம்மையில் தனியனாய் மாறினான். இரண்டு நாட்களுக்குப் பிறகு ஒரு பிக்கு வந்து குமரனை ஆசிரமத்திற்குள் அழைத்துப் போனார்.

அங்கே ஐந்து பிக்குகள் அமர்ந்திருந்தனர். வினயானந்தன் அந்தக் கூட்டத்திலிருந்து சற்றே நகர்ந்து சுவரில் சாய்ந்து நின்றிருந்தார். ஐந்து

பேரில் வயதில் மூத்தவர் குமரனை அருகே அழைத்தார். அவர் அவனுடைய முன்கால வாழ்க்கையைப் பற்றிய செய்திகள் பலவற்றையும் கேட்கத் தொடங்கினார்.

''நீ மனிதனா, மிருகமா?'' பிக்குவின் கேள்வியில் அவன் சற்றே அதிர்ந்தான்.

''நான்... நான்... மனிதன் என்னு நினப்பேன்''

அதைக் கேட்ட வேறொரு பிக்கு புன்னகைத்தார்.

''தயக்கம் கொள்ள வேண்டாம். மனிதனுக்கு மட்டுமே ததாகதன் சந்நியாசம் விதித்திருக்கிறார். அதை உறுதி செய்ய மட்டுமே கேட்கிறார்''

குமரன் ஆசுவாசமானான். எனினும் அடுத்த கேள்விக்கு முன்னால், அவன் பதறிப் போனான்.

''நீங்கள் கொலை செய்திருக்கிறீர்களா?''

''அது... என் முன்கால வாழ்வை முழுவதுமாக ஒழித்துவிட்டுத்தானே ஒரு பிக்குவாக விரும்பினேன்?''

''அப்படியே இருக்கலாம். ஆனால், எல்லோராலும் பிக்குவாக முடியாது. அதற்கும் சில நிபந்தனைகள் இருக்கின்றன'' மூத்த பிக்குவின் குரலில் கௌரவம் ஏறியது.

எதுவும் வரட்டும் என்ற முடிவோடு குமரன், ''கொலை பண்ணியிருக்கேன். வேணும்னு செய்யல. அது எப்படியோ நடந்து போச்சு'' என்றான்.

''மன்னிக்கணும் சகோதரா, இது நாங்கள் முன்பே அறிந்ததுதான். எவ்வளவு கழுவினாலும் கைகளிலிருந்து ரத்தக்கறை மறையாது.

நீங்கள் எப்போதும் சுமந்து திரியும் கத்தி எப்போதாவது சத்தியத்தை வெளியே சொல்லியே தீரும்''

அவ்விடம் முழுக்க மிகுந்த அமைதி சூழ்ந்தது.

"இதைப் பற்றி நீ ஏன் என்னிடம் சொல்லவில்லை குமரா?''

சற்றுநேர மௌனத்தின் முடிவில் வினயானந்தனின் அமைதியற்ற குரல் எழுந்தது. எனினும், அவர் மற்ற பிக்குகளிடம் கெஞ்சுவதைக் கேட்க முடிந்தது.

"முன்காலம் முழுவதையும் விட்டுவிட்டு ஒருவன் வேறொருவன் ஆகும்போது பழைய செய்திகளைப் பற்றி விசாரிக்க வேண்டியது இருக்கிறதா? இவருக்கு சரணமார்க்கம் மறுக்கப்பட வேண்டியதில்லை என்பதுவே என் கருத்து''

"எனில், தங்களின் கருத்து புத்த வசனங்களுக்கு எதிரானது''

மூத்த பிக்கு கௌரவமாக வினயானந்தனைப் பார்த்தார். "இச்சட்டங்களைக் கடைப்பிடித்தே ஆக வேண்டும். அதற்கு ஒத்துக்கொள்ளாதவர்கள் ஏன் பிக்குவாக வேண்டும்?''

அப்படிச் சொல்லப்பட்டது தனக்கும் சேர்த்துதான் என்று வினயானந்தனுக்குத் தோன்றியது. உள்ளே எதுவெல்லாமோ கொதித்துக் கொண்டிருக்கிறது என்பதை அவர் முகம் பறைசாற்றியபடி இருந்தது. ஆனாலும், அதிகம் எதுவும் பேசாமல் அவர் அங்கிருந்து வெளியேறினார்.

குமரன் தளர்ந்து போயிருந்தான். துணி மூட்டையில் ஒளித்து வைத்திருந்த கத்தியைப் பற்றி இவர்கள் எப்படி அறிந்தார்கள்? எதுவும் பேசமுடியாமல் அவன் தலைகுனிந்து அமர்ந்திருந்தான். கேடயத்தில்

சொருகப்பட்ட வாட்களைப் போல கைகள் இரண்டையும் மார்பில் பிணைத்துக்கொண்டான். என் பாதுகாப்பைக் கருதியெனினும், நான் சதியல்லவா செய்திருக்கிறேன். மூடிய கண்களிலிருந்து நீர் வழிவதை அவன் துடைத்துக் கொள்ள மறந்தான்.

''குமரா, எழுந்திரு''

அவன் கண்திறந்து பார்த்தான். பிக்குகள் எவரும் அங்கே இருக்கவில்லை. அவனுடைய தலைமுடியை வருடிவிட்டபடி அவள் மட்டுமிருந்தாள். நீலிம அவள் அவனுடைய கண்களைத் துடைத்தாள்.

குமரன் எழுந்து வெளியே நடந்தான். தன்மீது படரும் ஆசிரமவாசிகளின் கண்களை அவன் திரும்பிப் பார்க்கவில்லை. நேராகப் படுக்கையறைக்குச் சென்றான். வழக்கமான அந்தத் துணிமூட்டையில் வேறெதுவும் கூடுதலாகவும் இல்லை; குறைவாகவும் இல்லை. அவன் அதைத் தோளிலேற்றினான். கத்தி வெளியே தெரியாதபடி அதன் முனையை மூட்டைக்குள் செருகி வைத்தான்.

படி இறங்கும்போது அங்கே அமைதியாக நின்றிருந்த வினயானந்தனைப் பார்த்து தலைகுனிந்து வணங்கினான். கைகளைத் தலைக்கு மேலே உயர்த்தி அவர், ''வருத்தப்படாதே. ஆசிரமத்திற்கு வெளியிலும் உனக்கு வேண்டியதெல்லாம் கிடைக்கும்'' என்றார்.

பின்னர் சன்னமான ஆனால் உறுதியான குரலில், ''நானும் இங்கே எவ்வளவு நாள் இருப்பேன் என்று தெரியவில்லை. ஒரு சந்தேகியாகத் தொடங்கியவன் அல்லவா நான். ஒரு நிமிடம் போதும், எல்லாவற்றையும் விட்டெறிந்து வேறொன்றைத் தேடிச் செல்ல. அதற்கான நேரம் நெருங்கி வருவதாகத் தோன்றுகிறது'' என்றும் சேர்த்துக் கொண்டார்.

குமரன் அதிர்ந்து நின்றான். பின்னர் எதுவும் பேசாமல் வெளியேறினான்.

"நில்"

வினயானந்தன் பின்னாலிருந்து அழைத்தார். திரும்பிப் பார்ப்பதற்குள் அவர் உள்ளே சென்றுவிட்டிருந்தார். குமரன் காத்து நின்றான். பெரியதொரு மூட்டையுடன் அவர் திரும்பி வந்தார். அதைக் குமரனின் முன்னால் வைத்துவிட்டு,

"அபூர்வமான சில கிரந்தங்கள். இனி, எனக்கு இவை தேவையில்லை. நீ எடுத்துக்கோ" என்றார்.

அந்த மூட்டையையும் சேர்த்தெடுத்துக்கொண்டு வழிநடையாய்ச் செல்வதன் துயரத்தை நினைத்து குமரன் சற்றே தயங்கி நின்றான்.

"அதை எடுத்துக்கோ. நான்தானே உன்னுடன் இருக்கிறேன்" நீலியின் குரல். குமரன் வினயானந்தனிடம் விடைபெற்றான். ஒரு தோளில் வைத்திருந்த தன் மூட்டையுடன் மறுதோளில் கிரந்தங்களின் மூட்டையையும் சுமந்து சென்ற குமரனுக்குச் சிரமம் எதுவும் தோன்றவில்லை.

பாதைக்குத் திரும்பியபோது எங்கே வளைந்து திரும்ப வேண்டுமென்ற சந்தேகம் எழவில்லை. நீலி முன்னாலேயே இருந்தாள். தன் பின்னால் நடந்து வரும் குமரனைத் திரும்பிப் பார்க்காமலேயே அவள் கேட்டாள்.

"நான் இங்கு எதற்காக வந்தேன் என்பதை இப்போது தெரிந்துகொண்டாயா?"

அவன் பதிலை வேறொரு கேள்வியில் அடைத்தான்.

''நாம எங்க போறோம்?''

''அவளூருக்கு''

அது எங்கே என்று அவன் கேட்கவில்லை. பூந்தோட்டத்துக்கா சுடுகாட்டுக்கா எங்கே போவதென்று காற்றுக்குத் தெரிய வேண்டியதில்லையே. நீலியின் அண்மை அழைத்த தெய்வீகமானதொரு லகரியில் குமரன், அவள் பின்னால் நடந்தான்.

16

அத்தியாயம் ஒன்று

தன் கைகளுக்கு வந்து சேர்ந்த ஓலைச்சுவடிகள் நோவுகள் அடக்கி வைத்திருக்கும் ஒரு புத்தகத்தின் ஏடுகளென்று சட்டென்று உணர்ந்து கொண்டதொரு விடியலில், அறிவின் பாரத்தைத் தாங்கமுடியாமல் ஆர்யதேவன் வெளியேறி நடந்தார். தன் உடலிலும் உயிரிலும் அதன் முட்கள் கீறுவதை அறிந்து ஒரு புதருக்கருகில் கருங்கல்லில் அமர்ந்தார். இந்தச் சுவடிகளுக்குத் தன்னுடன் ஏதோ உறவு இருக்கிறது. தன் முன்கால வாழ்வின் ஏடுகளுடன் அவை கண்ணிகளாய் சேர்ந்திருக்கின்றன. வழக்கமற்ற ஒரு வேதனையோடு தலையைக் கைகளால் தாங்கி கண்கள் மூடி அமர்ந்தார். அருகில் ஒரு பதியன் செடியின் முற்றிய காய்கள் வெடித்து அவற்றுள் அடங்கியிருந்த அப்பூப்பன் தாடிகள் வெளியே பரவின. அடக்கி வைத்திருந்த நினைவுகள் பட்டென்று வரிசை தவறி வெளியேறுவது போல அவற்றுள் சில அவரை வலம் வந்தன.

அலங்காரனும் தர்மசீலனும் தானும் அடுத்தடுத்த ஊர்க்காரர்களெனினும், சந்தித்துக் கொண்டது அங்கிருந்து நெடுந்தூரமிருந்த இந்த அவளூரில்தான். அலங்காரனின் ஊர் பற்றித் தெரிந்துகொண்டபோதும் அப்படி ஒரு பரிச்சயத்தைக் காட்டிக்கொள்ளவே இல்லை. முன்காலத்தை நினைக்க விரும்பாத பிக்கு வாழ்க்கையோ, அலங்காரனைப் போல் உள்ளவர்களிடமிருந்து அகன்று வாழ்ந்த முன்கால வாழ்க்கையோ அப்படியொரு

சங்கடத்தைத் தனக்குள் ஏற்படுத்தி இருந்ததோவென்று அவரால் முடிவுசெய்ய இயலாதிருந்தது.

முன்பு ஆர்யதேவன் ஊரைவிட்டு வெளியேறியது எதையாவது அடையவோ இழக்கவோ அல்ல. வெம்பொலி நாட்டில் கௌணாற்றின் கரையில் உள்ள குமாரநல்லூரில் இளந்துருத்தி என்றதொரு பிராமணக் குடும்பத்தில்தான் அவன் பிறந்தான். பிதாமகனின் "நாராயணன்' என்ற பெயர் பரம்பரையாக அவனை வந்தடைந்தது. தந்தை, அருகேயிருந்த ஓர் ஆலயத்தின் பூசாரியாக இருந்தார். கல்லைக் கண்ட இடத்திலெல்லாம் வணங்கியும், குளம் கண்ட இடத்திலெல்லாம் குளித்தும் ஓராயிரம் வழிபாடுகள் செய்தும் கிடைத்த குழந்தைதான் நாராயணன் எனினும் சிறு வயதிலேயே நோஞ்சானாக இருந்தான். இளைப்புநோய் இல்லாத நேரமில்லை. உணவு உட்கொள்வதும் குறைவே. நன்றாக வளர்ந்தபோதும் உடல் தேறவே இல்லை. உபநயனம் முடிந்து இல்லத்திலேயே ஈஸ்வர சேவை செய்துகொண்டிருந்தபோது உபாசனா மூர்த்திகளைப் பற்றி தந்தையே சொல்லிக் கொடுத்தார். துர்க்கையும் கணபதியும் சாஸ்தாவும் யாரென்று விவரித்துவிட்டு அடுத்த விக்கிரகத்தின் முன்னால் தந்தை சற்றுநேரம் அமைதியாக நின்றார். பின்னர் வெளியே வந்த வார்த்தைகளில் புரண்ட வேதனையை நீண்ட காலத்திற்குப் பிறகும் நாராயணன் மறக்கவில்லை.

"இது வராகமூர்த்தி"

அவர் தொடர்ந்தார்.

"பன்னியூரிலிருந்து வெளியேறியதுதான் நம்முடைய குடும்பம்"

என்னவென்று அறியாமலேயே அவரது வார்த்தைகளின் துயரத்தை நாராயணன் தனக்குள் ஏற்றுக்கொண்டான். பின்னர் பலபோதும் பல

துணுக்குகளாகக் கேட்கப்பட்ட அந்த வெளியேற்றத்தின் கதையில் தானும் ஒரு கதாபாத்திரமெனக் கற்பனை செய்துகொண்டான். ஈஸ்வர சேவைக்கிடையில் வராகமூர்த்தியின் முன்னால் பிராணாயாமம் செய்துகொண்டிருந்த போதெல்லாம் இதுவரை பார்க்கவில்லையெனினும், துன்பங்களில் கொதித்து வற்றிய ஒரு நாட்டைப் பற்றி நினைத்து எரிந்து கொண்டிருந்தான்.

''நீ என்ன யோசிச்சுக்கிட்டிருக்க? பூஜை முடிஞ்சா உடனே புறத்தளத்துக்கு வந்துடணும். ஓரிடம்வரை போகணும். என் குழந்தை என்னைப்போல ஒரு பூசாரியா மட்டும் இருந்தாப் போறாது. சகல சாஸ்திரங்களிலும் தெறமையானவனா ஆகணும்''

சித்தரூபமும் அமரகோசமும் நாராயணன் படித்து முடித்திருந்தான். ஸ்ரீராமோதந்தமும் ஸ்ரீகிருஷ்ணவிலாசமும் ரகுவம்சமும் போல சில காவியங்களையும் மனனம் செய்தான். அதெல்லாம் போதாது. தர்க்கமும் இலக்கணமும் தெரிந்துகொள்ள வேண்டும். சாக்கியமும் யோகமும் மீமாம்சமும் வேதாந்தமும் முழுமையாகத் தெரிந்துகொள்ள வேண்டும். எல்லாவற்றிலும் திறனுள்ளவனாக வாசஸ்பதிமிஸ்ரனைப் போல சர்வ சுதந்திரனாக வேண்டும்.

நாராயணனுக்கு அதிலெல்லாம் விருப்பமில்லையெனினும் அவன் புறத்தளத்துக்குச் சென்றான். அவர், புறப்படத் தயாராக இருந்தார். இருவரும் நான்கைந்து நாழிகை நடந்து ஒரு சாமியார் மடத்தை வந்தடைந்தனர். மூப்பில் சாமியாரைப் பார்த்துவிட்டு அப்பா திரும்பும்போதே நாராயணனுக்கு தான் இனி தங்கிப் படிக்கப் போவது அங்கேதான் என்பது புரிந்தது.

ஒவ்வொரு சாஸ்திரத்திலும் தேர்ந்த பண்டிதர்களே அவனுக்குக் கற்றுக் கொடுத்தனர். நியாயத்தின் பிரமாணங்களையும் வைசேஷிகத்தின் பொருளையும் தெரிந்துகொண்டு அவை சேரும்

தர்க்க சாஸ்திரத்தை நாராயணன் ஓரளவுக்கு நன்றாகவே கற்றுக்கொண்டான். பல மதங்களைப் பற்றிய குறைந்தபட்ச அறிவைப் பெற்றான். லோகாயதம், பௌத்தம், சமணம் போன்ற நாஸ்திக மதங்களைக் குறித்து முழுமையாகக் கற்றுக்கொள்ள வேண்டும். அவற்றின் விமர்சனம்தான் முக்கியமானது. சாக்கியத்தின் ஞானமார்க்கமும் யோகத்தின் கர்மமார்க்கமும் அறிந்திருந்தால் போதும். வேதங்களைப் பின்பற்றும் மீமாம்சமும் வேதாந்தமுமே உத்திரபட்சம். கர்மமும் ஞானமும் அவற்றிலிருந்துதான் தெரிந்துகொள்ள வேண்டும். குமாரிலபட்டரும் சங்கரருமே அவற்றின் ஆச்சாரியர்கள். அவை சேர்ந்ததுதான் தன் மதம்.

சாமியார் மடத்தில் கல்வியை முடித்துவிட்டு நாராயணன் இல்லத்திற்குத் திரும்பி வந்தான். அதற்குள் அவன் மனம் முழுவதும் மாறிவிட்டிருந்தது. யாரிடமும் அதிகம் பேசுவதில்லை. பிரபஞ்ச வாழ்வில் ஒவ்வொன்றின் தத்துவத்தையும் தெரிந்துகொள்வதற்கான பேராவலே அப்போதும் பின்தொடர்ந்தது. எல்லா மதங்களின் சாராம்சத்தையும் உள்வாங்கிக் கொண்டு ஒரு நூல் எழுத வேண்டும். அதற்கு ஒவ்வொரு பக்கமும் இருக்கும் பிடிவாதங்களை விடவேண்டும். ஒரு பக்கமாக நின்றால் அதன் நன்மைகளைப் போல, தீமைகளையும் சுமக்க வேண்டி இருக்கும். தர்க்கத்தினூடாக, தானே சரியென்று நிறுவுவதற்கு உள்ளத்தின் ஒவ்வொரு அணுவையும் உணர்வுறச் செய்து நிறுத்த வேண்டும். அதன்பிறகு? எதிரிகளின் முட்டாள்தனமான குறைகளைப் பெரிதுபடுத்தவும், தன் குறைகளை நியாயப்படுத்தவும் வேண்டும். தவறு என்று தெரிந்துகொண்டே பிடிவாதம் பிடித்து தன்னைத்தானே ஏமாற்ற வேண்டியிருப்பதை நாராயணன் வெறுத்தான். அப்போதெல்லாம் தன் குடும்பத்தின் பூர்வகதையை அப்பா அவ்வப்போது சொல்லியதை அவன் நினைவில் கொண்டான்.

பேராற்றின் கரையில் பன்னியூர் என்றும் சோகிரம் என்றும் இரண்டு கிராமங்கள். பன்னியூரில் வராகமூர்த்தி ஆலயமும் சோகிரத்தில் தட்சிணாமூர்த்தி ஆலயமும் இருந்தன. இரு கிராமங்களின் பிராமணர்களுக்குள் போட்டி எப்போதும் இருந்துவந்தது. அவர்களுக்குள் ஓர் இணக்கத்தைக் கொண்டு வருவதற்கான முயற்சிகளும் நடக்காமல் இல்லை. மூத்தோர் கூடி யோசித்தனர். பேராற்றின் கரையில் நடந்திருந்த மாமாங்கத்தில் அவர்கள் ஒரு பரிகாரம் கண்டடைந்தனர். மலைநாட்டு பிராமணர்கள் தமக்குள்ளான வேற்றுமையைக் குறைக்க அவர்களுடைய கிராமங்களை நான்கு கழகங்களாகப் பிரித்தனர். ஒவ்வொரு கழகத்திற்கும் அதிகாரியாக ஒவ்வொரு வால்நம்பியையும் முடிவு செய்தனர். மலைநாட்டு பிராமணர்கள் எல்லோரும் வராகமூர்த்தியைப் பரதேவதையாகக் காண வேண்டுமென்றும் அனைவரும் இந்த இரண்டு கிராமங்களில் ஏதேனும் ஒன்றுடன் உண்மையாக இருக்க வேண்டும் என்றும் முடிவானது. அதைத் தொடர்ந்து பிராமணர்கள் அனைவரும் பன்னியூருடனும் சோகிரத்துடனும் உண்மையாக இருந்தனர். கைப்பஞ்சேரி, பன்னியூர் கிராமத்துக்கும், ஆழ்வாஞ்சேரி சோகிரம் கிராமத்துக்கும் தம்பிரான்கள் ஆக்கப்பட்டனர். பன்னியூரின் தர்க்கங்கள் தீர்க்க சோகிரத்துத் தம்பிரான்களிடமும் சோகிரத்தின் தர்க்கங்கள் தீர்க்க பன்னியூர் தம்பிரான்களிடமும் பொறுப்புகள் கொடுக்கப்பட்டன. சைவர் என்றும் வைணவர் என்றும் உள்ள வேறுபாட்டினைப் பொருட்படுத்த வேண்டாம் என்ற நிலைப்பாட்டினை பொதுவாகவே அனைவரும் ஏற்றுக்கொண்டனர்.

பிறகும் என்ன? இதனாலெல்லாம் தர்க்கங்களுக்கும் போட்டிகளுக்கும் முடிவுகள் எட்டப்படவில்லை. அது நாளுக்குநாள் வளர்ந்துகொண்டே இருந்தது. சோகிரத்துடனான போட்டியில் வெல்ல வேண்டும். அதற்கு என்ன செய்ய வேண்டும்? நெடுநாள் யோசனைகளின் முடிவில் மூத்தோர்கள் ஒரு வழியைக் கண்டறிந்தனர்.

அறிவில் சிறந்த சில இளைஞர்களைத் தேர்ந்தெடுத்து அயல்தேசங்களுக்கு அனுப்பி கற்பிக்கச் செய்ய முடிவானது. ஆனால், சோழநாட்டிற்கும் வேறு இடங்களுக்கும் சென்று கற்றவர்கள் பலரும் அவர்களின் குருமார்களான சாஸ்திரிகளுடன்தான் திரும்பி வந்தனர். அயல் தேசத்தவர்களும் இங்கே தங்கிவிடும் ஆவலோடு இருந்தனர். எனினும், மலைநாட்டில் வசிக்க வந்த சாஸ்திரிகளின் எண்ணிக்கை வெகுவாகக் கூடியதால், பலருக்கும் அவர்கள் மீதான வெறுப்பும் கூடியது. மலையாளத்தின் ஆச்சாரங்களை ஏற்றுக்கொள்ள அயல்தேச பிராமணர்கள் மறுப்பு தெரிவித்ததும் அதற்குக் காரணமானது. அதற்கென்ன? குமாரிலபட்டர் அயலவர் அல்லவா? இங்கிருக்கும் அந்தணர்கள் தற்பெருமையோடு யாக கர்மங்கள் செய்யக்கூடிய நிலை குமாரிலபட்டரின் வருகைக்குப் பின்னால் அல்லவா ஏற்பட்டது? அது தொடர்வதால் விசனம் கொள்வது எதற்காக! பிற நாடுகளுக்குப் போய் வந்தவர்களுக்கு அவர்களுடையதான நியாயம் இருந்தது. பன்னியூர்காரர்கள் பல பிரிவுகளாகப் பிரிந்தனர்.

அயல் தேசத்தவர்களுக்கு இங்கே நிலம் கொடுக்காதீர்கள் என்றொரு உக்கிரசாசனத்தையே பரதேவதையான வராகமூர்த்தியின் பெயரால் அவர்களில் ஒரு குழுவினர் வெளியிட்டனர். தங்களுக்குள் கலகம் அதிகரித்தபோது வராகமூர்த்தியின் சக்தியையே இல்லாமல் ஆக்குவதற்கான முயற்சியிலும் சில பிராமணர்கள் ஈடுபட்டனர். அயலவர்களின் ஆதரவும் அதற்கு இருந்தது எனக் கேள்விப்பட்டதுண்டு. சிலையில் மிளகு அரைத்துத் தேய்ப்பது, தீட்டுத் துணியை விரிப்பது, கோவில் கருவறையை அசுத்தப்படுத்துவது என்று இப்படி பலவற்றையும் அவர்கள் செய்தார்களாம். துர்ச்செயல்கள் இவ்வளவும் நடக்கவும் தங்களால் இவற்றையெல்லாம் பார்த்துக் கொண்டிருக்க முடியாது என்று வேதனைப்பட்டு பன்னியூரில் இருந்த நிறைய பிராமணர்கள் அந்த ஊரிலிருந்து வெளியேறினர். சிலர்

சோகிரத்துக்குச் சென்றனர்; வேறு சிலர் சிருங்கபுரத்துக்குச் சென்றனர். பலரும் கையில் கிடைத்ததையெல்லாம் எடுத்துக்கொண்டு தென்தேசங்களுக்குச் சென்றனர். அப்படி வெம்பொலி நாட்டின் ஏற்றுமானூருக்கும் கிடங்கூருக்கும் குமாரநல்லூருக்கும் அவர்கள் கூட்டமாக வந்து சேர்ந்தனர். அவர்களே நாராயணனின் பூர்வீகர். கடைசியில் பன்னியூரில் மிச்சமான கொஞ்சம் பிராமணர்கள் இறுதியில் கொடுஞ்செயல் செய்யத் துணிந்தனர். பெரியதொரு செம்புக்கொப்பரையைத் தீயில் சுட்டு பழுக்கக் காய்ச்சி எடுத்தனர். அதைக் கருவறையினுள்ளே எடுத்துச்சென்று சிலையை மூடினர். சகித்துக் கொள்ள முடியாத சூட்டினால் வெடித்த சிலையிலிருந்து ஒரு ஒளிக்கோளம் மேலே எழுந்து வந்தது. பட்டென, பாவிகளே என்றொரு கர்ஜனை திசைகளில் தட்டி முழங்கியது. உக்கிரமான கோபத்துடன் கருவறையிலிருந்து வெளியேறி மறைந்த வராகமூர்த்தியின் சாபம் பிறகு அந்த நாட்டைப் புகைபோல மூடியதாம்.

நானா அதைச் செய்தது? செம்புக் கொப்பரையைப் பழுக்கக் காய்ச்சிய அவர்களுடன் நானும் இருந்தேனா? நாராயணன், பூர்வீகருள் தன்னையே கண்டான். சுட்டு உடைத்த அந்த வராக விக்ரகமும் மனித வாழ்வற்ற ஒரு தேசமும் உள்ளே உச்சி வெயிலெனத் தகித்தன. தெரிந்ததெல்லாம் எரிந்து தீர்ந்து அங்கே முழுவதும் ஒரு பாலைவனமாகி விடுமென்று அவன் பயந்தான். அறிவைப் பற்றியதாகத்தான் போட்டியிருந்தது. இருப்பினும், செய்து வைத்தவையெல்லாம் அதற்கு எதிரானதாகவே இருந்தன. சாத்திரங்களையும் ஆச்சாரங்களையும் அறிந்து கொள்வதைவிட அவரவரையும் அன்னியரையும் கனிவோடு புரிந்து கொள்வது அல்லவா அவசியம்? அதுவல்லவா அறிவென்பது? அறிவுள்ளவர்கள் அறிவில்லாதவர்கள் என்று உலகமே இரண்டாகப் பிரிந்துபோய் இருக்கிறது. அறிவுள்ளவர்கள் தமக்குள் புரிந்து

கொள்கின்றனர். அது இல்லாதவர்கள் கலகமிட்டுக்கொண்டே இருக்கின்றனர். ஒன்றிணைந்து வாழும்போதும் இந்த உலகங்கள் இரண்டாகவே தொடர்கின்றன. அவரவர்களுக்குப் பார்க்க முடியாதபடி அவற்றின் சுவர்களின் கனம் கூடிக்கொண்டே போகிறது.

இல்லத்திலேயே முடங்கி?க் இருப்பதில் நாராயணனுக்குச் சோர்வு தோன்றியது. ஆனால் நீண்ட பயணத்திற்கும் விருப்பமில்லை. சற்றே நடந்தாலும் பெருவிரலில் தொடங்கி உடல் முழுவதும் படரும் ஒருவித அயர்ச்சி அவனைக் கீழடக்கிக் கொண்டிருந்தது. சாமியார் மடத்தில் இருக்கும்போது ஒரு வைத்தியர் அடிக்கடி வந்து, கஷாயங்களையும் அரிஷ்டங்களையும் கொடுத்தார். அவற்றால் தற்காலிகமான ஆசுவாசம் கிடைத்திருந்ததெனினும், அதற்குப் பிறகும் முழுமையான பயன் ஏற்படவில்லை.

அக்காலத்தில்தான் நாராயணனின் அப்பா ஒரு சித்தரை வரவழைத்தார். அவர் நீண்டமுடியும் தாடியுமாக காவியுடை அணிந்திருந்தார். நெற்றியில் அணிந்திருந்த நாமத்தைக் கொண்டு வைணவராக அறியப்பட்டார். மகா வைத்தியர் என்றறிந்து அழைக்கப்பட்டிருந்தார். ஆனால், அவர் முற்றத்தை அடைந்து நாலுகட்டை நோக்கி நடக்கத் தொடங்கியபோது, அப்பா அவரைத் தடுத்து நிறுத்தினார்.

''அங்கே நின்றால் போதும். ஆளை அங்கு அழைத்து வருகிறோம்''

சித்தன் நின்றார். பிராமணன் அல்ல என்பதால் வெளியே நிறுத்தப்பட்டதைத் தெரிந்துகொள்ள சற்றுத் தாமதமானது. அத்துடன் அவர் முகம் சிவந்துபோனது.

''நோய் என்னவென்று புரிந்தது; நோய்க்குக் காரணமும். அழிவிற்கான காரணங்களை அவரவர்களே கண்டடைகின்றனர். அவரவர்களே பரம்பொருளிடமிருந்து அகல்கின்றனர்''

அந்த பாவமாற்றத்தைக் கண்டு நாராயணன் பரிதவித்துப் போனான். ஆனால் அப்பாவுக்கு கூச்சம் எதுவும் தோன்றவில்லை.

''நீங்க என்னைத் தடுத்தீங்க இல்லையா? ஒன்னை நெனவுல வச்சுக்கோங்க. திருப்பாணாழ்வாரின் வழித்தோன்றல் நான்'' என்றார் சித்தர்.

அது யார் என்பது நாராயணனுக்கும் அப்பாவுக்கும் தெரிந்திருக்கவில்லை. அது சித்தனுக்கு மட்டுமே தெரிந்திருக்க வேண்டும்.

''தமிழகத்து வைணவர்களுள் மூத்தவர் திருப்பாணாழ்வார். நீங்கள் கேட்டிருக்க மாட்டீர்கள் என்பது தெரியும். பாணர் எடுத்து வளர்த்தியதால் அவர்களுடனே வளர்ந்தார். குழந்தைப்பருவத்தில் ஒருமுறை ஆலயக் குளத்தின் கரையில் உட்கார்ந்திருந்தபோது அங்கிருந்த குருக்கள் அந்தப் பாணச் சிறுவனை அந்த இடத்தை விட்டுப் போகச் சொன்னார். ஆனால், அவன் அதைக் கேட்டதாகவே பாவிக்கவில்லை. கோபமேறிய குருக்கள் அந்தச் சிறுவனின்மீது ஒரு கல்லை எறிந்தார். திரும்பி கருவறையை அடைந்தபோது இறைவனின் நெற்றிலிருந்து குருதி வடிவதை அவர் கண்டார்''

சித்தரின் கண்கள் தீநிறம் கொண்டன.

''நீங்கள் இப்போது என்மீது எறிந்த கண்களுக்குப் புலனாகாத அந்தக் கல், உங்களுடைய நெற்றியிலேயே காணமுடியாத ஒரு வடுவாக ஆகாதிருக்கட்டும்''

அவர் திரும்பி நடந்தார். அப்பா பின்னாலிருந்து அழைக்கவில்லை. அதற்குள் நாராயணன் ஓடிச்சென்று அவருடைய காலில் விழுந்தான். அதைக் கண்ட அப்பா நடுங்கிப் போனார்.

‘‘உண்ணீ, என்ன செய்கிறாய் நீ? இனி, குளித்துப் பிராயச்சித்தம் செய்த பிறகே இல்லத்துக்குள் ஏறி வரவேண்டும்’’

‘‘அப்பா, மன்னிக்கணும். இனிமே நான் உள்ளே வரப்போவதில்லை’’

பின்னாலிருந்து அழைப்பும் அழுகையும் கேட்டபோதும் திரும்பிப் பார்க்காமல், நாராயணன் அந்தச் சித்தனின் பின்னால் நடந்தான். அவரும் அவனைத் திருப்பி அனுப்பப் பார்த்தார். அவன் எதற்கும் மசியவில்லை.

பெயர் சொல்லிக் கூக்குரலிடும் அம்மாவிடம் அப்பா சொல்வது, அவன் காதில் விழுந்தபடி இருந்தது.

‘‘பரவாயில்லை. அவன் போகட்டும். நாமெல்லாம் எதற்கென்று அறியாமல் தொடர்கிற கர்மாக்களின் சிறையில் இருக்கிறோம். இங்கிருந்து இறங்கினால் அவனுக்காவது வெளிச்சம் கிடைக்குமென்றால் அப்படியே ஆகட்டும்’’

‘‘இருந்தாலும் என் கொழந்த இந்த நோவையும் வச்சுக்கிட்டு…’’

அம்மா முடிப்பதற்குள் அப்பா குறுக்கிட்டார்.

‘‘அதுவும் நம்முடையதோ முன்னோர்களுடையதோ கர்மாவின் பலனாகலாம். கடவுள் கிருபையிருந்தால் அதிலிருந்தும் அவன் தப்பித்துக் கொள்வான்’’ நாராயணனுக்குத் திரும்பி நடக்க வேண்டுமென்று தோன்றியது. ஆனால், இப்போது திரும்பினால் என்றென்றைக்கும் ஒரே சுழலில் சுழலும் ஒரு சக்கரத்தின் அடியில் பட்டு நெறிந்து போவேன். இனி அது என்னால் முடியாது. அவன் பதறும் கால் வைப்பினூடே முன்னோக்கியே நடந்தான்.

அத்தியாயம் இரண்டு

"எம் புருஷன் நல்ல திறமையானவனா இருக்கணும்"

ஆயிசா, கலகலவென்று சிரித்துக்கொண்டே சொன்னாள். கூடவே கைகளைச் அசைத்தபோது வளையல்கள் அவளுடைய ஓசையோடு சேர்ந்து கலகலத்தது.

அலங்காரன் உருண்டு திரண்டிராத தன் தசைகளில் நோக்கினான். திறமையானவன் என்று இதுவரை தோன்றவில்லை.

"அப்புறம்... அவன் ரொம்பக் கருப்பா இருக்கணும்"

வெளிறிய பிறைநிலவு போன்றதொரு புன்னகை அவனுடைய முகத்தில் மின்னி மறைந்தது. இருளின் கடல் வானிலும் மனதிலும் இரைந்து கொண்டிருந்தது.

"அவன் மார்ல நெறைய ரோமமும் இருக்கணும்" ஆயிசா மீண்டும் சொன்னாள்.

"இருக்குதே, அது நெஞ்சிலேயே வேண்டுமின்னு இவளுக்கு என்ன அப்படி ஒரு பிடிவாதம்?"

ஆனாலும் அவன் உடலை மறைக்க மேல்துண்டைத் தேடினான். மெலிந்த உடலெனினும் சற்றே துடிப்பு கூடுதலான ஆண்முலைகள் மறைந்துகொள்ள இடம் கிடைக்காமல் வெட்கியது.

"ஆயிசா, நான் உனக்கு ஒத்துவர மாட்டேன்"

''அப்புறம் ஏன் என் பின்னால வர்ற?''

''அது... அன்புக்கு அப்படியெல்லாம் தெரியாது. அது அவனவனைப் பத்தி யோசிக்காது. நினைப்பதும் பாக்குறதும் எல்லாம் வேறொருத்தனைத்தானே''

ஆயிசாவின் கண்கள் விரிந்தன. அப்போதும் அலங்காரன் முகம் குனிந்து நின்றான்.

''ஒரு குறையும்கூட எங்கிட்ட இருக்குதே''

அவன் பட்டென்று திரும்பி நடந்தான். உதடுகள் தானாகத் துடிக்கத் தொடங்கின. தனக்கு மாம்பூவின் வாசம் தெரியும். ஆனால், அதை மதிக்கத் தெரியாது.

''இவ்ளோ நேரமும் நான் விளையாட்டாத்தானே பேசினேன். அழகு வேண்டியது நெஞ்சுக்குள்ளதானே அலங்காரா. உங்களுக்கு அது இருக்கு, இருந்தாலும்...''

பின்னாலிருந்து அவளின் அழைப்புகள் காதை வந்தடைந்தாலும், அவன் திரும்பிப் பார்க்கவில்லை. அவள் சொன்ன 'இருந்தாலும்' என்னவென்று அவன் அறிவான். அது அவள் முன்பும் சொல்லியிருப்பதுதான்.

கடைசியாகப் பார்த்தபோதுதான் அது நிகழ்ந்தது. ஆதாயி அன்புடன் தடுத்தபோதும் நிற்காமல் வஞ்சிப்பட்டினத்திலிருந்து கண்ணூருக்குப் புறப்பட்ட பயணம், அலங்காரனின் நினைவுக்கு வந்தது. அன்றும் இதுபோல் இறங்கி நடந்தபோது எந்த இலக்கும் இருக்கவில்லை. முழுமையடையாத ஓர் ஆண்பிறவி நான். முழுமை அடைந்தவர்கள் என்று நடிக்கும் ஆண் பெண் பிறவிகளோடெல்லாம் அவனுக்குக் கோபம் தோன்றியது. அது திரும்பவும் தன்னிடமே ஒரு

பகையாக வளர்ந்ததால், அனைவரிடமிருந்தும் தப்பியோடி ஒளியப் பார்த்தான். தன்னிடமிருந்து வெளியேறுவதற்கான வழியையே அவன் தேடினான்.

அந்தப் பயணம் நெடுந்தூரத்திற்கு நீண்டது. அதற்கிடையில் ஒருநாள் ஏதோ ஓர் ஊரின் வழியோர ஆலயத்தின் அருகில் உள்ள கிணற்றுமேட்டில் படுத்து உறங்கிக் கொண்டிருந்தான். வழியோர ஆலயத்தின் வெளிச்சம் கருணையோடு அனுமதித்த இடங்களில் ஒதுங்கி நின்ற இருள், கிணற்று மேட்டைக் கைப்பற்றி இருந்தது. இரவின் மறைவில் வேறொரு உடல் தன்னில் அழுத்துவதை உணர்ந்துதான் விழித்தான். இடுப்புக்குக் கீழே தொட்டுத் தடவிக் கொண்டிருந்த வளையல்கள் அணிந்த கைகளின் ஈரத்தை உணர்ந்தபோதும் தடுக்கத் தோன்றவில்லை. உறக்கத்தின் இடையில் ஒரு கனவென்று ஆரம்பித்து ஒரு புல்லரிப்பு அவனுடைய உடலுறுப்புகளில் அப்போதும் தங்கி நின்றது. அலங்காரனின் ஒரு கையையெடுத்து அவனுடைய இடுப்பினிடையில் தொடச் செய்தபோது அவன் திடுக்கிட்டு எழுந்தான். உண்மைக்கும் இன்மைக்கும் இடையிலுள்ள ஓர் உருவத்தைத் தொட்டதுபோல உணர்ந்தான்.

‘‘உறக்கம் கலைய வேண்டாம். படுத்துக்கோ’’

ஆணினுடையதா பெண்ணுடையதா என்று அறுதியிட்டுச் சொல்ல முடியாத குரல். பார்த்தால் பெண்ணென்று தோன்றும் அந்த உடலில் எங்கெல்லாமோ மிச்சம் இருக்கும் ஆண் தன்மை.

அலங்காரன் எழுந்து நகர்ந்து நின்றான். தன்னிடமா அவனிடமா என்று நிச்சயமற்றதொரு நிந்தனையோடு அவன் கேட்டான்.

‘‘யார் நீங்க?’’

"நானும் உன்னைப் போல் ஒருவன்"

"அல்ல"

அலங்காரன் அழுத்திச் சொன்னான்.

"ஆகட்டும். நான் அறிவரசி"

அலங்காரன் பதிலேதும் சொல்லாமல் முன்னால் நடந்தான்.

"நில்லு"

அறிவரசி தொடர்ந்தாள்.

"உன் உடலை எனக்குத் தெரியும்; இப்போது உள்ளத்தையும்"

அலங்காரன் நடையில் விரைவைக் கூட்டினான்.

"வேறுபாடுகளில் ஒரு பொருளும் இல்லை நண்பா. தாமே முழுமையானவர் என்ற எண்ணத்தில் யாரெல்லாமோ படைத்து உருவாக்கிய சிலதெல்லாம் உங்களிலும் உறைந்து இருக்கிறது என்பதே சரி"

அலங்காரன் நின்றான்.

"நீங்க கூத்தாண்டவர் கோயிலுக்குப் போய் இருக்கீங்களா? நான் அங்கேதான் போகிறேன். என்னோட வந்து பாருங்க. நீங்க இதுவரை தெரியாததோர் உலகைக் காணலாம்"

முதலில் சற்று சந்தேகித்தானெனினும், அறிவரசியின் வார்த்தைகள் அவனைப் பிடித்து இழுத்தன. முடிவில் அவளுடன் போகவே தீர்மானித்தான்.

சித்திரை மாதத்து முழுநிலவு நாளில்தான் கூத்தாண்டவர் திருவிழா. ஒரு திருமணத்தின், அடுத்த நாளின் படுகொலையின் நினைவு அது.

வில்வீரனான பாண்டவனுடையதும் நாககன்னிகையான உலூபியுடையதும் வீரமகனாக இருந்தான் அரவான். புகழ்பெற்ற குருஷேத்திரப் போரில் வெற்றி பெறுவதற்காக அரவானை பலி கொடுக்க வேண்டும் என்பது பாண்டவர்களின் தீர்மானமாக இருந்தது. தந்தையின் வெற்றிக்காகத் தன்னை பலி கொடுக்க அரவான் சம்மதித்தான். ஆனாலும், அந்த வாலிபன் அதற்காக மூன்று வேண்டுகோள்கள் வைத்தான். பலிக்கு முன்பு தனக்குத் திருமணம் நிகழ வேண்டும். வரவிருக்கும் போர் முழுவதையும் தன் கண்களால் காண வேண்டும். பலிக்குப் பின்னர், யாவரும் தொடர்ந்து தனக்கு வழிபாடுகள் செய்யவும் வேண்டும். பாண்டவர்கள் அனைத்தையும் ஏற்றுக்கொண்டனர். எனினும், ஓர் இரவின் தாம்பத்தியத்திற்குப் பிறகு விதவையாகப் போகும் திருமணத்திற்குப் பெண்கள் யாரும் தயாராக இல்லை. முடிவில் கிருஷ்ணனே மோகினி வேடம் அணிந்து அரவானின் மணவாட்டி ஆனார்.

அரவான்தான் இந்தக் கோவிலின் கூத்தாண்டவர். ஆணும் பெண்ணும் கலந்த மோகினியின் வழி வந்தவர்கள் அரவானின் மணவாட்டிகளான அரவாணிகள். கூத்தாண்டவர் கோயில் திருவிழாவில் அவர்கள் அரவானை மணம்புரிவார்கள். ஓர் இரவின் உற்சவம். படுகொலை செய்யப்பட்ட கணவனை நினைத்துள்ள பிலாக்கணமே அடுத்தநாள் நடைபெறும்.

கதைகளைக் கேட்டபடியே அறிவரசியுடன் நடக்கும்போதும் அலங்காரன் தவிப்பில் ஆழ்ந்தான். தன்னுடையதான ஓரிடத்திற்குத்தான் போகிறோமென்று தோன்றவேயில்லை. கோவிலுக்கான பயணத்திற்கிடையில் நிறைய அரவாணிகள் அவர்களோடு சேர்ந்துகொண்டனர். பலரும் தங்களுக்குள் அணைத்துக்கொண்டு அறிமுகப்படுத்திக்கொண்டனர். அவர்கள்

கைகளைத் தட்டி ஆரவாரிக்கவும் பாட்டுகள் பாடவும் கூத்தாடவும் செய்தனர். அலங்காரனுக்குப் பொட்டு வைக்கவும் வளையல்கள் அணிவிக்கவும் சிலர் முயன்றபோதும், அவன் அதற்கு ஒத்துக்கொள்ளவில்லை. சாராயத்தின் வாடையும் மென்ற வெற்றிலைப்பாக்கின் வாடையும் தம்முள் சேர்ந்து சுற்றிலும் சூழ்ந்தன. தனக்குள் புகாத போதையிலும் அலங்காரனின் தலை கிறுகிறுத்தது.

கோவிலின் உட்புறமிருந்து வெளியே நீண்டிருந்தது கூத்தாண்டவரின் இமைக்காத கண்களின் பார்வை. அதை மெய்யில் ஏற்றபோது உள்ளும் புறமுமாக இவ்வுலகில் தொடரும் போர் முழுவதையும் தனக்குள் இழுத்துக்கொண்டு அந்தக் கண்கள் இடர்படுவதாக அலங்காரனுக்குத் தோன்றியது. அப்படியென்றால், தான் அரவாணியல்ல; அரவானே. அவன் உள்ளுக்குள் சொல்லிக்கொண்டான். கூத்தாண்டவரின் பேரில் அங்கிருந்த பூசாரி திருநங்கைகளுக்குத் தாலி கட்டினார். அவர்கள் ஒவ்வொருவரும் அங்கே வந்திருந்த ஒவ்வொரு ஆடவனுடனும் கூத்தாடத் தொடங்கினர். அறிவரசியின் கட்டாயத்தால் அலங்காரனும் அந்தச் சடங்குகளில் கலந்துகொண்டானெனினும், கூத்தாடுவதில் இருந்து நகர்ந்து நின்றான். இரவில் தொடர்ந்த இணைகளின் விழாவில் பங்கெடுக்காமல் அவன் தனியாக ஓரிடத்தில் அமர்ந்துகொண்டு விடியல் நோக்கிக் காத்திருந்தான்.

மறுநாள் கூக்குரல்களின் தினமாய் இருந்தது. முதல்நாள் வைத்துக்கொண்ட பொட்டுகளைக் கலைத்தும் வளையல்களை உடைத்தும் அவர்கள் அனைவரும் மாரிலடித்துக்கொண்டு அழுதபடி இருந்தனர். விழாவும் துயரமும் அடுத்தடுத்து வரும் பாரம்பரிய வாழ்க்கைக் கொண்டாட்டத்தைப் பார்த்தபோது அலங்காரனும் அழுதுவிட்டான். கோவிலில் இருந்து திரும்புவதற்குமுன்

கூத்தாண்டவரின் கண்களை மீண்டும் ஒருமுறை பார்த்தான். அந்தப் பார்வையில் வியர்த்து விறுவிறுத்துப்போய், அறிவரசியிடம்கூடச் சொல்லிக்கொள்ளாமல் இறங்கி நடந்தான்.

அன்றுதான் செல்வன் தன்னைப் பார்த்திருக்க வேண்டும். ஆனால் அவனைப் பார்த்ததை அலங்காரனால் நினைவில் கொள்ள முடியவில்லை. கண்ணூருக்கான பயணத்துக்கு இடையில் முன்னர் ஒருநாள் அவளூருக்குத் திரும்பிய வழியை அவன் கண்டான். வேண்டாம், இனி அந்த ஊருக்குப் போக வேண்டாம். ஆயிசாவின் கபரையாவது ஒருமுறை பார்க்க வேண்டும். தன் நினைவுகளைத் தடுக்க ஒருத்தியாலும் முடியாது என்று அவன் சற்று உரக்கவே சொன்னான். தளர்வைப் பொருட்படுத்தாமல் அவன் கால்களை நீட்டிவைத்து நடந்தான்.

அத்தியாயம் மூன்று

சித்தரின் உதவியால் நாராயணனின் வழிநடை அவ்வளவு சிரமமாக இருக்கவில்லை. உடலைவிட உள்ளத்துக்குத்தான் அவருடைய சிகிச்சை பலனளித்ததென்று அவனுக்குத் தோன்றியது. அனந்தபுரம் நோக்கிச் சென்றது அந்தப் பயணம். சித்தர், திருவரங்கத்திலிருந்து வருகிறார். நூற்றியெட்டு திருப்பதிகளுக்கும் சென்று, பத்து அவதாரம் கொண்ட பெருமாளைத் தரிசித்துத் தொழுவதற்கான மோகத்தில் புறப்பட்டவர் அவர். கடலில் கரை காணாமல் அலைந்த குலசேகர ஆழ்வார் என்ற கடல்பறவை, இறுதியில் சென்று சேர்வதற்கான பாய்மரமாக எண்ணிய இறையே அங்கிருந்த உய்ய வந்த பெருமாள். தனக்கும் அது அப்படித்தான் என்று சித்தர் அந்தக் கோவிலின் முன்னால் நின்று சொன்னார். பின்னர், திருநாவாயையும் திருமூழிக்குளத்தையும் திருக்காக்கரையையும் சென்றடைந்தார். ஒவ்வொரு இடத்திலும் மதிலுக்கு வெளியே நின்று வணங்கினார். தெற்கே தொடர்ந்த அந்தப் பயணத்தில் வெம்பொலி நாட்டில் உள்ள குமாரநல்லூரில் சிலநாட்கள் ஓய்வெடுத்தார். அதற்கிடையில்தான் அனைத்து நோய்களையும் மாற்றும் திறனுள்ள சித்தனைப் பற்றிக் கேட்டறிந்து நாராயணனின் அப்பா வந்ததும், தன் இல்லத்துக்கு அழைத்ததும் நிகழ்ந்தது. பயணத்துக்கிடையில் அவர்களின் உரையாடல் நாராயணனின் குடும்பத்தின் பக்கம் திரும்பியது. பன்னியூரிலிருந்து புலம் பெயர்ந்த கதையையல்ல, தான் பிறந்து வளர்ந்த இடங்களைப் பற்றியே அவனுக்குச் சொல்லத் தோன்றியது. அங்கே பார்த்த பகவதியின் கோயிலைப் பற்றிச் சித்தர்

கேட்டபோது, தன் முக்கால் வட்டத்தைப் பற்றிச் சொல்வதற்கு நாராயணன் உற்சாகம் காட்டினான்.

முருகனுக்காக சேரமான் பெருமாள் நாயனார் கட்டிய கோயில் அது. பகவதி கோவிலானதன் பின்னால் ஒரு கதை இருக்கிறது. மதுரை மீனாட்சி கோவிலில் குருக்களாக இருந்த ஓர் அந்தணனுடன்தான் தேவி அங்கு வந்து சேர்ந்தாள். கூடலில் இறைவியின் மூக்குத்தி களவு போனபோது குருக்களே அதைத் திருடியதாக அங்கிருந்தவர்கள் நினைத்தனர். அரசனின் தண்டனைக்குப் பயந்து குருக்கள் நாட்டைவிட்டுச் சென்றபோது, தேவியும் உடன் சென்றாள். அப்படி சொந்த ஊரை விட்டுவந்து, இந்த ஊரில் சேரமான் பெருமாள் கட்டிய கோவிலில் உறைந்துவிட்டாள்.

பல நூற்றாண்டுகளுக்கு முன்பு குமரன் என்றொருவன் தமிழகத்திற்கான பயணத்திற்கிடையில் அந்தக் குருக்களைச் சந்தித்திருக்கிறான் என்பதையோ, அதே குமரன் மிச்சம் வைத்த சில, வேறொரு காலத்தில் தனக்காகக் காத்திருக்கிறது என்பதையோ நாராயணனால் அன்று அறிய முடியவில்லை. இப்படியான இடத்தின், காலத்தின் குறுக்கும்நெடுக்குமான கோடுகளில் சிலவற்றைத் தன் விருப்பத்திற்கு இணைக்கும் நியதி, சுமுகமாகச் சஞ்சரிக்கும் ஒரு கதையைக்கூட நூலாம்படையில் குறுக்குகிறது அல்லவா?

"தமிழகத்திலிருந்து வந்தவன்தானே நானும். வழிமட்டுமே வேறாக இருந்தது"

சித்தர் புன்னகைத்தார்.

தொடர்ந்து படகுப் பயணம். ஓர் ஆற்றின் கிளை வழியிலிருந்து காயலுக்கும், கரையை நெருங்கும்போது மீண்டும் மற்றொரு ஆற்றின் கிளை வழிக்குமான நீர்வழிப் பயணம். முதலில்

திருக்கொடித்தானத்துக்கு அவர்கள் சென்றனர். தன் நெஞ்சுக்குள் குடிகொள்ளும் இறைவனை அங்கிருந்த கோவிலிலும் கண்டு நம்மாழ்வார் என்ற தமிழ் வைணவாச்சாரியார் பூரிப்படைந்த கதையைச் சித்தர் நாராயணனுக்குச் சொல்லிக்கொடுத்தார். ஆனாலும், மதிற்சுவற்றுக்குள் கடந்து உள்ளே செல்ல அவர் துணியவில்லை.

''ஏன் நீங்க வெளியிலேயே நிக்கிறீங்க?''

நாராயணனுக்கு ஆச்சரியமாக இருந்தது. ''மலைநாட்டுக்கு வந்ததற்குப் பிறகு இப்படித்தான். உள்ளே செல்ல முடியாதவர்களின் கூட்டத்தைச் சேர்ந்தவனே நானும்''

''அது நீதியல்ல என்றறிந்தும் மறுத்துச் சொல்லாமல் இருப்பது ஏன்?''

''காலம் மாறி வருகிறது கொழந்தே. பிரிவினைகளில் எதுவும் பொருளில்லை என்று காட்ட, தொடங்கி வைத்ததெல்லாம் கைவிட்டுப் போகிறது. எதிர்த்து நிற்பதெல்லாம் ஒடுங்கிப்போய் இருக்கிறது''

''இது தெரியுமென்றால் அன்று எதற்கு எங்களோடு மட்டும் கலகம் செய்தீர்கள்?''

''கோயில்கள் அந்தணர்களின் கைகளுக்குள் சென்று நீண்ட காலமாகிவிட்டது. தமிழகத்தில் சைவர்களும் வைணவர்களும் எல்லோருக்குமாகப் பங்கிட்ட மந்திரமும் தந்திரமும் மலைநாட்டில் அந்தணர்களுடையதாகவே மாறிப்போனது. பல இடங்களிலும் இருந்து மிதித்துத் தாழ்த்தும்போது ஒருமுறையாவது கொதித்தெழத் தோன்றும். மட்டுமல்ல, என்னை அங்கே வரவழைத்தீர்கள் அல்லவா நீங்கள்?''

''அப்பாவும் வேண்டுமென்றே செய்யவில்லை. ஒரு

கட்டுப்பாட்டுக்குள் நின்று பார்க்கும்போது தன் கண்களின் காட்சியே மங்கலாகும். அப்போது எல்லாமே ஒரேவிதமான காட்சிப் புலத்துக்குள் ஒதுங்கும் அல்லவா?''

''அது தெரியாமல் இல்லை. வேறு ஒரு பார்வையும் உண்டு என்று ஒருமுறையாவது சொல்ல வேண்டுமென்று தோன்றியது''

நாராயணன் எதிர்க்கவில்லை. அங்கிருந்து திருவல்லாவுக்கு இருவரும் நடந்து சென்றபோது தங்களுக்குள் அதிகம் பேசிக்கொள்ளவும் இல்லை. கோவிலினருகே பாதையோரம் படர்ந்து நின்றதோர் ஆலமரத்தடியில் சித்தர்தான் மௌனம் கலைத்தார்.

''பார், நம்மாழ்வாரும் திருமங்கையாழ்வாரும் பாடிப் புகழ்ந்த இறைவனே இங்கு இருக்கிறார். நோவுகளால் கட்டி எழுப்பப்பட்ட மெய்யல்ல உண்மை என்று உணர்ந்தவர். தீயும் பகலோனும் திங்களும் வானமுமாகத் தெளிவாக விளங்கும் உண்மை, திருவல்லாவில் அறிய வேண்டுமென்று திருமங்கையாழ்வார் வாழ்த்தினார். மறையோர் நிறைந்த நாடு. உண்மையை அறிய முயல்வோரும் அறிவிற்கு வெளியே நிற்பதன்றி வேறென்ன கதி?''

நாராயணனுக்கும் அதில் தர்க்கமில்லை. எனினும் அவனுக்கு பக்தியைவிட ஆர்வமே அதிகமானது. வராகமூர்த்தியின் நினைவு முதல் நாராயணன் என்ற பெயர்வரை உடனிருந்தாலும் விஷ்ணு பூஜையில் அல்ல, வைதீகமான சடங்குகளில் தன்னை அர்ப்பணிக்கவே சிறுவயது முதல் பழகியிருந்தான். அப்போதெல்லாம் நோயுற்ற காரணத்தால் வெளியுலகை அதிகம் பார்த்ததில்லை. சாமியார் மடத்திலும் இல்லத்திலும் இருந்தபோதும் ஓலைச்சுவடிகளே துணை. மொழியின், ஆச்சாரங்களின், அடையாள வழிபாட்டின் உலகிலிருந்து இறங்கி, மரங்களும் பறவைகளும் மனிதர்களும் இருக்கும்

வெளியுலகை அடைந்தபோது, மண்ணிலும் திருநீற்றிலும் கரைந்து பரவும் வெளிச்சமே அவனைக் குதூகலிக்க வைத்தது.

செங்கன்னூரின் திருச்சிற்றாறை அடைந்தபோது, சித்தர் சற்றுநேரம் அமைதியாக நின்றார்.

''ஏதோ ஓர் அழல் வந்து சேர்ந்தது போலத் தோன்றுகிறதே''

நாராயணன் பதிலுக்காகக் காத்திருந்தான்.

''சைவர் வைணவர் தமக்குள் கலகங்கள் அல்லவா அனேக இடங்களிலும் நடக்கின்றன. இங்கே வந்து சேர்ந்தபோது அதுவும் நினைவில் வந்துவிட்டது, அவ்வளவுதான்''

சித்தன் தொடர்ந்தார்.

''இந்த தேசத்தில் தன் தாயும் தந்தையுமாக இருந்து வாழ்ந்துவரும் இறைவனைப் பற்றியும் நம்மாழ்வார் பாடினார். சைவசித்தரான விறன்மிண்ட நாயனார் பிறந்ததும் இங்கேதான். சிவனடியாரைப் பார்த்ததாகவே காட்டிக் கொள்ளாமல் சுந்தரமூர்த்தி நாயனார் என்ற புகழ்பெற்ற சிவனடியார், கோவிலினுள்ளே வணங்கச் சென்றதற்கு அதை நிந்தனையாக கருதியவர்தான் விறன்மிண்ட நாயனார். அவரின் கோபத்தை அடக்க சுந்தரமூர்த்தி சுவாமிகள் ஒவ்வொருவரின் திறமைகளையும் எடுத்துக்கூறி திருத்தொண்டத்தொகை பாட வேண்டியதாகிவிட்டது. சுற்றி உள்ளவர்களைத் தன்னிலும் தாழ்வாகக் காணாதவர்க்கே நேரில் காணவியலாப் பரம்பொருளை அறிந்துகொள்ள முடியும் என்பதை அந்தச் சித்தரும் அறிந்தேயிருந்தார். கூடவே தானுமொரு தொண்டரென்றே அவரும் கருதினார். சற்றே யோசித்தால், இறைவனுக்கும் முன்பாக மனிதர்களை மதிக்க வேண்டும் என்றல்லவா அவர் அருளியிருக்கிறார்! நம்மாழ்வாரும் விறன்மிண்ட நாயனாரும் வெள்ளாள சாதியில்

பிறந்தவர்கள். இருவருடைய மூர்த்திகளும் மூவுலகையும் உடையவர்கள். ஒரே உலகத்திற்கு ஒற்றைத் தலைமையென இருவர் இருக்க முடியுமா என்று தெரிந்துகொள்ள வேறென்ன தெளிவு வேண்டும்! பின்னர், எதற்கு இந்தக் கலகங்களும் வேற்றுமைகளும்? இப்படியே போனால் இவர்கள் எல்லோரும் சொல்லும் மற்ற மகத்துவங்களுக்குப் பொருள் இல்லை என்றே வரும்''

நாராயணனும் தலையசைத்துச் சம்மதித்தான். எனினும், மீமாம்சத்தையும் வேதாந்தத்தையும் மேலும் சிலவற்றையும் அந்தணரைப் போலவே கற்றுக்கொண்ட அவனுக்கு பக்தியின் இத்தகைய உலகங்கள் பரிச்சயமற்றதாகவே இருந்தன. அருகில் இருந்தாலும் அறிமுகமற்ற தேசங்கள். அவற்றைத் தெய்வீகமாகக் கருதும் ஓர் அயல்தேசத்தவர் தனக்கு ஒவ்வொன்றையும் கற்றுத் தருகிறார்!

வைணவரின் திவ்ய தேசங்களின் வழியிலான பயணம் மீண்டும் தொடர்ந்தது. வழிநடைகளும் நீர்ப்பயணங்களும் மாறிமாறி வந்து கொண்டிருந்தன. புலியூரும் திருவன்வண்டோரும் ஆறன்முளையும் பின்னிட்ட பயணம் அனந்தபுரத்தில்தான் முடிவடைந்தது. ஆலயத்திற்குச் சென்றுவிட்டு நகரத்தின் நெருக்கடிகளிலிருந்து தள்ளியிருந்த ஓர் இடத்திற்கு அவர்கள் வந்து சேர்ந்தனர். ஒரு மடம் அது. பிரம்ம சூத்திரத்திற்கு, ஸ்ரீபாஷ்யம் எழுதுவதற்கு முன்பு தேசாந்திரியாகச் சுற்றிய ராமானுஜாச்சாரியார் அனந்தபுரத்தை அடைந்தபோது தங்கிய இடமது. அங்கிருந்தே தமிழகத்தின் வைணவப் பரம்பரையைப் பற்றி நாராயணன் அதிகமாகத் தெரிந்துகொண்டான்.

பக்தர்களான ஆழ்வார்கள் மட்டுமல்ல பக்தியுடன் பாண்டித்தியமும் உள்ள அழகியர்களும் இருக்கிறார்கள். அவர்களின் முன்வரிசையில்

இருந்தவர் நாதமுனி. நம்மாழ்வாரின் திவ்யப் பிரபந்தத்தை மீட்டெடுத்தது அவர்தான். நாதமுனி அதனைத் தமிழ்வேதம் என்றே மாற்றியமைத்தார். அவரின் சீடப் பரம்பரையிலிருந்துதான் திவ்யப் பிரபந்தத்தின் தத்துவம் ராமானுஜரை வந்தடைந்தது. நாதமுனி கண்டெடுத்த பக்தியின் வேதத்திற்கு வேதாந்தத்தின் தொடர்ச்சியை நல்கவே ராமானுஜன் முயன்றார்.

புதிய புதிய அறிவுலகை நாராயணன் சென்றடைந்தான். ஒன்றைப் பற்றி ஆராயத் தொடங்கும்போது, வேறொன்றில் சென்று சேர்கின்றது. ஒன்றைத் தெரிவதற்கு, வேறு பலவற்றையும் தெரிந்துகொள்ள வேண்டுமென்ற நிலை. அதனால் ஏதாவது ஒன்றில் ஒதுங்குவதிலல்ல, அதிலிருந்து அடுத்ததற்கு நகர்வதிலேயே அவன் விருப்பம் கொண்டிருந்தான்.

''ராமானுஜன் நீண்டகாலம் வாழ்ந்திருந்த காஞ்சிபுரத்துக்குப் போகணும்''

அப்படியொரு விருப்பத்தை அவன் சித்தனிடம் சொன்னான்.

''அவனவனுடைய தேடல் அல்லவா? அதைத் தனித்தே செய்ய வேண்டும். ஒவ்வொன்றிலும் நீ உன்னையே தேடு''

சித்தர், நாராயணனை ஆசீர்வதித்தார். அவன் காஞ்சிபுரத்துக்குப் பயணமானான். ஆனால் அங்கே சென்று சேர்ந்தபோதுதான் அறிவின் வழியில் பரவி இருந்த முட்கள், அவன் பாதங்களை நோக வைத்தன.

வேதாந்திகளும் வைணவர்களும் ஜைனர்களும் பௌத்தர்களுமென அநேகம் மத நம்பிக்கையாளர்கள் நிறைந்த தேசமாக இருந்தது காஞ்சிபுரம். சமஸ்கிருதப் பண்டிதர்கள் நிறைந்த நாடு. ஜென்மதேசமான பூதபுரியை விட்டு யாதவப்ரகாசன் என்ற குருவின்கீழ் கற்றுக்கொள்ளவே ராமானுஜன் அங்கே வந்து சேர்ந்தான்.

சங்கரரின் அத்வைதத்தில் ஊன்றியே யாதவப்ரகாசன் சீடனுக்கு வேதாந்தம் கற்பித்தார். ஆனால், குருவின் வேதாந்த விளக்கங்களை சீடன் ஏற்கவில்லை. இருவருக்கும் இடையில் கருத்து வேறுபாடுகள் அதிகரித்ததால் குரு சீடனைக் கொல்வதற்குக் கண்ணியை விரித்தாராம். எனினும், ராமானுஜன் தப்பித்துவிட்டாராம். பின்னர் தமிழ் திவ்யப் பிரபந்தங்களினுடையதும் வேதாந்தத்தினுடையதும் தத்துவங்களை ஒன்றிணைத்து தன்னுடைய விஷிஷ்டாத்வைதத்தை உருவாக்கினார். காஞ்சிபுரத்திலிருந்து ஸ்ரீரங்கத்துக்குப் போனவர், பிறகு அங்கிருந்தே தன் தத்துவங்களைச் சீடர்களுக்குக் கற்பித்தார்.

அது பழைய கதை. நாராயணன் காஞ்சிபுரத்தை அடைந்தபோதே ராமானுஜனின் ஆதரவாளர்களுக்குள் கலகம் தொடங்கியிருந்தது. காஞ்சிபுரத்தின் சமஸ்கிருதப் பண்டிதர்களும் ஸ்ரீரங்கத்தின் தமிழ்ப் பண்டிதர்களும் அதற்குள் வடகலையாகவும் தென்கலையாகவும் பிரியத் தொடங்கியிருந்தனர். நெற்றியில் நாமம் இடுவது முதல் மறைகள் ஓதும் மொழிவரை கருத்து வேறுபாடுகள் பெருகின. அறிவுக்கும் ஆச்சாரங்களுக்கும் இடையிலிருக்கும் பொருத்தமின்மை, நாராயணனுக்குள் மீண்டும் சந்தேகங்களை எழுப்பின.

இனி, பக்தரிடமிருந்து எதுவும் கிடைக்காது என்று அவனுக்குத் தோன்றியது. கற்கும் காலத்தில் பிரக்ஞையை உணர்த்தி நிறுத்திய பழைய மதங்களுக்கெல்லாம் நிறம் மாறுகிறது. பரிமாணங்களின் யுக்தியில் பத அர்த்தங்கள் அறிந்து உலகின் உள்ளும் புறமும் தேடிய சாக்கியமும் யோகமும் தர்க்கமும் எல்லாம் பக்திக்குக் கீழ்ப்படிந்து விட்டிருந்தன. மொழியும் பொருளும் சேர்த்து வைத்துள்ள தேடல்களும் ஏறக்குறைய முடிவடைந்திருக்கின்றன. பக்தனாக புத்தி வேண்டாம், மனது மட்டும் போதுமென்று புறச்சூழல்கள் உரத்துச் சொல்கின்றன. ஒவ்வொன்றின் இடத்தையும் தேடும் தன் உள்ளுணர்வை என்ன செய்வது? அவன் ஆகூலமடைந்தான்.

இனி என்ன வேண்டும்? எதிர்வழியில் நடக்கலாம். பூர்வ மீமாம்சம் என்ற நிலையில் முன்பு கற்ற பௌத்த தரிசனத்தை அதன் ஆதரவாளர்களிடமிருந்து தெரிந்துகொள்ள வேண்டும் என்ற விருப்பம் பின்னர் தோன்றியது. வாச்சஸ்பதி மிஸ்ரனைப் போல மகன் சர்வ தந்திரங்களிலும் சுதந்திரன் ஆக வேண்டும் என்ற அப்பாவின் மோகத்தையும் அவன் நினைத்துக் கொண்டான். அதற்குத் தகுந்த இடத்தில்தான் இப்போது வந்து சேர்ந்திருக்கிறேன். நாகார்ஜுனனின் சீடனான ஆர்யதேவனையும் அபோகத்தின் ஆச்சார்யனான திக்நாதனையும் பின் தொடர்ந்து கொண்டிருக்கும் நாடு. சிருங்கபுரத்தில் பிறந்த ஆர்யதேவன் பௌத்தனானது இங்கேதான். புத்த தர்மத்துடன் இந்த தேசத்தின் தற்காப்புக் கலையையும் சீனதேசத்துக்குக் கொண்டு சேர்த்திருந்த போதிதர்மன் புறப்பட்டதும் இங்கிருந்துதான். காஞ்சிபுரத்தில் ஒரு விகாரையிலிருந்து புத்த தர்மத்தைக் கற்றுக்கொண்டபோது, தனது பல எண்ணங்களோடு அது ஒத்துப்போவதாக நாராயணனுக்குத் தோன்றியது. அதனால், அந்த மதத்தில் ஊன்றி நிற்கத் தீர்மானித்தார். பிக்குவானபோது நாராயணன் சிருங்கபுரத்துக்காரனான பழைய பௌத்தனின் நினைவில் ஆர்யதேவன் என்ற பெயரை மாற்றி நாலந்தாவுக்குச் சென்றார். நோய்மையைப் பொருட்படுத்தாமல் பழைய மகதத்தின் கிராமங்கள் வழியாகப் பிச்சை யாசித்து நடந்தபோதும், ஆர்யதேவன் அவ்வப்போது நாராயணன் ஆனான். ஆனால் அவன் அப்பாவையும் அருள்முனியையும் ஒரேவேளையில் நினைத்துப் பார்த்தான்.

''முதல் குருவான அப்பாவிடம் ஒன்று சொல்லிக் கொள்கிறேன். தர்மங்களையும் சாத்திரங்களையும் இயன்றவரை கற்றுக் கொள்ளவே இக்கால முழுமையும் நான் செலவிட்டேன். எனினும், எல்லாவற்றிலிருந்தும் விடுதலை அடைய முடியவில்லை. ஒன்றிலிருந்து மற்றொன்றிற்கு மாறுவதற்கே என்னால் முடிந்தது.

கருணாநிதியான ததாகதா, தங்களிடமும் சிலவற்றைச் சொல்ல வேண்டியுள்ளது. நிர்வாணத்திற்கான ஒற்றைப் பாதையில் தொடர, சிலவேளைகளில் எனக்குள் உறுதி ஏற்படுவதில்லை. நீங்கள் உருவாக்கிய வழியே பலவாறாகப் பிரியும்போது, அவற்றுள் எதில் நான் தொடர்வது? பதில்கள் எளிமையானவை அல்ல என்று இக்கால அளவில் அறிந்துகொண்டேன். இங்கேயும் நான் ஊன்றி நிற்பேன் என்ற உறுதியில்லை. எப்படியெனினும் நீங்கள் இருவரும் என் பிழைகளுக்கு மன்னிப்பு தாருங்கள்''

ஆர்யதேவன் தனக்குள் சந்தேகித்துக் கொண்டே இருந்தார். ஆனாலும் எதற்கும் உள்ளிருந்து பதில் கிடைக்கவில்லை. அவளூரை அடைந்தபோதும் அவரின் சந்தேகங்கள் தீர்ந்திருக்கவில்லை.

அத்தியாயம் நான்கு

கண்ணூருக்கு நீளும் வழியில் அலங்காரனால் நீண்டதூரம் நடக்க முடியவில்லை. கால்களில் இரண்டு கற்களைக் கட்டி வைத்ததுபோல அப்படியொரு பாரம்! உள்ளேயிருந்த ஊற்றுகள் எல்லாம் குளிர்ந்து பனிக்கட்டியாக உறைந்துவிட்டதுபோல ஒருவித மரமரப்பு தோன்றியது. தளர்ந்து மயங்கி விழுந்து விடுவோமென்ற நிலைக்கு ஆளானபோது, அருகில் கண்ட ஒரு கல்தூணைப் பிடித்து நின்றான். பின்னர், மெதுவாகத் தரையில் அமர்ந்தான். கண்கள் தானாகவே மூடிக்கொண்டன.

''உன் வழி இது அல்ல''

உள்ளே இருந்துகொண்டே அவள் நினைவூட்டினாள். அந்தக் குரலில் வழக்கத்தை மீறிய பெரும் சங்கடம் உறைந்திருந்தது.

''உனக்கு எதையோ அடைய வேண்டி இருக்கு. அதுக்காக நீ என்னைக் கருவாக்கறே, இல்லையா?''

கோபமல்ல, கையறுநிலையே அவனுடைய வார்த்தைகள் முழுக்கப் பரவியிருந்தது.

''என்னால் அதைச் சொல்ல முடியாது அலங்காரா. என்னால் அதை அடைய முடியுமெனில் இந்த உருவத்திலும்கூட உன் அருகில் வரவே முடியாதிருந்திருக்கும். இந்தச் செயலில் நாம் இருவரும் ஒருபோலவேதான் இருக்கிறோம்''

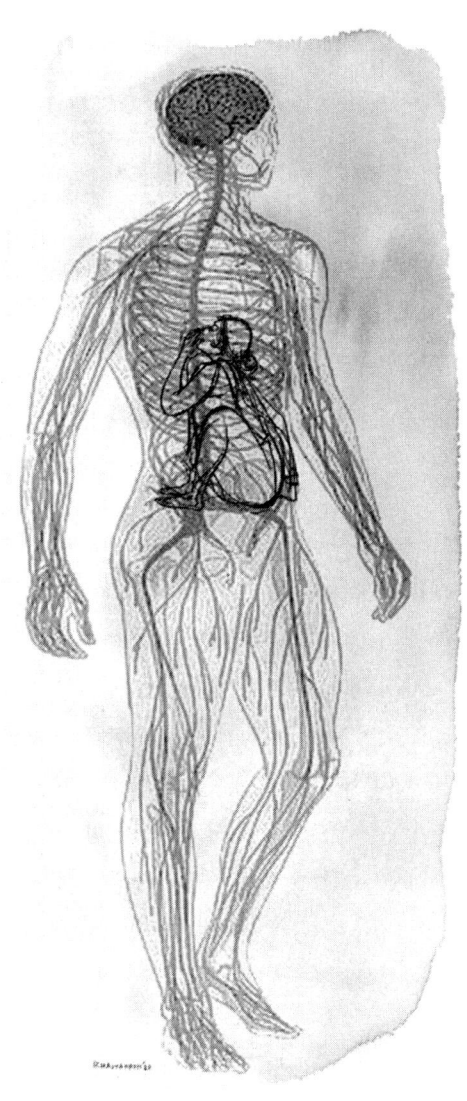

‘‘உனக்குத் தெரியுமா, செய்வதெல்லாம் ஏனென்றும் எதற்காகவென்றும் அறிந்து கொள்ளாமல் அவற்றில் பட்டு உழலும் ஒருவனின் துயரங்கள்?’’

‘‘அந்த துயர்களிலிருந்து யாருக்கும் விடுதலை இல்லை; வாழ்வு முடியும்வரை’’

அவள் உள்ளே இருந்தபடியே அலங்காரனின் எலும்புகளைத் தழுவினாள். நரம்புகளில் முத்தமிட்டாள். ஒவ்வொரு நாடியிலும் நாவால் நீவிவிட்டாள். அவள் குரல், அவனுள் சென்று செவிப்பறைகளைத் தொட்டு முழக்கமிட்டது.

‘‘எழுந்திரு, திரும்பி நட. ஆணையாகக் கருதாதே. இது என் விண்ணப்பம்’’

அலங்காரன் கண் திறந்தான். அவன் கனவில் நிகழ்வதுபோல எழுந்து திரும்பி நடந்தான். அவளூருக்கான வழியை அடைந்தவுடன் அவன் கால்கள், பழையதொரு பயணத்தை வேறொருவிதமாகத் தொடர்ந்தன. அதே வழிகள், அதே வெயில். அன்று ஏற்பட்டது போன்ற தளர்வை அவன் அப்போது உணரவில்லை என்பதே சரி. தாங்கிக் கொள்ளவும் தோளிலேற்றி நடக்கவும் மற்றொரு மஸ்கரியின் உதவி தேவைப்படவில்லை. அவளூருக்குத் திரும்பி வந்தவன், நேராக ஆசிரமத்திற்குத்தான் போனான். வாசலைத் திறந்துவிட்ட செல்வனின் முகம் வாடி இருந்தது. உள்ளே ஏறியபோது அவன் அலங்காரனின் கைகளை அழுத்திப் பிடித்தான்.

‘‘எங்கே இருந்த இவ்வளவு காலமும்?’’

அந்தக் கேள்வியில் இருந்த அன்பும் கனிவும் அலங்காரனை அதிர வைத்தது.

"நடைப் பயணத்திலிருந்தேன். நாமாகவே எவ்வளவு தடுத்தாலும் சிலவற்றைத் தவிர்க்க இயலாது"

"ஆமாம், தவிர்க்க இயலாத ஒன்று இங்கேயும் நிகழ்ந்தது அலங்காரா"

செல்வன் அனந்தமானதொரு பயணத்தின் முற்றெல்லைவரை பார்வையை நோக்கிக்கொண்டு நனைந்த குரலில்,

"அந்த மஸ்கரி நம்மை விட்டுச் சென்றுவிட்டார்" என்றான்.

ஆறத் தொடங்கியிருந்த வெயிலையே நோக்கியபடி அசைவற்று நின்றான் அலங்காரன். வெளியே வர வேண்டியதை விடவும் அதிகமாக இருந்தது உள்ளே முட்டி நின்ற அழுகை. மஸ்கரியின் முகத்தில் பார்த்த ஆதிமனிதனின் களங்கமின்மை, அவனுள்ளே மறைக்க முடியாதவிதம் தெளிவுற்றது. ஒன்றிலிருந்து மற்றொன்றிற்கென இறுக்கிப் பிடிக்கக் கிடைத்த கொடிகள் ஒவ்வொன்றாக முறிந்து விழுகின்றன. நியதி! மரண வே:ளையிலும் மஸ்கரி அதன் இன்றியமையாமையைப் பற்றி மட்டுமே யோசித்துக்கொண்டு இருந்திருக்கலாம். அடையாளங்கள் எதுவும் மிச்சம் வைக்காமல் அணைந்து போன ஒரு கற்பூரத் துணுக்கின் வாசம் அலங்காரனின் உள்ளமெங்கும் நிறைந்தது.

அவன், ஆசிரமத்துக்குள் நடந்தான். ஒரு தடுக்கில் அமர்ந்துகொண்டு ஏதோ கிரந்தத்தைத் திறந்துவைத்து மெதுவாக உருவிட்டபடியிருந்த ஆர்யதேவனைப் பார்த்ததும் சற்றே அகன்று நகர்ந்து நின்றுவிட்டான். பிக்கு கிரந்தத்தை மூடிவைத்தபோது அதுவரை அடக்கி வைத்திருந்த சங்கடம் அவனிடமிருந்து வெளிவந்தது.

‘‘நான் அப்பாவை ஒருமுறை பாக்கணும். நீங்க எங்கூட வரீங்களா?’’

ஆர்யதேவன் அதை எதிர்பார்த்திருந்தது போலவே தோன்றியது.

‘‘இன்று நேரம் ஆகிவிட்டதே. நாளை ஆகட்டும்’’

‘‘உங்களால் நடக்க முடியாது என்றால் வேறு வழி பாக்கறேன்’’

‘‘இல்லை. நானும் வருகிறேன்’’

பிக்கு மேலும் தொடர்ந்தார்.

‘‘அலங்காரா, நீ வருத்தப்படாதே. மஸ்கரி தன் மரணத்தைத் தானாகவே தேர்ந்தெடுத்தார் என்பதை அறிந்துகொள். அவர் அதற்காக உண்ணா நோன்பு நோற்றிருந்தார்’’

‘‘எதற்கு?’’

‘‘அவருடைய கடமைகள் தீர்ந்துவிட்டதாகத் தோன்றியிருக்கலாம். நமக்குத்தான் இன்னும் நிறைய செய்துமுடிக்க வேண்டியுள்ளன. அந்த நிகண்டின் அடையாளங்களை என்னால் கண்டுபிடிக்க முடிந்தன. பிளர்ந்த நாக்குகள்... பலவகைப் பறவைகளின் முறிந்த இறகுகள்... சில மிருகங்களின் கூர்மையான பற்கள்... ஒவ்வொன்றிற்கும் வெவ்வேறு பொருளையும் காணமுடிகிறது. ஏறக்குறைய முழுவதையும் வாசித்தறியவும் முடிந்தது. ஆனாலும், இத்துடன் முடியாதென்று இப்போது தோன்றுகிறது’’

அலங்காரன் அவற்றில் எதையும் கவனிக்கவில்லை. அவன் மஸ்கரியைப் பற்றிய எண்ணங்களில் இருந்தான். பருபருத்ததென்று தோன்றும் வெளித்தோலை நீக்கினால் வெளியே படர வெம்பும் ஈரம் நெருங்கி வந்து கொண்டிருந்தது. தான் அவ்வளவு அதிகமாக

வெளிப்பட்டு விடுவோமென்ற பயம்தானோ மஸ்கரியை அப்படிச் செய்ய வைத்தது?

"இன்று நீ ஓய்வெடு. நாளை காலையில் நாம் போகலாம். வழி உனக்கு ஞாபகம் இருக்கு இல்லையா?"

இருக்கிறது என்ற அர்த்தத்தில் அவன் தலையசைத்தான். படுக்கையறைக்குச் சென்று பாயை விரித்தபோதும் அவன் கண்திறந்து வெறுமனே படுத்துக் கொண்டிருந்தான். உச்சிவெயில்போல ஏதோ ஒன்று இமைகளைக் கொப்பளிக்க வைத்தது. மஸ்கரியும் இந்த இருளின் கீழே கொதிக்கும் அரூபமான வெயிலுக்குள் எரிந்து சேர்ந்தாரா? தீப்பொறி போல ஒவ்வொரு நிமிடமும் நின்று ஒளிர்கின்றது. உயிருள்ள ஒவ்வொன்றும் அதைத் தொட்டு எரிந்து கொண்டிருக்கலாம். வேறு வழியில்லை என்று தோன்றியபோது அவன் உள்ளே இருப்பவளை அழைத்தான்.

"நீ இந்த இரவைக் களவாடிச் செல்லாதே. என் நிலவை இங்கே தா. ஒளித்து வைத்த நட்சத்திரங்களை அருகே கொண்டுவந்து படுக்கவை. கொஞ்சமாவது தூங்குகிறேன். நாளை சீக்கிரமாகவே எழுந்திருக்க வேண்டும் அல்லவா?"

17

அத்தியாயம் ஒன்று

நீலிக்குப் பின்னால் புறப்பட்டு, பெருமரங்களால் கோட்டை கட்டப்பட்ட அவளூரின் மண்ணில் முதல்முறையாக கால் பதித்தபோது ஓராயிரம் பருந்துகள் ஒன்றாகப் பறந்துயரும் ஓசை கேட்பதாகக் குமரனுக்குத் தோன்றியது. ஆனால், மேலே பார்த்தபோது ஆகாயம் வெறுமையாகவே இருந்தது. ஒற்றை வெள்ளி வளர்ந்து பெரியதொரு மேகப்படலமாக நிறைந்து பரவி, மண்ணை நோக்கித் தாழ்ந்து வந்து தொங்கி நிற்பதாகத் தோன்றியதன்றி, அபூர்வமான வேறெந்தக் காட்சியையும் அவனால் பார்க்க முடியவில்லை.

அவன், முன்னால் பார்த்தான். வலை கட்டிய இருட்டை எரித்துவிடும் பந்தம்போல மரக்கூட்டங்களின் சிறையை அனாயாசமாக முறித்துக் கடந்த நீலி, அவளூரை அடைந்தவுடன் உள்ளே எங்கேயோ ஒளிந்து விட்டிருந்தாள். புதற்காடுகளைக்கூட பகுத்து வழியுண்டாக்கும் திராணியின்றி உடலின் பாரத்தையும் தாங்கி உதவியேதுமற்றவனாக நிற்கும்போது குமரனுக்கு தன்மீதே பரிதாபம் தோன்றியது. எனினும், தனக்கு முன்னால் ஏதேனும் ஒரு வழி பிறக்கும் என்ற உறுதி அவனுக்கு இருந்தது. இதுவரை அப்படித்தான் நிகழ்ந்திருக்கிறது. இங்கே வந்து சேர்ந்ததே அவளுக்காகத்தான். இனிமேலும் வேண்டியதை அவளே செய்து கொள்வாள்.

குமரன் இடுப்பில் சொருகியிருந்த கத்தியையெடுத்து செடிகளை வெட்டி, பாதை உருவாக்கத் தொடங்கினான். உள்ளே ஏறஏற செடிப் படர்ப்புகளும் மரக்கிளைகளும் போட்டியிட்டுத் தன்னைத் தடுக்கின்றன. ஆனால், தளர்ந்துபோக முடியாது. வேறொருவராலும் முடியாத ஏதோ ஒன்று தனக்கு இங்கே செய்து முடிக்க வேண்டியிருக்கிறது. என்னவென்று தெரியாதெனினும், அது இப்போது நீலியைவிடத் தன் தேவையாக மாறிவிட்டிருக்கிறது. எது தன்னைக் காத்திருக்கிறது என்ற எதிர்பார்ப்பு, வேகம் கூட்டவே செய்கிறது. புதர்களின் சிறு அசைவுகளைக்கூட அவன் கவனத்தில் கொண்டபடியே முன்னோக்கி நடந்தான். அவை எதுவும் ஒரு பாம்பாக இழையத் தொடங்கவில்லையென உறுதிப்படுத்திக் கொண்டான்.

வெயிலின் வெளிச்சம் குறைந்து குறைந்து வந்தபோதுதான் ஒரு கொடுங்காட்டில் அகப்பட்டு விட்டோம் என்பது அவனுக்குப் புரிந்தது. பலவிதமான பறவைகளின் சலம்பல்கள் மட்டும் கேட்கிறது. ஆனைச்சாத்தனாக இருக்கலாம். மரச்செறிவுகளின் இருண்ட இடங்களில் அவற்றில் ஒன்றைக்கூடக் காண முடியவில்லை. எனினும், காட்டில் தனியாக இருப்பதான எண்ணம் தோன்றாதிருக்க, அந்த சலம்பல்கள் குமரனை ஓசைகளின் ஒற்றை ஆலில் இழுத்து நிறுத்தியது.

அவன் மீண்டும் தட்டுத்தடுமாறி முன்னேறினான். மரங்களிலிருந்து வடம்போலத் தொங்கிய கொடிகளில் பிடித்து சில இடங்களைத் தாண்டிக் கடந்தான். மருதம், கோங்கு மரங்களில் ஆங்காங்கே முதுகு சொரிந்து கொண்டிருந்த சில குரங்குகள், அனுமதியின்றிக் கடந்துவந்த விருந்தினரைச் சந்தேகத்துடன் பார்த்தன. குமரன் அவற்றைப் பார்த்துச் சிரித்து, ஆக்கிரமிக்க வரவில்லையென்று உறுதியளித்தான்.

காற்றின் கனம் திடீரெனக் குறைந்து வந்தது. அந்த வெயிலுக்கு மண்ணுக்குள் போகும்வழி தெளிவடையத் தொடங்கியதையும்,

காட்டுப்புதர்கள் பின்பக்கமாக ஒதுங்கிப் போவதையும் கண்டபோது அவன் சற்றே நிம்மதியடைந்தான். சிறிய குன்றுகளும் குழிகளும் புல்மேடுகளுமான வேறொரு சூழலே இப்போது அவன் முன்னால் தெரிந்தது. ஒரு பெண்ணுடலின் வடிவம்போலத் தோன்றிய பூமி, அந்திச் சிவப்பில் ஒளிர்ந்து கொண்டிருந்தது. அவன் நீலியை நினைத்தான். ஆங்காங்கே சில குழந்தைகள் ஓடி விளையாடுவதையும் கண்டவுடன், அவள் ஒரு தாயாக மாறிவிட்டாள் என்று அவன் கற்பனை செய்துகொண்டான்.

சருகுகளை உடல் முழுவதும் சுற்றி பாளையில் கரியினால் கரடியின் முகத்தை வரைந்திருந்த ஒரு குழந்தை, அருகே ஓடிவந்து ஓசையிட்டபோது அவன் சிரிக்கவே செய்தான். அவனுக்குப் பின்னால் நரி வேடமும் புலி வேடமும் இட்ட குழந்தைகளும் அவனைச் சூழ்ந்தனர். சற்று நேரத்திற்கு ஆயுதத்தை ஒளித்துவைத்த வேட்டைக்காரனாக மாறினான். அவர்களின் பிக்கல் பிடுங்கல்களைப் புன்னகையோடு தடுத்தான். மரங்களையும் காட்டுயிர்களையும் தவிர, ஆட்களை நெருங்கிப் பார்க்கிறான். மட்டுமல்ல, நீண்ட நாட்களுக்குப் பிறகு குழந்தைகளுடன் இணைய முடிந்ததை ரசிக்கவும் செய்தான். அதிலொரு ரசனையும் தோன்றியது.

''குழந்தைகளே, பெரியவர்கள் எல்லாம் எங்கே இருக்காங்க?''

தான் கேட்டது குழந்தைகளுக்குப் புரியவில்லை. பதிலுக்கு அவர்கள் எழுப்பிய ஓசைகளைத் தன்னாலும் புரிந்துகொள்ள முடியவில்லை. இருள்வதற்குள் வேறு யாரையேனும் காண முடிந்தால்! எப்படியும் அவர்களுடன் செல்ல அவன் தீர்மானித்தான்.

புல் குருவிகளும் சீக்கார் பூங்குருவிகளும் கூடடையத் தொடங்கின. மரங்களில் அந்தி நேரத்து நிறங்களுக்கேற்ப அக்கா குயில்கள் கூவுகின்றன. காட்டு ஆந்தைகளும், நத்தைகளும் தங்களுக்கான நேரம்

என்பதை உணர்ந்து இரைதேடத் தயாராகின்றன. பகல் சாயவும் வேலையை முடித்துவிட்டுத் திரும்பிப் போகின்றவையும், இரவு தொடங்கும்போது வேலைக்குப் போகின்றவையுமாக ஜீவராசிகள் முழுவதும் இரண்டாகப் பிரிகின்றன.

குழந்தைகள் விளையாட்டை நிறுத்திவிட்டு திரும்பிச் செல்ல அவசரம் காட்டினர். மிருக வடிவை அணிந்தவர்கள், ஒப்பனைகளை அவிழ்த்துவிட்டு மனித வடிவங்களுக்குத் திரும்பினர். அவர்கள் பல வழிகளில் பிரிந்து சென்றனர். ஒரு சிறு கூட்டத்துடன் குமரனும் சேர்ந்து நடக்கத் தொடங்கினான். திடீரென்று புதியவனைத் தவிர்த்துவிட்டு அவர்கள் பாய்ந்து சென்று மரக்கூட்டங்களுக்கு இடையில் புகுந்துகொண்டனர். சிறுபொழுது உடன் ஓடினாலும் அருகே கண்ட சிறுபாதையின் அடியில் ஒளிந்துகொள்ள இடம் தேடிப்போன ஒரு வேரில் இடித்துக்கொண்டு அவன் கீழே விழுந்தான். பின்னர் உடன் சென்றுசேர முடியாமல் போனதன் ஏமாற்றத்துடன் எழுந்து, குழந்தைகள் மறைந்த இடத்தை நோக்கி நடந்தான்.

மீண்டும் மரக்கூட்டங்கள்! வெளியே கேட்க முடியாததொரு கூக்குரல் போல இருள் பரவி விட்டிருக்கிறது. குழந்தைகளைப் பார்த்தவுடன் திடீரென ஏற்பட்ட வெளிச்சம் எவ்வளவு சீக்கிரம் தலைகுப்புற விழுந்திருக்கிறது! தனிமை உச்சத்தை அடைந்தபோது அவன் உரக்க அழைத்தான்.

‘‘நீலி!’’

பதில் இல்லை. என்றையும் விட இத்தருணம் தான் அனாதையாகி விட்டதாக உணர்ந்தான். ஒவ்வொரு காலடி முன்னால் வைக்கும்போதும் சில்வண்டுகளின் குரல்களுக்கு மேல் உயர்ந்து கேட்கும் தன்னுடைய காலடிச் சத்தத்தையே அவன் வேறொருவருடையதாக எண்ணி பயந்தான். ஒரு குழியை நோக்கி

இடறி விழத் தொடங்கியபோது, மரத்திலிருந்து தொங்கிய ஒரு கொடியில் பிடித்ததும், ஒரு சீற்றத்துடன் அது சற்றே நெளிந்ததும் ஒருசேர நிகழ்ந்தது. பாம்பு! அவன் கையைப் பின்னுக்கு இழுத்து, ஒரு கூக்குரலுடன் குழியில் விழுந்தான். எதிர்பாராமல் வந்ததொரு வேரூன்றலாக பாம்பு சருகுகளை அசைத்தபடி ஊர்ந்து அவன்மீதே வந்து விழுந்தது. அதன் கனத்த அழுத்தத்தை ஏற்றபோது நடுங்கினாலும், அசைவுகளுக்கு இடம் கொடுக்காததொரு மரமரப்பில் உடல் உறைந்து போனது. அப்படியே கண்மூடிக் கிடந்தான்.

இமைகளில் இருதுளி வெளிச்சம் சொட்டுவதுபோலத் தோன்றவும் கண் திறந்தான். அது நெஞ்சத் துடிப்பைக் கூட்டவே செய்தது. இரண்டு நாகக் கண்களுக்குக் கீழுள்ள சிவந்த உதடுகளுக்குள்ளிருந்து வெளியே நீண்டதோர் இரட்டை நாக்கு தன் உதடுகளில் பதிவதை அறிந்து அவன் உறைந்து போனான். பூட்டி வைத்த உதடுகள் திறந்து அதன் நாக்கு தன் நாக்கில் இழையவும் கழுத்திலிருந்து நீவவும் நெஞ்சுக்கு இழைந்து முலைக்கண்களில் முத்தமிடவும் செய்தவுடன் பயத்தினுடையதும் காமத்தினுடையதுமான அலைகளுக்குள் அவன் மூழ்கிப் போனான்.

"நீலியோ இது?"

"இல்ல, நீ அறியாத ஒருத்தி" குமரன் சற்றே திகைத்தான்.

"அறிவின் ஊடாக அல்ல, அனுபவத்தின் ஊடாகவே என்னைத் தெரிந்துகொள்ள முடியும்"

"யார் நீ?" வயிறு வழியாகவும் கால்களுக்கு இடையிலும் மடிந்து செல்லும் நாக்கை சற்றே பின்னுக்கிழுத்து அவள்,

"நான் காலஜிவ்ஹா. உன் சலனங்களின் தேவதை" என்றாள்.

உள்ளே எலும்பில்லாத உடலால் அவனைச் சுற்றி முறுக்கினாள்.

‘‘நாகினி?’’

குமரன் அதற்குள் தளர்ந்திருந்தான். அவள் அவனுடைய உடலின் ஈரம் முழுமையையும் நக்கி எடுத்து விட்டிருந்தாள்.

‘‘அப்படியும் தோன்றலாம்’’

அவளுடைய நாக்கு ஒருமுறை புரண்டபோது, காடு முழுமையும் குலுங்கிச் சிரித்ததுபோலத் தோன்றியது. மேனி முழுவதும் குழைந்து இழையும் அவளுடைய உடலைக் குமரன் அறியாமல் சேர்த்தணைத்தான். அந்த அணைப்பில் மெதுவாகக் கண்கள் மூடினான். மயக்கத்துக்குள் ஆழ்ந்து போவதற்கிடையில் அவனுடைய பிடி தளர்ந்து போயிருந்தது.

‘‘உன் கைகளுக்குள் அடங்கமாட்டேன் நான்’’

உடலிலிருந்து வழிந்து இழைந்து இழைந்து அகன்று போகும் ஓர் ஓசையைக் குமரன் தெளிவின்றிக் கேட்டான்.

அத்தியாயம் இரண்டு

காட்டின் நிசப்தத்தை முறித்துக்கொண்டு உயர்ந்து முழங்கும் பேரிரைச்சல் கேட்டுக் கண் திறந்த குமரனுக்கு, எவ்வளவு நேரம் அப்படி அந்தக் குழியில் கிடந்தோம் என்பதைக் கோர்த்தெடுக்க முடியவில்லை. உடல் முழுவதும் புகைவதாக இருந்தாலும் வழுக்கும் ஒரு நினைவு உள்ளே வந்தவுடன் அவனுக்கு அதில் அவ்வளவு அசௌகரியம் தோன்றவில்லை. பதிலாக வேதனையும் ஆனந்தமும் கூடிக் கலந்த சோம்பலில் சற்றுநேரம் அப்படியே படுத்திருந்தான்.

அடுத்து வந்திருந்த ஓசை இன்னும் கனத்திருந்தது. வாத்திய முழக்கங்களுடன் மனிதர்களின் ஆரவாரக் கூச்சல்களும் உயர்ந்து கேட்க அவன் எழுந்தான். கையில் தடுத்த வேர்களைப் பிடித்து, மண் திட்டுகளில் காலூன்றி, குழியிலிருந்து மேலேறினான். தட்டுத்தடுமாறிய நடை நீண்டதூரம் தேவைப்படவில்லை. மரங்களின் பெருக்கம் குறைந்து வெட்டவெளிகள் அதிகரிக்கவும் அவன் சற்றே நிம்மதியடைந்தான். ஒற்றை மரங்களுக்கு அப்பால் வான் நோக்கி எழும் பந்தங்களின் வெளிச்சம் கண்டு அந்த திசை நோக்கி நடந்தான்.

ஆங்காங்கே நின்ற மரங்களுக்கு இடையில் பரந்து கிடந்த ஓரிடத்திலிருந்துதான் ஓசையும் வெளிச்சமும் வருகிறது. அங்கே நிறைந்திருந்த மக்கள் கூட்டத்தைப் பார்க்கவும், ஏதோ விழா நடக்கிறது என்பது புரிந்தது. அவன் பருமனானதோர் ஆலமரத்தின்பின் மறைந்து நின்றான். பலவிதமான செண்டை மேளங்களும் கொம்புகளும் புறப்படுவிக்கும் அதிர்வுகளுக்கு இசைவாக, ஒரு மரத்தடியின் கீழிருந்த

கற்சிலையின் முன்னால் ஆண்களும் பெண்களும் இணைந்து நடனமாடுகின்றனர். எரிந்தடங்கிக் கனலாகக் கொழுத்திருந்ததொரு தென்னை அவர்களுக்கு வெளிச்சம் நல்கியது. ஆண்களும் பெண்களும் நீண்டு வளர்ந்திருந்த முடியை அவிழ்த்து தமக்குள் பிணைந்திருந்தனர். பலரும் முகமூடிகள் அணிந்திருந்தனர். தோள்வளைகளும் கடுக்கனும் தரித்திருந்தனர். சிலையின்மீது இளம்பச்சை நிறத்திலான ஒருவகைப் பூக்களை அவ்வப்போது சொரிந்தபடி இருந்தனர். கையிலிருந்த சிரட்டையின் சாராயத்தை உறிஞ்சுவதற்காக சிலர் முகமூடிகளைச் சிறிது மேலே ஏற்றிக்கொண்டும் இருந்தனர். கற்சிலைக்கு முன்னாலிருந்த வெற்றிலையையும் கஞ்சாவையும் எடுத்து வாயில் வைத்து அவர்களின் போதைக்கு வீரியம் கூட்டினர்.

நடனத்தின் வேகம் கூடவும் இலையாடைகள் இடுப்பிலிருந்து அவிழத் தொடங்கின. இணைகளாகச் சுவடுகள் வைத்திருந்த பலரும் அவர்களின் கூட்டாளிகளை விட்டு மற்றவருடன் இணைந்தனர். போதை அதிகரித்ததோடு பலரும் குலைந்து வீழ்ந்தனர். மற்றவர்கள் உடனிருந்த இணைகளுடன் சல்லாபத்தில் ஈடுபட்டனர். சிலர் ஒன்றுக்கும் மேற்பட்டவர்களுடன் இணைந்தனர். வேறு சிலர் கூட்டமாகக் கட்டியணைத்துக்கொண்டு பாம்புகளெனப் பிணைந்தனர். அவர்களின் இணைசேர்ந்த உடல்களின்மீது சிலர் பூச்சொரிந்தனர். ஆட்டமும் பாட்டும் ரதியும் லகரியும் ஒன்றிணைந்த விழவினைப் பார்த்து நின்ற குமரனின் தோள்களில் ஈரமானதொரு கை தொட்டது.

திரும்பிப் பார்க்கவும் புன்னகைத்துக்கொண்டே ஒருத்தி நின்றிருந்தாள். சற்றுமுன் பார்த்த அந்த நாகக் கண்களை உணர்ந்த அவன் சற்றே அதிர்ந்தான்.

''பயப்பட வேண்டாம். என்னுடன் வாருங்கள்''

அவள் குமரனின் கையைப் பிடித்து இழுத்தாள். தயங்கித் தயங்கியே எனினும் அவன் பின்தொடர்ந்தான்.

''இன்னைக்கு இங்கே திருவிழா. நீங்களும் சேந்துக்கிறீங்களா?''

அவன் இல்லையென்று தலையசைத்தான்.

''வியர்வையின் தேவதைகளும், உடலுறவின் பல தரப்பட்ட நறுமணத்தின் தேவதைகளும் இன்று அவளூருக்கு வந்திருக்கின்றனர். இங்கிருக்கும் மரப்பட்டைகளிலும் அதன் கறைகளிலும் பூக்களிலுமெல்லாம் அவர்கள் நிறைந்திருக்கின்றனர். இன்று அவர்களே மிகுந்திருக்கிறார்கள். அவர்களுக்கான அர்ச்சனைகளைப் பார்க்கவில்லையா?''

பலதரப்பட்ட ஆட்களைச் சுட்டிக்காட்டி அவள் சிரித்தாள். குமரன் ஒன்றும் பேசாமல் நடந்தான். அதற்குள் தளர்ந்து உறக்கத்தில் ஆழ்ந்தவர்களைத் தாண்டி, சில குடிசைகளின் முன்னால் அவர்கள் சென்று நின்றனர். அதில் ஒன்றில் நுழைந்தவள் அவனை உள்ளே அழைத்தாள்.

குமரன் தயங்கி வெளியிலேயே நின்றான். அவள் மீண்டும் அழைத்தாள்.

''இங்கிருக்கும் குடில்களில் யாரும் தங்கலாம். இங்கு இருப்பவர் என்றோ, வந்து சேர்ந்தவர் என்றோ வேறுபாடு எதுவுமில்லை''

அவன் உள்ளே நுழைந்தபோது அவள் கேட்டாள்.

''பசிக்கிறதா? சோறும் வேகவைத்த மானிறைச்சியும் இருக்கின்றன''

குமரனுக்குப் பசியே மறந்து போயிருந்தது. அந்தக் கேள்வி அவனுடைய பசியைத் திரும்பக் கொண்டுவந்து சேர்த்தது.

அதையறிந்து அவளே பரிமாறினாள். அவன் நிறைவாகச் சாப்பிட்டான்.

பொன்னிற மூங்கில் கீற்றால் நெய்தெடுத்த ஒரு கண்ணாடிப் பாயைச் சுட்டிக்காட்டி ‘‘உறங்கிக் கொள்’’ என்றவள் வெளியேறினாள். குமரன் பின்னாலிருந்து அழைத்தான்.

‘‘ஒன்னு சொல்றியா? நீ யாரு? இப்ப எங்கள மாதிரி ஒருத்தியானது எதுக்கு?’’

அவள் திரும்பிப் பார்த்தாள். கண்கள் நெருப்புக் கோளங்களாக இருந்தன. ஒரு காடு முழுவதும் எரிந்தடங்குவதை அதில் அவன் கண்டான். பிளந்த வாயிலிருந்து இரையை நோக்கிக் குதித்துவிழ ஒரு மிருகம் கால் உயர்த்துவதுபோல, தெறித்து நிற்கும் இரண்டு கூர்ப்பற்கள். அவற்றுக்கிடையில் நெளியும் இரட்டைநாக்கை அவள் சற்றே வெளியே நீட்டினாள். பின்னர் கனிவோடு ஒருமுறை சிரித்தாள்.

‘‘பதில் எனக்கும் தெரியாது. எனினும் ஒன்று சொல்வேன். என்னைப்போல் உள்ளவர்களுக்கும் அவ்வப்போது வெளிப்படாமல் இருக்க முடியாதே’’

குமரன் கண்மூடித் திறப்பதற்குள் அவள் மறைந்து விட்டிருந்தாள்.

அத்தியாயம் மூன்று

பரிச்சயமற்ற இடங்களில் விழித்தெழுவது வழக்கமாகி விட்டதனால் காலையில் கண்விழித்தபோதும் வேறொரு இடத்தில் இருப்பதாகக் குமரனுக்குத் தோன்றவில்லை. எழுந்து வெளியே வந்தான். அடுத்துள்ள குடில்களில் யார் இருக்கிறார்களென அவன் ஆராயவில்லை. சற்று தூரத்தில் இளவெயிலில் ஒளிரும் ஆறு தெரிந்தது. இரவிலும் காயாமல் உடலில் ஒட்டியிருந்த வியர்வையையும் அழுக்கையும் சற்றே கழுவிக் கொள்ளலாம் என்று குமரன் ஆற்றின் பக்கம் நடந்தான்.

ஆற்றை நோக்கிய பாதையிலிருந்து மரக்கிளைகளுக்கு இடையில் மேலே ஏறுமாடங்கள் தெரிகின்றன. அவற்றிலிருந்து கீழே தொங்கும் ஏணிகளில் ஏறியும் இறங்கியும் விளையாடும் குழந்தைகள். ஆற்றங்கரையிலும் ஆணென்றும் பெண்ணென்றும் வேறுபாடுகள் இல்லை. தான் பிறந்த ஊரைப் போன்று முலைக்கடவு இல்லை. ஒன்றாகவே குளித்து வெளியேறிச் செல்லும் இளைஞர்களைப் பார்த்தபோது அவன் தன் குழந்தைப்பருவத்தின் நட்டத்தை நினைத்துத் தனக்குள் சிரித்துக்கொண்டான். குளித்துத் திரும்பி வந்தபோது முதல்நாள் கூத்து நிகழ்ந்த இடத்தில் உணவுக்காக வரிசையாக அமர்ந்திருப்பவர்களைப் பார்த்தான். அவர்களைப் போல, தேக்கு மரத்திலிருந்து இலையொன்றைப் பறித்தெடுத்து அந்த வரிசையின் கடைசியில் இடம் பிடித்தான்.

தன்னிடம் யாரும் எதுவும் கேட்கவில்லையே என்று துணுக்குற்றான். மற்றவர்களுக்கு அரூபமாகிப் போனேனோ நான்? அவன் தன்

BHAGYANATH'20

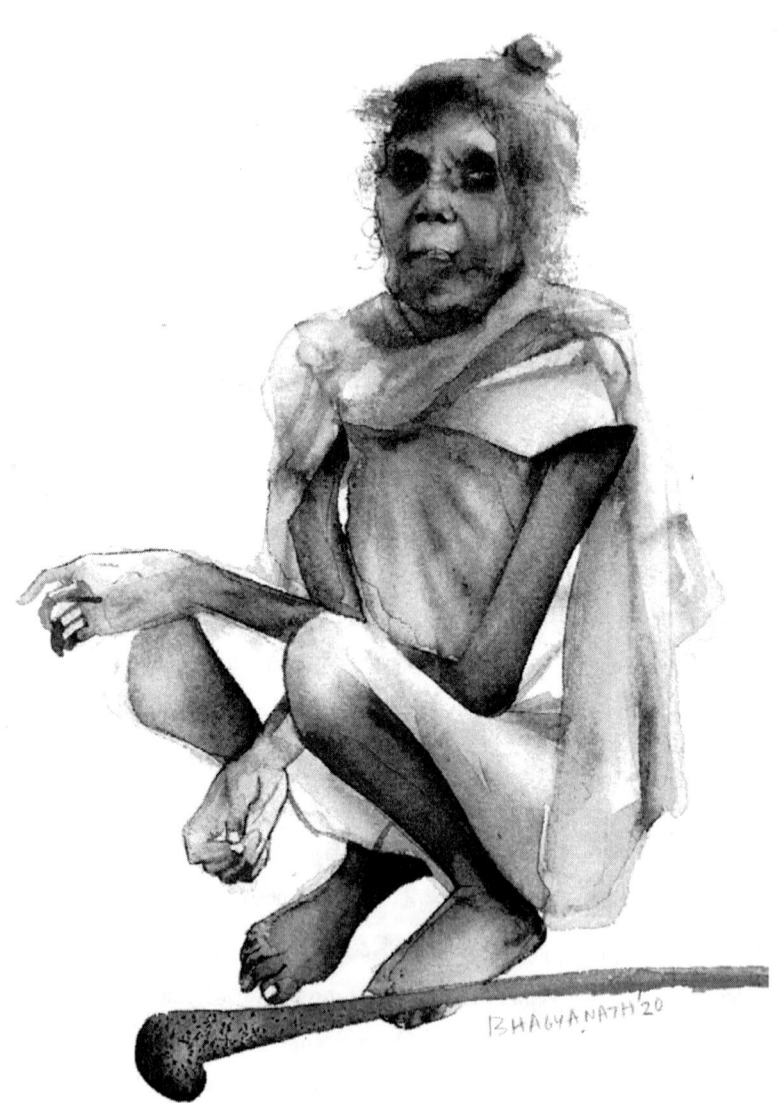

நெஞ்சையும் கைகளையும் பார்த்துக்கொண்டான். கணுக்கையின் நரம்பில் சற்றே கிள்ளிப் பார்க்கவும் செய்தான். மௌனத்தின் பரிதவிப்பை நீட்டிக்கொண்டு செல்லத் தோன்றவில்லை. அடுத்திருந்த ஒருவனை விரலால் தீண்டினான்.

"என்னய்யா உங்க பேரு? எங்க தங்கி இருக்கீங்க?"

கேள்வி புரியாமல் அவன் சிறிதுநேரம் பார்த்தான். அவன் சொன்னது குமரனுக்கும் புரியவில்லை. கூடுதலாக எதுவும் பேசாமல் சுட்ட கிழங்குகளையும் கார் உடும்பின் வேகவைத்த இறைச்சியையும் தின்றுவிட்டு எழுந்தபோது அருகில் இருந்தவன் குமரனைச் சீண்டி அழைத்து சற்று தொலைவை நோக்கி கைச்சுட்டினான். முதலில் சற்றே சந்தேகம் தோன்றினாலும் ஒரு கிழவியைத்தான் அவன் காண்பித்தான் என்று பின்னர் புரிந்தது.

குமரன் அந்தக் கிழவியின் அருகே சென்றான். பின்னால் கட்டிவைத்த நரைத்த முடியையும் உயர்த்திப் பிடித்த தலையையும் அருகில் இருந்த தடியையும் கண்டவுடன் அது ஊரின் மூப்பத்தியாக இருப்பாள் என்று அவன் முடிவு செய்தான்.

"எங்கருந்து வர்ற?" மூப்பத்தி கேட்டாள்.

அய்யோ! இவருக்குத் தன்மொழி தெரிகிறது. குமரன் ஊரையும் பேரையும் சொன்னான். நீலியின் கதையைச் சொல்ல தொடங்கி, வேண்டாமென்று விட்டுவிட்டான்.

"இங்க ஒன்னும் யாரோடயும் சொந்தம் இல்லய்யா. எந்தக் குடிசையிலயும் தங்கிக்கலாம். யாருடனும் பழகலாம். பெரும்பாலானோரின் மூத்தோரும் பல ஊர்ல இருந்து வந்தவங்கதான். ஆனாலும் இங்கு வந்த உடனே எல்லாரும் ஒரே ஊர்க்காரங்க மாதிரி

மனோஜ் குரூர்

ஆயிட்டாங்க. ஒரே பேச்சு வழக்குமாயிடுச்சு. இங்க பேசுறது புரிய வேண்டாமா? வழி உண்டாக்கலாம்''

குமரன், அப்படி ஒரு வரவேற்பைச் சற்றும் எதிர்பார்க்கவில்லை. மூப்பத்தி ஓர் இளைஞனை அழைத்து அவனிடம் எதையோ சொன்னாள். பின்னர் தடியை ஊன்றி எழுந்து ஒரு குடிசைக்குள் நுழைந்தாள். இளைஞன், குமரனை அழைத்துக்கொண்டு நடந்தான்.

முதலில் பார்த்த மூப்பத்தியின் வயதொத்தவள் இல்லை என்றாலும், அது போன்ற மற்றொருவளின் அருகில் அவர்கள் சென்று நின்றனர். பருத்தித் துணியால் இடுப்பையும் மார்பையும் மறைத்திருந்த அவள், குமரனைப் பார்த்து முன்பே அறிமுகமானவள் போலச் சிரித்தாள். முதலில் கண்ட முதியவளிடம் சொன்னது எல்லாவற்றையும் இங்கேயும் தொடர்ந்தான். உடன் வந்த இளைஞன் அவளிடம் எதையோ சொன்னான். அவள் அவனைப் போகச் சொல்லிவிட்டு குமரனின் தோளில் அழுத்தி அருகில் அமர வைத்தாள்.

''வா குழந்தே, உனக்காகவே காத்துக்கிட்டிருக்கேன்''

அதைக் கேட்ட குமரன் அதிர்ந்தான். அவள் தொடர்ந்தாள்.

''இங்கு சிலவற்றைச் செய்து முடிக்கக் கூடியவர்கள் வர்றதுக்கு முன்னாடியே என் உள்ளத்துல ஒரு புகைச்சல் தொடங்கும். அவங்க என் முன்னால வந்த நின்னாதான் அது அடங்கும். இது என் திறமையெல்லாம் இல்ல. யாரோ எனக்கு அப்படித் தோண வைக்கிறாங்க. இங்க இருக்கறவங்கள நீ பாக்கலியா? பல நாடுகள்ல இருந்து வந்தாலும் ஒத்துமையா இருக்குறவங்க. நானும் உன்னப்போல மலைநாட்டிலிருந்துதான் வந்தேன். இவங்க எல்லாம் என்ன கூவேந்தி அக்கான்னு கூப்பிடுவாங்க''

''நான்... எனாக்கிவிடே என்னதோ செய்யானிரிப்பது?''

''அது எனக்கும் தெரியாது கொழந்தே. காலம் வரும்போது உனக்கு அது தானாவே தெரியும். இல்லன்னா அவங்க யாராவது உன்னைக் கையப் புடிச்சு செய்ய வைப்பாங்க''

''அவங்களா?''

''ஆமா, அவளூரில் என்னையோ உன்னையோ போல வாழறவங்க மட்டும் இல்லையே''

தாமே வாழ்ந்து கொண்டிருக்கிறோமா என்று குமரனுக்கு உறுதி இல்லாதது போலத் தோன்றியது. அவன் எதுவும் பேசவில்லை. எதையாவது சொல்வான் என்று அவள் துளியும் எதிர்பார்க்கவும் இல்லை.

''உனக்கு இங்க பேசுற பேச்சு வழக்கைப் பரிச்சயப்படுத்துறதுக்குத்தான் மூப்பத்தி என்னிடம் சொல்லி இருக்கிறாள்''

குமரன் தலையசைத்தான்.

''நாடினெப் பற்றி கூடுதல் அறிவதினு மோகமிரிப்பது''

அவன் அங்கே வந்தது தொடங்கி ஒவ்வொன்றையும் நினைவுகூர்ந்தான். அவற்றை நிரப்புவதுபோல கூவேந்தி அவளூரைப் பற்றிச் சொல்லத் தொடங்கினாள்.

''இங்க இருக்கிற காடுகள் பேசறத நீ கேக்கலையா? அவற்றிற்கு எல்லாக் கதைகளும் தெரியும். முன்னர் மரங்களும் மிருகங்களும் பறவைகளும் தவிர ஆட்கள் மிகுதியாக இல்லாத ஓர் இடமாக இருந்தது. வேறு ஊர்களில் இருப்பவர்கள் அவ்வளவு எளிதில்

வந்துசேர முடியாத இடம். கொஞ்சம் வேடர்களும் நாகர்களுமே இங்கே இருந்தார்கள். அடுத்துள்ள தேசங்களில் இருந்து நாடு கடத்தப்பட்டவர்களைத்தான் முதலில் இங்கு அனுப்பி இருந்தனர். அப்படிப்பட்டவர்களே முதலில் இங்கு வந்து சேர்ந்தனர். பொதுவாகவே ஆக்கிரமிப்பாளர்கள். அவர்கள் இங்கே இருந்தவர்களிடம் சண்டையிட்டனர். அயல் பக்கங்களில் சென்று கொள்ளையடிக்கவும் தயங்கவில்லை. அப்படிக் கிடைக்கும் பொருட்களுடன் இங்கே வருவார்கள். கொள்ளையர்கள் பெருகியதால் படைவீரர்கள்கூட இங்கே நெருங்காமல் இருந்தனர். இங்கு உள்ளவர்களின் தான்தோன்றித்தனத்தை ஓர் உரிமையாக ஜமீன்தார்களும் அங்கீகரித்ததாகவே தோன்றும். அப்படி அவளூர் முதலிலெல்லாம் ஓர் ஆணுலகமாய் இருந்தது. கொள்ளையடிக்கவும் கொள்ளி வைக்கவும் செல்பவர்கள் பல நாடுகளில் இருந்து பெண்களைப் பிடித்துவரத் தொடங்கியதோடு அவர்களின் எண்ணிக்கையும் பெருகியது. துர்நடத்தைக்காக நாடு கடத்தப்பட்டு வந்தவர்களும் ஜமீன்தார்களுக்கு வெறுப்பு உண்டாக்கியவர்களுமான பெண்களில் பலரும் அவர்களின் பிடியில் அகப்பட்டனர். கணக்கற்றவர்களை பலாத்காரம் செய்து கொன்றனர். செத்த பெண்கள் பகை தீராமல் அவளூரின் மரங்களில் தம்படித்தனர்''

குமரன் அதுவரை கேட்டதைவிட இப்போது கவனமாகக் கேட்டான். அருகில் நின்ற கோங்கு மரத்திற்குத் தங்களின் பழைய கதைகளைக் கேட்க முடியாமல் போய்விடுமோ என்றெண்ணி காதைத் துளைத்து நல்கியது ஒரு மரங்கொத்தி.

''அதன்பிறகு இங்கே வருபவர்களின் எண்ணிக்கை பெருகியது. அதில் ஒரு பிரிவினர், பல மதங்களின் சன்னியாசிகளும் அந்தணர்களுமாக இருந்தனர். அவர்களைப் பல நாடுகளின்

அரசர்களும் விரட்டிவிட்டிருந்தனர். ஒவ்வொரு தர்மத்தினரும் அரண்மனையை அடைந்து ஏதேனும் வழிகளில் அரசரைத் தன்வசப்படுத்துவர். சிலவேளை அரசனுக்கு ஏற்பட்ட நோய் தீர்ப்பர். இல்லையென்றால் அரசவையின் பிற பண்டிதர்களை வாதத்தில் தோற்கடிப்பர். அத்துடன் அந்த தர்மத்தில் நம்பிக்கை கொள்ளும் அரசன் அதற்கெதிராக உள்ள அந்தணர்களையும் பிக்குகளையும் நாடு கடத்திவிடுவார். அவர்களும் இங்கே வந்துவிடுவர். எப்படி இருப்பினும் பிக்குகளும் புரோகிதர்களும் கூடியவுடன் ஆக்கிரமிப்பாளர்கள் குறைந்தனர். தலைமுறைகள் கடந்தபோது அவர்கள் முழுமையாக இல்லாமலுமாகிப் போனார்கள். இக்காலம் ஆவதற்குள் பிக்குகளின் எண்ணிக்கை மிகுதியாகிப் போனது''

''அப்படி இருந்தும் அவங்க யாரையுமே இங்க பாக்க முடியலயே''

உறுதிப்படுத்துவதற்காக குமரன் சுற்றுமுற்றும் ஒருமுறை பார்த்தான்.

''நிறையபேர் இருந்தார்களே. அவளூருக்கு வந்தவர்கள் பலரும் அவரவரின் அடையாளங்கள் எதையும் மிச்சம் வைக்காமல் இங்கிருந்தவர்களுடன் இணைந்து கொள்ளவே செய்தார்களாம். அப்படிச் சேராதவர்கள் இந்த விழாக்கள் எதிலும் கலந்து கொள்வதில்லை. ஏதாவது குகைகளில் தங்குவார்கள், கூன்பாண்டியன் என்ற மன்னனின் காலத்தில் இங்கே நிறைய சமணர்கள் வந்து சேர்ந்தனர். மலைநாட்டில் பள்ளிவாணப்பெருமாளின் காலத்தில் அந்தணர்களால் நாடு கடத்தப்பட்ட பௌத்தர்களும் இருந்தனர். ஆசீவகர் என்றதொரு பிரிவினரும் உண்டு. பௌத்தர்களையும் ஜைனர்களையும் அந்தணர்களையும் எதிராளிகளாகக் கண்டவர்கள். பூர்ணகாயவரின், அஜிதகேச கம்பளரின் பின்தலைமுறையினரும் இருந்தனர். மறைகளையும் மறையோரையும் புறந்தள்ளிவிட்டு நாத்திகரின் பக்கம் சேர்ந்தவர்கள்தான் எல்லோரும். அவர்கள்

அனைவரும் தங்களுக்குள் கலகம் செய்தபோது அரசனின் ஆதரவு கிடைக்காதவர்கள் நாட்டை விட்டுச்செல்ல வேண்டியதாயிற்று. பின்னர் இலங்கையிலிருந்து வந்த வில்லாளிகளான வேடரும் படைப்பிரிவில் இடம்பெற்ற வேலைக்காரர்களும் இருந்தனர். அவளூர் எல்லோருக்கும் அபயம் கொடுத்தது''

கூவேந்தி தொடர்ந்தாள்.

''எனினும் சில வேளைகளில் இந்த இடம் அமைதியற்றுப் போனது. எப்படி இருந்தாலும் மனிதர்கள்தானே? தற்பெருமை அல்லவா அவர்களின் அடையாளம்! பலரும் பல்வேறு தரப்பினர். அவர்கள் தமக்குள் பல பொழுதுகளிலும் கலகம் செய்தனர். ஏதேனுமொரு தர்மத்தின் ஆட்களாக வந்து சேர்ந்தவர்களுக்கும் பாதுகாப்பு இல்லாமல் போனது. அத்துடன் அவர்கள் தங்களுக்குள் பயம் கொள்ளத் தொடங்கினர். அதன்பிறகு எல்லோரும் சேர்ந்து சமாதானமாக வாழ்வதற்கு என்ன வழி என்று யோசிக்கத் தொடங்கினர். அவளூருக்கு வந்து சேர்பவர்கள் அனைவரும் ஒற்றுமையாக வாழ வேண்டும் என்று தீர்மானித்து இணக்கமாக வாழத் தொடங்கியபின்தான் இவ்விடம் இதோ காணும் நிலைக்கு வந்தது.''

எல்லோரும் வேலை செய்து வாழ வேண்டும் என்பது ஒன்றே நிபந்தனை. வயலில் உழவு செய்வதும் காட்டிற்குப் போய் தேனெடுப்பதும் மட்டுமல்ல, எல்லா வேலைகளையும் எல்லோரும் சேர்ந்து செய்யவேண்டும். அவ்வப்போது போருக்குப் போவது மற்றொரு வழக்கம். உள்ளேயிருக்கும் கலக்கங்களைப் புறந்தள்ள அதுவும் தேவையாக இருந்தது. கதைகளின் வழியாக கைமாறப்பட்டிருந்த பகைக்கு தலைமுறைகள் கடந்தபிறகும் முடிவை எட்ட வேறொன்றினாலும் இயலவில்லை. வெளியே காணப்படும் எந்த சாந்தமான இடத்தினுடையதும் உள்ளே அதன் கனல்

எரிந்துகொண்டே இருக்கிறது. இப்படித்தான் என்றாலும் அவளூருக்கென்று மாறுபட்ட சில நிலைப்பாடுகளும் இருக்கின்றன. இந்த மண்ணிற்கு உரிமையாளர்கள் என்று யாருமில்லை. விளைச்சலை பொதுவி?ல் சேர்த்து வைக்க வேண்டும். இங்கிருக்கும் எதுவும் யாருடையதுமல்ல; அல்லது எல்லாம் எல்லாருடையதும்தான். விருப்பமுள்ளவர்கள் இணை சேர்ந்து குழந்தைகள் பிறக்கின்றன. அவர்கள் தன் தாயிடமும் பிற பெண்களிடமும் பால் குடித்து வளர்கின்றன. பல நாடுகளிலிருந்து வந்தவர்கள் தமக்குள் பேசிக்கொள்ள ஒரு மொழி இல்லாததால் இங்கு இருப்பவர்களின் பல மொழிகளும் சேர்ந்து ஒரு மொழி உருவானது. அது பல தலைமுறைகளுக்குப் பகிரப்பட்டது. பின்னரும் ஒவ்வொரு காலத்திலும் மக்களின் வருகை தொடர்ந்தது. வருபவர்கள் இந்த இடத்தின் மொழியைக் கற்று உடன் சேர்ந்து கொண்டனர்''

கூவேந்தி தன் வறண்ட உதடுகளை நாக்கினால் துடைத்துக் கொண்டாள். அவளுடைய கண்களில் கண்ட ஒளிர்விற்குக் காரணம் தான் தானென்று குமரனுக்குத் தோன்றியது.

''குமரா, இப்போது புதிதாக வந்திருப்பது நீதான். நீயும் இங்கு பேசும் பேச்சைப் புரிந்துகொள்ள வேண்டும். நீ இங்கே சிலவற்றை நிறைவேற்ற வேண்டும் என்று என் மனம் சொல்கிறது. அதனாலேயே நான் அறிந்தவற்றையெல்லாம் உனக்குச் சொன்னேன்''

தலையில் தொப்பி இறகுகள் வைத்திருந்த சில கின்னரப் பறவைகளும் கண்மை புரட்டிய மரங்கொத்திகளும் அந்தப் பேச்சைக் கேட்டுக் கொண்டிருந்தன என்பதற்கு அடையாளமாகச் சற்றே அழுத்தி முனங்கின.

குமரனும் எல்லாவற்றையும் தலைகுலுக்கிக் கேட்டான். அவளூரில் கண்ட காட்சிகளுக்கும் கேட்ட ஓசைகளுக்குமெல்லாம் மாறுபட்ட பொருள் உண்டாவதாக அவனுக்குத் தோன்றியது.

அத்தியாயம் நான்கு

கூவேந்தியிடமிருந்து குமரன் அவளூரின் மொழியை கற்றுக் கொள்ளத் தொடங்கினான். பாலியையும் மலையாம்பேச்சையும் நினைவுபடுத்தும் சிலதெல்லாம் இருந்தாலும் அவையேதுமற்ற ஏதேதோ ஒலிகளும் கலந்த மொழிகள். பறவைகளிடமிருந்து சில கீச்சொலிகள்... மிருகங்களிடருந்து சில மூளல்கள்... காற்றிடமிருந்து சீட்டியடிகள்... விறகில் தீப்பிடித்தது போன்ற இந்த ஓசை என்ன? அதில் நெஞ்சே வெந்துருகுவதுபோல் தோன்றுகிறது.

"அடுத்துள்ளவர்களிடம் கலந்து பழகணும். அப்போதுதான் மொழித்திரிபுகள் பழக்கப்படும்"

கூவேந்தி நினைவூட்டினாள். அவன் அதற்கு முயற்சிக்கவும் செய்தான். மனிதர்களும் பறவைகளும் மிருகங்களும் அவனோடு பேசின. அவன் அவற்றை வேறுபடுத்தி அறிந்துகொள்ள மிகுந்த முயற்சி மேற்கொண்டான். காலில் மிதியடியிட்டது போலிருந்த, பெயர் தெரியாததொரு பறவையிடம் குசலம் பேசிக்கொண்டிருந்த போதுதான் அவன் மீண்டும் நீலியைக் கண்டான்.

"வேண்டிய நேரங்களில் எல்லாம் என்னை கைவிட்டுப் போவாய் இல்லையா?"

அவன் முகம் கனத்தான். மரக்கிளைகளைக் காற்றினால் அசைத்து அவள் சிரித்தாள்.

‘‘நேருக்குநேர் பார்க்காததால் உடன் இல்லை என்று நினைக்கிறாயா? இதுதான் மனிதர்களிடமுள்ள குழப்பம்’’

அவள் கண்கள் ஒளிரவும், வெற்றிலை போட்டதுபோல உதடுகள் சிவக்கவும் செய்தன.

‘‘என்னால் நீயாக முடியாது அல்லவா?’’

குமரன் மீண்டும் பரிதவித்து அவளைப் பார்த்தான். அவள் முதலில் எதுவும் பேசவில்லை. பின்னர் இளங்காற்றைப் போல பூமியில் படாமல் நகர்ந்து செல்லத் தொடங்கியபோது அவன் அவளைப் பின்தொடர்ந்தான்.

‘‘ஆமாம். உன்னால் நானாக முடியாது. ஆணினால் பெண்ணாகவே முடியாதே’’

‘‘ஆண் - பெண் என்ற வேறுபாடுகள் இல்லாத சாதகங்களைப் பயின்றவள் அல்லவா நீ?’’

வார்த்தைகள் வந்து விழுந்நன. கனல் கக்கும் ஒரு பார்வையை எதிர்பார்த்த அவனுக்கு நீலியின் கண்களின் நிறம் மங்கிய இரு கருமணிகளைத்தான் காண முடிந்தது.

‘‘ஆச்சாரங்கள் எல்லாம் ஆண்களுக்காகவே. பெண்கள் முடிவில் அவளூரின் மரங்களையே வந்தடைவர்’’ நீலியின் குரல் இடறியது.

‘‘நான் மட்டுமில்லை குமரா. என்னைப் போல இங்க நிறையபேர் இருக்காங்க. அவங்களையும் நீ தெரிந்துகொள்ள வேண்டும்’’

குமரன் கூவேந்தியின் வார்த்தைகளையும் நினைத்துக்கொண்டான். அவன் மரங்களைப் பார்த்தான். யாரையும் காணவில்லை. தூரத்து அருவிகளில் இருந்து ஓசை கேட்டபோதும் சற்றே நின்றான். பார்க்க

முடியவில்லை எனினும் அசைவுகளில் எல்லாம் அவர்கள் இருப்பதாகத் தோன்றியது.

"அனைவரும் தேவதைகள்தான். உங்களுக்கு எல்லாவற்றிற்கும் அவர்கள் தேவையல்லவா? உருவாக்கவும் நிலைநிறுத்தவும் இல்லாமல் ஆக்கவும் மட்டுமல்ல, காமத்திற்கும் கலைக்கும் வெவ்வேறு தேவதைகள். அரிசியிலும் கரியிலும் மஞ்சளிலும் குடியிருக்கும் தேவதைகள் இங்கேயும் இருக்கிறார்கள். இரவில் ஏதோ குகையில் ஒளிந்துவிட்டு மெதுவாக வெளியே வரும் சூரியனுக்குச் சிவப்பும் வெள்ளையுமான கம்பளங்கள் விரித்து அவர்கள் வரவேற்பர். வானவில்லிலும் மயிலிறகிலும் அவர்கள் நிறைந்திருப்பர். உனக்குத் தெரியுமா? இந்த ஊரில் வாசனைகளுக்குக்கூட தேவதைகள் இருக்கின்றனர்"

நீலி அவ்வாறு சொல்லிச் சிரித்தபடி முன்னால் நகர்ந்தாள். குமரன் அவளைப் பின்தொடர்ந்து மூக்கை விரித்துக்கொண்டு அவர்களைத் தேடிக் கொண்டிருந்தான்.

வாசனைகளின் தேவதைகள்! அவர்கள் எத்தனைபேர் இருப்பார்கள்? மனிதனுக்குத் தனித்த வாசனை. அதிலேயே வியர்வைக்கும் விந்துவுக்கும் குருதிக்கும் மூத்திரத்துக்கும் வெவ்வேறு வாசனைகள். தமக்குள் இணையும் காதலர்கள் மூக்கை உரசச் செய்வதும், அல்லாதவர்கள் மூக்கைப் பொத்தச் செய்வதும் ஒரே வாசனைதான். பறவைகள் ஒவ்வொன்றுக்கும் ஒவ்வொருவிதமான வாசனை. மிருகங்களுக்கும் அப்படியே. மரங்களின் வாசனையல்ல அவற்றில் விரியும் பூக்களுக்கு. காய்களின், கறைகளின் வாசனை வெவ்வேறாகத் தெரியும். இவற்றின் தேவதைகளின் எண்ணிக்கையை நினைத்தபோது குமரனின் தலை சுழன்றது. மண்ணின் வாசனையோடு

இவையெல்லாம் கரைந்து சேரும்போது கையறுநிலையில் விடப்படும் தேவதைகளை நினைத்து அவன் வியர்த்தான்.

உடல் முழுக்கக் குளிரை அணிவித்தபடி காற்று அவ்வழியே கடந்து சென்றபோது, தான் ஒரு சோலையில் நிற்பதாக அவனுக்குத் தோன்றியது. பலவகையான பூக்களின் வாசனைகள் தன்னைச் சூழ்வதாக உணர்ந்த அவன் சுற்றிலும் பார்த்தான். மரங்கள் அல்ல, அப்போது அருகில் வந்த ஒரு இளம்பெண்ணே அதன் உறைவிடம். இவள் யார்? எதன் தேவதை இவள்? அவன் கைகூப்பினான். அப்பெண் அதைக் கண்டுபிடித்து சிரிக்கவே செய்தாள். அவள் அருகே வந்து கைவிரல்களில் விரல் கோர்த்தபோது குமரன் சற்றே குழம்பிப் போனான். கைகளை விடுவித்து அவன் நீலியோடு சேர்ந்துகொள்ள வேகமாக முன்னால் நடந்தான். நீலி திரும்பிப் பார்த்தாள். அவன் இதயத்துடிப்பு கூடியது.

"நீலி, அவ யாரு?" "நீ சொன்ன தேவதைகளில் ஒருத்தியா?"

சற்று தூரத்தில் குமரனையே பார்த்துக்கொண்டு நின்றிருந்த அவளைப் பார்த்து நீலி சிரித்தாள்.

"தேவதையா? நீ இப்போ பாக்குற எல்லாரும் தேவதைகள்தானா?"

"அப்புறம் யாரு?"

"ஒரு கணிகை"

"கணிகையா? அவளூரில் அப்படி ஒருத்தியின் தேவை என்ன?"

"எல்லாம் தமக்குள் பொருத்தப்படுத்தி முழுமையாக்கத் துணிந்தாலும் இப்படி சில இடறல்களை எங்கேயும் பார்க்கலாம். அவை அவளூரிலும் இருக்கின்றன. விழாக்கள் என்றும் இல்லையே

குமரா. ஒருத்தியும் உடன் வராதவருக்கு அவளே தேவைப்படுவாள். எனினும் ஒன்று இருக்கிறது. அப்போதும் அவளின் சம்மதமே முக்கியம். அதுவன்றி அவளுடன் சேர முயல்பவரை மூப்பத்தி கொன்று விடுவாள் என்பது ஞாபகம் இருக்கட்டும்!''

குமரன் மீண்டும் ஒருமுறை திரும்பிப் பார்த்தபோது அவள் அங்கிருந்து மறைந்திருந்தாள்.

''எதுக்கு மறுபடியும் தேடுற? உனக்கு நான் இல்லையா?''

ஒரு குறுஞ்சிரிப்போடு நீலி அவனுடைய கையைப் பிடித்து இழுத்தாள். சிறிதுதூரம் நடந்து மாமரங்கள் நிறைந்திருந்த ஓரிடத்தை அடைந்து அவள் நின்றாள். திடீரென்று மாம்பூக்களின் நறுமணம் அந்த இடம் முழுமையையும் சூழ்ந்தது. ஒரு மாமரத்தடியில் இருந்த கற்சிலையின் முன்னால் அவள் வணங்கி நின்றாள். உடல் வடிவுகள் ஒத்த அந்தப் பெண்சிலையின் கண்களில் கல்லாக மாறச் சம்மதிக்காத ஈரம் தங்கி நிற்கின்றது எனக் குமரனுக்குத் தோன்றியது.

''யார் இது?'' அவன் கேட்டான்.

''இது அம்பிகா என்ற யட்சினி. அவளூரின் பல அம்மாக்களில் ஒருத்தி''

நீலி மீண்டும் தொடர்ந்தாள்.

''எங்களுடைய உலகத்தை வந்தடைந்தால் இவர்கள் எல்லாம் உங்களுக்கு தேவதைகளாகத் தோன்றுவது, வாழ்ந்து கொண்டிருந்தபோது சகித்துக் கொண்டிருந்ததற்கான பரிசுகள்''

''நீ இந்த பய்யாரத்தை விட்டுவிட்டு இந்த தேவதையோட கதைய எனக்குச் சொல்லு''

குமரனின் ஆர்வம் கூடியது.

"மற்றவர்களின் வாழ்க்கையைக் கேட்பவர்களின் முகத்தில் விரியும் பச்சாதாபத்தைக் கண்டுதான் நான் பயம் கொள்கிறேன். உள்ளே ஆனந்தத்தையே அனுபவிக்கிறார்கள் என்பது எப்படித் தெரியும்?"

குமரனின் முகம் வாடியது. அதைக் கண்ட நீலி தொடர்ந்தாள்.

"பரவாயில்லை. நான் சொல்கிறேன்"

காற்று அடங்கியது. இலைகளால் வெயிலோடு போராடிக் கொண்டிருந்த மாமரங்கள் அதற்குள் தளர்ந்திருந்தன. அவை தோள் தாழ்த்திக் கிளைகளை ஒதுக்கி உறங்கத் தொடங்கியிருந்தன.

"சோமசர்மன் என்ற பிராமணனின் மனைவியாய் இருந்தாள் அக்னிலா. சுபாகரன் என்றும் பிரபாகரன் என்றும் இரண்டு குழந்தைகள் இருந்தனர். ஒருமுறை தந்தையின் திதிக்கு உணவருந்த சில பிராமணர்களை சோமசர்மன் அழைத்திருந்தான். அந்த நேரத்தில் ஞானசாகரன் என்ற ஜைன பிக்கு அவ்வழியாக வந்தார். பிக்கு பசியில் தளர்ந்திருந்தார். வேறு எதையும் யோசிக்காமல் அக்னிலா, பிக்குவிற்கு உணவு கொடுத்தாள். திதி உணவுக்காக பிராமணர்கள் வந்தபோது அங்கே எதுவும் மிச்சமில்லை. அவர்கள் திரும்பிப் போனார்கள். திதி முடங்கிப் போனதில் கோபமேறிய சோமசர்மன் மனைவியை வீட்டிலிருந்து வெளியேற்றினான். வேறு கதியற்ற அவள் குழந்தைகளுடன் வீட்டைவிட்டு வெளியேறினாள். பசியால் தளர்வுற்ற அவர்கள் ஒரு மலையடிவாரத்திற்கு வந்து சேர்ந்தனர். அங்கே நிறைய மாமரங்கள் இருந்தன. அவை காய்க்கும் காலமாக அல்லாமல் இருந்தபோதும், அக்னிலா சென்றபோது மரங்கள் முழுக்க மாம்பழங்கள் நிறைந்தன. மரங்கள் கீழே நீட்டிய கிளைகளில் இருந்து பழங்களைப் பறித்துத் தின்று அவர்கள் பசி தீர்த்தனர். இந்த நேரத்தில்

சோமசர்மன் வசித்திருந்த கிராமத்தில் தீப்பிடித்தது. அவனுடைய வீட்டைத் தவிர மற்ற எல்லா வீடுகளும் தீக்கிரையாயின. கிராமவாசிகள் அக்னிலா சென்ற மலையடிவாரத்திற்கே அபயம் தேடி வந்தனர். அவர்கள் வந்து சேர்ந்தபோது மற்றொரு அற்புதம் நிகழ்ந்தது. தேவையான உணவுப் பொருட்கள் அவர்கள் முன்னால் நிறைந்திருந்தன. அவர்கள் எடுத்து உண்ண உண்ண அந்த உணவுகள் மீண்டும் மீண்டும் அங்கு நிறைந்தன. இந்த அதிசயச் செய்தியறிந்து சோமசர்மனும் அங்கே வந்து சேர்ந்தான். ஆனால், தன்னை மீண்டும் துன்புறுத்தவே கணவன் வருகிறான் என்று எண்ணிய அக்னிலா, தன் குழந்தைகளுடன் மிக உயரமானதொரு பாறையின் மீதிருந்து குதித்து இறந்து போனாள். அப்படி அவள் யட்சினியானாள். எங்களின் A ®¤ PõB Ú õÒ''

அதற்குள் மரங்களில் பழுத்த மாம்பழங்கள் வந்து நிறைவதைக் குமரன் பார்த்தான். எங்கிருந்தோ இரண்டு குழந்தைகள் ஓடிவந்தவுடன் அவை தாமே கீழே விழுந்தன. குழந்தைகள் அதைக் கவனிக்காமல் சிரித்துக்கொண்டே ஓட்டம் பிடித்தனர். பழங்கள் பொறுக்க ஆளில்லாமல் தரையில் கிடப்பதைப் பார்த்த மாமரங்கள் அவர்களைப் பின்னாலிருந்து அழைக்க முற்பட்டன. ஓசை அடங்கிப்போன குரல்வளையின் இயலாமையில் அவற்றின் வேர்கள் முதல் இலை நுனிகள் வரை நடுங்கிக் கொண்டிருந்தன. கிளைகள் உள்ளிருந்து சுரந்த நீர் ஊற்றுகள் இலைகளின் பச்சையமாகத் துளிர்த்தன.

குமரன் கண்களைத் துடைத்துக்கொண்டான். நீலி அவனருகே சென்று கண்களில் முத்தமிட்டாள். மீண்டும் ஊறிய கண்ணீரின் ஈரம் அவளின் உதட்டில் பதிந்தது.

''என்ன மன்னிச்சிடு''

அவள் அப்படிச் சொன்னது எதற்கென்று அவனுக்குப் புரியவில்லை.

"எப்போதும் ஏதாவதொரு சோதனைக்கு உட்படுத்துகிறேன் அல்லவா?"

நீலி, மீண்டும் அவனைச் சேர்த்தணைத்தாள். வழக்கம்போல் அவனுடைய கைகள் அவளுடைய முலைகளில அழுத்தின. அவை இரண்டு மாம்பழங்களென அவனுக்குத் தோன்றியது. நீலி அவனுடைய கைகளை விடுவித்துக்கொண்டு அகன்று நின்றாள்.

"நமக்கிடையில் அன்பிற்கோ கருணைக்கோ இப்போது இடமில்லை குமரா. மிச்சம் இருப்பது இன்னும் நிறைவேற்றுவதற்கான சில வேலைகள் மட்டுமே. நீ வா"

நீலி ஆவேசமானாள்.

"நீ அந்த அசோக மரத்தைப் பார்த்தாயா? அதில் ஒருத்தி ஒளிந்திருக்கிறாள். தாரா என்பது அவள் பெயர். அதற்கு அப்பால் உள்ள கரும்பனையில் நீலகேசி. அடுத்திருக்கும் பாலை மரத்தில் குருகுல்லா. கொஞ்சதூரம் இருக்கும் மரங்களில் ஒன்றில் ஹாரீதி. அவர்கள் அனைவரும் உலர்ந்துவிட்ட பூக்களுக்குப் பல வடிவங்களும் நிறங்களும் கொடுக்கும் அவசரத்தில் இருக்கின்றனர். இந்த நாட்டிலேயே இருந்த பெயர்களற்ற பெண் கொடிகளுக்குத்தான் இலை பொழிந்த மரங்களை மீண்டும் துளிர்க்க வைக்கும் வேலை. நீ பார்க்க வில்லையா? இதன் காய்க்குள்ளிருக்கும் சிவந்த இதயத்தின்மீது மரங்களின் தேவதைகள் தங்களுடைய வாழ்க்கையை ரகசியமான எழுத்துகளில் குறித்து வைத்திருக்கின்றனர். அவ்வப்போது அவர்களையெல்லாம் பார்க்கத் தோன்றும். பல காலங்களில் மண்ணில் வாழ்ந்தவர்கள் தமக்குள் பேசியும் உரையாடியும் அமர்ந்திருப்போம்.

எங்களின் பகிர்தல்களுக்கு எந்த இடையூறும் இருக்கக்கூடாது என்றெண்ணி, காலம் எங்களுக்கு இடையிலிருந்து நகர்ந்து நிற்கும். பல அனுபவங்கள் ஒன்றான வேதனை மட்டும் ஒன்று திரண்டு ஓர் இடமாக மாறும். எங்களுக்குத் தோதான இடம் அதுவென்றே தோன்றும்''

''நான் இழந்துவிட்ட குழந்தைகள்... அவர்கள் எங்கே?''

பதட்டமான குரல் கேட்டு குமரன் திரும்பிப் பார்த்தான். மரத்தடியிலிருந்த ஒரு கற்சிலையைத் தவிர வேறு யாரையும் அங்கே காணவில்லை.

எதுவும் பேசமுடியாமல் அவன் தலைகுனிந்து நின்றான். நூற்றாண்டுகளுக்கு அப்பாலிருந்து வரும் நிலையற்ற வேதனை. யாரும் அதற்கு ஒருபோதும் பதிலளித்திருக்க மாட்டார்கள். மரங்களையும் மாம்பழங்களையும் விட்டு ஓடிப்போகும் குழந்தைகள், ஒருபோதும் மரத்தடியின் கற்பாவையைக் கண்டிருக்க மாட்டார்கள்.

குமரன் மெதுவாகத் தலையை உயர்த்திப் பார்த்தான். நீலி மாயமாகி மறைந்து விட்டிருந்தாள். காலம் ஒழிந்துபோன ஓரிடத்திலேயே தானும் நின்றிருப்பதாக அவனுக்குத் தோன்றியது. அவசரமாக முன்னால் நடந்தபோது ஓர் அத்திமரத்தினடிக்கு வந்து சேர்ந்திருந்தான். அதன் அடியிலும் கூத்தாடுமொரு சிலையைக் கண்டான். பாம்புப் படத்தின் வடிவில் கட்டி வைக்கப்பட்டிருந்த அடர்ந்த முடிக்கற்றை. மார்பில் ஒட்டிய சங்கிலிபோல கனமான கல்மாலை. காதுகளின் நீண்ட துளையிலிருந்து தொங்கும் கல்தொங்கட்டான்கள்.

அந்த மரத்துடன் இணைந்து மேலும் சில அத்திமரங்களைப் பார்த்தபோதுதான் அவன் அந்த இடத்தைக் கூர்ந்து பார்த்தான். ஒரே

இனத்தைச் சேர்ந்த மரங்கள் கூட்டமாக நிற்கும் ✤காவுகள். அவை சேர்ந்து உருவான பெரியதொரு வட்டத்துக்குள் தான் நிற்பது தெரிந்தது. ஒவ்வொரு காவுக்கும் முன்னால் எழுந்து நிற்கும் மரத்தினடியில் ஒவ்வொரு வடிவிலான பெண்சிலைகள். நீலி சொல்லியிருந்த அவளூரின் தேவதைகளாக இருக்கலாம். ஓர் ஓரமாக இருந்த காவின் கீழிருந்த பெண்சிலையின் முன்னால் கூனிக்குறுகி அமர்ந்திருந்த பெண்ணை அப்போதுதான் உற்றுப் பார்த்தான். மூப்பத்தி! ஒவ்வொரு சிலையின் முன்னாலும் அமர்ந்து மந்திரம் சொல்லவும் பூக்களால் அர்ச்சிக்கவும் செய்கிறாள். அவன் அவளருகே சென்றான். அதற்குள் கடைசி சிலையின் முன்னால் பூக்களால் அர்ச்சனை செய்து முடித்து கண்களை மூடி தரையில் அமர்ந்து விட்டிருந்தாள். குமரன் அந்தச் சிலையை பார்த்தான். நீலி! அவள் வடிவிலான கற்சிலை அது. அவன் மூப்பத்தியைப் பார்த்தான். தான் அருகே சென்றதை அறிந்து கொண்டதாக அவள் உணரவே இல்லை. சுருக்கங்கள் நிறைந்த அந்த முகம் ஒரு யுவதியைப் போலச் சிவப்பதையும், கன்னங்கள் குங்குமத்தின் நிறமாவதையும், கண்கள் ஒளிர்வதையும் கண்ட அவன் சற்றே பின்வாங்கினான்.

சட்டென ஒரு பயம் அவனைத் தீண்டியது. வந்த வழியைப் பார்த்து வேகமாகத் திரும்பி நடந்தான்.

✤காவுகள் - காப்புக் காடுகள்

18

அத்தியாயம் ஒன்று

ஆர்யதேவனையும் அழைத்துக்கொண்டு காட்டுவழியாக நடந்தபோது, மஸ்கரி வழிகாட்டியாக முன்னால் நடந்து கொண்டிருப்பதாகவே அலங்காரனுக்குத் தோன்றியது. நடக்கும்போது நொறுங்கும் சருகுகளுக்கும் புதர்களுக்கும் அதே சத்தம். ஆற்று வெள்ளத்தில் அதே குளிர். களகளவென்ற அதே இரைச்சல்.

ஆற்றில் நீந்தி அக்கரை சென்றபோது பறந்து கிடக்கும் பாறைக்கூட்டங்களில், தான் முன்பே நடந்ததன் கால் அடையாளங்களை அவன் தேடினான். பாறைகளில் பதிந்திருந்த தாது உப்புக்கள் வெயிலில் ஒளிர்ந்தன. உருகித் தீராமல் அவற்றில் ஒட்டிச் சேர்ந்திருந்த பூமிமெழுகின் வாசனை, சிறு சூடேற்ற காற்றினைச் சற்றே ஒளிரச் செய்தது. ஒளிவதற்கு இடமில்லாமல் போன இருட்டு வரிசை வரிசையாகக் காணப்பட்ட பாழிகளுக்குள் நுழைந்து ஏறியது.

எதுவும் எங்கேயும் போவதில்லை. வெளிச்சம் கனத்து வரும்போது இருட்டு சற்றே நகர்ந்து நிற்கும், அவ்வளவே. வாய்ப்பு கிடைத்தால் அது வெளிச்சத்தைத் துடைத்தழிக்கும்.

சிறுகண்டன் இருந்த பாழியைக் கண்டடைய அலங்காரனுக்குச் சிரமமேதும் ஏற்படவில்லை. அடையாளம் எதையும் நினைவில் வைத்திருந்ததால் அல்ல; பார்வைக்கெட்டாத சில சரடுகளில் பிடித்து நடந்து அங்கே சென்று சேர்ந்ததால். தலைகுனிந்து குகைக்குள்

நுழையும்போது ஆர்யதேவனை இருட்டுக்குள் இட்டுச் செல்வதில் கவனமாய் இருந்தான். இடையில் துருத்திக்கொண்டு நின்ற ஒரு பாறையின் முனையில் தலை இடித்துக் கொள்ளவேண்டாம் என்று சமிக்ஞை செய்தான். முண்டனம் செய்த தலையை வெறுமனே ஒருமுறை தடவி விட்டபடி பிக்கு அவனைத் தொடர்ந்தார். சதுரமான அறையைக் கடந்து உள்ளே சென்றபோதும் அவர்கள் அங்கு எந்த அசைவையும் கேட்கவில்லை. சற்றே காத்திருந்த பிறகு அலங்காரனே குரல் எழுப்பினான். ''அப்பா...''

''உம், நீ வந்துட்டியா? கோசாலனா உடனிருப்பது?''

''இல்ல, அந்த மஸ்கரி...''

சிறுகண்டன் சிறிதுநேரம் ஒன்றும் பேசாமலிருந்தார். ஏதேனும் சொல்லிவிட்டுச் சென்றிருக்கலாம் தன் நண்பன். குரல் உடைந்து விடக்கூடாது என்று உறுதிப்படுத்தியதுபோல அவர் தன் குரலை வழக்கத்தைவிட உயர்த்தி, ''அப்படின்னா யாரு உன்கூட இருக்கிறது?'' என்று கேட்டார்.

''ஒரு பிக்கு. ஆர்யதேவன்''

பிக்குவே பதில் சொன்னார். இருட்டில் மௌனத்தால் இருவரும் தமக்குள் வணங்கினர்.

''கோசாலனே அலங்காரனின் பலம். செய்ய வேண்டியவற்றைச் செய்து முடித்து விட்டதாகத் தோன்றியதாலேயே அவர் போயிருக்கணும்''

ஆர்யதேவன் சிறு சந்தேகத்தோடு தொடர்ந்தார்.

''எனக்குத் தெரியும். என்று அது நிகழும் என்பது மட்டுமே அறியப்படாமல் இருந்தது''

சிறுகண்டன் தன்னைத்தானே தடுக்க எவ்வளவோ முயன்றும் அவருடைய குரலில் பிசிறுகள் தெறித்தன.

"இவனுடன் நான்தான் இருக்க வேண்டும் என்று கோசாலன் விரும்பி இருக்கலாம்"

"அதைத்தானே நானும் சொல்ல வருகிறேன். நீங்களே அலங்காரனுடன் இருக்க வேண்டும். எதைச் செய்ய வேண்டும் என்றோ, எப்படிச் செய்ய வேண்டும் என்றோ அறியாமல் உள்ளிருக்கும் இருட்டில் தட்டுத் தடுமாறி நிற்கிறான் அவன்"

வேறொருவனின் வாழ்வில் நுழையும் சங்கடம் இருப்பினும் ஆர்யதேவன் இதைச் சொன்னார்.

உறவுத்தளைகளையெல்லாம் ஒழித்துவிட்டு சிறுவயதிலேயே ஊரை விட்டு வந்து, அதே சிக்கல் சிடுக்குகளில் சென்று மாட்டிக் கொள்கிறேன். இல்லாமல் போகத் துணிந்துவிட்டு அதே வாழ்விற்குத் திரும்பிச் செல்கிறேன். உயிர் ஒடுங்கும் என்று வந்த போதெல்லாம் அதற்கு நேரம் வரவில்லை என்று தோன்றியதும், அவ்வப்போது காய்கனிகளும் தண்ணீரும் அருந்தி தளர்வைக் குறைத்ததும், தைரியம் இல்லாமையால்தான் என்று தன்னையே நிந்தித்திருக்கிறேன். இல்லை, இவ்வாழ்வில் இன்னும் என்னவெல்லாமோ மிச்சம் இருக்கிறது. தளைகளையெல்லாம் ஒழித்துவிட்டு ஊரிலிருந்து வெளியேறியபோது அங்கேயே கைவிட்ட மனத்துயருடன் மகன் என்ற தொடர்ச்சி, மீண்டும் தன்னில் வந்து ஒட்டிக் கொள்கிறது. நியதியின் விளையாட்டுகளுக்கு முன் தோற்பதன்றி வேறென்ன வழி? சிறுகண்டன் நெற்றி வியர்வையைத் துடைத்துக் கொண்டார். உட்கார்ந்த இடத்திலிருந்து எழுந்தார்.

"நாம வெளியே போகலாம்" ஆர்யதேவனின் கைப்பிடித்து

அலங்காரனும் பின்னாலேயே சிறுகண்டனும் குகைக்கு வெளியே வந்தனர். பூமியில் பதிந்த வெளிச்சத்திற்கு அன்று கனிவு சற்று கூடுதலாக இருந்தது என்று மூவருக்கும் தோன்றியது. அலங்காரன் அப்போதுதான் சிறுகண்டனைத் தெளிவாகப் பார்த்தான். குழிவான தடங்களில் இருந்து எழுந்துவரும் கண்கள். அடுக்கிக் கட்டி வைத்த எலும்புகளுக்குமேல் தோலின் மெல்லிய படலத்தால் போர்த்தப்பட்ட உடல். புராதனமான ஒரு முனிவரின் சிலை அது என்ற எண்ணத்தை அழித்தபடி பரிச்சயமான அந்தக் குரல் எழுந்தது.

"கோசாலனுடன் இவனைப் பார்த்தபோது எனக்கு இனிமேல் எதுவும் செய்யறதுக்கு இல்லன்னுதான் ஆசுவாசப்பட்டேன். இப்போ எல்லாமே என்கிட்ட திரும்பி வந்திருக்கு. என்ன செய்யறதுன்னு எனக்கும் துளியும் தெரியவும் செய்யாது"

சிறுகண்டன் கையறு நிலையில் இருந்தார்.

"நீங்க யோசிங்க. ஏதாவது வழி இல்லாம போகாது"

ஆர்யதேவன் அவருடைய காய்ந்திருந்த விரல்களைப் பிடித்தார்.

"நாம் எதுவும் செய்யலன்னாலும் வழி முன்னாலேயே வந்துவிழும்" சிறுகண்டன் மனதில் யோசித்தபிறகு சொன்னார்.

"நான் என் குருவை ஒரு தடவை பார்க்கணும். கோசாலனும் அதைத்தான் எதிர்பார்த்து இருப்பான்"

"அவர் எங்க இருக்கார்?"

அலங்காரன் கேட்டான்.

"ரொம்பதூரம் தேடிப்போக நேராது. என் உள்ளக் கிடக்கையைத் தெரிந்துகொள்ள அவருக்கு ஒருபோதும் நெருக்கடி உண்டாகாது. இக்காலம்வரை அப்படித்தான் நடந்திருக்கிறது"

சிறுகண்டன் முன்னால் நடந்தார். ஆதிநாதன் எந்த நிமிடமும் முன்னால் வந்து சேர்வார் என்று எண்ணத்துடன் மற்ற இருவரும் அவரைப் பின்தொடர்ந்தனர்.

அத்தியாயம் இரண்டு

அவளூரின் கிழக்குப் பகுதியின் பாறைக்கூட்டங்களுக்குக் கீழே வரிசையாக நின்ற பாழிகளில் ஒன்றில் ஒரேநிலையில் தொடரும் நாட்களின் வழியாகக் கடந்துபோகும் போதும், ஒன்றிலிருந்து மற்றொன்றிற்கு என்பதான நிகழ்வுகளால் நிறைந்த கல்யாணின் வாழ்வில் இருந்து கொக்கவ்வாவின் மனதிற்கு விடுதலை கிட்டவில்லை. உருகிவிட்டால் வெறும் நீராக வழிந்தோடும் பனியால் கட்டி எழுப்பப்பட்டதாக இருந்ததோ அங்கே கண்டதெல்லாம்?

அவர் உள்ளத்தில் ஓர் அரூப சிம்மாசனம் எழுந்தது. பிரபுதேவன் அதில் அமர்ந்திருக்கிறார். சுற்றிலும் நிறைந்திருந்த திருநீற்றின் வாசம், அனுபவ மண்டபத்தை அலங்கரித்த பூக்களின் வாசத்தை மீறிக்கொண்டிருந்தது. பிரபுதேவனை வணங்கியபிறகு முன்னால் கூடியிருந்த சரணரிடம் பசவண்ணா பேசுகிறார்.

"இரண்டில்லை, ஒன்றுதான் உள்ளது" என்று சங்கரன் சொன்னார். "பிரம்மம் சத்தியம், ஜகத் மித்யை" என்று எண்ணியதால் ஆகலாம், இந்த உலகத்தின் வேறுபாடுகளையும் அநீதியையும் அந்த ஆச்சாரியன் புறக்கணித்தார். அதனால் என்ன ஆனது? இந்த உலகில் எதுவும் ஒன்றாகவில்லை. உயர்ந்தவர்களும் தாழ்ந்தவர்களும் இருபுறமாகவே இருக்கின்றனர். உள்ளவர்களுக்கும் இல்லாதவர்களுக்கும் இடையிலான அகலத்திற்கும் மாற்றம் ஏற்படவில்லை. ஆணும் பெண்ணும் வேறுவேறாகவே தொடர்கின்றனர். இந்த உலகத்தில் ஏற்றத்தாழ்வுகளைக் களையாமல், ஒற்றுமையையும் அதன்

உண்மையையும் சொல்லி என்ன பயன்? நம் வழி அதுவல்ல. இங்கே நமக்குப் பெரியது சிறியது என்ற பேதமில்லை. வர்ண பேதமோ, சாதி பேதமோ, பாலின பேதமோ பதவி பேதமோ இல்லை. நாம் ஒவ்வொருவரும் நமக்குநாமே தாசர்கள்தான். நமக்கு எல்லாத் தொழிலும் ஒன்றுதான். எப்படியும் ஏதேனும் ஒரு தொழில் செய்யவேண்டும் என்பதே முக்கியம். நீங்கள் அண்ணன் என்று அழைக்கும் நான் இப்படி என் அனுபவங்களின் வாயிலாகப் பெற்ற செய்திகளை உங்களுக்குச் சொல்கிறேன், அவ்வளவுதான். ஆனால், இதெல்லாம் இப்படிப் பார்க்கப்பட்டதற்குப் பின்னால் தத்துவங்களின் ஓர் உலகு இருக்கிறது. அந்த உலகை உருவாக்கி நம்மை இந்த அளவில் செலுத்துபவர் நம் பிரபுதேவனே. எல்லாவற்றையும் உருவாக்கித் தருபவர் பிரபு. அதையெல்லாம் நமக்குள் செயல்வடிவம் ஆக்குவதற்கு உங்களுடைய அண்ணனான நானும் இணைகிறேன், அவ்வளவே.

பிரபுதேவனை அரூப சிம்மாசனத்தில் அமர்த்தி மரியாதை செய்த அந்தநாள் என்னவொரு ஆனந்தமாக இருந்தது என்று கொங்கவ்வா நினைத்துப் பார்த்தார். சன்ன பசவண்ணா சொன்னதுதான் சரி. பிரபு உலகின் தீமைகளை மிதிப்பதில்லை. அதனால் அவருக்குக் கால்கள் இல்லை என்று நமக்குத் தோன்றும். வேறு ஒருவரின் சொத்தின் உடைமைகளைத் தொடுவதில்லை. எனவே கைகளும் இல்லை. வேறு ஒன்றும் கேட்காததால் காதுகளும், துர்வாடை சுவாசிக்காததால் மூக்கும் இல்லை. வேறொரு பெண்ணைத் தழுவாமையால் பிரபுவுக்கு இதயமும் இல்லை என்றே தோன்றும். ஆமாம், நடக்கும் இடத்திலும் நிற்கும் இடத்திலும் கால்சுவடுகளும் நிழலும் படியாத பயணங்கள்தான் அவருடையது. வெளியே உருவாக்கி வைத்திருக்கும் அரூப சிம்மாசனத்தில் ஏறும் பிரபுதேவனே ஒரு அரூபன்தான். உண்டென்றும் இல்லையென்றும் தோன்றும் எல்லாவற்றையும் ஒன்றாக்கும் முழுமையான அரூபம்!

சிறுகண்டனுடன் தானும் கல்யாணை அடைந்தபோது பிரபு பயணத்தில் இருந்தார். கல்யாணிலிருந்து பொன்னம்பலத்திற்கும் அங்கிருந்து ராமேஸ்வரத்திற்கும் தொடர்ந்து கோகர்ணத்திற்கும். பின்னர் வடக்கே சௌராஷ்டிரத்திற்கும் கேதாரத்திற்கும் சமாதிநிலையை அடைய சவாலக்ஷ பர்வதத்தில் அவர் ஒரு பெரிய குகையைக் கண்டடையவும் செய்தார். உலகம் முழுவதும் தன்னுடையதுதானென்று உணர்ந்து கொள்ளக்கூடிய பயணங்களுக்குப் பிறகு, கல்யாணுக்குத் திரும்ப வந்து சேர்ந்தபோதுதான் அவரை முதல்முதலாகப் பார்த்தேன். தேடியதையே கண்டடைந்த ஒரு நிறைவு அன்று என் கண்களில் ஒளிர்ந்தது. பின்னர் ஒருமுறை அரூப சிம்மாசனத்தில் அமர்ந்திருந்த பிரபுவைக் கண்டபோது, அவர் கண்களிலும் கைகளிலும் சுகந்தம் நிறைந்த தூபத்தை காட்டுவதல்லாமல் என்னால் ஒரு வார்த்தையும் பேச முடியாத மௌனியானேன். உள்ளிலொரு நிறைவு. வெளியே மௌனம். சூன்யத்தின் பொருளை அப்படி நானும் உணர்ந்துகொண்டேன்.

சரணரின் வசனங்கள் இந்த உலகத்தையே வேறொன்றாக மாற்றுமென்று எண்ணியிருந்த நாட்கள் அவை. அறிந்தவற்றையெல்லாம் செயல்படுத்தத் துணிந்த ஆவேசம் நிறைந்த பொழுதுகள். சொல்லுக்கும் செயலுக்குமான இடைவெளியை இல்லாமல் ஆக்குவதற்கான நிரந்தர முயற்சிகள். செருப்பு தைக்கும் தொழிலாளியான ஹரலய்யாவின் மகன் சீலவந்தனும் மந்திரி மதுவரசனின் மகள் லாவண்யவதியும் விரும்புகிறார்கள் என்றறிந்ததில் மிகுந்த மகிழ்ச்சி அடைந்தது பசவண்ணாதான். செருப்புத் தொழிலாளியின் மகனுக்கும் பிராமணனின் மகளுக்கும் திருமணம் நடத்திவைக்க மற்ற சரணர்களுக்கும் மீண்டும் யோசிக்க வேண்டிய தேவை வரவில்லை. வேற்றுமை பார்க்காதவர்களிடத்தில் யார்

பிராமணன்? யார் செருப்புத் தொழிலாளி? எல்லோரும் சிவசரணர்களே. தொடர்ந்து அதை நிரூபிப்பதற்கான ஒரு வாய்ப்புதான் வந்து சேர்ந்திருக்கிறது.

எனினும் எதிர்பார்த்ததுபோல அது நிகழவில்லை. இருளின் மறைவில் முனை கூர்மையாக்கிய மின்னலின் ஒளி கூடுதலாக இருந்தது. சாதிதான் வாழ்வென்று எண்ணியிருந்த அந்த நாட்டின் புரோகிதர்களான பிராமணர்கள் சும்மா இருக்கவில்லை. அவர்கள் ஒன்றுகூடி யோசித்தனர். பிஜ்ஜள அரசனைப் பார்த்து புகார் அளித்தனர். தன்னைவிட மக்களுக்கு இடையில் பெயரும் பெருமையும் பசவேஸ்வரனுக்குத்தான் அதிகம் இருக்கிறது என்பதில் மிகுதியும் பொறாமை கொண்டிருந்த அரசனைத் தங்கள் வசமாக்குவது அவர்களுக்கு எளிமையாக இருந்தது. அரசன் பசவண்ணாமீது கோபம் கொண்டான். பதவியைவிட முக்கியம் சரணத்துவங்கள் தானென்று எண்ணிய பசவேஸ்வரன் பிரதம அமைச்சர் பதவியை விட்டு விலகினார். ஆனாலும், சீலவந்தன் லாவண்யவதியின் திருமணத்தை முடிக்காமல் அவர் பின்வாங்கவில்லை.

அத்துடன் அரசனும் புரோகிதர்களும் தேன்கூட்டில் கல் எறிந்தது போலக் கொதித்தனர். அவர்கள் வன்முறைகளை ஏவினர். திருமணத்திற்கு முன்னேற்பாடுகள் செய்த சரணர்கள்மீது எதிரிகளுடன் சேர்ந்த அரசரின் படையும் தாக்குதல் நடத்தியது. பசவண்ணாவை அரசன் நாட்டைவிட்டு வெளியேற்றினான். அவர் தன் குருவான பலதேவனின் அண்மையைத் தேடி கூடல சங்கமத்திற்குப் போய்விட்டார். ஹடபத அப்பண்ணா, அவரைப் பின்தொடர்ந்தார். ஆனால், அவருடைய குரு அதற்குள் சமாதி அடைந்து விட்டிருந்தார். தன் மனைவியரை அழைத்துவர, பசவண்ணா அப்பண்ணாவைத் திரும்பவும் கல்யாணுக்கு அனுப்பினார். சரண வசனங்கள்

முழங்கியிருந்த அந்த இடங்களில் அதற்குள் கூக்குரல்கள் நிரம்பியிருந்தன. அரசனின் ஆட்களும் புரோகிதர்களின் ஆட்களும் சீலவந்தன், ஹரலய்யா, மதுவரசனின் கண்களைக் குருடாக்கியிருந்தனர். பின்னர் மூவரையும் கல்யாணின் வீதிகளில் யானைகளைக் கொண்டு கொல்லச் செய்தனர். மற்ற சரணர்களையும் அவர்கள் தேடிப்பிடித்துத் தண்டித்தனர்.

"நாஸ்திநாதா, தங்களின் மக்களுக்கு இந்த நிலை வந்துவிட்டதே. கொல்லாதீர்கள் என்றும் கோபம் கொள்ளாதீர்கள் என்றும் சொல்வதற்கு அன்று பசவண்ணாவும் எங்களுடன் இல்லாமல் போய்விட்டாரே"

தங்கள் மீதான வன்முறைகள் எல்லை மீறியபோது சரணர்க்கு வேறுவழிகள் இல்லாமல் போயின. அவர்கள் திருப்பி அடித்தனர். அவை மீண்டும் மீண்டும் தொடர்ந்தன. எல்லை மீறிய கலகங்களுக்கிடையில் பிஜ்ஜள அரசன் கொல்லப்பட்டான். அரச கொலைக்குற்றம் சரணர்மீது வந்து விழுந்தது. சரணரல்ல, மல்லி பொம்மையா என்றொருவனின் உதவியுடன் ஜெகதேவன் என்ற ஜமீன்தாரே அதைச் செய்தாரென்றும் கேள்விப்பட்டோம். ஆனாலும், ராஜசேவகர்களுக்கு சரணரையே எதிர்க்க வேண்டியிருந்தது. சரணரையும் அவர்களின் வசனங்களையும் அழிப்பதற்காக புரோகிதர்களுடன் இணைந்து கொண்டனர். எதிர்த்துப் போராட முடியாத சரணர்கள் பல்வேறு இடங்களுக்கும் வெளியேறினர். சிக்கா சிந்தேசன் என்ற சரணருடன் ஒரு கூட்டம் சிவகங்கைக்குச் சென்றது. வேறு சிலர் ஸ்ரீசைலம் நோக்கித் தப்பித்தனர். சிலர் பல்வேறு மடங்களில் அபயம் தேடினர். அக்கா மகாதேவி முன்பே தவக்காலத்தைக் கழிக்க, ஸ்ரீசைலத்திலிருந்த கதளி வனத்திற்கு அருகிலுள்ள குகைகளில் ஒன்றுக்குச் சென்று விட்டிருந்தார். பிரபுதேவனும் இப்போது அதே இடத்தில் மற்றொரு குகையில் இருப்பதாகக் கேள்விப்படுகிறோம்.

''பிரபுதேவா, அறிவின் வெளிச்சத்தால் தாங்கள் சரணரின் உள்ளேயும் வெளியேயும் நிறைந்தீர்கள். ஆனால், இருண்ட காலத்தில் எங்களுக்குத் துணையாக ஒரு கிரணமும் இல்லாமல் போனதே''

பசவேஸ்வரனின் இன்மையில் சரண வசனங்களைப் பத்திரப்படுத்துவதற்கான பொறுப்பு சன்ன பசவண்ணாவுக்கும் மடிவாளா மாச்சிதேவனுக்கும் வந்து சேர்ந்தது. மதிப்புமிக்க வசனங்களுடனும் மிகுதியான சரணர்களுடனும் சேர்ந்து அவர்கள் காடும்மேடும் நிறைந்த உளவியை நோக்கிப் பயணப்பட்டனர். சலவைத் தொழிலாளியான மாச்சிதேவன் அந்தப் பயணத்தில் சரண வசனங்களின் காவல்காரனாக மாறியிருந்தார். அவரவர்களின் தொழிலுடன்கூட மனனம் செய்து வியர்வையின் ஈரமும் வாசமும் புரண்ட அந்த வசனங்கள் அப்படி எளிதில் விட்டுக்கொடுக்க முடியாதவைகளாகி இருந்தன. மகாமந்திரியும் படைத்தலைவருமான பசவண்ணனிடம் துணைப் படைத்தலைவனாக பணிபுரிந்த சன்ன பசவண்ணாவும் போரில் பின்வாங்குபவர் இல்லையே. அவருடைய தாய் நாகலாம்பிகையும் நிலைநிற்றலுக்கான வழி தேடியுள்ள அந்தப் பயணத்தில் உடன் சேர்ந்து கொண்டார். நானும் வேறு எதையும் சிந்திக்க முடியாததால் அவர்களுடன்கூட உளவிக்கே பயணமானேன். கூடலசங்கமத்திற்குச் சென்றிருந்த ஹடபத அப்பண்ணா, கல்யாணுக்குத் திரும்பி வந்து பசவண்ணாவின் இரு மனைவியரையும் பார்த்திருக்கிறார். அவர்கள் இருவரும் உடனிருக்க வேண்டுமென்ற பசவண்ணாவின் விருப்பத்தையும் தெரிவித்து இருக்கிறார். எனினும், கங்காம்பிகா கூடலசங்கமத்திற்குச் செல்லாமல் தங்களுடன் உளவிக்குப் பயணப்படவே செய்தார். அசரணராக மாறிய சரணருடனே சேர்ந்துகொள்ள வேண்டுமென்று அவர் எண்ணியிருக்கலாம். நீலாம்பிகையோ இகலோக வாழ்வின் பயனின்மையை அப்போதுதான் அனுபவித்து அறிந்திருக்கலாம்.

அவரும் பசவேஸ்வரிடத்திற்குச் செல்லாமல் கல்யாணிலேயே தியானத்தில் மூழ்கிவிட்டார். இரு மனைவியரின் இன்மையில் பசவண்ணா தனித்து நின்றுவிட்டார். வாழ்க்கையில் உடனிருந்த இரு ஆறுகளும் வழிமாறிப் பாய்கின்றன. பிஜ்ஜள அரசன் கொல்லப்பட்டதையும், சரணர் ஆக்கிரமிக்கப்படுவதையும் அறிந்தவுடன் அவர் தளர்வுற்றார். கிருஷ்ணா நதியும் மலப்பிரபா நதியும் அவரை ஆட்கொள்ள முயன்றன. ''பசவா, இந்தக் கரையில் வளர்ந்தவன் அல்லவா நீ? தங்கும் இடத்திற்கேற்ப உருவம் மாறும் உலகத்தின் இயல்பை நீ அன்றே அறிந்தவன் அல்லவா? நலமல்லவென்று தோன்றியதையெல்லாம் நீ திருத்த முயன்றாய். அவை பாழாகிப் போனதென்று கருதாதே. இரு பாதைகளின் வழியாகப் பாய்ந்தோடி வந்த நாங்களும் எமக்குள் இணைந்து எங்கேயோ இல்லாமல் ஆகிறோம் என்று தோன்றலாம். எனினும், அது அப்படி இல்லையே. நீரைவிடப் பெரிய உலக உண்மை வேறு என்ன இருக்கிறது? சற்று இங்கே பார். பலதாகத் தெரிந்ததெல்லாம் ஒன்றாகும் உண்மையை உணர்ந்துகொள்''

பசவண்ணா ஆறுகளின் ஓசையைக் கேட்டார். இவ்வுலக வாழ்வையே முடிவுக்குக் கொண்டுவர விரும்பி அவை இணையும் இடத்தில் அவர் உண்ணா நோன்பிருந்தார். நீலாம்பிகை அப்போதும் தியானத்தில் இருந்தார். மீண்டும் மீண்டும் பசவண்ணாவைப் பற்றிய நினைவுகள் வந்து தடுத்தபோது, அவரால் அதைத் தொடர முடியவில்லை. அத்துடன் குதித்துவிழும் ஒரு கண்ணீர்த் துளியின் வேகத்தில் அவர் எழுந்துவிட்டார். கூடலசங்கமம் நோக்கி ஒரு நீர்த்துளியாகத் தன்னையும் செலுத்துவதை அறிந்து, நீலாம்பிகை அந்த இடம்நோக்கிப் புறப்படவே செய்தார். ஆனால், நீண்ட பயணத்தின் முடிவில் அவர் அங்கே சென்றபோது நதிக்கரையில் உயிரற்றுக் கிடந்த பசவண்ணாவின் வெற்றுடலையே பார்த்தார்.

‘‘பசவேஸ்வரா, நீங்களே எங்களின் வலிமையாக இருந்தீர்கள். எங்களுடைய நன்மைகளைப் பற்றி மட்டுமே சிந்தித்திருந்த தங்களால் எங்களையோ, எங்களால் தங்களையோ காப்பாற்ற முடியவில்லையே. நாஸ்திநாதா, இது என்ன ஒரு தண்டனை!’’

வசனங்களின் நிறை செல்வத்துடன் உளவிக்குப் போன தங்களின் நிலைமையும் துயரமானதே. அரச படைகளுக்குப் பயந்து வேறொருவரும் சரணர்க்கு உதவவில்லை. கடினமான அந்தப் பயணத்திலும் அவர்கள் சரண வசனங்களைக் கைவிடவில்லை. படைவீரர்கள் பல இடங்களிலும் அவர்களுடன் போரிட்டனர். மொடலூரில், தலலூரில்... எல்லாம் தங்களுக்குள் கைகலப்பு செய்தனர். படைவீரர்கள் ஒருமுறை வசனங்களைக் கைப்பற்றவும் செய்தனர். அவற்றையெல்லாம் எரித்துவிடுவதே அவர்களின் நோக்கம். மடிவாளா மாச்சிதேவனே அவர்களைத் துணிவாக எதிர்கொண்டார். மற்ற சரணர்கள் அவருக்குத் துணையாக நின்றனர். அவ்வாறாக அரச படையினரைத் தோற்கடித்து வசனங்களை மீட்டெடுத்தனர். மாச்சிதேவனும் குகின மாரிதம்தேயும் சேர்ந்து பிஜ்ஜள அரசனின் மருமகன் சிந்தபிஜ்ஜளனைப் பணயமாகப் பிடித்தனர். நாகலாம்பிகை குறுக்கிட்டதால், அவனை அவர்கள் கொல்லாமல் விட்டனர். படைவீரர்களை எதிர்கொள்ள கோதாச்சிக்கு அருகிலுள்ள ஒரு மரத்தடியில் மாச்சிதேவனை விட்டுவிட்டு நாங்கள் பயணம் தொடர்ந்தோம். மாச்சிதேவன் தன் உயிரைப் பணயமாக வைத்து சரணர்க்கெதிரான ஆக்கிரமிப்பைத் தடுத்தாரெனினும், உளவிக்குத் திரும்பிய மாச்சிதேவனால் அந்தப் பயணத்தை முழுமையுறச் செய்ய முடியாமல் போனது. கரிமனையில் அவர் இறந்துபோனார்.

சன்ன பசவண்ணாவே கடைசி ஆதரவு. எனினும், அவருடன் உளவியை அடைந்த சரணருக்கு அந்த இடமும் அவ்வளவு

பாதுகாப்பானதாக இல்லை. பிஜ்ஜள அரசருடையதும் அதன்மூலம் பசுவண்ணாவுடையதும் எதிரிகளாக மாறியிருந்த சாளுக்கியரின் பங்காளிகளான குதம்பர்கள்தான் அன்று அங்கே ஆட்சியில் இருந்தனர். அவர்கள் சுதந்திரம் அறிவித்திருந்த போதும் சாளுக்கியர்கள் அதை ஏற்றுக் கொள்ளவில்லை. அதனால் சரணர்கள் நிலைகுலைந்து ஓட்டத்தைத் தொடர வேண்டியதாயிற்று. உதவிகள் ஏதுமற்ற அலைச்சல் நீண்டு நீண்டு போனது. கடைசியில் மீதமாக நின்ற சரணரிடம் விடைபெற்று நான் அவளூரை நோக்கித் திரும்ப வேண்டியதாயிற்று.

இங்கே இந்தக் குகையில் நாஸ்திநாதனை எண்ணியிருக்கும் போதும் அமைதிக்குப் பதிலாகத் துயரம் தன்னைச் சூழ்வதை, கொங்கவ்வாவினால் தடுக்க இயலவில்லை. எவ்வளவோ முயன்றும் இந்த உலகம் நன்மை அடையாதது ஏனென்ற வேதனைதான் தன்னைத் தின்று தீர்க்கின்றது என்பதை அவரால் உணர்ந்துகொள்ளவும் முடியவில்லை. நாஸ்திநாதனோடு பலமுறை கேட்ட கேள்விகள் ஒன்றிற்கும் பதில் கிடைக்காததுதான் தன் வேதனைக்குச் சரியான காரணமென்று முடிவுசெய்து அவர் ருத்ராட்சத்தின் மணிகளை நெருடத் தொடங்கினார்.

அத்தியாயம் மூன்று

மாலையானபோது அன்று யாசித்துக் கிடைத்த அன்னத்தை யாருமற்ற ஓரிடத்திலிருந்து சமைப்பதற்காக தீமூட்டிக் கொண்டிருந்தார் ஆதிநாதன். அந்த வழமையைச் சிறுகண்டன் அறிவார். எந்த இடத்தில் யாசகத்திற்குப் போய் இருப்பார் என்பது மட்டுமே தெரியவேண்டும். அவனூரில் மக்கள் வாழும் இடங்கள் குறைவாக இருந்ததால் கண்டடைய நான்கைந்து நாழிகையே தேவைப்பட்டது. தேடியதைக் கண்டடைந்த மகிழ்வுடன் மூவரும் அருகே சென்றபோது, ஆதிநாதனின் நரைத்த தாடிமீசைக்குள்ளிருந்து நெருப்பூதும் குழலுக்குள் ஒரு பாட்டின் ஒலியும் ஏறி இறங்குவதைக் கேட்க முடிந்தது.

''அருவாயும் உருவாயும் அந்தியாயும்
அந்தமாயும் ஒளியாயும் ஆகமமாயும்
திருவாயும் குருவாயும் சீவனாயும்
செறிந்தவத்துவே போற்றி ஆடுபாம்பே''

உயிர்மூச்சைப் பாம்பாட்டிச் சித்தரின் பாட்டில் நிறைத்து காலியான குழலின் வழியாக அக்னிக்குப் பகிர்கிறார் குரு. எல்லையுள்ள அறங்களிலிருந்து விடுதலைதான் குருவின் மதம். தனக்கு ஏற்றுக்கொள்ளக் கூடியது எங்கிருந்தாலும் அவர் அதை ஏற்றுக்கொள்வார். சிறுகண்டன் மிகுந்த பெருமிதம் அடைந்தார். உயர்ந்து எரியும் தீ விறகைவிட்டு நரைத்த தாடியை நோக்கி ஜுவாலைகளை நீட்டியபோது அவர் தலையை வெளியே இழுத்துக் கொண்டார். புகை பட்டதால் நீர் நிறைந்த கண்களைச் சற்றே இறுக்கி

மூடித் திறந்தார். முன்னால் நிற்கும் மூன்றுபேரை அப்போதுதான் பார்த்தார்.

சிறுகண்டன் குருவைக் கும்பிடவில்லை. அதை அவர் விரும்ப மாட்டார் என்பது அவருக்குத் தெரியும். அவர்கள் தமக்குள் ஒரு முகமனும் கூறாமல் நின்றது அலங்காரனுக்கு அதிசயமாகத் தோன்றியது.

"இவங்க எல்லாம் யாரு?"

இந்த பிக்கு ஆர்யதேவன், இது..."

அலங்காரனைப் பற்றிச் சொல்லத் துவங்கிய சிறுகண்டன் சற்றே நிறுத்தினார்.

"தெரியும். மகனல்லவா?" அலங்காரன் அதிர்ந்து போனான். அதைக் கண்ட ஆதிநாதன் அவருடைய தாடையில் மெதுவாகத் தடவினார்.

"முகம் பார்த்தால் தெரியாதோ? இரண்டாகப் பிரிந்ததை இணைக்கும் சிலதெல்லாம் எப்படி என்றாலும் அழியாமலே இருக்கும்"

அலங்காரனுக்குள் சிலிர்ப்பு ஏற்பட்டது. அப்போது அவன் அம்மாவையே நினைத்தான். ரத்தம் வழியக் கிடக்கும்போது அப்பாவைக் காணமுடியாத அவருடைய நெஞ்சம் உருகியிருக்கலாம். கடைசியாக அப்பாவின் பெயரையே அழைத்திருக்கலாம். அப்பா இதில் எதையும் அறிந்திருக்கவே மாட்டாரே.

அரிசி வெந்து கஞ்சி ஆகும்வரை அவர்கள் காத்திருந்தனர். ஒரு சிரட்டையில் வைத்திருந்த உப்பையெடுத்து சட்டியில் போட்டபிறகு

ஆதிநாதன் காட்டுச் சேப்பங்கிழங்கின் இலைகளைக் குடுவையாக்கிக் கொண்டு வந்தார். அவற்றில் ஆவி பறக்கும் கஞ்சியை ஊற்றினார்.

"சாப்பிடுங்க"

அலங்காரன் மிகுந்த பசியில் இருந்தான். சிறுகண்டனும் உடன் உணவருந்தியதாகக் காட்டிக் கொண்டார். ஆர்யதேவன் மட்டும் நகர்ந்து நின்றார்.

"நாங்கள் மாலை உணவு எடுத்துக் கொள்வதில்லை, தெரியுமல்லவா?"

உணவு முடிந்தவுடன் ஆதிநாதன் அவசரம் காட்டினார்.

"என்னுடன் வாங்க"

அனைவரும் ஒன்றாக நடந்து சென்றபோது ஆர்யதேவன் பயணம் செய்த வழிகளைப் பற்றியே ஆதிநாதன் கேட்டுக் கொண்டிருந்தார். கடந்து சென்ற வழிகளைப் பற்றியல்லாமல், தன்னுடைய தேடல்களைப் பற்றியே ஆர்யதேவன் அதிகமும் சொன்னார். அப்போதெல்லாம் அகத்தியரும் திருமூலரும் போகரும் சட்டைமுனியும் உலவிய சித்தர்களின் பாதைகளில் ஆதிநாதனும் நடந்தார்.

அணிமா, மகிமா, கரிமா, இலகிமா ஆகிய நால்வகை சித்திகளும் கைவரப் பெற்றவர்கள். காட்டில் நிறைந்துள்ள களைகளையும் பாம்பின் விஷத்தையும் மருந்தாக மாற்றியவர்கள். இரும்பைத் தங்கமாக்க வழி தேடியவர்கள். சித்தரின் முறைகளைப் பின்தொடர்ந்ததன் நினைவில் ஆதிநாதன் எளிமையாகச் சொன்னார்.

"அவர்களின் பெரிய திறமைகளுள் எதையும் என்னால் அடைய முடியவில்லை. நத்தையும் ஓணானும் ஊர்ந்து செல்லும் கல் ஒன்றுதான் என்று சொல்லி என்ன பயன்?"

ஆதிநாதனின் சிரிப்பில் மூவரும் சேர்ந்து கொண்டனர். ஒவ்வொருவரும் அவரவர்களின் வழியையே சிந்தித்துக் கொண்டிருந்தனர்.

சில காலமாகத் தன்னை விட்டு ஒளிந்து நடந்து கொண்டிருந்த பூரிப்பு தன்னிடம் வந்து சேர்ந்ததாகச் சிறுகண்டனுக்குத் தோன்றியது. இருளத் தொடங்கியபோதுதான் அவர்கள் ஒரு குன்றின் அடிவாரத்திலிருந்த புல் வேய்ந்த குடிலின் முன்னர் சென்று சேர்ந்தனர். ஆதிநாதன் அவர்களை உள்ளே வருமாறு வரவேற்றார்.

"இரவு நெடுநேரம் ஆகிவிட்டதே. இதற்குமேல் போக வேண்டாம். இங்கேயே தங்கிவிடலாம்"

சிறுகண்டன் சற்றும் தயங்காமல் உள்ளே சென்றார். மற்ற இருவரும் அவ்வாறே பின்தொடர்ந்தனர். சிறுகண்டனுடன் குரு நீண்டநேரம் பேசிக் கொண்டிருந்தார். இரவில் மௌனவிரதம் மேற்கொள்ளும் ஆர்யதேவன் எதையும் பேசவில்லை. பெரும்பாலும் அலங்காரன் கேட்பவனாகவே இருந்தான்.

மறுநாள் காலையில் மூவரும் பயணத்துக்குத் தயாராகும்போது ஆதிநாதன் ஒரு சிலையின் முன்னால் தியானித்துக் கொண்டிருப்பதைப் பார்த்தனர். ஒரே பார்வையில் அது ஒரு விநாயகர் சிலை என்று ஆர்யதேவனுக்குத் தெரிந்தது. ஆதியின் பூசனா மூர்த்திகள் முதல் புத்த விகாரத்தின் சிற்பங்கள் வரை பரிச்சயமான நினைவில் அவர் அலங்காரனிடம்,

"பார், விநாயகன் எங்களுடைய தந்திர நூல்களில் இருக்கிறார். தந்திரம் அல்லவா எல்லா தர்மங்களையும் ஒன்றாக்குவது" என்றார்.

அதைக் கேட்ட சிறுகண்டன், "அது பிள்ளையாரின் சிலை" என்றார்.

''அதற்கென்ன? இரண்டும் ஒரே மூர்த்தமல்லவா? நீண்டு வளைந்த அந்தத் தும்பிக்கையின் நிலையைப் பார்த்தாயா?''

''ஆசீவகரான எங்களின் ஒரு சித்தன்தான் பிள்ளையார் என்று குருநாதன் சொல்வார். சிலையில் காண்பது தும்பிக்கை அல்ல; அந்த சித்தனின் தாடியாம்''

அதற்குள் ஆதிநாதன் எழுந்துவிட்டதால் அந்தப் பேச்சு அத்துடன் முடிவுக்கு வந்தது. அந்தச் சிலையின் பின்னாலிருந்த ஒரு ஓலைச்சுவடிக் கட்டை எடுத்து ஆர்யதேவனின் எதிரே நீட்டிக்கொண்டு அவர்,

''இதைத் தேடித்தானே நீங்க வந்தீங்க?'' என்று கேட்டார்.

பிக்கு ஆச்சரியமாகப் பார்த்தார்.

''என்ன இது?''

''எதுவாக இருந்தாலும் கொண்டு போங்க. உங்களுக்காகத்தானே இத்தனை காலமும் நான் பாதுகாத்து வச்சேன். தாமதமின்றி நானும் உங்களுடனே சேரவும் கூடும்''

ஆர்யதேவன் கிரந்தத்தை வாங்கிக்கொண்டு சித்தனைத் தொழுதார். மூவரும் விடைபெற்று இறங்கினர். வழிப்பயணத்தினிடையில் ஆர்யதேவன் சங்குக்குள் நீர்போல சிறுகண்டனின் கைகளைத் தன் உள்ளங்கையில் புதைத்துக் கொண்டார்.

''முக்காலமும் அறிந்து கொள்ளக்கூடிய இப்படி ஒருவரை வழிகாட்டியாகக் கிடைத்த நீங்கள் பாக்கியம் செய்தவர். இத்துடன் நம் பயணம் வேறொரு திசைநோக்கித் திரும்புமென்று என் மனம் சொல்கிறது''

சிறுகண்டன் உணர்ச்சிவசப்பட்டார்.

"அறிவுகள் எல்லாவற்றையும் தனக்குள் ஏற்றுக் கொண்டவரெனினும் என் குருவுக்கு எந்த மதமும் இல்லை. ஆசீவகன் என்றெல்லாம் தனக்குள் சொல்லிக் கொண்டாலும் சர்வ தந்திரங்களின் சுதந்திரமான சித்தரே அவர்''

அத்தியாயம் நான்கு

பனி போர்த்திய ஒரு வெண்புலரி உள்ளே வந்து அழைத்தபோது மெல்லிய குளிரில் இன்னும் சற்று முடங்கிக்கொண்டு படுத்துக் கிடக்கவே அலங்காரனுக்குத் தோன்றியது. ஆனால், பிறகு உறக்கம் வரவில்லை. வெறுமனே படுத்திருக்கும் போதெல்லாம் எதையோ செய்து தீர்க்க வேண்டியது இருக்கிறதே என்ற குற்ற உணர்வு தோன்றுவது இயல்புதான். ஆனால், குறிப்பாக எதையும் செய்வதும் இல்லை. வெளியே கனத்து காணப்படும் புகைச்சுவர்களைப் பார்த்து அவன் எழுந்துவிட்டான். மறைந்திருக்கும் உலகைக் கண்டடைவது போல அவன் வெளியில் இறங்கி நடந்தான். வேனலில் நன்றாக வெளிப்பட்டிருந்த இடங்களெல்லாம் பனியின் வெண்பட்டுடுத்து வெட்கம் மறைத்திருக்கின்றன. எழுந்து நின்ற வேர்களும் பதுங்கிக் கிடந்த புற்களும் அவற்றுள் ஒளிந்துகொண்டன. சற்றே வெயில் வரவும் வெண்சிறகுகளும் இறகுகளுமாகப் பனி வான்நோக்கிப் பறக்கத் தொடங்கியது. ஈரத்துணி அணிந்து பிரார்த்தனையோடு நின்றிருந்த மரங்கள் அவற்றின் வழமையான பதிவுகளுக்கு நிசப்தமாகத் திரும்பின.

மரங்களைக் கடந்து சென்றபோது தரிசாகக் கிடந்திருந்த விசாலமான இடத்திலிருந்து பனிப்படலங்கள் கூட்டமாக மறைவதற்கான அவசரத்தில் இருந்தன. வெண்சுருள்கள் தடதடவென்று ஆகாயம் நோக்கி உயர்ந்து கொண்டிருந்தன. வெண்பரப்பிலிருந்து எழுந்து நிற்கும் ஏதோ ஒன்றை அலங்காரன் அப்போதுதான் பார்த்தான். அவன்

அதனருகில் சென்றான். மேல்நோக்கி உயர்ந்து காணப்பட்டது கூப்பிய கரங்கள். அதைப் பார்த்தவன் சற்றே நின்றான்.

இது வேறு யாருமல்ல; அவளாக இருக்கலாம்.

நின்ற இடத்திலிருந்து திரும்பி அவன் வந்த வழியில் நடக்கத் தொடங்கினான். அதற்குள் அவள் பின்னாலிருந்து அழைத்தாள்.

''அலங்காரா, வா''

அவன் நிற்பதற்கு பதில் நடைக்கு வேகம் கூட்டினான்.

''இப்ப நீ நிக்கலன்னா, அது பெரிய நட்டமாகும்''

''உன்கூடச் சேர்ந்ததால சேதங்கள் அல்லாம வேற ஒன்னும் கிடைக்கலையே''

திரும்பிப் பார்க்காமல் அவன் சொன்னான்.

''இது அப்படிப்பட்டதான்னு நீ கொஞ்சம் பாரு''

சிறிய சந்தேகத்துடன் அவன் நின்றான். பின்னர் திரும்பிப் பார்த்தான். முகம் தெளிவற்றதொரு பெண் வடிவம்! அலங்காரன் எதிர்பார்த்தவள் இல்லை அது.

''கொழந்தே, இங்க பக்கத்துல வா'' அந்த அழைப்பை அவனால் கடக்க முடியவில்லை. அந்த அழைப்பில் அவ்வளவு ஆதூரமும் இயலாமையும் கலந்திருந்தன. அலங்காரன் அருகே சென்றான். பனியினுடையது என்று தோன்றும் குளிர்ந்த கைகளால் அவர் அவனைச் சேர்த்தணைத்தார். அப்போதும் மார்பில் தங்கிநின்ற இளம்சூடு அவனைச் சுட்டது.

நினைவின் மிகவும் பின்னாலிருந்து மீட்டெடுத்த ஒரு நிமிடத்தை

ஒருபோதும் விட்டு விடாதிருப்பதற்காக அலங்காரன் அழுத்தமாகப் பிடித்துக்கொண்டான்.

''அம்மா...''

''நீ இப்படி கூப்பிடுறதக் கேக்க இன்றுவரை முடியாமல் இருந்ததே. எனக்கு இது போதும். இனி நான் போயிடுறேன்''

''அம்மா, நான் அப்பாவப் பார்த்தேன்''

''தெரியும். நான் இங்கேதானே இருக்கேன் கண்ணா. உடலையும் உயிரையும் பங்கிட்டுத் தந்தவரை விட்டு எங்கே போக?''

அலங்காரன் காத்தாவின் நெஞ்சில் தலைசாய்த்து நின்றான். துடைக்கும்தோறும் வழியும் கண்கள் தானாக மூடிக்கொண்டன. நிமிடங்களும் நாட்களும் மாதங்களும் கடந்துபோவதாக அவனுக்குத் தோன்றியது. வெயிலின் கதிர்கள் நீண்டுவந்து இமைகளைத் தொட்டபோதுதான் அவன் கண் திறந்தான். தரிசு நிலங்களில் ஆங்காங்கே உயர்ந்து நின்ற பாறைகளும், தரையில் ஆங்காங்கே சில பொந்துகளும் தவிர அப்போது வேறு எதையும் காண முடியவில்லை. அவன் உரக்கக் கூவினான். ''அம்மா...''

அவன் அழைப்பைக் கேட்க யாரும் இருக்கவில்லை. சற்றுநேரம்கூட அங்கேயே நின்றான். பின் ஓர் அழுகையின் வேகத்தில் ஆசிரமத்தை நோக்கி நடக்கத் தொடங்கினான். வெளியேயிருந்த ஒரு பாறையின்மீது தர்மசீலன் உட்கார்ந்து இருப்பதைப் பார்த்து அலங்காரன் அங்கே ஓடிச் சென்றான்.

''நான் அவளூரை அடைந்தது வீணாகவில்லை அய்யா!''

''என்ன? ஓலைச்சுவடிகளை வாசித்தாயா?''

தர்மசீலன் புன்னகையோடு கேட்டார்.

"இல்லை, அதையெல்லாம் அறிவுள்ளவர்கள் செய்யட்டும். நான் என் அம்மாவைப் பார்த்தேன்"

பிக்குவிற்கு என்ன நடந்ததென்று உடனே புரிந்துவிட்டதாகத் தோன்றியது. "அவளூரின் அற்புதங்கள்"

அந்த வார்த்தைகளில் எள்ளலா மகிழ்வா என்பதை அலங்காரனால் பிரித்தறிய முடியவில்லை. ஆதிநாதனைக் காணச் சென்ற கதையை அவரிடம் சொன்னான். அதிலெல்லாம் அவர் ஒருபோதும் ஆர்வம் காட்டியதில்லையே என்று எண்ணவும் செய்தான்.

திடீரென்றுதான் எதையோ பார்த்து தர்மசீலன் குதித்தெழுந்தார். அலங்காரனும் அங்கே பார்த்தான். ஜடாமுடியுடன் கூடிய மிருகம் போன்றதொரு மனிதன் ஆசிரமத்திற்குள் ஓடி ஏறுவதையே அவன் கண்டான்.

"யாரது?"

கண்களை மேலும் ஒருமுறை தேய்த்துத் துடைத்தபடி அலங்காரன் கேட்டான்.

"அது அவர்தான். என்னைப் பின்தொடர்ந்து இங்கே வந்து சேர்ந்திருக்கிறார்"

தர்மசீலன் ஆசிரமத்தை நோக்கி வேகமாக நடந்தார்.

"எதுக்காக?"

பிக்குவின் பின்னால் அலங்காரன் ஓடவே செய்தான்.

"அது தெரியாது"

இருவரும் ஆசிரமத்தினுள்ளே சென்று அவரைத் தேடியபோதும் கண்டுபிடிக்க முடியவில்லை. வெளியேயிருந்து ஓர் அசைவை அலங்காரனே கேட்டான். அங்கே பார்த்தபோது அவன் நடுங்கிப் போனான். தன் ஓலைச்சுவடிகள் வைத்திருந்த துணிமூட்டை அவர் கையில் இருந்தது. அதை எடுத்துக்கொண்டு அவர் வெளியே ஓடுகிறார்.

''அய்யோ என் சுவடிகள்''

அலங்காரனின் உதட்டிலிருந்து அவனறியாமல் ஓசை எழுந்தது. அதைக் கேட்கவும் அவர் முற்றத்தைக் கடந்து பாய்ந்தார். அலங்காரன் பின்தொடர்ந்தான். ஒரு நிமிடம் திகைத்து நின்ற தர்மசீலனும் அவனுடன் ஓடினார். இருவரிடமிருந்தும் வழுவி நகர்ந்து காட்டுக்குள் கடந்தவுடன் கோலினால் அடிபட்டுக் கீழே விழுந்தார்.

செல்வனே அடித்தான். தர்மசீலனும் அலங்காரனும் அருகே செல்வதற்குள் செல்வன் மூட்டையைப் பறித்து வைத்திருந்தான். மீண்டும் அடிக்கக் கை ஓங்கிய செல்வனைக் கடுமையானதொரு கட்டளையோடு தர்மசீலன் தடுத்தார்.

''அடிக்காதே, நமக்கு வேண்டப்பட்டவர்தான்''

அதற்குள் அவர் எழுந்து ஓடித் தப்பித்து விட்டிருந்தார். செல்வன் மூட்டையுடன் உள்ளேயும் போனான். அலங்காரன் ஒன்றும் புரியாமல் திகைத்து நின்றான். தர்மசீலன் அதற்குள் சாந்தமாகிவிட்டார்.

''அவரோடு கோபம் தோன்ற வேண்டிதில்லை அலங்காரா. இந்த ஓலைச்சுவடிகள் யாருக்கெல்லாமோ உரிமையுடையது. நாம் எவ்வளவு பத்திரப்படுத்தினாலும் உரியவர்களின் கைகளையே சென்று சேரும்''

வெளியே சென்றிருந்த ஆர்யதேவன் திரும்பி வந்தபோது அலங்காரன் இந்தக் கதைகளையெல்லாம் விரித்துரைத்தான்.

"எப்படியோ, எனக்கு அவற்றை வாசிக்க வேண்டுமென்ற விருப்பம் கூடியே வருகிறது" என்றார் ஆர்யதேவன்.

அத்தியாயம் ஐந்து

ஆதிநாதன், சொன்ன வார்த்தைகள் தவறவில்லை. ஓலைச்சுவடிகளை மாற்றி மாற்றி வாசிப்பதற்கிடையில் அதிர்ந்துபோய் எழுந்துவிட்ட ஆர்யதேவன் அலங்காரனை அழைக்க முற்பட்டார். ஆசிரம முற்றத்தை அடைந்த ஒருவரிடம் எதையோ கேட்பதைச் செவியுற்ற பிக்கு அங்கே போனார். பதில் எதுவும் சொல்லாமல் நரைத்த தாடியைத் தடவியபடி தனக்குள்ளாகப் பாடும் ஒரு பாட்டில் லயித்து ஆதிநாதன் வாசற்படியைக் கடக்க முற்படுகிறார். கடுங்குரலெழுப்பிய செல்வனை அமர்த்திவிட்டு, பிக்கு வேகமாக வாசலை அடைந்து சித்தனை உள்ளே வரவேற்றார்.

"நீங்க, இப்போது வருவீங்கன்னு எனக்குத் தெரிந்திருந்தது"

ஆர்யதேவன் சொன்னதைக் கேட்டு ஒரு நகைச்சுவையின் லாவகத்தில் ஆதிநாதன் ஓங்கிச் சிரித்தார்.

"நான் தந்த கிரந்தத்தை வாசித்தபோது உங்களுக்கு என்ன தோன்றியது?"

"தாங்கள் உபதேசித்தது புரிந்தது. இதே மொழியில் என் கையில் நாலந்தாவிலிருந்து கிடைத்த ஒரு கிரந்தம் இருக்கிறது. அலங்காரனின் கையிலிருந்து கிடைத்த நிகண்டையும் வைத்துக் கொண்டுதான் அதை நான் வாசித்தெடுத்தேன். ஆனாலும், சூத்திர வடிவிலான அந்த கிரந்தத்தை நான் வாசித்தேனே தவிர, அதன் பொருள் முழுமையும் தெரியவில்லை. நீங்கள் தந்த கிரந்தமும் எனக்குக் கிடைத்த கிரந்தத்தின்

மொழியென்றே தெரிகிறது. நான் அதை வாசித்துக்கொண்டுதான் இருக்கிறேன்"

"நீங்கள் அதை வாசிப்பீர்கள் என்று எனக்கும் தெரியும். உலகை விட்டுச் செல்லும் முன் கோசாலன் என்னை வந்து பார்த்திருந்தான். விடைபெற்றுச் செல்லவே வந்திருந்தான் என்று தோன்றவேயில்லை. ஆனாலும் அலங்காரனின் கையில் இருந்த ஓலைச்சுவடிகளைப் பற்றி ஏனோ அவன் என்னிடம் சொன்னான். அது ஒரு நிகண்டு என்று தெரிந்தபோதே என்னிடமிருந்த இந்த கிரந்தத்தைப் பற்றி யோசித்தேன். என் குரு எனக்குத் தந்தது அது. குரு பரம்பரை வழியாகத்தான் அவருக்கும் அது கைகள் மாறிக் கிடைத்ததெனினும், எழுத்தும் பொருளும் தெரியாததால் யாராலும் அதை வாசிக்க முடியாமல் இருந்தது. இங்கே நடந்த முயற்சிகளைப் பற்றி அறிந்த போதிலிருந்து உங்களுடைய வருகையை எதிர்பார்த்துக் காத்துக் கொண்டிருந்தேன் நான்"

இதைக் கேட்ட ஆர்யதேவன் அதிர்ந்தார்.

"அதெப்படி? உங்களின் கையில் இருக்கும் கிரந்தத்தைப் பற்றி அறிந்துகொண்டு நாங்கள் அங்கே வரவில்லையே"

"அதுவும் தெரியும். இதுதான் நியதியின் செயல். ஒவ்வொருத்தருக்கும் வாழ்வில் நிறைவேற்ற வேண்டியதை அது குறித்து வைத்திருக்கிறது"

"எனினும் ஒரு சந்தேகம். இந்த கிரந்தங்களுக்கு இவ்வளவு முக்கியத்துவம் ஏன்? நான் வாசிக்க வேண்டியிருந்த ஒன்றல்ல இது என்றல்லவா இப்போது எனக்குத் தோன்றுகிறது"

"அது ஏன்?" ஆதிநாதன் கேட்டார்.

"அது... இது முழுவதும் ரதிக்கிரீடைகளின் விளக்கமாகவே இருக்கிறது. உடல்களின், உறவுகளின், வாசனைகளின் வர்ணனைகளாகவே பெரும்பாலும் காணப்படுகின்றன. ஆனாலும், அவற்றிற்கெல்லாம் தமக்குள் ஓர் இணைப்பும் தோன்றவுமில்லை"

ஆதிநாதன் சற்றுநேரம் எதையோ யோசித்தபடி இருந்தார். சில பகுதிகளை ஆர்யதேவன் வாசித்துப் பொருள் சொன்னபோது அவர் எழுந்துவிட்டார்.

"இதில் எதுவும் ஒருமுறை கேட்டவுடன் எனக்குப் புரியும்படியாக இல்லை. ஆனாலும் ஒன்று மட்டும் உறுதி. தமக்குள் இணைக்கும் கண்ணிகளின்றி இப்படியொன்றை ஒருவர் எழுதமாட்டார். அப்படியான ஒன்றை என் குருபரம்பரை இந்த அளவுக்குத் தலைமுறைகளுக்குக் கைமாற்றி விடவும் செய்யாது. எனக்கு ஒன்று தோன்றுகிறது. நாம் இன்னொருவரைச் சென்று பார்க்கலாமா?"

ஆர்யதேவனின் எதிர்பார்ப்பு சிதைந்திருந்தது. ஆனால் ஆதிநாதனின் ஆவல் கூடுவதைக் கண்டபோது, அவரால் மறுத்து எதுவும் சொல்ல முடியவில்லை.

"இன்னும் நீங்க யாரைப் பார்க்கப் போறீங்க?"

சன்னமான ஆனால் பருபருத்த குரல் கேட்டு இருவரும் திரும்பிப் பார்த்தனர். தர்மசீலன் நின்றிருந்தார். உரையாடல் கேட்டு அலங்காரனும் வந்து சேர்ந்திருந்தான்.

"உலகப் பிறப்பின் மறுகரை காண புறப்பட்டவர்க்கும் இன்பமே பரம்பொருள். ரதி கிரந்தமே அவர்களுக்கும் வேதம்!"

தர்மசீலன் பரிகாசம் செய்வதைக் கேட்டபோது ஆதிநாதன் புன்னகைத்தார்.

‘‘காண்பது மட்டுமா உண்மை? தெரியாதவற்றைத் தேடுவதல்லவா நமக்கான பேறுகள்?’’

‘‘இங்கே நடப்பதெல்லாம் என்னவென்றே எனக்குத் தெரியாமலிருக்கிறது. என்ன இருந்தாலும் இது ஒரு ஆசிரமம் அல்லவா? அதற்கு இணங்குவதா இதெல்லாம்?’’

ஆர்யதேவன் அப்போதும் சாந்தமாகவே இருந்தார். ரதி என்று கேட்டவுடன் தர்மசீலன் அசுவாரஸ்யமாவது ஏனென்று தெரியும். அதே நிம்மதியின்மையை அந்த கிரந்தத்தின் முழுநீளத்திலும் அவரும் அனுபவித்திருந்தார். அப்போதெல்லாம் தியானமூர்த்தியான சமந்தபத்திரனின் சிற்பம் உள்ளத்தில் எழுந்தது. அந்த போதிசத்துவனின் மடியில் அவனைத் தழுவிக் கொண்டிருக்கிறாள் இணையான சமந்தபத்ரா. உடலினுடையது என்று உறுதிப்படுத்த முடியாததோர் ஆனந்தம் அவருள் நிறைந்தது. முழுவதும் தெரிந்து கொள்ளாத ஒரு புத்தகத்தைச் சிலபோதாவது ரதி கிரந்தமென உணர்ந்ததில் ஒரு குற்ற உணர்வும், உடன் தர்மசீலனிடம் ஒரு கனிவும் அவருக்குத் தோன்றியது.

ஆர்யதேவன் தர்மசீலனையும் ஆதிநாதனையும் ஒருவருக்கொருவர் அறிமுகப்படுத்தினார். கிரந்தத்தைக் கைக்கொள்ள முயன்ற ஒருவரைப் பற்றியும் சிந்தனிடம் தெரிவித்தார்.

‘‘அவரை நான் ஒருமுறை பார்க்க முடியுமா?’’

ஆதிநாதன் கேட்டார்.

தர்மசீலன் கையறுநிலையில் நின்றார்.

‘‘நானே முன்னால் ஒரு முறையே அவரை இங்கே பார்த்திருக்கிறேன். அதற்கு முன்பு சிங்களத் தீவில்தான் பார்த்தேன்’’

பிக்கு சற்றே சந்தேகத்துடன் மேலும் சொன்னார்.

"அவர் என் பூர்வீகர் என்று தெரிந்தபோதுதான் நான் இங்கே திரும்பி வந்தேன். ஒன்று மட்டும் தெரியும். அந்த மனிதர் என்னைப் பின்தொடர்கிறார். என்னை மட்டுமல்ல, என் நூலையும்"

மற்றவர்களின் பரிதவிப்பைப் பொருட்படுத்தாமல் தர்மசீலன் தொடர்ந்தார்.

"உங்களின் தேடல்கள் தொடரட்டும். இனி இப்போது யாரைப் பார்க்க வேண்டியுள்ளது?"

சித்தர் ஒன்றும் பேசவில்லை. பதிலுக்காக ஆர்யதேவன் கட்டாயப்படுத்த வேண்டியிருந்தது.

"உங்களுக்கு விருப்பம் உண்டாக வாய்ப்பில்லை. ஒரு சிவசரணை அவர். கொக்கவ்வா என்று சொல்வார்கள்"

"அவரைப் பார்த்தால் என்ன பரிகாரம் உண்டாகும்?" தர்மசீலன் மீண்டும் கேட்டார்.

"அது ஒன்றும் எனக்கும் அறிவதில்லை. உள்ளே தெளிவுற்ற வழி அது. உங்களுக்கும் அப்படியே தோன்றுகிறதெனில் கொக்கவ்வாவைப் போய்ப் பாருங்கள்"

"நாம கொக்கவ்வாகிட்டே போகலாம்" அலங்காரன் கெஞ்சும் குரலில் சொன்னான். அவன் முகம் சட்டென ஒளிர்ந்தது.

"அப்பாவும் மஸ்கரியும் அவரைப் பற்றிச் சொல்லிக் கேட்டிரிப்பது. இதற்கெல்லாம் ஒரு பலனும் இல்லைன்னு ஆனாலும்கூட அவரைப் பார்க்கணுமின்னு தோணுது"

பிறகு எவரும் மறுத்து எதையும் சொல்லவில்லை. ஆதிநாதன் அலங்காரனை அன்போடு சேர்த்தணைத்தார்.

19

அத்தியாயம் ஒன்று

அவளூரில் இருப்பவர்கள் பகல் நேரத்தில் வயல்களில் இருப்பார்கள். மழைக்கும் வெயிலுக்கும் உரியவர்கள் அவர்களுக்காகக் காவல் இருந்தனர். நெல்லின், தினையின் கதிர்களை அவர்கள் மாறிமாறிக் கட்டினார்கள். குமரனுக்கும் உழவுவேலை உற்சாகத்தைத் தந்தது. முன்பே அதில் திறமை இருந்ததால் அவன் மற்றவர்களின் பிரியத்துக்கு ஆளானான். முன்பே முயன்று பலனடைந்திருந்த பல முறைகளை அவன் அங்கிருந்த வயல்களிலும் தொடர்ந்தான். மண்ணின் உள்ளேயிருந்த தேவதைகள் அவனிடம் கனிவு காட்டின. வேர்வை விழுந்த முக்கோணங்களும் சதுரங்களுமாகப் பெரியதொரு மாந்திரீக பூமியின் வரைபடம் தனக்கு முன் நிமிர்வதை அவன் கண்டான். அவளூரின் மொழி உள்ளேயும் வெளியேயுமாக மடைகளை உடைத்துக்கொண்டு வயல்களில் நிறைந்து பெய்தது.

நோவுகளை நோன்பும் நேரம்போக்குமாக மாற்றியவர்களே இங்குள்ளவர்கள். பிற இடங்களில் மல்லுக்கு நின்றவர்கள் இங்கே வந்தபோது ஒன்றுக்குள் ஒன்றானது எப்படி என்று குமரன் அதிசயித்தான். நிலைநிற்புதான் மிகப்பெரிய அறைகூவல் என்பதை விளைச்சலுக்காக இடம் விட்டொழிந்த களைகள், அவனுக்குக் கற்பித்திருந்தன. பறித்தெறியப்பட்ட இடத்தில் வேரூன்ற

அவளூர்க்காரர்கள் காட்டிய உறுதியில் மதிப்பு தோன்றியது. ஆனாலும், போரிடுவதன்மீது அவர்களுக்கு இருந்த ஆர்வத்தை மட்டும் புரிந்து கொள்ளவே முடியவில்லை. பொருளீட்ட மட்டுமல்ல, வெளியேயிருந்து அறிமுகமற்றவர்கள் வந்தால் தடுக்கவும்கூட அது உதவும். ஒரு வேளையிலன்றி மற்றொரு வேளையில் தங்களை ஓடவிட்ட வெளிஉலகின் மீதான பகை ஒவ்வொருவரின் உள்ளேயும் இருக்கலாம். எனினும், வாட்கள் தமக்குள் போரிடும்போது எந்தக் கைப்பிடியும் முறிந்து விழலாம் என்ற சங்கடம் இவர்களுக்கு ஏன் இல்லாமல் போனது? போருக்கு எல்லோரும் ஒன்றாகவே புறப்படுகின்றனர். ஒற்றுமையுடன் கூடவே பாதுகாப்பின்மையின் கண்ணுக்குப் புலப்படாத கண்ணிகள் அவளூரிலிருந்த அனைவரையும் ஒன்றாக்கி இணைக்கின்றன. சும்மாயிருக்கும் நேரங்களில் குமரன் ஒவ்வொன்றாக நினைத்துக் கொண்டிருப்பான். தனக்குப் பிடி கொடுக்காத, தனக்குள்ளேயே வளரும் உருவங்களும் உயிரினங்களும் நிறைந்த ஓர் ஊர் உண்டு. அதை வெளியே எடுத்து வைத்ததைப் போன்று தோன்றும் இந்த ஊரின்மீது இன்பம் கூடவே செய்கிறது.

வயலில் வேலை இல்லாத பொழுதுகளில், ஆயுதப் பயிற்சியே வழக்கம். அதுவும் பலருடனும் இணைந்துதான் மேற்கொள்வர். பயிற்று முறைகளையெல்லாம் அவர்கள் கற்றிருந்தனர். துடைக்கப்படாத கத்தி துருப்பிடிக்கும் என்பதால் ஓய்வுநேரங்களிலெல்லாம் உடல் உரத்திற்கும் மெய்வழக்கிற்குமான அடவுகளையெல்லாம் செய்து கொண்டும் இருப்பர். குமரனுக்கு, போரிடுவதில் ஈடுபாடில்லாததால் அதை வெறுமனே பார்ப்பான். ஆனாலும், காயமடைந்த படை வீரர்களுக்காக அவன் முன்னர் கற்ற வைத்தியமுறைகளை மீட்டெடுத்தான். இலைகளும் வேர்களும் சேர்ந்த மருந்துக்கூட்டில் இருந்து வழிந்திறங்கிய பச்சைநிற நீர் அவர்களின் ஆழத்திலுள்ள

ரணங்களைக்கூட ஆறச் செய்தது அவனுக்கே அற்புதமாகத் தோன்றியது.

ஒருமுறை, அவன் கூவேந்தி அக்காவிடம்,

''இங்கு உள்ளவர்களுக்காக நான் என்ன செய்ய வேண்டும்?'' என்று கேட்டான்.

''அதுக்கு நீயும் இப்போ இங்க இருக்கிறவன்தானே? இவங்ககூட எல்லாத்துக்கும் சேர்த்துக்கிற இல்ல?''

''ஆனாலும் முழுக்க ஓர் இணக்கம் வரமாட்டேங்குது. அதுக்கு முடியும்னு தோணவும் இல்ல''

''அது பரவாயில்ல. வேணுங்கறத நீ செய்யறியே. வயல் வேலையும் படை வீரர்களுக்கான சிகிச்சையும்...''

''அதெல்லாம் இருக்கட்டும். என்ன இருந்தாலும் நான் ஒரு மோகத்தைச் சொல்லவா?''

''சொல்லு''

''இங்க பேசுற மொழிக்கு எனாக்கொரு அகராதி உண்டாக்கணும்''

கூவேந்தியின் கண்கள் விரிந்தன.

''அப்படியொன்று வேண்டும்தான் கொழந்தே. புதிதாக இந்த மொழியத் தெரிஞ்சுக்க வர்றவங்களுக்கு அது ஒரு தொணையாகும்''

''ஆனாலும் நிறைய சந்தேகமும் இரிப்பது. இந்த மொழியின் பொருளை எந்த மொழியில் எழுதலாம்? பல நாடுகளில் இருந்து வந்தவர்கள் அல்லவா இங்கே இருப்பவர்கள்?''

கூவேந்தி சற்றே யோசித்தாள். பிறகு,

"அவளூரின் மொழிகளுக்கு அதே மொழியிலேயே பொருளை எழுதினால் போதும். வாசிக்கத் தொடங்குபவர்கள் ஏதாவது முறையில் தெரிந்து கொள்வார்கள். அவர்களின் மொழிகள் எதுவும் நட்டமடையாது இருப்பதற்கான முன்னேற்பாடுதான் வேண்டும்"

"எனில் அப்படியே செய்வேன் அக்கா"

"நீ செய்ய வேண்டியது அதுதான். நேரம் வந்தபோது அதை நீ என்னிடம் சொல்லிவிட்டாயே"

கூவேந்தி அவனுடைய தலைமுடியைக் கோதிவிட்டாள்.

"இருந்தாலும் சில அங்கலாய்ப்புகள் இருக்கிறது குமரா. பல பொருள்களுக்கும் இங்கேயுள்ள சொற்களை நீ அறியவில்லையல்லவா? அவை எல்லாவற்றையும் இப்போதுதானே அறிந்துகொண்டு வருகிறாய்? அவற்றுள் நிகண்டுவில் எழுத முடியாதவையும் உண்டு"

"அதற்கெல்லாம் வழி தெளிவுறும்"

குமரன் உள்ளத்தால் அந்த வேலையை ஏற்றுக் கொண்டிருந்தான்.

"ஆகட்டும். ஆனாலும் நீ வேறு ஒரு ஆளையும் பாக்கணும். வெங்கையன் என்ற ஒருவர். அவரும் அவளூரைப் பற்றி எதையோ எழுதிக்கிட்டிருக்கார்"

"காண்பேன். அவர் எங்கே இருக்கிறார்?"

"அதைச் சொல்ல முடியாது. இங்கேயுள்ள எவரைப் பற்றியும் அப்படி உறுதியாகக் கூட முடியாதே. யாரையும் எங்கேயும்

பார்க்கலாம். எவ்வளவு தேடினாலும் தேவையான நேரத்தில் பார்க்க முடியாமலும் போகலாம்''

இங்கே யாருக்கும் தனிப்பட்ட தங்குமிடம் இல்லையே என்று குமரன் நினைத்துக் கொண்டான்.

''பார்க்க வேண்டிய ஆளெனில் நம் கண்முன் வந்து தோன்றுவார்''

கூவேந்தி உள்ளங்கையைத் தாடையோடு அழுத்திக் கொண்டாள்.

''அவளூரின் மண்ணில் மட்டுமல்ல, மனதிலும் நீ வந்துவிட்டாய் அல்லவா?''

குமரன் சிரித்தபடியே கூவேந்தியிடம் விடைபெற்றான். அந்த ஊரின் உள் தடங்களினூடே நடக்கவும், ஒவ்வொன்றையும் கண்டறியவும் தோன்றிய ஆர்வம் அவனுக்கு அதிகரிக்கவே செய்தது. தெரியாத இடங்களைத் தேடி அவன் காட்டினூடே நடந்தான். பல்வகை மரங்கள். பலவண்ணங்களிலும் பல அளவுகளிலுமான பறவைகள். சிலவற்றின் பெயர் தெரியும்; பலவற்றின் பெயர் தெரியாது. பல உயிரினங்களின் ஓசைகளையும் கேட்டபோது காதைக் கூர்மையாக்கினான். அவளூரின் மொழியில் அவற்றின் ஓசைகளும் நிறைந்திருந்தன. முரல்வும், அலறலும், கர்ஜனையுமே தமக்குள் பலவகைப்பட்டனவென்றும், அவற்றின் பொருள் வேறுபட்டவையென்றும் இப்போது தெரிகிறது. சில சமயங்களில், அவன் தரையில் மண்ணோடு மண்ணாகக் கீழே படுத்து எறும்புகளும் மண்புழுக்களும் எதையாவது சொல்கிறதோ என்று தேடினான். புழுவின் மொழியை அதன் இழைவில் வாசிக்கலாம். தொடர்ந்த அடையாளங்கள் மண்ணிலும் பதிகிறது. ஈசலின் மொழியை அதன் துடிப்பில் அறியலாம். மிச்சமிருக்கும் சில நிமிடங்களின் நிறைவேற்றல் அது. தேனைக் கண்டடைந்த விவரத்தைக் கூட்டாளிகளிடம்

நடனமாடித் தெரிவிக்கும் தேனீக்களின் சுறுசுறுப்பும் சுரணையும் அதற்கு இல்லை. சில மனித ஓசைகளில் பல பொருள்களாகப் பிளர்வதன் முனகல்கள் கேட்டன. தான் உருவாக்கத் துணியும் அகராதி பெரியதொரு வனபூதமாக அவன் முன்னால் நின்றது. ஒவ்வொரு கணத்திலும் அது வளரவும் பலதாகப் பிரியவும் பெருகவும் செய்து எண்ணற்ற விரல்கள் நீட்டி அவனை வளைத்தன.

தன்னைத் தேடி வரும் ஓசைகளிடமிருந்து குமரனுக்கு ஓடி ஒளிய வேண்டுமென்று தோன்றியது. எந்தப் பக்கம் என்று அறியாமல் பாய்ந்த அவன், ஓர் ஆற்றங்கரையை அடைந்தான். பெரிய சில படகுகள் கரையில் கட்டப்பட்டிருக்கின்றன. இதன் பயணிகள் யாராக இருப்பார்கள்? ஆழமேறிய ஆற்றை நீந்திக் கடக்க முடியாதென்று தோன்றியபோது அவன் காத்து நின்றான். ஆற்றோரச் சதுப்பில் வளர்ந்திருந்த புற்களை வட்டமிட்டுப் பறக்கவும் உள்ளே மறையவும் செய்கின்ற சிற்றுயிரிகளைப் பார்த்தபடி இருந்தான். ஒவ்வொரு அசைவும் ஒவ்வொரு அடையாளமே. பொருள் சரியாகப் புரியவில்லை. அவ்வளவுதான். ஓசையின், அசைவுகளின் பெருக்கத்திலிருந்து தப்பித்துக்கொள்ள அவன் இரு கைகளையும் சேர்த்துத் தலையில் அடித்துக் கொண்டான். தெரிந்த சில கெட்ட வார்த்தைகளைச் சொல்லியபடி உரக்கக் கூவினான்.

அருகே சிலர் வந்து நின்றதை அவன் உணரவில்லை. ஒருவன் தோளில் தொட்டு அழைத்தபோதுதான் திரும்பிப் பார்த்தான். நான்கைந்து படைவீரர்கள் இருந்தனர்.

"ஏது இங்கே?"

அவர்களில் ஒருவன் கேட்டான். முன்னரே கண்ட நினைவில் இருக்கிறதென்று அவன் கண்கள் சொல்லின.

‘‘சும்மா நடக்க வந்தேன்’’

‘‘நீங்க சாகத் துணிகிறீர்களா?’’

‘‘இல்லை அய்யா. உயிர் என் சொந்தமெனினும் அதன் தேவதை நான் அல்ல’’

படைவீரனுக்கு ஏதும் புரிந்ததாகத் தெரியவில்லை. அவனை அந்த சங்கடத்தில் இருந்து வெளியே கொண்டுவர குமரன் திரும்பக் கேட்டான்.

‘‘நீங்கள் எங்கப் போறீங்க?’’

‘‘நாங்க... அந்த... ஆத்தங்கரைக்கு’’

‘‘நானும் வரட்டுமா?’’

முதலில் சற்று தயங்கினாலும், அவனுருக்கு வேண்டிய ஆள்தான் என்று அதற்குள் தெரிந்துகொண்டதாக இருக்கலாம், அவர்கள் மறுப்பு சொல்லவில்லை. ஆற்றைக் கடந்தனர். ஒரு படைவீரன் படகுடன் திரும்பிப் போகவும் செய்தான். மறுகரையில் அதைக் கட்டிவைப்பது அவ்வளவு பாதுகாப்பானதல்ல என்பது அவர்களுக்குத் தெரிந்திருக்கலாம். உடன் நடந்து செல்கையில் அவர்களில் ஒருவன்,

‘‘தவறாக எதுவும் நினைத்துக்கொள்ள வேண்டாம். இனி எங்களுடன் வராதீர்கள். உங்களுடைய வழியில் நீங்கள் போகலாம்’’ என்றான்.

குமரன் சட்டென்று அங்கேயே நின்றுவிட்டான். அவர்கள் ஏதோ இரகசிய வேலையாகப் போகலாம்.

அவர்கள் முன்னால் உயர்ந்தும் தாழ்ந்தும் நீண்டு கிடந்த கற்பரப்பின்

வழியாக நடந்துபோனார்கள். ஆட்களாகத் தெரிந்தவர்கள் தூரத்தில் எறும்புகளாகி மறைவதுவரை அவன் பார்த்து நின்றான்.

திரும்புவதற்கல்ல, அவர்கள் போன பாதையில் முன்னேறிச் செல்லவே அப்போது அவனுக்குத் தோன்றியது. கூரான கற்களும் குழிகளுமே பின்னால் தென்பட்டன. அவ்வளவு வேகத்தில் அவர்கள் அவ்வழியில் நடந்துபோனதை நினைத்தபோது ஆச்சரியம் தோன்றியது.

தட்டியும் முட்டியும் நீண்டதூரம் நடந்து சென்றபோது, தொலைவிலிருந்து அவர்கள் திரும்பி வருவதைப் பார்த்தான். பின்தொடர்வதை அவர்கள் அறிய வேண்டாம். எங்கேயாவது மறைந்திருப்பதுதான் நல்லது. இடப்புறமாக சற்றே நகர்ந்து பெரியதொரு பாறையைக் கண்டு குனிந்தும் தரையில் தவழ்ந்தும் அதை நோக்கிச் சென்றான்.

படைவீரர்கள் நெருங்கி வருவதற்குள் பாறையின் மறுபுறம் சென்றிருந்தான். அவர்கள் கவனித்ததாகத் தெரியவில்லை. வந்த வழியாக எல்லோரும் நடந்து மறையும்வரை அங்கேயே நின்றான். பின்னர், மீண்டும் முன்னேறினான். சற்றுதொலைவு சென்றபோது அருகே பெரிய பாறைக் கூட்டங்கள் இருந்தன. அவற்றின் முன்னால் சிலர் நிற்கின்றனர். சற்றே தயங்கினாலும், அவன் அவர்களை நோக்கிச் சென்றான். பார்வை வளையத்திற்குள் தெளிவானபோதுதான் அவர்கள் பிக்குகள் எனப் புரிந்தது. அவன் நிம்மதியடைந்தான். படைவீரர்கள் அவர்களைப் பார்த்துவிட்டுத்தான் திரும்பி இருக்கின்றனர் என்பதை உணர்ந்தபோது சிறியதொரு பிரமிப்பும் தோன்றியது. படையாளிகளுடன் இந்த பிக்குகளுக்கு என்ன வேலை?

அன்னியனைக் கண்டபோது அவர்கள் சற்றே பரபரப்பு அடைந்தது போலிருந்தது. சிலர் பாறைகளுக்குக் கீழேயிருந்த குகைகளுக்குள்

ஏறிச் சென்றனர். தன்னையே பார்த்துக் கொண்டிருந்த மற்றவர்களை நோக்கி கைகூப்பியபடி குமரன் அருகணைந்தான்.

முதலில் அசையாமல் நின்ற அவர்களுள் ஒருவர், கைகளை முன்னால் விரித்துக்கொண்டு கேள்வி பாவனையில் பார்த்தார். குமரன், தான் யார் என்று சொன்னான். பின்னர், சைகைகள் மூலமாக ஒவ்வொரு கேள்விக்கும் அவன் தன்னால் முடிந்தவரை பதில் சொன்னான். தான் உருவாக்கப் போகும் நிகண்டைப் பற்றியும் அவர்களுக்குத் தெரிவித்தான். அவர்கள் சைகைகள் வழியாகவும் கூடவே சில வினோத ஒலிகள் வழியாகவும் அவனுடன் பேசினர். கடைசியில் குமரன் வெளிப்படையாகக் கேட்டான்.

"ஏன் நீங்க தெளிவாப் பேசமாட்டேங்கறீங்க? மௌனவிரதமா?"

பிக்குகளுடைய முகம் வேதனையால் வலிந்து இறுகுவதைக் கண்டான். அவர்களுள் ஒருவன் வாய் திறந்து உள்ளே விரலால் சுட்டினான். குமரன் நடுநடுங்கிப் போனான். முன்பே போயிருந்த கசாப்பு கடையில் கண்டதுபோல, குருதி புரண்டதோர் உலோகத்தின் சிறுதுண்டை அங்கேயும் பார்த்து அவன் மரத்துப்போய் நின்றான். அந்த பிக்குவின் நாக்கு பாதிக்குமேல் முறிந்து போயிருக்கிறது! தலையை வெட்டி வீசிய பிறகும் துடித்துக் கொண்டிருக்கும் ஒரு மீனைப்போல மிச்சமிருந்த முறிநாவு நில்லாமல் துடித்துக் கொண்டிருக்கிறது.

எதையோ சொல்ல நாக்கை வளைத்தபோதும் குமரன் வேண்டாமென்று விட்டுவிட்டான். எனினும் தயங்கித் தயங்கி ஒன்றை மட்டும் கேட்டான்.

"இங்கே இருக்கும் மற்றவர்களின் நாக்கும் இப்படித்தான் இருக்குமா?"

பிக்கு, நாக்கையும் கழுத்தையும் தொட்டுக் காண்பித்தார். மேலும் எதையெல்லாமோ சொல்ல முயன்றார். குமரன், அவரை அன்போடு தடுத்தான். அவனுடைய கண்கள் வழியத் தொடங்கியிருந்தது.

அவர்களை வணங்கி விடைபெற்றவன் வேகமாக நடந்தான். உள்ளம் முழுதும் பலவித நடுக்கங்கள். ஒரு மொழியை உச்சரிக்க அண்ணாக்கிலும் பல்லிலும் தொட விரும்பி, இயலாமல் துடிக்கும் முறிநாவுகள். சொல்லத் துடித்த வார்த்தைகளின் தலைகளைச் சிதைத்து வெளியே விழும் வினோத ஒலிகள். ஓசைக்கு பதிலாக நிற்கத் துணிந்து, தோற்றுப்போன சைகை மொழிகள். ஒரு மொழியாலும் ஏற்றெடுக்க முடியாத வேதனை நிறைந்த முகங்கள். நோவின் வரைகோடுகளைச் சுமக்க விதிக்கப்பட்ட தன் நிகண்டின் ஓலைகள் பிளர்ந்து கிழிவதை அவன் அகத்தில் கண்டான். வேகமான நடையில் கல்தொடர்களின் முனைகளில் முட்டி அடிக்கடி விழுந்தாலும் உடலில் ஏற்பட்ட காயங்களையும் கீறல்களையும் அவன் உணரவே இல்லை. ஆற்றோரத்தை அடைந்தபோது படகுகள் எதுவுமில்லை. சட்டெனத் தோன்றியதொரு தைரியத்தில் அவன் ஆற்றிலிறங்கி முழுபலத்துடன் நீந்தத் தொடங்கினான்.

அத்தியாயம் இரண்டு

சீவரங்கள் முறித்து, பிச்சைப் பாத்திரம் உடைத்து ஆசிரமத்தின் படியிறங்கும்போது வினயானந்தனுக்கு சங்கிலியை உடைத்து, விடுதலையாவதன் நிம்மதிதான் தோன்றியது.

எரிப்பும் புளிப்பும் இனிப்புமான வாழ்வை, கசப்பாகப் பார்ப்பதற்கு மட்டுமே ஆசிரமத்திலிருந்து கற்றுக்கொண்டேன். துக்கம்தான் நிரந்தரமானது என்ற உணர்தலில் வாழ்வை மறுதலிக்கவே பயின்றேன். அப்போதெல்லாம் உள்ளே உயர்ந்த ஆசைகளை எல்லாம் அழுத்தி வைக்கவே முயன்றேன். தன்னிச்சையான அனைத்து மன உணர்வுகளையும் அடக்கி மனதை ஒருமுகப்படுத்துவதற்கான பயிற்சிகள் எவ்வளவுதூரம் பயனளித்தன என்று எந்த உறுதியும் இல்லை. சரி தவறுகள் எவ்வளவென்றாலும் தேடல்கள் மட்டுமே மிச்சமாகின்றன. ஒவ்வொரு கண்டடைதலும் ஒவ்வொரு எண்ணம் மட்டுமே.

ஆனால் போதியின் கீழிருந்து எழுந்து வந்தவர்களென்றே அனைவருக்கும் தோன்றுகிறது. அருகதை உள்ளவர்கள் என்று நடிப்பவர்கள் ஆசிரமத்தின் அதிகாரிகள் ஆகின்றனர். நிர்வாணம் அடைந்துவிட்டதாகத் தனக்குள்ளாக நினைத்துக் கொள்பவர்கள் பதவிக்காகப் போட்டியிடுகின்றனர். எல்லாவற்றையும் அவர்களே தீர்மானிக்கின்றனர். எப்போதும் சந்தேகங்களை மட்டுமே சுமந்து நடக்கும் தன்னைப் போன்றவர்களைக் கீழிறக்கி விடுவது எளிது. வாழ்வின் கெடுதிகளில் உழன்று, உதவியின்றித் தவிக்கும் ஒருவனைப்

பழமையான ஏதோ சட்டத்தின் பேரில் வெளியேற்றப்படுவதைப் பார்த்ததும் அவனுக்கு ஆசிரமத்தினுடனான அகலம் நிறைவடைந்தது. அவன், அங்கிருந்து இறங்கிச் செல்ல அதுவே கடைசிக் காரணமும் ஆகிவிட்டது. பிறர்மீது ஆதிக்கம் செலுத்துவதிலும் ஆள்வதிலுமுள்ள போதை மனிதனை விட்டொழியவில்லையெனில், அதற்கான இடங்களை வெளியே தேடுவதல்லவா சரி?

தான் இப்போது வினயானந்தன் அல்லன்! பிறகு யார்? பழைய ஜாதவேதனா? இவர்கள் இருவருமற்ற புதியதொருவனா? யாராயிருந்தால் என்ன! அப்படியான யோசனைகளுக்குக்கூட வாழ்வில் பெரிய இடமில்லை. மற்ற ஜீவராசிகளைப் போல வாழ எண்ணம் இடம் தரவில்லை என்பதுதான் சரி. இல்லையென்றால் எல்லாத் துன்பங்களையும் களைவதற்கான பாதை அதுவாகலாம். பிரபஞ்சத்தினுடையதோ சொந்த வாழ்க்கையினுடையதோ பொருளைத் தேடாமலிருப்பதால் மிருகங்களுக்குச் சந்தேகமில்லை. புரிந்துகொள்ளாமை என்ற துயரமும் அவற்றுக்கில்லை. தமக்கு வாய்க்கும் உலகத்தின் ஊடாக அவை உலவவும் பரிமாறவும் செய்கின்றன. மிருகங்களால் புரிந்துகொள்ள முடியாதது என்று நமக்குத் தோன்றுவதெல்லாம் அவற்றின் உலகத்திற்கு வெளியேதான் உள்ளன. அவற்றைப்போலவே, ஆதி முதலான தூண்டல்களைப் பின்தொடர்ந்து உண்ணவும், இணையவும் குழந்தைகளை வளர்க்கவும் செய்து வாழ்பவர்களுக்கும் துயரங்கள் உண்டாகாமல் இருக்குமா? தெரியவில்லை. எனினும் அப்படியானதொரு வாழ்வையே தானும் விரும்புவதாக அவருக்குத் தோன்றியது. பிறகு எதற்கு இந்தத் தேடல்கள்? கர்மங்களின் பொருளறியாமல் வெறுமனே தொடர்வது ஏன் என்று தான் முன்பு பழித்த வாழ்வும், ஒரு கணக்கில் அதுதான் அல்லவா?

அவர் சிலகாலம் திக்குத் திசையின்றி அலைந்து திரிந்தார். பின்னர் ஒருநாள் தன் ஊருக்குச் செல்ல வேண்டுமென்ற விருப்பத்தைத் தடுக்க முடியாமல் போனபோது அதை நோக்கிப் புறப்படவும் செய்தார். ஆனால் ஊரை அடைவதற்கு முன்னால் நம்பியாத்தனை ஒருமுறை பார்க்கவேண்டும் என்ற மோகம் உள்ளத்தில் திகட்டி வந்தது.

பெருஞ்சல்லூருக்குப் போகணுமா அல்லது பழைய சிவன் கோவிலுக்கா? நம்பியாத்தனை எங்கே போனால் பார்க்க இயலும்? முதலில் சிவன் கோயிலுக்குப் போகலாம். அங்கே போனால் பழைய குருக்களையும் பார்க்கலாம்.

குருக்களைப் பார்த்தவுடன் அவர் புரிந்துகொண்டார்.

''ஜாதவேதன்தானே? என்னானது உன் தேடல்கள்?''

''தேடல்களை நிறுத்திவிட்டேன். இனி வாழ்வதற்கான தயாரிப்புகளில் ஈடுபடப் போகிறேன்''

''ஏய், அதென்ன? இரண்டும் வேறில்லையே? ஒன்றுதானே?''

''அப்படின்னுதான் நினைச்சேன். இப்ப தலைகீழாத் தோணுது''

''அதென்ன, அப்படி?'' வாழ்வை நிந்தித்துக் கொண்டுள்ள தேடல்தான் இதுவரையென்று தோன்றியது. இனிமேல் அதில்லாமல் முடியுமா என்று பார்ப்பதற்கே முயற்சி செய்யப் போறேன்''

''எப்படிப் போனாலும் திரும்ப இங்க வந்து சேர்வோம், இல்லையா?''

குருக்கள் சிரித்தார்.

''நான் இன்னொன்றையும் கேட்கிறேன். அந்த நம்பியாத்தன் இப்ப எங்க இருக்கார் தெரியுமா? ஒருவாட்டி பார்க்க முடியுமா?''

"இப்ப, இந்தப் பக்கம் அதிகமாப் பார்க்க முடியறதில்ல. பெருஞ்சல்லூருக்கே போயிட்டாருன்னும், ஆளு ரொம்பவே மாறிட்டாருன்னும் கேள்விப்பட்டேன். நான் இப்ப இங்கேதான் தங்கிட்டிருக்கேன். அங்கே எல்லாம் அதிகமாப் போறதில்லே"

பெருஞ்சல்லூருக்குச் சென்று நம்பியாத்தனைக் கண்டபோது குருக்கள் சொன்னது சரிதானென்று அவருக்குப் புரிந்தது. அங்கேயும் தன்னை அறிமுகப்படுத்த வேண்டிய தேவை இருக்கவில்லை. நம்பியாத்தன் விசேஷங்களைக் கேட்டறிந்தார். அமைதியாக எல்லாவற்றையும் கேட்டுக் கொண்டார்.

"ஜாதவேதா, தான் யாரென்பது இன்னும் புரியவில்லையா?"

"ம்...ம்..."

"யாரு?"

"ஜாதவேதன்"

"அவ்ளோதான். நீ கெட்டிக்காரன்தான். இனிமேயுள்ள காலம் எப்படி போகணும்னுதான். இல்லத்துக்குத் திரும்ப முடியாதே. நடுவுல பௌத்தனாயிட்ட இல்லியா?"

"அதுக்கு என்ன? குமாரிலபட்டருக்கும்கூட அப்படி நேர்ந்திருக்கே?"

"இது அப்படியில்லையே. பௌத்தரைத் தோற்கடிக்கணும்னா பௌத்த தர்மத்தை நல்லாக் கத்துக்கணும். அதுக்கு நாலந்தாவை அண்டியிருப்பதுதானே குமாரிலபட்டரின் முன்னால் இருந்த ஒரே வழி? அதனால் பௌத்தராக நடித்தார் என்பதன்றி வைதீக தர்மம் விட்டு வேறொன்றைச் சுவீகரிக்கவில்லையே. தர்மகீர்த்தியுடன் வாதம்

செய்யவும் பின்னர் மலைநாட்டின் பௌத்தரைத் தோல்வியடையச் செய்யவும் அது தேவையாயிருந்தது. குமாரிலன் அன்றும் பிறகும் மீமாம்சகன்தான். நீயும் அப்படித்தானா?''

நம்பியாத்தன் தொடர்ந்தார்.

''வாழ்க்கையும் ஒரு அக்னிஹோத்திரம்தான். அதிலும் சடங்குகள் தவறக்கூடாது. ஓதும் போதும்கூடத் தவறிவிடக்கூடாது. இம்மையை மறுப்பதல்ல, அதில் உள்ள வாழ்வைப் பொறுப்போடு ஏற்றுக் கொள்ளவே வேண்டும். அதுதான் நான் தெளிவுற்ற வழி''

''எனக்குத் தெரியும். ஆனாலும், உங்களுடைய இந்தத் திரும்புதல் என்னால் நம்ப முடியலை''

''திரும்பி வரும் ஒருவனால் மற்றொருவன் அவ்வாறு வரமுடியாது என்று நினைக்க முடியுமா? அது அப்படித்தான் ஜாதவேதா. குதித்து உயர்வது எதுவும் மண்ணுக்கே திரும்பி வரும். பிறகு பழையதைவிட வேகமாகத் தன் இருப்பை அழுத்தமாக ஊன்றிக் கொள்ளவும் செய்யும்''

''புரியுது. துன்பத்திலிருந்து விடுதலை தேடிப் புறப்பட்ட நான், இதுவரை வாழ்வில் கண்டடைந்தவை அனைத்தையும் தவிர்க்கும் முடிவுக்குத்தான் வந்தடைந்தேன். என்னால் அவற்றோடு இணைந்துபோக முடியவில்லை. வாழ்வின் பல நிறங்களின் பக்கமே நிற்கிறேன். அதில் துக்கமும் மகிழ்வும் கலகமுமெல்லாம் இருக்கும். இது ஒன்றும் இல்லாமல் வாழ்வது எதற்கு? துச்சமான ஆனந்தத்தைச் சென்றடைய இதுவரை ஆகவில்லை. நான் பார்த்த பிக்குகளும் அப்படித்தான் என்று தோன்றவில்லை. எனினும் இல்லற வாழ்வு எதுவும் எனக்கு இல்லையென்று தெரியும். இனியுள்ள காலத்தை எப்படி வாழ்வது என்றும் தெரியவில்லை''

நம்பியாத்தன் சற்றே யோசித்து பின்னர் கேட்டார்.

"என் கூட வர்றதுல விரோதம் ஒன்றும் இல்லையே?"

"எந்த இடத்துக்கு?"

"புரளி மலைக்கு"

"அங்க என்ன செய்ய வேண்டியிருக்கு?"

"அதைப் போற வழியில சொல்றேன். ஆனாலும் அதுக்கு முன்னாடி ஒன்னு தெரிஞ்சுக்கணும். புத்த தர்மத்தோடு ஏதாவது ஈடுபாடு உனக்கு இப்பவும் இருக்கா?"

ஜாதவேதன் சற்றே யோசித்துப் பிறகு சொன்னான்.

"இல்ல, விரோதமில்ல. ஆனாலும் என்வழி அது அல்ல"

"அப்படின்னா போதாது. இங்க நம்மோட நிலைநிற்புதான் முக்கியம். மூத்தவர்கள் நடந்த வழிகள் எல்லாம் அடைந்து வருவதன் துயரை நான் நெருங்கி உணர்ந்து கொண்டிருக்கிறேன். அவர்கள் அணைந்துவிடாமல் பாதுகாத்த நெருப்பெல்லாம் கெட்டுப் போய்க்கிட்டு இருக்கு. அத்தோடு இந்த நாட்டின் வேர்களும் முறிந்து போவதுபோல் இருக்கிறது"

"என்ன விஷயம்னு சொல்லுங்க"

வருத்தமும் கோபமும் கலந்த குருவின் முகம் ஜாதவேதனுக்குள் தெளிவுற்று மறைந்தது.

"சொல்றேன் கேளு"

நம்பியாத்தன் பூணூலை நெருடிக்கொண்டே தொடர்ந்தார்.

"சோகங்கள் பல தரமானவை ஜாதவேதா. மலைநாட்டை ஆள முன்னர் அந்தணர்கள் பணித்த ஒரு பெருமாள் பின்னர் பௌத்தராக மாறவே செய்தார். அந்த பள்ளிவாணப்பெருமாள் மலைநாட்டிலிருந்தபோது அந்தணர்க்கு ஏற்படுத்திய துயரங்கள் சொல்லி மாளாது. முதலில் இங்கிருந்த பிராமணர்களுடன் லௌகீகத்தில் ஈடுபட்ட பெருமாள் பிறகு அவர்களுக்கு எதிராக மாறினார். மலைநாட்டில் அனைவரும் பௌத்த மார்க்கம் ஏற்றுக்கொள்ள வேண்டும் என்பது அரச கட்டளையானது. அந்தணர்கள் என்ன செய்ய வேண்டும் என்று புரியாமல் நின்றனர். குலதருமத்தை விடுவதா, சுத்தாசுத்திகள் பார்க்காத பௌத்தருடன் சேருவதா? எதுவும் முடியாதே. அவர்கள் திருக்காரியூரை அடைந்து எப்படியோ நாட்களைக் கடத்துவதற்கிடையில் ஜங்கமன் என்ற முனிவர் அங்கே வந்தாராம். முனிவர் உபதேசித்த ஒரு சுலோகத்தைச் சொல்லியபடி ஒவ்வொரு நாளும் தீபவலம் செய்து துக்கம் தீரும் வழியை எதிர்பார்த்துக் காத்திருந்தனர். ஒருமுறை விளக்கைச் சுற்றிக் கொண்டிருக்கும்போது அயல்தேசத்திலிருந்து ஆறு சாஸ்திரிகள் அங்கே வந்தனர். அவர்கள் அந்த அந்தணர்களை ஆறுதல் படுத்திவிட்டு பெருமாளைச் சென்று பார்க்கவும் செய்தனர். அந்த சாஸ்திரிகள் பெருமாளின் சம்மதத்துடன் பௌத்தருடன் வாதம் புரிந்தனர். தோற்பவர்களின் நாக்கை அறுத்து நாட்டைவிட்டு வெளியேற்ற வேண்டும் என்பதே பந்தயம். பௌத்தர் தோற்கவும் நாவை அறுத்து நாட்டைவிட்டு வெளியேற்றப்பட்டனர். அப்படி ஒருவிதமாக அன்று வைதீகர்கள் அந்தத் துயரத்தைக் கடந்தனர். பௌத்தர் மட்டுமல்ல, மற்ற நாத்திகர்களும் அன்று இந்த நாட்டைவிட்டு எவ்வளவு முடியுமோ அவ்வளவு வெளியேற்றப்பட்டனர்''

"சிறுவயதில் சிலவற்றை எல்லாம் கேட்டு இருக்கிறேன்"

"அது பழைய கதை. இப்போதைய துயரம் வேறு ஒன்று. நீ ரொம்ப காலமா அயல்தேசங்கள்ல இருந்ததால அதெல்லாம் முழுசாத் தெரிஞ்சிருக்காது. குமாரிலபட்டரின் சீடனான ஹரிச்சந்திரப்பெருமாள் மலைநாட்டு அரசராக முடிசூட்டப்பட்டபோது வைதிகர்களுக்கு சில லட்சியங்கள் இருந்தன. அந்தப் பெருமாள் அவற்றோடு இணைந்து ஆட்சி புரியவும் செய்தார். புரளிமலையில் ஒரு கோட்டையைக் கட்டிய அந்த அரசன் அந்தணரை வேண்டியவிதத்தில் பாதுகாத்து வந்தார். குமாரிலபட்டரை மீண்டும் திருவஞ்சிக்களத்துக்கு அழைத்துவந்து மீமாம்சத்தைப் பரப்பவும் முயன்றார். சோகிரத்துக்காரனான பிரபாகரன் குமாரிலரிடமிருந்துதான் மீமாம்சத்தைக் கற்றுக்கொண்டார். வேந்தநாடு என்ற தேசத்தில் கும்பளமென்று ஓர் ஊர் உண்டு என்று கேட்டிருப்பாய், இல்லையா? அங்கே அந்தணர்களின் சபாமடமான உதய துங்கேஸ்வரத்தில் தங்கி பிரபாகரனும் நிறைய அந்தணர்களுக்கு மீமாம்சம் கற்றுக்கொடுத்தார். குமாரிலரோடு மாறுபட்ட பிரபாகரன் மீமாம்சத்திற்கு வேறொரு முறையை உருவாக்கியபோது அதற்கும் இடமளித்த பெருமாள் மீமாம்சகர்களுக்கு இடையிலான வாதங்களுக்குப் பரிகாரம் ஏற்படுத்தி இலகுவாகச் செல்லவே விரும்பினார். பௌத்தர்களையும் சமணர்களையும் வாதத்தில் தோற்கடிப்பவர்களுக்குச் சிறப்புப் பரிசு கொடுப்பதாகவும் அவர் உற்சாகப்படுத்தினார். ஆனால்..."

நம்பியாத்தன் கதையை இடையில் சற்றே நிறுத்தினார்.

"அப்புறம் என்ன நடந்தது?"

"பின்னாளில் ஹரிச்சந்திரப்பெருமாளின் புரளிமலைக் கோட்டை மற்றவர்களால் உடனடியாகச் சென்றடைய முடியாத இடமாக மாறிப்போனது. கோட்டையில் எப்போதும் வனபூதங்களின் தொந்தரவு இருந்து வந்தது. அத்துடன் குடிமக்கள் யாரும் அந்தக்

கோட்டைக்குள் செல்ல முடியாமல் ஆனது. அந்தணர்கள், அரசனுக்கு உதவ ஒன்றிணைந்து வந்தனர். நானும் அவர்களோடு சேர்ந்துகொண்டேன். நாங்கள் அங்கு சென்றபோது வேறொரு செய்தியை அறிந்தோம். பெருமாளே அங்கிருந்து மறைந்து விட்டிருக்கிறார்''

''அது எப்படி? வனபூதங்களின் தொந்தரவா? பெருமாளே வெளியேறி விட்டாரா?''

உள்ளே கனல் குடைந்தது போன்றதொரு தீப்பிழம்பு, நம்பியாத்தனின் கண்களில் தோன்றியது.

''அது எதுவும் தெரியாது. பூதங்கள் மட்டுமல்ல, அங்கே சுற்றி வனத்தில் மறைந்திருந்து தாக்கும் படைவீரர்களும் இருந்தனர். மீமாம்சகரிடமும் சைவர்களிடமும் தோற்றுப்போய் நாட்டைவிட்டு வெளியேற்றப்பட்ட நாத்திகர்களின் ஆதரவும் அவர்களுக்கு இருந்தது. இவர்கள் அனைவரும் அவளூர் என்ற இடத்தில் ஒன்றுசேர்ந்து பலவிதமான கலகங்களை உருவாக்கத் தொடங்கி நீண்ட நாட்களாகிவிட்டன. எப்படியோ, பெருமாள் போனவுடன் அவர்களின் வலிமையும் கூடியிருக்கிறது. நாங்கள் எப்படியாவது அவர்களைத் தடுக்கவே முயன்று கொண்டிருக்கிறோம்''

நீளமான நாக்கை உரசி வெளியே வந்த நம்பியாத்தனின் ஓசைக்கு ஒரு வாளின் கூர்மை இருந்தது.

''இருபத்தோருமுறை சத்திரிய குலத்தின் வேரறுத்த ஒருவனால் மழுவெறிந்து உருவாக்கப்பட்ட நாடு இது என்றல்லவா பெருமை. இங்கே ஆண்ட பெருமாள்களையும் நம் கட்டுக்குள்ளேயே நிறுத்தி இருக்கிறோம். முன்னர் ஒரு பூதப்பெருமாள் அந்தணருடன் மோதியபோது அவரை வாளால் வெட்டிக் கொல்லவும் நம் முன்னோர்

ஒருவருக்குத் தயக்கம் ஏற்படவில்லை. அப்படி அஸ்திரத்தாலும் சாத்திரத்தாலும் நாம் கைகொண்டதுதான் இந்த இடம். அதை அப்படி தடாலென வேறொருவருக்கு விட்டுக்கொடுக்க முடியுமா? நீ சொல்லு.

ஜாதவேதன் சற்றுநேரம் யோசித்துவிட்டு "நானும் உடன் வருகிறேன்" என்றான்.

அத்தியாயம் மூன்று

மஞ்சள் வயல்களினருகே பாக்கு மரங்களின் நீண்ட வரிசை. நடுநடுவே நிற்கும் தென்னைகள். மரங்களில் படர்ந்திருந்த மிளகுக் கொடிகள். அதன்பிறகு நெல், தினை விளையும் வயல்கள். அதற்கப்பால் கொல்லனின் உலைக்கலன்கள், கொஞ்சம் குடில்கள், ஏறுமாடங்கள். அவளூரின் காடுகளில் மனிதர்களின் நடமாட்டம் இவ்வளவாகவே இருந்திருந்தது. காய்கனிகளும் தேனும் கொண்டுவரவும் தின்னக்கூடிய மிருகங்களை வேட்டையாடிப் பிடிக்கவும் அவ்வப்போது அவளூரின் மனிதர்கள் காடுகளையே அண்டியிருந்தனர். எனினும், கரடியும் புலியும் யானையுமுள்ள இருண்ட காடுகளிலிருந்து வெளியேறிச் செல்ல, அவற்றைவிட புத்தியும் சாமர்த்தியமும் கூடுதலாக உள்ள ஓர் உயிரினம் நடத்தும் சில சிரமங்கள் என்பதற்குமேல் கொடிய அச்சுறுத்தல்களாக இல்லை. காடுமேடுகளின் ஓசைகள் ஒன்றிணைந்து ஒரு மொழி அவர்களின் ஒவ்வொரு செய்திக்கும்மேல் மற்றொரு மாயஉலகை உருவாக்கச் செய்தது. அதை எப்படி அடையாளப்படுத்துவது என குமரனின் மூளை குழம்பிக் கொண்டிருந்தது.

அவனுடைய கவனம், அங்கு இருப்பவர்களின் தொண்டையிலும் நாக்கிலும் மட்டுமே மையம் கொண்டது. ஒவ்வொரு ஓசையும் எதைக் குறிக்கிறதென்பதைப் பல இடங்களிலும் தேடியபோது பொருள்களின் ஒரு வலையே அவன் முன்னால் விரிந்தது. ஒரு வார்த்தையின் பல பொருள்களிலிருந்து வேண்டாதவற்றையெல்லாம் ஒதுக்கிவிட்டு, இணங்குவதை மட்டுமெடுக்கும் வித்தையை அவன் கொஞ்ச

BHAGYANATH 2019

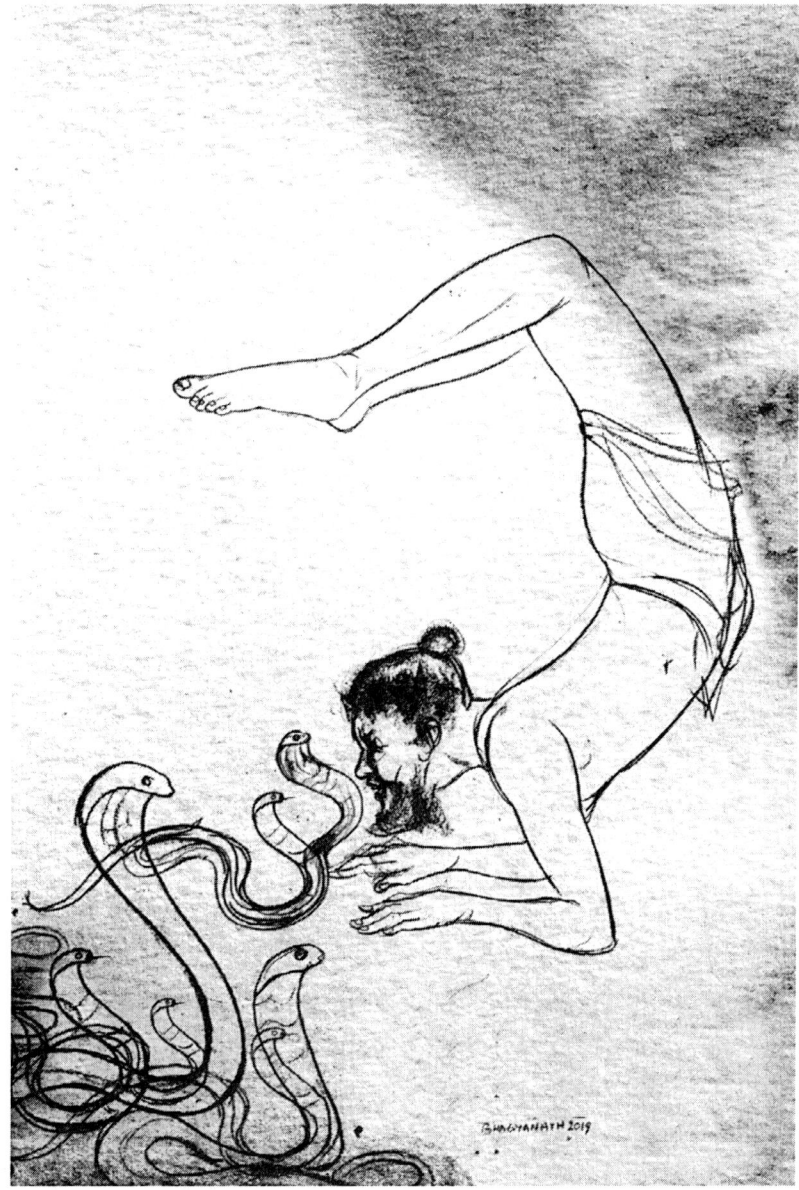

நாட்களாகவே பார்க்கிறான். வார்த்தையின்றி வரும் நேரத்துப் பார்வைகளும், முறிநாவுள்ளவர்களின் சைகைகளையும் துயரக் குரல்களையுமெல்லாம் சேர்த்துக்கொண்டு குமரனுள்ளில் இருந்த அகராதி குதித்துக் கும்மாளமிட்டது. இனி கையிலிருக்கும் கிரந்தங்கள் முழுவதையும் சற்றே அடுக்கி வைக்கவேண்டும். அவற்றின் வார்த்தைகளிலிருந்து இங்கேயும் பேசப்படும் மொழிகளைப் பிரித்தறிய வேண்டும். தான் உருவாக்கப் போகும் நிகண்டு சற்றும் எளிமையானதல்ல என்று அவனுக்குத் தொடர்ந்து தோன்றிக் கொண்டிருந்தது.

பிறகொரு பயணத்தில் குமரன் வெங்கைய்யாவைக் கண்டடைந்தான். ஒவ்வொரு நாவிலிருந்தும் புதியதாக ஒரு வார்த்தையேனும் கிடைக்குமென்ற எதிர்பார்ப்பில் மக்கள் கூட்டத்திற்குள் நடப்பது, அவனுக்கு அதற்குள் ஒரு பழக்கமாக மாறியிருந்தது. அந்நாட்களின் ஓர் அந்திப் பொழுதில் பாறைகள் நிறைந்த ஓரத்திடத்திலிருந்து புகையையும், அதன்பின் உயர்ந்து தாழ்ந்த தீச்சுடர்களையும் கண்டபோது அதனருகே சென்றான். பாறைகளுக்கு அடியில் செல்லவும் மணிகள் குலுங்குவதும், தெளிவற்ற குரலில் சிலர் பேசுவதும் இடையிடையே கலங்குவதும் கேட்டது. ஒரு பாறையைப் பிடித்துக்கொண்டு உள்ளே எட்டிப் பார்த்தபோது தனியாக ஒருவர் சாமியாடிக் கொண்டிருப்பதைப் பார்த்தான். அரிசிமாவும், மஞ்சளும், கரியும் கொண்டு வரையப்பட்டிருந்த சில சதுரங்களுக்குள்ளே இலைகளையும் பூக்களையும்போல, சில வடிவங்களையும் தமக்குள் வெட்டிக்கொள்ளும் முக்கோணங்களையும் சுற்றிலும் வாழைத்தண்டில் குத்தி நட்டிருந்த தீப்பந்தங்களையும் பார்த்தபோது, அது என்ன நிகழ்வென்று புரிந்துகொள்ள சிரமமேதும் ஏற்படவில்லை. வாழ்வு நெடுகிலும் கண்டதொரு காட்சியை அவளூரிலும் காண நேருமென்று அவன் எண்ணவில்லை. அவ்வளவுதான். ஆனால், இந்த மனிதன்

தனியாக இருக்கிறார். கமுகின் பூக்குலைகளின் ஒரு பெரிய கட்டிலிருந்து தனக்கு வேண்டியதைத் தனியாக எடுத்துக் கொள்கிறார். அரிசியையும் மஞ்சளையும் பாலில் கலக்கியபடி எதையோ பேசிக்கொண்டே சுற்றிலும் தவழ்கிறார். சற்றுநேரம் கண்மூடி நின்ற பிறகு அவர் ஒரு மகுடி எடுத்து ஊதத் தொடங்குகிறார்.

அதற்குள் நன்றாக இருளத் தொடங்கியிருந்தது. சுற்றிலுமிருந்து கேட்ட அசைவுகள் ரீங்காரங்களாக வளருவதைக் குமரனால் அறிந்துகொள்ள முடிந்தது. நீராவியின் சூட்டினோடு விஷம் போன்றதொரு வாடையும் சேர்ந்து சூழல் முழுவதும் ஒரு கடுமை நிறைவதாகத் தோன்றியது. இப்போது அந்த மனிதன் படமெடுத்தாடும் பாம்புகளுடன் இணைந்து நடனம் ஆடுகிறார். எலும்புகளே இல்லையென்று தோன்றும்விதம் அவருடைய உடலும் அவற்றுடன் வளையவும் நெளியவும் செய்கிறது. சற்றுநேரமே குமரனால் அந்தக் காட்சியை பார்த்துக் கொண்டிருக்க முடிந்தது. விஷம் ஏறியதுபோல் தலைக்குள்ளே ஒரு மரமரப்பு பரவியபோது அவன் பாறைமீது தளர்ந்து விழுந்தான். கண்விழித்தபோது பழைய அந்த நாகக்கண்களைத்தான் அவன் முதலில் பார்த்தான். ஏதாவது ஒருவிதத்தில் எதிர்ப்பைக் காட்டுவதற்கு முன்பாக அது அவன் முன்னாலிருந்து மறைந்துபோனது. அவன் மெதுவாக எழுந்து அமர்ந்தான். பாம்புகளுடன் சேர்ந்து நடனமாடியவர் அதற்குள் அந்தப் பாறையின்மீது ஏறி வந்தார்.

''நீங்க யாரு?''

முகவுரை ஏதுமின்றி அவர் குமரனிடம் கேட்டார். குமரன் தன் பெயரைச் சொல்லவும் அதே கேள்வியைத் திரும்பி கேட்கவும் செய்தான்.

''நான் வெங்கையன்''

‘‘கூவேந்தி அக்காள் சொன்ன வெங்கையனா நீங்க? அவளூரைப் பற்றி ஏதோ எழுதுபவரா?’’

வெங்கையன் நட்பாகச் சிரித்தார்.

‘‘நீங்க அகராதி உருவாக்கும் குமரன்தானே? அப்படியென்றால் நான் வெங்கையனாகத்தானே இருக்க முடியும்?’’

பின்னர் அவர்கள் நீண்டநேரம் பேசிக் கொண்டிருந்தனர். அவளூரைப் பற்றிய பேச்சில் அவர் உற்சாகமானார்.

அவளூர், பாம்புகளின் நாடாக இருந்தது. நாகங்களும் அவற்றை வணங்கிப் பாதுகாத்து வந்த நாகர்களும், காடுகளில் வாழ்ந்து வந்த வேடர்களும் மட்டுமே அங்கு வாழ்ந்துவந்தனர் என்பதை அவரும் சொன்னார். மரங்களிலும் ஆற்றங்கரையோரச் சதுப்புகளிலும் பாறைக்கூட்டங்களிலும் யாரையும் பொருட்படுத்தாமல் இருந்திருந்த நாகங்களுக்கு வேற்று மனிதர்கள் வந்தபோது ஒளிந்துகொள்ள வேண்டிய நிலை வந்தது. பிற நாடுகளில் இருந்து அங்கே முதல்முதலாக வசிக்க வந்தவர்கள் அவ்வளவு அதிகமான பாம்புகளைக் கண்டு பயந்தனர். அவர்கள் அவற்றைத் துன்புறுத்தவும் காட்டிற்கு நெருப்பு வைக்கவும் செய்தனர். எணணிக்கையில் குறைவாக இருந்த நாகர்களுக்கு இடையிலிருந்தும் ஒரு சித்தன் உருவானார். சேஷகிரி என்பது அவர் பெயர். அவர் நாகங்களைக் காவுகளில் குடியமர்த்தவும், மரணம் அடைந்த பாம்புகளுக்காக திதி கொடுக்கவும் செய்தார். வெங்கையனும் அதைத் தொடர்கிறார். அவர் திதி கொடுத்து நீறும் பாலும் கொண்டு தர்ப்பணம் செய்யும்போது பரலோகத்தில் இருந்துகூட நாகங்கள் வந்து சேர்ந்து அவருடன் நடனமாடுகின்றன. இந்தச் செயலுக்காக அவர் வேறு யாரையும் அழைப்பதில்லை. நாகங்களின் உற்சவத்தையே குமரன் அங்கே பார்த்தான்.

அவன் ஒரு நாகினியைச் சந்தித்த கதையை அவரிடம் சொன்னான். அத்துடன் அவனும் வெங்கையனும் நெருக்கமாகி விட்டனர். அப்போது அவன்,

"இந்த மொழியின் கதை உங்களுக்குத் தெரியுமா?" என்று கேட்டான்.

"சிலவற்றைக் கேட்டிருக்கிறேன். பல நாடுகளிலிருந்து வந்தவங்க ஒன்றாகச் சேர்ந்து உண்டாக்கினது என்று தெரியுது"

"அப்படின்னும் சொல்லலாம். இருந்தாலும் இன்னும் கொஞ்சம் கேளு"

குமரன் கூடுதலாகத் தெரிந்து கொள்வதற்காக கவனிக்கத் தொடங்கினான். வெங்கையன் தொடர்ந்தார்.

"பல நாடுகளிலிருந்து வந்தவர்களுக்குப் பேசுவதற்குப் பொதுவான மொழியில்லாததால் அவர்கள் கூட்டமாக அமர்ந்து அதற்கான வழியைப் பற்றி யோசித்தனர். அவர்களுள் பலருடன் சேர்ந்து வந்தவர்களே இந்த நாட்டிலிருக்கும் தேவதைகள். அவர்களும் அமைதியாய் இருக்கவில்லை. ஒரு மொழியின் இனிமையை அவர்களும் அறியத் தொடங்கியிருந்தனர். குருகுல்லாவும் அம்பிகாவும் ஜ்வாலா மோகினியும் ஹாரிதியும் நீலகேசியும் உட்பட அனைவரும் மரங்களில் ஒன்று கூடினர். அவர்கள் காற்றாகவும் வாசனையாகவும் ஓசையாகவும் ஆட்களின்முன் அணைந்தனர். மொழிகளைத் தேடிய மக்களின் கவனத்தை அவர்கள் பாறைகள் பக்கமும் மிருகங்கள் பக்கமும் திருப்பிவிட்டனர். புரிந்துகொள்ள முடியாத மொழி என்பது மனிதர்களிடம் மட்டுமே உள்ளது. பறவைகளுக்கும் மிருகங்களுக்கும் அப்படியல்ல. இணையை அழைப்பதற்கும் கோபிக்கவும் கிடைத்த தீனியைக் கூட்டாளிகளுக்குத்

தெரிவிக்கவும், அவை உண்டாக்கும் பல்வேறு ஓசைகளுக்கு ஒன்றுக்கு மற்றொன்றை மாற்றாகக் கருதும் மானுட மொழியைவிட இணக்கம் இருக்கிறதல்லவா? அவளூரின் தேவதைகளுக்கு அதெல்லாம் நன்றாகப் புரியும். இங்குள்ள சூழலுக்கு இணங்கிச் செல்ல அவற்றை மனிதர்களும் கடன் பெற்றுக் கொண்டார்கள். பல்வேறு முனகல்களுக்கும் கூவல்களுக்குமுள்ள ஏற்ற இறக்கங்களுக்கும் இங்கே வெவ்வேறு பொருள்கள் உள்ளன. அதன்பிறகு உள்ளவையெல்லாம் அவை ஒவ்வொன்றும் தாமறியும் மொழியில் சொல்பவையெல்லாம் இங்குள்ளவர்கள் ஏற்றுக் கொண்டவைதான். அப்படி அவளூரின் தேவதைகளின், மனிதர்களின், பறவைகளின், மிருகங்களின் பேச்சுகள் ஒரே மொழிக்கூட்டத்தின் பிரிவுகளாக மாறின. மலைநாட்டிலிருந்து நாக்கறுபட்டு ஓடிவந்த பௌத்தர்கள் இங்கே இருக்கிறார்கள். அதுபோல பல நாடுகளிலிருந்து வந்த சமணர்களும் இருக்கின்றனர்''

''தெரியும்'' குமரன் குறுக்கே புகுந்து சொன்னான். அப்படிப்பட்டவர்களை நேரில் கண்ட நடுக்கம் அவனை விட்டுச் சென்றிருக்கவில்லை. உயிர் போகின்றவர்களுக்கு இந்த உலகம் என்பதுபோல, நாக்கு போகின்றவர்களுக்கு மொழியின் ஓர் உலகம் அன்னியமாகிறது. உடைந்துபோன மொழியின் சிதறல்களை எடுத்து இங்கே அவர்கள் வேறொன்றை உருவாக்குகின்றனர். அடுக்கோ பொருத்தமோ இல்லாமல் சேர்த்து வைத்த பேச்சின் இடறல்களுக்கே வாழ்வின் முழு அறிவையும் பகிர முடிகிறது.

உடலின் எண்ணற்ற உள்துளைகளிலிருந்து ஊறிவரும் வியர்வையைக் குமரன் துடைத்து நீக்கிக் கொண்டிருந்தான். வெங்கையன் தொடர்ந்தார்.

''முறிநாவிலிருந்து வரும் அவர்களின் பேச்சு, கைகளிலிருந்து வரும் சைகைகள். இவற்றையெல்லாம் சேர்த்து ஓர் அகராதி உருவாக்க

வேண்டுமென்றால் பலவற்றுக்கும் எழுத்துகள் புதியதாக வேண்டும். தேவதைகளைக் குறிக்கும் சதுரங்களும் முக்கோணங்களும் நிறங்களும் சேர்ந்த சித்திரங்களை வரைத்துச் சேர்க்கலாம் என்று வைத்துக்கொள்வோம். இருந்தாலும் இதையெல்லாம் ஒரு நிகண்டுவால் தாங்க முடியுமா?''

''தாங்கத்தான் வேண்டும்''

குமரனின் குரலில் உறுதி ஏறியது.

''முறிமொழிகளுக்கும் கூக்குரல்களுக்கும் அல்லவா இன்றொரு அகராதி வேண்டி இருக்கிறது. மறைந்து போவதற்குள் அவற்றைக் குறித்து வைத்தாக வேண்டும்''

''நானும் அப்படிப்பட்டதொரு வேலையில்தான் இருக்கிறேன் என்பது தெரியும் அல்லவா? என் குருவான சேஷகிரி சூத்திரவடிவில் ஒரு கிரந்தம் உருவாக்கியதை நான் வேறு ஓலையில் மாற்றி வைத்திருக்கிறேன். அதற்கு ஓர் உரை எழுத வேண்டும் என்பதுதான் என் விருப்பம்''

''அந்த கிரந்தங்களில் என்ன இருக்கின்றது?''

குமரனுக்கு ஆர்வம் ஏறியது.

''அவளூரைப் பற்றித் தெரிந்ததெல்லாம் அதில் இருக்கிறது. என் குரு செய்திருப்பதை நான் சற்றே விரிவுபடுத்தவே செய்கிறேன். ஆபத்துகளின் காலம்தான் வர இருக்கிறதென்று என் மனம் சொல்கிறது. அதே கவலை கூவேந்தி அக்காவுக்கும் இருக்கு. உங்களுக்குத் தெரியுமா? இல்லாமலாகிக் கொண்டிருக்கும் மதங்களையும் கோட்பாடுகளையும் பின்தொடர்பவர்களே இங்கு வந்து சேர்ந்தவர்களில் மிகுதி. மறைகளைப் பொருட்படுத்தாத நாத்திகர்கள்

என்றொரு ஒற்றுமை அவர்களுக்கிடையில் இருக்கிறது. அவர்கள் தங்களுடன் கொண்டுவந்த அபூர்வமான கிரந்தங்கள் இருக்கின்றன. எல்லாம் இங்கே பல இடங்களில் பாதுகாக்கப்படுகின்றன. நான் அவற்றையெல்லாம் சேகரித்து வருகின்றேன். மதத்தைப் பற்றி அவ்வளவு ஒன்றும் வியாகூலப் படாமல் இங்கே வாழ்ந்தவர்களோடு பொருந்திப்போக, வந்து சேர்ந்தவர்களுக்கு சிரமமேதும் ஏற்படவில்லை. அவளூரை எதிர்கொள்ள வேண்டியிருந்த அரசர்களுக்கும் பொதுவான சில சங்கதிகள் இருந்தன. மறைகளைப் பிரமாணமாக்கும் ஆத்திகர்கள்தான் அவர்கள் அனைவரும். அவர்களுடன் அதேநிலையில் உள்ள புரோகிதர்களும் பண்டிதர்களும் இருக்கின்றனர். அவர்களின் மிகப்பெரிய எதிரிகள், இங்கே இருப்பவர்களின் ஆச்சாரங்களும் ஆசைகளும்தான். அவளூரின் தேவதைகள் அவர்களுக்கு பூதங்களாகத் தெரிகின்றனர். இந்நாட்டில் உள்ளவர்கள் அனைவரும் வேத விரோதிகளான நாத்திகர்கள். இங்கிருக்கும் மக்களையும் அறிவையும் அவர்கள் ஒருசேர இல்லாமலாக்க முயற்சிக்கலாம். அவளூரின் படைவீரர்களுக்கு இவை எதுவும் மூளையில் ஏறாது. அவர்கள் எப்போதும் போருக்காகக் கூக்குரலிடுபவர்களாகவே இருக்கின்றனர். மூப்பத்தியும் அவர்கள் பக்கம்தான். வர இருப்பது பெரியதொரு தோல்வியே என்று மனம் சொல்கிறது. அதனால் அறிவுகளையெல்லாம் மொழிப்பெட்டியில் போட்டுப் பூட்டுவதே வழி''

குமரனுக்கு அது ஒன்றும் அவ்வளவாகப் புரியவில்லை. வெங்கையன் தொடர்ந்தார்.

''இப்படிச் சொல்லிட்டே இருந்தா இன்னும் நிறைய சொல்லலாம். அவளூரைப் பற்றி இதுவரை அறிந்தவற்றையெல்லாம் என் குருநாதர் சுருக்கமாக எழுதியிருக்கிறார். எனினும், இனி வரும் காலத்திற்கு இது போதாது என்று தோன்றுகிறது''

‘‘அவர் இப்போ எங்கிரிப்பது?’’

‘‘அவதூதனாக ஊர்சுற்றிக் கொண்டிருக்கிறார். இப்போது வடக்கே ஏதாவது ஊரில் இருப்பார். பாடலிபுத்திரத்துக்குப் போவதாகச் சொல்லிவிட்டுத்தான் இங்கிருந்து போனார். அங்கே நாலந்தா என்ற பள்ளிக்கூடம் இருக்கிறதாம். புத்தரையுடையது எனினும் எல்லா தருமம் சார்ந்த நூல்களும் அங்கு இருக்கிறது. தேடல் எப்போதும் தீராதல்லவா? அவர் அதை இப்போதும் தொடர்கிறார்’’

‘‘என்னிடமும் சில கிரந்தங்கள் இருக்கிறது. உங்களிடமும் இருக்கிறதே. நமக்குள் மாற்றிக்கொண்டால் இருவருக்கும் நல்லதல்லவா?’’ என்று கேட்டான் குமரன்.

‘‘ஆமாம் எப்படி என்றாலும் உங்க வேலை நடக்கட்டும்’’

வெங்கையன் விடைபெற்றுச் சென்றார்.

நாக்குகளில் இருந்தும் ஓலைச்சுவடிகளில் இருந்தும் வெளியேற்றிய அனைத்தையும் ஒரு தித்திரிப் பறவையைப்போல குமரன் கொத்தி எடுத்துக் கொண்டிருந்தான். மொழிகளென்றில்லை, பொருளற்றவை என்று இந்த மண்ணில் எவை உள்ளன? மூடிய கண் இரவும், திறந்த கண் பகலும் ஆகலாம். ஒவ்வொரு கண்ணும் வேறொரு பொழுதில் பகலோனும் பனிமதியும் ஆகலாம். கைவிரல்கள் ஐந்தையும் ஒன்றாகச் சேர்த்து மடித்ததன் பொருள் தேடிச்சென்றால்கூட உலகின் உறைவிடங்களையே சென்றடைவோம். ஓசையின்மையின் அர்த்தம் என்னவென்று குறிக்கவேண்டும் என்றாலும் இதோ காணும் ஓலைகள் போதாது!

பனையோலைகளின் எண்ணிக்கை நாளுக்குநாள் கூடி வருகிறது. அவளூரின் தேவதைகள் பனைகளில் அமர்ந்துகொண்டு அவனுக்கு

வேண்டிய ஓலைகளை விசிறிகளைப் போல விரித்தனர். கூவேந்தி அக்காவின் கூட்டாளிகள் அவற்றை முறித்தெடுத்து வெயிலில் காயவைத்து அவனுக்குக் கொடுத்துக்கொண்டே இருந்தனர். அவற்றைக் கையில் எடுத்தபோதெல்லாம் 'எழுது எழுது' என்று தேவதைகள் குமரனைச் சுற்றிப் பறந்தன. எழுத்துகளின் நெடுங்கணக்கில் அடுக்கப்பட்ட ஓலைகள் தட்டுத்தட்டாகச் சுற்றிலும் உயர்ந்தன.

இனிமேல் ஓரிடத்தில் நிலைத்திருக்காமல் சரிப்படாது. பல குடில்களிலாக மாறிமாறித் தங்குவது இப்படியொரு வேலைக்கு உகந்ததாக இல்லை. சுற்றிலும் எந்நேரமும் எழும்பக்கூடிய படைவீரர்களின் ஆரவாரங்கள். பலபொழுதுகளில் இரவு நேரங்களில் விழாக்களின் ஆர்ப்பரிப்புகள். வார்த்தைகளைத் தருவதற்கு ஆட்கள் வேண்டும். ஆனால், மொழிகளைக் கூட்டிவைத்து வேறொரு உலகம் உருவாக்க தனித்தே இருக்க வேண்டும்.

வினயானந்தனிடமிருந்து கிடைத்த சுவடிகள் நிறைய இருக்கின்றன. அவற்றுடன் வெங்கையனும் நிறைய சுவடிகளைக் குமரனுக்குக் கொடுத்தார். எல்லாம் கிடைத்தபோது கைகளுக்குள் அடங்காத நிலை ஏற்பட்டது. அவற்றைப் பாதுகாப்பதற்கும் தனியாக அமர்ந்து வேலையைச் செய்வதற்கும் தகுந்த ஓரிடம் வேண்டும். இதைப் பற்றித் தெரிவித்தபோது கூவேந்தி, ''எல்லாவற்றிற்கும் வழி காணலாம்'' என்றாள்.

குமரன் அப்போது தங்கியிருந்த குடிலுக்குத் திரும்பினான். சுவடிகளையெல்லாம் அடுக்கிப் பல மூட்டைகளாக ஆக்கினான். அதற்குள் கூவேந்தியின் ஆட்களும் வந்தனர். அவர்கள் காட்டையும் ஆற்றையும் கடந்து அவனை அவளூரிலிருந்து சற்று தூரத்திலிருந்த ஒரு குன்றை நோக்கி அழைத்துச் சென்றனர். அங்கே ஒரே ஒரு குடில்

மட்டுமே இருந்தது. அவர்கள் உள்ளே நுழைந்து மூட்டைகளை இறக்கி வைத்தனர். அவர்களே கொண்டு வந்திருந்த விளக்கையும் ஒரு பெரிய மூட்டை அரிசியையும் கொஞ்சம் பாத்திரங்களையும் காய்களையும் ஆங்காங்கே அடுக்கினர்.

"இங்கே ஒருவர் புழங்கத் தேவையானதெல்லாம் கிடைக்கும். பின்னால் ஓர் அருவியும், இந்தக் குன்றைச் சுற்றியுள்ள மரங்களில் காய்கனிகளும் உண்டு. அரிசியுடன் எங்களுள் யாராவது அவ்வப்போது வருவோம். வேறு ஏதாவது வேண்டுமென்றால் அப்போது சொன்னால் போதும்"

அவர்கள் விடைபெற்றுச் சென்றவுடன் குமரன் மீண்டும் தனித்து நின்றான். வெளியே செல்லக்கூட விரும்பாமல் அவன் கட்டுகளை அவிழ்த்து ஓலைகளைத் தரம் பிரிக்கத் தொடங்கினான். கசாப்புக் கடைகளில் வரிசையாக நிற்கின்ற அடிமாடுகளைப் போல வார்த்தைகள். எண்சுவடி முடிவடையும் இடத்தில் மற்ற அடையாளங்கள் ஆரம்பமானது. பலவகையான ஓசைகள். பல பார்வைகள். பலவாறாக அசையும் விரல்கள். தன்னால் உருவாக்கப்படவுள்ள அடையாளங்களுக்கு முடிவு ஏற்படாதென அவனுக்குத் தோன்றியது. இதையெல்லாம் செய்தாலும் காயங்களின், மௌனங்களின் ஒரு நிகண்டுவால் இந்த உலகில் எதை நிறைவேற்ற முடியும்? முழுமை அடைந்தவரென்று நடிப்பவர்களிடத்தில்தான் அது செல்ல வேண்டி இருக்கிறது. காது கேட்காத ஒருவனுக்காக ஒரு வார்த்தையை உரக்கச் சொல்லவோ, கண் தெரியாத நண்பனுக்காக ஒரு வார்த்தையைச் சற்றே உரக்க வாசிக்கவோ நேரமில்லாதவர்கள், கரையான்களுக்கு விட்டுக் கொடுக்கும் ஓலைச்சுவடிக்கட்டுகளாக மாறுமோ என் புத்தகம்?

"பயப்படாதே குமரா. நான் இருக்கேனே உன்னுடன்"

நீலியின் குரல். அவன் சுற்றிலும் பார்த்தான். ஓலைகளுக்குள் இருந்துதான் ஓர் இரைச்சல் கேட்கிறது.

"முழு வார்த்தைகளைவிட முறிந்த வார்த்தைகளும், ஓசையைவிட மௌனமும் அல்லவா எக்காலத்திலும் அதிகமுள்ளன? முழுமையானதென்று தோன்றும் எல்லாவற்றிலும் எண்ணற்ற துளைகளிலிருந்துகொண்டு அவை, தன் இருப்பிடத்தையே சுரண்டித் தின்கின்றன. இவ்வுலகம் அப்படியாக இருக்கும்வரை உன் அகராதியிலிருந்து மக்களால் விலகியிருக்க முடியாது"

அவன் ஓலைகளின்மீது கைவைத்தான். அவற்றை விரித்து அவளுடைய முடியிழைகளென அதை முத்தமிட்டான்.

20

அத்தியாயம் ஒன்று

அகிலும் வெட்டிவேரும் சந்தனமும் சேர்ந்த புகையின் நறுமணம் வெளியே பரவும் பாழிக்கு முன்னால் ஆரியதேவனும் சிறுகண்டனும் சற்றுநேரம் காத்திருக்க நேர்ந்தது. புகைச்சல் அமர்ந்தபோது திருநீற்று வாசம் எழுந்தது. நறுமணங்களுக்குப் பின்னால் கொக்கவ்வா குகைக்கு வெளியே வந்தார். சிறுகண்டனுடன் இரண்டு புதியவர்களைப் பார்த்தபோது அவர் சற்றே அதிர்ந்தார். பல பிரிவாகப் பிரித்துப்போட்டும் மிகவும் மிச்சமிருந்த தழைத்தமுடி தனியாகவே படர்ந்து அவருடைய உடலை மூடி இருந்தது. கழுத்தில் தரித்திருந்த இஷ்டலிங்கம் மட்டுமே உடல் அசைந்தபோதும் அசைவற்று நிலைகொண்டது.

"காக்கம்மா, இது ஆர்யதேவன் என்ற பிக்கு. அவன் அலங்காரன், என் மகன்"

அப்பா, இப்படி வெளிப்படையாகத் தன்னை அறிமுகப்படுத்துவதை அலங்காரன் முதன்முதலாகக் கேட்கிறான். அதன் நிறைவில், உற்சாகத்துடன் அவன் கொங்கவ்வாவை வணங்கினான். தொலைவிலிருந்து மட்டும் பார்த்தும் வசனங்களாகக் கேட்டும் அறிந்த கொக்கவ்வாவை அருகே கண்டதில் அலௌகீகமான ஓர் ஆனந்தம் அவனுடைய கண்களை விரித்து நிறுத்தியது.

‘‘இவர்கள் இருவரும் காலையில என்னைப் பார்க்க வந்திருந்தாங்க. காக்கம்மாவைப் பார்க்கணும்னு கட்டாயப்படுத்தி இங்க கூட்டிட்டு வந்தேன்’’

சிறுகண்டன் சொன்னார். அதைக் கேட்ட கொக்கவ்வா கைகூப்பினார்.

‘‘என்னைப் பார்ப்பதற்கா? எதற்கு?’’ அலங்காரனிடமும் தன்னிடமும் ஆதிநாதனிடமும் உள்ள சுவடிகளைப் பற்றி ஆர்யதேவன் கொக்கவ்வாவிடம் சொன்னார். தன்னை வந்து பார்க்கவேண்டும் என்று ஆதிநாதன் அறிவுறுத்தினார் என்று கேட்டபோது அவருடைய உற்சாகத்தை அடக்க முடியவில்லை.

‘‘அறிவின் மறுகரை கண்டவர் அல்லவா அந்தச் சித்தர். மிகச் சாதாரணமான ஒரு சரணையிடமிருந்து அதைவிடக் கூடுதலாக என்ன கிடைக்கும்?’’

ஆர்யதேவன் தன் கையிலுள்ள சுவடிகளை அவர் முன்னெடுத்து வைத்தார். கொக்கவ்வா கட்டுகளை அவிழ்த்தார். சிரமப்பட்டு ஓலைச்சுவடிகளில் கண்களை ஓட்டினார். ஓர் எழுத்தைக்கூட வாசிக்க இயலாமல் நிராசையுடன் அவர்களை ஏறெடுத்தார்.

‘‘அந்தச் சித்தன் என் அறிவின்மையை ஏன் சோதித்து உறுதி செய்கிறார்?’’

‘‘தயவுசெய்து அப்படிச் சொல்லாதீங்க. என்னால் இந்த எழுத்தை வாசிக்க முடிகிறது. புறம்பொருளும் தெரிகிறது. அதன் உட்பொருள் என்னவென்றுதான் எனக்குத் தெரியவில்லை’’

ஆர்யதேவன் தொடர்ந்தார்.

"தவறில்லையெனில் நானே வாசிக்கிறேன். நோக்கம் கருதி எங்களை மன்னியுங்கள்"

கூச்சத்துடன் எனினும், ஆர்யதேவன் வாசிக்கத் தொடங்கினார். கூடவே அதிலிருந்து தான் தெரிந்துகொண்டது என்னவென்றும் சுருக்கமாகச் சொல்லிக் கொண்டிருந்தார். எப்படியும் ரதியைப் பற்றித்தான் பேசவேண்டி உள்ளது. ஒரு பிக்குவிற்கு அது அவ்வளவு எளிதல்லவென்று அவருக்கும் தோன்றியது. முதலில் முகம் சுளித்தாலும் பின்னர் கொக்கவ்வாவின் பாவனை மாறியது. அவருடைய முகம் பளீரெனத் தெளிவுறுவதையும் தொடர்ந்து நன்றியோடு பணிவதையும் அலங்காரன் கண்டான். கொக்கவ்வா எப்போதோ மறந்துபோன தன்னையே நினைவில் எடுத்துக்கொண்டு சொன்னார்.

"அவளூரில் பிறந்த நான் இதிலுள்ள பல வார்த்தைகளையும் சிறுவயதில் கேட்டிருக்கிறேன். முன்பு எப்போதோ நட்டமடைந்துபோன இந்த நாட்டுக்கு சொந்தமான மொழி இது. இதை இப்படிக் கேட்பதன் நிறைவை நான் உங்களுக்கு எப்படிச் சொல்லிப் புரிய வைப்பேன்"

சற்றொரு சங்கடத்துடன் அவர் தொடர்ந்தார்.

"ஆனாலும் பொருள் முழுவதும் புரியலையே"

ஆர்யதேவன் நாலந்தாவிலிருந்து தன் கைக்கு வந்து சேர்ந்த சுவடியை வாசித்து, ஆதிநாதனின் கையிலிருந்து கிடைத்த சுவடியையும் சேர்த்து ஒவ்வொரு பகுதியின் கருத்தையும் விவரித்துச் சொன்னார். அலங்காரன் கொண்டுவந்த நிகண்டைப் பார்த்து சில இடங்களில் ஏற்பட்ட சந்தேகங்களையும் தீர்த்தார். அவர் சமந்தபத்திரனை உள்ளில் வரிந்துகொண்டார். அத்துடன்

காண்பதற்குமேல் மற்றொரு உலகத்தைப் பற்றிய உய்த்துணர்வு, ஆர்யதேவனின் வார்த்தைகளுக்குச் சரியானதைப் பற்றி மற்றுமொரு உறுதியையும் கொடுத்துக் கொண்டிருந்தது.

''உங்களின் கூச்சம் புரிகிறது. அது வேண்டாம். எனக்கு இவற்றையெல்லாம் வாசித்துக் கேட்க வைப்பதில் சிறிதும் வருத்தப்பட வேண்டாம்''

கொங்கவ்வா ஒருவிதமான பணிவுடன் சொன்னார்.

''இதை இப்படிக் கேட்பது ஒன்றுமல்ல, இந்த மொழிகளில் இருப்பது. இது புறம்பொருள் மட்டுமே. இதன் உட்பொருள் வேறுதான்''

ஆர்யதேவனின் முகம் தெளிவுற்றது. அவர் ஆதிநாதனின் வார்த்தைகளை நினைவில்கொண்டு,

''ஆமாம், இதன் உள்ளூறை என்னவென்று தெரிந்துகொள்ளவே நாங்கள் வந்தோம்'' என்றார்.

''அது என்னாலும் சொல்ல முடிவதில்லை''

அலங்காரனின் முகம் சோர்ந்தது. கொங்கவ்வா தொடர்ந்தார்.

''இதன் உட்பொருளைச் சொல்வதற்கு இன்று ஒருவரே இந்த மண்ணில் இருக்கிறார். அவர்தான் எனக்கு அறிவின் வழியைத் தெளிவுறுத்தியவர். அவர் சொல்லித் தந்த அறிவின் திறத்திலேயே நான் இதைக் கேட்டபோது, இது வேறொன்றுதான் என்று புரிந்து கொள்ளவும் முடிந்தது. அதையெல்லாம் முழுதும் அறிந்துகொள்ளும் திறன் எனக்கும் இல்லாமல் போய்விட்டது. அவரையே பார்க்க வேண்டி வரும்''

''அது யாரு?''

அலங்காரனின் முகம் தெளிவுற்றது.

''அல்லம பிரபு. தேவதைகள், மனிதர்களின் ரகசிய மொழிகளைப் பற்றி அவர் சொல்லிக் கொடுத்திருக்கிறார். இந்த மொழிகளைக் கேட்கும்போதே அப்படிப்பட்டதுதான் இது என்று என்னால் உறுதியாகச் சொல்ல முடியும்''

கொங்கவ்வா, கைகளைக் கூப்பியபடியே கண்களை மூடினார். அந்த பதிலை எதிர்பார்த்து இருந்ததைப்போல் சிறுகண்டன் பேசினார்.

''என் குருநாதர் எங்களை இங்கே அனுப்பியபோதே தோன்றியது, இது பிரபுதேவனின் அருகே அழைத்துச் செல்லுமென்று. ஆதிநாதனுக்கு அவரைத் தெரியாமல் இல்லை. ஆனாலும், அவ்விடத்துக்கான வழியை காக்கம்மா அன்றி வேறு யார் சொல்வார்?''

''கல்யாணில் ஏற்பட்ட கலவரத்துக்குப் பிறகு நான் பிரபுதேவனைப் பார்க்கவே இல்லை''

கொக்கவ்வாவின் குரல் வேதனையால் கனத்தது.

''நான் இங்கே திரும்பும்போது ஸ்ரீசைலம் என்ற இடத்திலுள்ள கதளி வனத்துக்கருகில் ஒரு குகையில் பிரபுதேவன் வசிப்பதாகத் தெரிந்துகொண்டேன். மகாதேவி அக்காவும் அதே தேசத்தில்தான் இருக்கிறார். பிரபுவை அங்கே சென்று பார்க்க வேண்டியிருக்கும்''

''அப்படியே செய்யலாம். சிறுவயதில் ஊர் ஊராய்ச் சுற்றியலைந்த எனக்கு அங்கு போவதற்கான பாதையைக் கண்டுபிடிப்பதற்குச் சிரமம் இருக்காது'' என்றார் சிறுகண்டன்.

‘‘ஆமாம், பாதையைக் கண்டடைய உங்களால் முடியும். ஆனாலும், பிரபுதேவனைப் பார்ப்பதற்கான பயணத்தில் நானும் உங்களுடன் வருகிறேன்’’

சிறுகண்டன் மகிழ்ச்சியில் பூரித்துப் போனார்.

‘‘காக்கம்மா, நம்முடைய பழைய பயணத்தைத் தொடர்கிறோம். காரணங்கள் மாறுகின்றன எனினும் லட்சியம் ஒன்றுதான். பிரபுதேவன்!’’

‘‘ஆமாம், ஆனால் அன்றைய கல்யாண் இன்றில்லையே. ஒரு மின்னலின் வெளிச்சத்தால் சற்று நேரம் பிரமிக்க வைத்துவிட்டு அவ்விடம் என்றென்றைக்குமான இருட்டுக்குள் ஆழ்ந்துவிட்டதே. எதையும் சிந்திக்க முடியல’’

‘‘அப்படி நினைக்காதே காக்கம்மா. நீங்கள் உட்பட உள்ளவர்கள் உரையாடிய வசனங்களின் வெளிச்சம் உண்டல்லவா. அது அப்படியொன்றும் கெட்டு அடங்காது’’

கொக்கவ்வா எதையும் பேசவில்லை. சிறிதுநேரம் கழித்து 'நாஸ்திநாதா' என்று மெதுவாக அழைக்க மட்டுமே செய்தார்.

அலங்காரன் ஆர்யதேவனைப் பரிதாபமாகப் பார்த்தான். இவ்வளவுதூரம் பிக்குவால் பயணம் செய்ய முடியுமா என்று நேசமான கவனம் அந்தப் பார்வையில் இருந்தது. ஆர்யதேவன் மெதுவாக இரு கண்களையும் மூடி சிறுமுறுவல் பூத்தார். அப்படியொரு சங்கடமே வேண்டாமென்று அந்த முறுவல் அலங்காரனிடம் சொல்லிவிட்டிருந்தது.

அத்தியாயம் இரண்டு

ஸ்ரீசைலம் நோக்கியுள்ள பயணம் வெளியே கடினமாக இருந்தாலும் சிறுகண்டனுக்கும் கொங்கவ்வாவுக்கும் தங்களுக்குள்ளேயான ஒரு தனி வழியினூடே நடப்பதுபோல் இருந்தது. தேடல்களுக்கும் எதிர்பார்ப்புகளுக்கும் பின்னடைவுகளுக்கும் பிறகு, வாழ்வின் பொருளை மீண்டும் தேடும் ஓர் அமைதி இருவருள்ளும் நிறைந்திருந்தது. சங்கடம் நிறைந்ததொரு வெளிச்சம் முன்னால் நடத்திச் செல்வதாக அவர்களுக்குத் தோன்றியது. அதே பயணம் அலங்காரனுக்கும் ஆர்யதேவனுக்கும் எதிர்பார்ப்புகளின் துடிப்புகளை உள்ளே உருவாக்கின. காட்டையும் மேட்டையும் ஆறுகளையும் கடந்து போகும்போது சென்றடைவதற்கான அவசரம் மட்டும் எல்லோரிடமும் ஒன்றாக எழுந்தது. சிறுகண்டனுடன் நடந்தபோது கொங்கவ்வா பழைய காக்கம்மாவாக மாறினார். கண்டிராத கல்யாணை அடைய என்ன அவசரமிருந்தது அன்று! காலடிகளால் அந்த தூரத்தை அளந்து தீர்க்க முடியாது என்றுகூடத் தோன்றியது. பசவேஸ்வரன், பிரபுதேவன் பற்றிய கதைகளே அன்று தங்களுக்குத் துணையாகின.

''காக்கம்மா, இதோ தெரிகிற கோவில் ஞாபகம் இருக்கா?''

அதுவரை நினைவுகளின் இருட்குகையில் இருந்த கொக்கவ்வாவின் முன்னால் நெட்டுக்குத்தாக ஒரு கோபுரம் உயர்ந்தது. அதனுள் கூடல சங்கமேஸ்வரன். இருபுறமுமாகப் பாய்ந்துவரும் கிருஷ்ணா நதியும் மலப்பிரபா நதியும். அவற்றின் சங்கம இடத்தை

மீண்டும் கண்டபோது அந்த நீரலையில் அணைந்துவிட்ட ஒரு தீபத்திரியின் நினைவில் கொங்கவ்வா அழுதேவிட்டார். "பசவேஸ்வரா..."

"முன்பு நாம் இங்கே வந்தபோது இரண்டு ஆறுகள் ஒன்றாகச் சேர்ந்து எங்கே பாய்கிறது என்று சந்தேகப்பட்டோம் அல்லவா? இப்போது அந்த இடம் நோக்கித்தானே நாம் போகிறோம். ஸ்ரீசைலம் நோக்கி"

"ஆமாம். பசவேஸ்வரனில் இருந்து மகாதேவி அக்காவிடமும் பிரபுதேவனிடமும்"

கொங்கவ்வாவின் மொழிகளில் புரள்வது மகிழ்ச்சியா, துக்கமா என்று சிறுகண்டனால் உறுதிப்படுத்த முடியவில்லை.

அவர்கள் வழிப் பயணத்தைத் தொடர்ந்தனர். எல்லா அவசரங்களிலிருந்தும் ஒழிந்து வனத்தின் உள்ளாகவே நடந்த நடை காதங்கள் நீண்டது. கிருஷ்ணாநதியின் நீரோட்டம் குறைந்த இடங்களில் படகுகள் துணையாகின. ஸ்ரீசைலத்தை அடைய நான்கைந்து நாட்கள் எடுத்தபோதும் பயணத்தின் அயர்ச்சி அவர்களைத் தீண்டவில்லை. மகாதேவி அக்காவின் வசனங்களைத் துளிரச் செய்த மல்லிகார்ஜுனனின் கோவிலிலிருந்து உயர்ந்த மந்திரங்களும் மணிநாதமும் அவர்களைச் சுற்றி காட்டின் செவிப்பறைகளில் தட்டி முழங்கின. வாழைகள் நிறைந்து காணப்பட்ட கதளி வனத்தைக் கண்டுபிடிக்க நீண்ட சிரமம் ஏற்படவில்லை. மக்கள் வசிப்பிடமற்ற அந்த இடம் இகலோக வாழ்விலிருந்து விடுதலை அடைந்தவர்கள் மட்டுமே தங்குவதற்கானதென்று அவர்களுக்குத் தோன்றியது. மலையின் அடிவாரத்தில் இருந்த சில குகைகளுள் எதில் பிரபு வசிக்கிறார் என்று அறியாமல் சற்றே குழம்பவும் செய்தனர்.

மக்கள் நடமாட்டம் இருக்கிறது என்று தோன்றும் விதமாக முன்னால் காட்டுப்புதர்களும் கொடிகளும் படர்ந்த குகைகள்.

ஆனாலும், அவர்களுக்கு நீண்டநேரம் சிரமப்பட வேண்டியிருக்கவில்லை. அவர்கள் அங்கே வந்து சேர்வார்கள் என்று முன்பே யாரோ சொன்னது போல பிரபுதேவன் அவர்கள்முன் வந்து சேர்ந்தார். அதன் அதிசயம் மறைவதற்கு முன்பே தாசோஹம் என்று சொல்லிக்கொண்டு பிரபு கொங்கவ்வாவையும் மற்றவர்களையும் வணங்கவும் செய்தார்.

கொங்கவ்வாவின் கண்களிலிருந்து அப்போதும் சோர்வு ஒழிந்துபோய் இருக்கவில்லை. அதே மங்கலை அவர் பிரபுவின் கண்களிலும் கவனித்தார். கோரக்?ஷநாதனைப் போலுள்ள ஒரு மகா சித்தனையும் தோற்கடித்துச் சீடனாக்கிய சித்தியின் நிறைவோ, பசவேஸ்வரரையும் சொல்லடியில் நிறுத்தித் திட்டிய சாமர்த்தியமோ முக்தாயி அக்காவைத் துயரிலிருந்து கரையேற்றிய கனிவின் வெளிச்சமோ அல்ல; எதற்காக, தான் நிலைகொண்டேனோ அது தகர்ந்து இடிந்து போனதன் இழப்பின் வலியையே அங்கே காண முடிந்தது. எனினும், அவை எவற்றையும் நினைவுபடுத்த வேண்டியதில்லை என்று தமக்குள் தீர்மானித்துக் கொண்டது போலவே இருவரும் பேசிக் கொண்டிருந்தனர்.

வந்த காரணத்தை, சிறுகண்டன் பிரபுவிடம் சொன்னார். ஆர்யதேவன் சுவடிகளின் மூட்டையை எடுத்து முன்னால் வைக்கவும் செய்தார். பிரபு எல்லாவற்றையும் கேட்டார். எழுத்துகள் பரிச்சயம் இல்லாது இருந்ததால் அவருக்கு அவற்றை வாசிக்க முடியாது என்று புரிந்துகொண்ட ஆர்யதேவன், சுவடிகள் பார்த்து சூத்திரத்தையும் விளக்கத்தையும் வாசிக்கத் தொடங்கினார். பிரபு மூன்று சுவடிகளையும் அடிக்கடி வாங்கிப் புரட்டவும் செய்தார். முதலிலெல்லாம் ஜாக்கிரதை

உணர்வை மட்டும் வெளிப்படுத்திய அவர் முகம், புரிதலின் ஆனந்தத்திற்கு விரிவடைவதை அலங்காரன் கண்டான். பிரபுவின் மொழியறிந்த மற்ற மூவரும் அவருடைய வார்த்தைகளுக்காகக் காதுகளை தீட்டிக்கொண்டனர்.

''சந்தாமொழி இது. தேவதைகள் தமக்குள்ளும் சித்தர்கள் தமக்குள்ளும் இந்த மொழியிலேயே பேசிக்கொள்வார்கள். யோகினிகளுக்கும் டாகினிகளுக்கும் இந்த மொழி தெரியும். வார்த்தைகள் எந்த மொழியிலும் இருக்கலாம். இவற்றில் அது அவளூரில் இருந்தவர்களின் மொழி ஆகிறது. பொருளின் வேறுபாடுதான் முக்கியம். கேட்டால் ரதிவர்ணனை என்று தோன்றும். ஆனால் அதுவல்ல இது''

''எந்த மொழியுடையதும் புறம்பொருள் மட்டுமே தெரிந்து கொள்பவரின் உலகம் இது. உட்பொருள்கள் யாரும் தீண்டப்படாமல் தேவதைகளைப் போல வேறு ஏதோ உலகத்தில் இருக்கின்றன'' என்ற பிரபு, சங்கடம் கலந்த ஒரு புன்னகையுடன் மேலும் தொடர்ந்தார்.

''தாந்திரீகமான கர்மங்களையும் ஆச்சாரங்களையும் விளக்குவதற்காகத்தான் சந்தாமொழியைப் பயன்படுத்துவார்கள். ஒவ்வொன்றின் நன்மை தீமைகளை வேறுபடுத்தித் தெரிந்து கொள்ளும் திறமையுள்ள ஒரு குருவின் துணையின்றி அந்த துர்கர்மங்கள் செய்யக்கூடாது என்ற உத்தேசம்தான் அதற்கு உள்ளது. இந்தச் சுவடிகளில் அது எதுவுமில்லை என்று தோன்றுகிறது. ஒரு தேசத்தின் வாழ்க்கையும், ஆச்சாரங்களும், புராணங்களும், தேடல்களும் கண்டடைதல்களுமென எல்லாம் இப்படி எழுதி பத்திரப்படுத்தப்பட்டிருக்கின்றன''

''அப்படின்னா, இதன் பொருளை எம்முறையில் தெரிந்துகொள்வது?''

கொங்கவ்வா கேட்டார்.

''சில உதாரணங்கள் சொல்றேன். பிறகு நீங்க சுயமா வாசிச்சுக்கோங்க. மனிதர்களின், தேவதைகளின் மொழிகளும் பறவைகளின், மிருகங்களின் சப்தங்களும் சேர்ந்த கலவை மொழி இது என்று தெரிந்துவிட்டது அல்லவா? பேசமுடியாதவர்கள் வெளிப்படுத்தும் ஓசைகளும் அவர்களின் சைகைகளைக் குறிக்கும் சில குறியீடுகளும் காணப்படுகின்றன. அவையெல்லாம் சேர்ந்த வார்த்தைகள் ஒவ்வொன்றுக்கும் ஒவ்வொரு பொருள் உண்டு. ஆனால், அவையெல்லாம் புறப்பொருள் மட்டுமே. எல்லாவற்றிற்குமான உட்பொருள் வேறு. ஒருவர், சூத்திர வடிவில் நிறைய ரதிக்கிரீடைகளை எழுதி இருக்கிறார். வேறொருவர், அவை ஒவ்வொன்றையும் என்னவென்று விளக்கி விரிவுரை எழுதி இருக்கிறார். ஒவ்வொரு வார்த்தையினுடையதும் பொருளை விவரிக்கும் ஒரு நிகண்டுவும் இருக்கிறது. மூன்றையும் சேர்த்துவைத்து புறப்பொருட்களை எல்லாம் நீங்களே கண்டடையவும் செய்திருக்கிறீர்கள்''

அதுவரையிலான தன் முயற்சிகள் அனைத்தையும் நினைத்துப் பார்த்தே ஆர்யதேவன் ஒரு பெருமூச்சு விட்டிருக்கலாம். பிரபுதேவன் பிக்குவை அன்போடு பார்த்தார்.

''ஆனால், இந்த ரதிக்கிரீடைகளின் மொழி ஒரு திரை மட்டுமே. சற்றே கவனியுங்கள். ஆண் என்றும் பெண் என்றும் சொல்வதற்கு பதில் பிறப்புறுப்புகளின் பெயரே இதில் சொல்லப்பட்டிருக்கின்றன. உயிருக்கு ஆதாரமான பெண்மை யோனியும் ஆண்மை லிங்கமுமே. வயலைப் பற்றிச் சொல்வதெனில் லிங்கம் விதையையும் யோனி மண்ணையும் குறிக்கும். உடல் திரவங்கள், அனைத்துத் தாவரங்களும் விளைகிற பூமியைக் குறிக்கிறது. ஆலிங்கனமும் நகத்தால் காயம் ஏற்படுத்துவதுமான பிற செயல்கள் அனைத்தும் வயலோடு

தொடர்புடையதாகலாம். சிலவேளை, ஆண்குறி கலப்பையும் பெண்குறி வயலும் ஆகலாம். வேட்டையைப் பற்றியெனில் அவை வேட்டையையும் சேமிப்பையும் குறிக்கலாம். ஒன்றிற்குப் பதிலாக இன்னொன்று என்ற நிலையில் இவையெல்லாம் திரும்பி வரலாம். அப்போது விதை ஆணுக்கும் நிலம் பெண்ணிற்கும் மாற்றாகலாம். அவர்களின் வாழ்வையே சில நிமிடங்கள் இயங்கி ஒடுங்கும், ஒரு மன்மதலீலையாக விவரிக்கப்பட்டதென்று ஆகலாம். சுடுகாடு அவர்கள் தளர்ந்து உறங்கும் படுக்கையறை போலாகும். தாந்த்ரீக படிமங்களும் இதுபோன்றிருக்கும் ஆராதனையும் ஆச்சாரங்களும் எல்லாம் காமத்தின் வெளிப்பாடுகள் என்ற நிலையில் சொல்லப்படும். அங்கே சம்போகத்தின்போது வெளிப்படும் முனகல்களும் மந்திரமும் ஒன்றாக ஆகிவிடலாம். பலவித மண்டலங்கள் காடும் மேடும் நாடும் போலப் பலதரப்பட்ட நிலங்களையும் எல்லைகளையும் காட்டலாம். இதற்கெல்லாம் ஒவ்வொரு சந்தர்ப்பத்திலும் ஒவ்வொரு பொருள் உண்டு. சுருக்கமாக மன்மதலீலைகளின் விவரணைகளாக இதில் காணப்படும் ஒவ்வொன்றும் வெவ்வேறு விஷயங்களே''

கேட்பதன் கூடவே ஆர்யதேவன் சுவடிகளைப் பார்க்கவும் செய்து கொண்டிருந்தார். இடையில், அவர் சில சந்தேகங்கள் கேட்டுக்கொண்டும் இருந்தார். பிரபு அனைத்திற்கும் பதில் உரைத்தார். குமரனும் சேஷகிரியும் வெங்கையனும் கண்டும் கேட்டும் அறிந்த வாழ்வின் நிழலுலகம் ஆர்யதேவனின் முன்னால் வெளிப்பட்டுக் கொண்டிருந்தது.

"எதற்காக இது இந்த மொழியில் எழுதப்பட்டிருக்கு?"

சிறுகண்டனின் சந்தேகம் தீரவில்லை.

"இதில் காணப்படும் பலவும் அவளூர் என்ற நாட்டுக்குச்

சொந்தமானது. பல நாடுகளிலிருந்தும் அகதிகளாக வந்தவர்களும் புறமுதுகிட்டு ஓடி வந்தவர்களுமல்லவா அங்கே இருந்திருக்கிறார்கள். அவர்களின் வாழ்க்கையும் நம்பிக்கைகளும் எல்லாம் கூடிய விரைவில் இல்லாமல் போகும் என்று இதை எழுதியவர்கள் கருதி இருக்கலாம். புரிந்துகொள்ளும் வழி இருந்தால் அதனுடைய எல்லா அடையாளங்களையும் எதிராளிகள் அழித்துவிடுவார்கள் என்று அவர்கள் பயந்திருக்கலாம்''

ஆர்யதேவன்தான் சொன்னார். அதைக் கேட்ட பிரபு தொடர்ந்தார்.

''வாழ்க்கையில் வெற்றியும் தோல்வியும் இல்லை என்று சொல்வது எளிமைதானெனினும், தோற்பவர்களுக்கே தெரியும் அதன் பங்கப்பாடுகள். சிவசரணர் உலகத்தின் தீமைகளையெல்லாம் வென்றுவிட்டார்கள் என்று நான் ஒருமுறை நம்பினேன். எனினும்...''

அதற்குள் கொக்கவ்வா இடைப்புகுந்தார்.

''பிரபுதேவா, நான் ஒன்னு கேட்கட்டுமா? மகாதேவி அக்காவும் இங்கேதானே வந்தாங்க? அக்கா எங்க தங்கியிருக்காங்க?''

பிரபுதேவன் ஒரு நிமிட மௌனத்திற்குப் பிறகு,

''மகாதேவி, அவருடைய கணவனிடம் சென்றுவிட்டார்'' என்றார்.

''கௌசிக ராஜனுடனா? அந்த அரசன் இங்கே வந்திருந்தாரா?''

முன்பு கேட்ட கதைகளைக் கோர்த்தெடுத்துக் கொண்டிருந்த சிறுகண்டன் கேட்டார்.

''ஆமாம். இங்கே வந்து அவர், மகாதேவியை வணங்கி மன்னிப்பு கேட்டுக்கொண்டார். அவள், அரசனை மன்னிக்கவும் செய்தார். ஆனால், மகாதேவி அவருடன் அல்ல, அவளுடைய பிராணநாதனான சன்ன மல்லிகார்ஜுனனிடமே சென்றுவிட்டார்''

"அக்கா..." கொக்கவ்வா தன்னையறியாமல் விம்மினார்.

"பிரபுதேவா, பசவேஸ்வரனும் மகாதேவி அக்காவும் இல்லாத ஓர் உலகத்தில நீங்களும் நானும் வாழ வேண்டியதாகி விட்டதே"

"அரூப சிம்மாசனம் ஒன்றெனினும் பலவே. அவளூரின் மொழியை வாசிக்கவேண்டும் என்பது நமக்கான நியோகம் கொக்கவ்வா. அவ்வப்போது நான் கல்யாணைப் பற்றி நினைத்துக் கொண்டிருந்தேன். அது மற்றுமொரு அவளூராக இருந்ததல்லவா? அரச ஆதரவாளர்களும் புரோகித ஆதரவாளர்களும் சரணர்கள் வியர்வையால் எழுதிய வசனங்களைக்கூட எரித்துவிட அல்லவா துணிந்தனர்? அவளூரைப் பற்றிய எழுத்து இந்த மொழியில் எழுதப்பட்டுள்ளதற்கான காரணம் எதனால் என்று புரியவில்லையா?"

பிரபு, தன் மனவுணர்வுகளை வெளிக்காட்டாமல் அத்தனையையும் சொன்னார். ஆனாலும் உள்ளிருந்த கனலில் வெந்த சிறுதுளி நீர் அந்தக் கண்களில் துளிர்ப்பதை கொக்கவ்வா பார்த்தார்.

"கொக்கவ்வா, அவளூரின் சந்ததியான நீ, கல்யாணை அடைந்தாய். நூற்றாண்டுகளின் வாழ்க்கையையும் தேசங்களையும் ஒன்றிணைக்கும் கண்ணி நீதான்"

பிரபுவின் குரல் உடைந்தது.

"பிரபுதேவா, எல்லோரும் தோற்றவர்கள்தான். சில இடங்களில் நாங்கள். சில இடங்களில் நீங்கள்"

சொல்லிக் கொண்டிருக்கும் விஷயத்தை மாற்ற சிறுகண்டன் அவசரம் காட்டினார்.

"நாங்க இனி திரும்பட்டுமா?"

அல்லம பிரபு அனைவரையும் வணங்கினார்.

''ஆகட்டும். குகேஸ்வரன் நன்மை செய்யட்டும்''

தரையில் கால் அடையாளம்கூடப் படாமல், ஒரு புல் பூண்டுகூட நசுங்காமல், முன்னால் காடும் படலும் நிறைந்து காணப்பட்ட குகைக்குள்ளே பிரபுதேவன் நுழைந்து போனார். மற்றவர்கள் அவளூருக்கான நீண்ட பயணத்துக்குத் தயாரானார்கள். ஓலைச்சுவடிகளை எல்லாம் அடுக்கி துணிமூட்டையில் கட்டித் தோளில் ஏற்றியபோது, தன்னைத் தொடாத அறிவுகளின் பாரத்திலிருந்து தனக்கு விடுதலையில்லை என்று அலங்காரனுக்குத் தோன்றியது.

21

அத்தியாயம் ஒன்று

"குமரா, எழுந்திரு" மண்ணில் அழுந்திக் கிடந்திருந்தபோதும், நீலியின் குரல் காதைத் துளைக்கவே குமரனால் கண்களைத் திறக்காமல் இருக்க முடியவில்லை. அவள், தரையில் அமர்ந்துகொண்டு அவனுடைய முடியிழைகளைக் கோதினாள்.

"நீலி, இதெல்லாம் என்ன?" குமரனுக்கு எதையும் மீண்டும் ஒருமுறை நினைக்கத் தோன்றவில்லை. நிணமணிந்த பேய்களின், பிணங்களின் காட்சிகள் அவனுடைய கண்களில் துடித்தாடிக் கொண்டிருந்தன.

அவள், முதலில் எதையும் பேசவில்லை. எங்கிருந்து தொடங்குவது என்று யோசித்திருக்கலாம். பிறகு, அவள் அவனை எழுப்பி உட்கார வைத்தாள்.

"குருதியின், கண்ணீரின் கதைகளுக்கு முடிவில்லை குமரா. கிளைகளில் அமர்ந்துகொண்டு மண்ணை நோக்கும்போதுதான், எல்லாம் தெளிவாகத் தெரிகிறது"

"புகலிடங்கள் எதுவும் மிஞ்சாது. ஒற்றுமையின் விழாக்கள் நீண்டிருப்பதும் இல்லை. உனக்குத் தெரியுமே. அவளூரில் முதலில் வந்தவர்கள் ஆக்கிரமிப்பாளர்கள்தான் எனினும், பின்னர் வந்து

சேர்ந்தவர்கள் யாரும் குற்றவாளிகளாக இருக்கவில்லை. பிற நாடுகளிலிருந்து அவர்கள் வெளியேறியது ஏதாவது தவறு செய்ததனால் அல்ல. ஒரு காலத்தில் அரசன் சரி என்று நினைத்தது, பின்னால் அவர்களுக்கே தவறு என்று தோன்றியபோது அதுவரை உடன் இருந்தவர்களைப் புறந்தள்ளினர். அதுவரை இருந்த எதிரிகள் அவர்களுக்கு சினேகிதர்களாக ஆயினர். தனித்துவிடப்பட்டவர்கள் இங்கே வந்தபோது ஒன்றுசேர முயன்றனர். அகதிகள் இல்லாத நிலை அனைவரையும் ஒன்றாகப் பார்க்கக் கற்றுக் கொடுத்தது. ஆனால், சூழலுடன் போராடி வாழ முயல்பவர்களே ஒற்றுமையாக வாழ்வார்கள். பாதுகாப்பாக இருப்பதாக எண்ணியவுடனே வேற்றுமைகளும் தொடங்கும்''

''அதெப்படி? இங்கே அப்படியான கலகங்கள் இருந்தனவோ?''

''வெளியே தெரியவில்லை, அவ்வளவுதான். அவர்களுக்குள் இருந்த முரண்கள் சாதாரணமானவை. ஒருமுறை நோவு அனுபவித்தவர்களால் அதை ஒருபோதும் மறக்க இயலாது. ஒருமுறை தோற்றவருக்கு, வெல்லாமல் பின்வாங்கத் தோன்றாது. அப்படியானவர்கள் ஒன்றாகச் சேர்ந்து உருவாக்கிய அவளூருக்கு, அவர்களை வெளியேற்றிய அரசர்கள் எதிரிகளானார்கள். அவர்களின் பலத்தைப் பயன்படுத்தவும் ஆட்கள் இருந்தனர். அரசர்களை எதிர்கொள்ள அவர்களின் எதிரிகள் அவளூரில் உள்ளவர்களைக் கருக்கள் ஆக்கினர். வேற்றுலகிலிருந்து இறங்கி வந்து நாங்களும் அவர்களுடன் சேர்ந்தோம். ஒருவகையில் மனிதர்களைவிடப் பகை எங்களுக்குத்தான் இருந்தது''

நீலியின் குரலில் குற்றவுணர்வின் நிழல் படர்ந்திருந்தது.

''சிலவற்றையெல்லாம் நானுமே கேட்டிரிப்பது. ஆனாலும் அவளூரை இல்லாதாக்கியது ஆரு?''

குமரனின் ஆர்வம் குறையவில்லை.

புரளிமலையில் ஹரிஷ்சந்திர பெருமாள் மீமாம்சத்தின் பிரச்சாரகனுமாக இருந்தார். பௌத்தர்கள், ஜைனர்கள், ஆசீவகர்கள் என அனைவரையும் அவர் எதிரிகளாகக் கண்டார். மீமாம்சகரான குமாரிலரிடம் பௌத்தர்கள் தோற்றபோது அன்றைய பள்ளிவாணப்பெருமாள் அவர்களில் பலரின் தலையையும் வெட்டிவிட்டார் என்று கேள்விப்பட்டோம். அதைவிடவும் அதிக நபர்களை நாக்கையறுத்து நாடு கடத்தவும் செய்தனர். வேறு நாடுகளிலிருந்து அப்படி வெளியேறியவர்களும் இருந்தனர். அனைவரின் சந்ததியினரும் இங்கே இருக்கிறார்களே. ஹரிஷ்சந்திரப்பெருமாள் புரளிமலையில் கோட்டை கட்டியபோது, மீமாம்சகரான அந்தணர்களையெல்லாம் உடனிருக்கச் செய்தார். அவரை நிம்மதியாக ஆளச் சம்மதிக்க மாட்டோமென்று இலைக்கீற்றுகள் உயர்த்தி நாங்களும் சபதம் செய்தோம். இரவும் பகலும் நாங்கள் கோட்டைக்குக் காவல் இருந்தோம். அங்கே வந்து சேர்பவர்களைப் பயமுறுத்தி ஓடச் செய்தோம். அவளூரின் படைகளும் சுற்றிலும் நின்றிருந்ததால் அந்தணர்களும் உதவியற்றுப் போனார்கள். கடைசியில் அந்தப் பெருமாள் எங்கேயோ சென்று மறைந்தார்.

அரசன் காணாமல் போன செய்தியறிந்த மலைநாட்டின் பிற அரசர்கள் அடுத்த மாமாங்கத்தில் ஒன்றுசேர்ந்தனர். கூடவே அந்தணர்களும் ஜமீன்தார்களும் சிற்றரசர்களும் சேர்ந்து மற்றொருவரை, பெருமாளாகத் தேர்ந்தெடுக்க முடிவெடுத்தனர். புரளி மலையின் அந்தணர்களும் சும்மா இருக்கவில்லை. அவர்கள் அரசர்களின் உதவியுடன் அவளூரை ஆக்கிரமித்தார்கள். முதலில் எல்லாம் அவளூருக்குத்தான் வெற்றி கிடைத்தது. அவ்வெற்றி, எங்களின் பலத்தையும் அவர்களின் பகைமையையும்

இரட்டிப்பாக்கியது. கடைசியில் ஆண் பெண் உட்பட அனைவரும் ஒன்றுசேர்ந்து போரில் ஈடுபடும் அவளூரை இல்லாமல் ஆக்கினால்தான் தங்களுக்கு வெற்றி கிடைக்குமென்று அவர்கள் முடிவு செய்தனர். பிறகு அதற்கான முயற்சிகள் நடந்தன. அவளூர்க்காரர்கள் பெருமாளைச் சுற்றி வளைத்திருந்த பொழுதில்தான், நான் உன்னை இங்கே கொண்டுவந்து சேர்த்தேன். இவை எதையும் உனக்குத் தெரிவிக்க வேண்டியதில்லை என்றும் எனக்குத் தோன்றியது''

''எதனால்? அவளூருக்கு ஒரு துன்பம் வந்தபோது எனாக்கு உடன் நிற்க முடியாமல் போயிடுச்சே''

''நீ அவர்களுடன் இருக்கத்தானே செய்தாய் குமரா. வாழ்வுக்கும் மரணத்திற்கும் இடையிலான போரென்று எங்களுக்கு அன்றே தெரிந்திருந்தது. இந்த இடம் இல்லாமல் போனாலும் இங்கிருக்கும் வாழ்க்கை தொடர வேண்டும் என்று இதுவரை நாங்கள் விரும்பினோம். அதற்கு, நீ எங்களுக்குத் தேவையாக இருந்தாய். உன் வாழ்க்கையில் நீ எதிர்கொண்டது அனைத்தும் அதற்கு வேண்டிய பரிசோதனைகளைத்தான். எங்களை மன்னித்துவிடு''

நீலி, குமரனை மார்போடு சேர்த்து அணைத்துக்கொண்டாள். ஆனால், அவன் அசூசையுடன் அகன்றான். நான்கைந்து படைவீரர்கள் ஒரு பெண்ணுடலைச் சலனமற்றதாக்கி எழுந்து வருவதும், அவர்கள் சென்று ஒருவனை வணங்குவதும் அவனுடைய கண்களில் தெளிவுறத் தெரிந்தது.

வினயானந்தன்! ஒருமுறை தன் வாழ்வில் மிகவும் துணையாக நின்ற ஒருவன். குமரன் நடுக்கத்தோடு நீலியிடம் கேட்டான்.

''அது வினயானந்தன்தானா?''

‘‘ஆமாம். அவனேதான். அவன் மீண்டும் ஜாதவேதன் ஆனான். புரளி மலையை அடைந்த அவன், பிறகு புதிய புறநாட்டரசனின் மந்திரியானான். பெருமாள் மறைந்தபிறகு அவளூரை முழுவதுமாக இல்லாமல் ஆக்குவதற்கான லட்சியத்தை ஏற்றுக்கொண்டது ஜாதவேதன்தான்’’

குமரன், நீலியின் மடியில் தளர்ந்து விழுந்தான்.

‘‘என்டே நிகண்டு... அதெங்கு?’’

‘‘அது உன்னுடையது அல்ல. அவளூரின் நிகண்டு. அது சென்றுசேர வேண்டியவர்களின் கைகளுக்கே சென்று சேர்ந்துவிடும். இனி அதைப்பற்றிச் சிந்திக்காதே குமரா. நீ இந்த உலகத்துக்குச் செய்ய வேண்டியதெல்லாம் செய்து முடித்துவிட்டாய். நீயும் நானும் இப்போதும் இருவிதமான உலகங்களில்தான் இருக்கிறோம். அதை மறந்து விட்டாயா? நமக்கு அது போதுமா?’’

நீலி, பட்டெனக் குமரனைத் தன்னுள் சேர்த்தணைத்தாள். அவன் அவளை இறுக அணைத்துக்கொண்டான். நீலியின் கைகளின் அழுத்தம் கூடியபோது, அவன் சற்றே துடித்தான். கண்கள் பின்னால் சாய்ந்தன. பிறகு அவன் உடல் சலனமற்றுப் போனது. அடைந்தவற்றின், இழந்தவற்றின் கனமுள்ள இரண்டு சொட்டுக் கண்ணீர் நீலியின் கன்னங்கள் வழியே மார்பில் வழிந்திறங்கியது. குமரனின் அசைவற்ற உடல் அதை உள்வாங்கிக் கொண்டது.

22

அத்தியாயம் ஒன்று

அவளூருக்குத் திரும்பி வந்துசேரும் தருணம் உள்ளத்தில் இருந்த பாரமெல்லாம் ஒழிந்து போவதாகவும், தான் எல்லாச் சிறைகளிலிருந்தும் விடுதலை அடைவதாகவும் தனக்குள் கற்பனை செய்துகொண்டான். அத்தோடு அதுவரை ஒருபோதும் இல்லாதிருந்த ஓர் உல்லாசம், அகத்தில் வந்து நிறைந்தது. உடன் வந்தவர்கள் முன்னால் சென்றிருந்தாலும், அதற்குள் பரிச்சயமாகி இருந்த காட்டின் அதுவரை கண்டிராத அழகுகளைக் கண்டும் கேட்டும் நடந்து கொண்டிருந்தான்.

மரங்களின் முன்னால் மனிதன் எவ்வளவு அற்பமானவன்! அவை இல்லையெனில் காடுகள் இல்லை. பேசாமலும் அசையாமலும் நின்றுகொண்டு சுயமாகவே விதைத்து வளர்த்தெடுத்த காட்டை அவை ஆள்கின்றன. எதையும் உருவாக்க முடியாமல் வலிமையை மட்டும் காட்டும் நாட்டரசர்களும் காட்டரசர்களும் அவற்றின் முன்னால் எப்படிப்பட்ட கோமாளிகள்! அலங்காரனுக்குச் சிரிப்பு வந்தது.

மரங்கள், அவற்றின் கிளைகளுக்கு வெயிலை வளைத்து எடுப்பதற்கிடையில் கிளைகளுக்கிடையே தளும்பி விழும் வெளிச்சம் தன் உடலில் புள்ளிகளை விழவைப்பதைக் கண்டு, அவன் ஒரு குழந்தையைப்போல அடியெடுத்து வைத்தான். தோளிலிருந்த துணிமூட்டையைக் கையிலெடுத்து சற்றே சுழற்றினான். ஆனால், பட்டென ஒரு கருங்கல்லில் கால் வழுக்கி ஒரு குழியில் விழுந்துவிட்டான். குழியைச் சுற்றிலும் சாய்ந்து நின்றிருந்த புற்கள்

சற்றே குனிந்து கொடுத்து வழி உருவாக்கவும், இரை உள்ளே வந்தவுடன் எதுவும் நிகழவில்லையென்ற பாவனையில் நிமிர்ந்துநின்று தலையாட்டவும் செய்தன. இழை சேர்ந்த பசும் விரிப்பிற்குமேல் எதையும் காண முடியவில்லை. ஆனாலும், புல்லின்மீது விழுந்ததால் காயமேதும் ஏற்படவில்லை. அவன் ஆசுவாசமடைந்தான்.

காலில் ஏதோ சுற்றி வளைப்பதுபோல் அவனுக்குத் தோன்றியது. குழிக்குள்ளிருந்த சன்னமான வெளிச்சத்தில் தன் முகத்திற்கு நேராக நீளும் ஒரு நாகத்தின் கண்களைத் தெளிவாகப் பார்த்தபோது அவன் கூக்குரலிட வாய் பிளந்தபோதும் ஓசை வெளியே வரவில்லை.

பாம்பல்ல, ஒரு பெண்ணுடல்தான் தன்னைச் சூழ்கிறது என்று அறிந்தபோதும் பயம் அவனைச் சுற்றிச் சுற்றியே நின்றது. எண்ணெய் மினுமினுப்பும் வழவழப்புமான உடல், தன் உடல் முழுவதும் நிறைந்தபோது கண்மூடிக் கிடந்தான். இரண்டாகப் பிளர்ந்த நாக்கின் சூடான ஈரம் ஒவ்வொரு உறுப்பிலும் தொடும்போது இருள் மட்டுமுள்ள ஒரு வளையை நோக்கி நெளிந்து நுழைவதாகவே தோன்றியது. நரம்புகள் பகுத்தெடுத்திருந்த ஆவல், அதற்குள் வீர்யம் கூடி ஒன்றாகி, மற்றொரு நாகத்தைப் போல உணர்ந்து எழுந்திருக்கவும் செய்தது. சிறுவயது முதலே நட்டமடைந்திருந்தது என்று நினைத்திருந்த ஒரு சக்தி, தன்னை வந்து அடைவதும், இல்லையென்று எண்ணியதெல்லாம் ஆழமேறிய உண்மையாக மாறுவதையும் அனுபவித்தபோது உள்ளே சுரந்த போதையிலும் ஆவேசத்திலும் அவன் அசையத் தொடங்கினான். ஆனால் அசைவுகள் நிலைப்பதற்கு முன்பே, அந்த உடல் மெதுவாக அவனுடலை விட்டு விலகி நகர்ந்தது.

‘‘அலங்காரா...’’

பரிச்சயமில்லை எனினும், நெருக்கம் தோற்றுவிக்கும் அந்தப் பெண்ணொலி அவனை அதிர வைத்தது.

"யாரு நீ?"

"என்னை ஒரு சலனமற்ற ஓவியமாக முன்பு நீ பார்த்திருக்கிறாய்"

அலங்காரன் நினைவில் கோர்த்தெடுக்க முயன்றான். தான் கொடுத்த சுவடியிலிருந்து ஆர்யதேவன் காட்டித்தந்த சித்திரம் உள்ளில் தெளிவுற்றது.

கீழே விழுந்தபோது தன்னைப் பின்தொடர்ந்து அருகிலேயே வந்து கிடந்திருந்த துணி மூட்டையைக் கைகளால் அணைத்தான். அதனுள்ளே இருந்த ஓலைகளிலிருந்து ஒரு ரீங்காரம் கேட்பதாகத் தோன்றியபோது, சட்டெனக் கைகளை விலக்கவும் செய்தான்.

"காலஜிவ்ஹா"

"ஆமாம். என்னைத் தெரியவில்லை என்றாலும், இந்த இடத்தை நீ அறிய வேண்டும். நூற்றாண்டுகளுக்கு முன்பு உன்னைப் போல் ஒருவன் என்னுடன் இணைந்த அதே இடம்தான் இது"

"யார் அது?"

"குமரன் என்பது அவன் பெயர். அவன்தான் இந்த நிகண்டை எழுதினான். அதை உன்னிடம் கொண்டுவந்து சேர்த்ததும், மற்ற சுவடிகளை அதற்குரியவர்களின் கைகளில் கொண்டுசேர்த்ததும், அவை எல்லாவற்றுக்கும் நூற்றாண்டுகள் காவல் நின்றதும் நான்தான்"

"எதற்காக இதெல்லாம் நிகழ்ந்தன?"

"கதைகளின் ஊடாகத்தான் மனிதா, காலம் முன்னேறுகிறது. அதில் ஒவ்வொருவருக்கும் ஒவ்வொன்று நிறைவேற்ற வேண்டியிருக்கிறது

என்று உனக்குத் தெரியுமே. நான் செய்ய வேண்டியது என்னவென்று நானும் அறிந்து கொள்கிறேன். அவ்வளவே. ஒரு காலத்தில் நட்டமடைந்ததை வேறொரு காலத்தில் மீட்டெடுத்தல். அதற்கான கருக்களை உருவாக்குதல். என்னுடையது எப்படிப்பட்ட விளையாட்டு இல்லையா?''

''எதுவாக இருந்தாலும் ஒன்றிற்கு நான் நன்றி சொல்கிறேன். ஒவ்வொரு இடத்திலும் மிகவும் அவமானத்துக்கு என்னைத் தள்ளிவிட்டதோர் இன்மை இப்போது உண்மையாகியிருக்கிறது''

''உள்ளதை இல்லாமல் ஆக்குவதும், நட்டமடைந்ததை மீட்டெடுக்கவும் செய்வதுதானே என் வேலை. அதைச் செய்கிறேன். அவ்வளவுதான்''

தரையிலிருந்து சிரமப்பட்டு எழுந்திருக்கும்போது புற்களுக்கிடையிலாக வளைக்குள் ஒரு பாம்பு இழைந்தேறும் ஓசை கேட்டுக் கொண்டிருந்தது. அசைவுகள் நிலைத்தன என்று உறுதிப்பட்டபோது மேற்புறப் புற்களைப் பகுத்துவிட்டு அவன் மேலே பிடித்து ஏறினான்.

ஆசிரமத்துக்குத் திரும்பி வந்தபோது மற்றவர்களுடன் பேசிக்கொண்டு நிற்கும் தர்மசீலனைத்தான் பார்த்தான். ஆசிரமத்தில் இருந்து சுவடிகளைத் திருடிக் கொண்டுபோக முயன்ற மனிதனையும் பிக்குவுடன் கண்டபோது, அலங்காரன் துணிமூட்டையை மார்போடு அணைத்துக்கொண்டான்.

''அலங்காரா, இவ்வளவு நேரமும் உங்களுக்காகவே காத்திருக்கிறோம். அந்தச் சுவடிகளைத் தாருங்கள். அவற்றின் உண்மையான உரிமையாளன் இந்த மனிதன்தான்''

"அது எப்படி?"

"எனக்குத் தெரியும். அவளூரில் இருந்திருந்த நாகர்கள். இந்தக் காடுகளில் வசித்து வந்த வேடர்கள். மரச்செறிவுகளைக் கோவில்களாக்கிய யட்சிகள். இதோ காணும் நாடுகளிலெல்லாம் அவர்களே இருந்தனர். பிறகு, மேலும் பலர் வந்தனர். எல்லா நாடுகளும் அவர்களுடையது ஆயின. முன்னொரு காலத்தில் இங்கே நடந்ததொரு போரில் நிறையபேர் இல்லாமல் போனார்கள். நிறையபேர் ஒரு சில நாடுகளுக்குச் சிதறிப் போயினர். அப்படி இலங்கைக்குச் சென்ற வேடன் அங்கிருந்த வேடர்களுடன் சேர்ந்தான். பல இடங்களில் ஒன்றாகவே இருந்தவர்கள், எல்லா இடங்களிலிருந்தும் வெளியேறினபோது காடுகள் அவர்களை ஒன்றாக்கின. அவர்களின் தேவதைகளுக்கு மரங்கள் கிளைகளை உருவாக்கின. அவர்களின் பின்தலைமுறையைச் சேர்ந்த ஒருவர்தான் இவர்"

இதைச் சொல்வது தர்மசீலன்தானோ? அவருடைய நாக்கில் இருந்துகொண்டு வேறு யாரோ பேசுகிறாரோ? அலங்காரன் புரியாதது போல நின்றான்.

"இதெல்லாம் உங்களுக்கு எப்படித் தெரியும்?"

"சில சத்தியங்கள் இருக்கின்றன. தானே தெரிந்துகொள்வது என்றல்லாது சொல்லித் தெரிந்துகொள்ள முடியாதவை. தர்மசீலன் நாக்கினால் அவருடைய விழுந்துவிட்ட கூர்ப்பல்லின் வேர்களைத் தேடினார். முதல்நாள் இரவில் குவண்ணா தன்முன் தோன்றியதை மற்றவரிடம் சொல்வதால் எந்தப் பயனும் இல்லை என்று அவருக்குத் தோன்றியது. அப்போது அவள் மிகவும் தளர்ந்து இருந்தாள். இலங்கையிலும் ஜம்புதீவின் தெற்கிலும் முன்பே வாழ்ந்து வந்தவர்கள்

அனைவரும் தன் பின்தலைமுறையினர் என்று நம்பச் செய்ய, பிள்ளைகளால் கைவிடப்பட்ட ஒரு தாயாக அவள் அனுபவித்த ஆதரவின்மை போதுமானதாக இருந்தது, தனக்கு உண்மை என்னவென்று தெளிவு பெற. உடனிருந்தவர்கள் சதிசெய்து கடைசியில் பிறந்தநாடே அடித்துக் கொன்ற குவண்ணாவைத் தவிர அவளூரின் பின்தொடர்ச்சியை வேறு யாரால் உணர்ந்துகொள்ள முடியும்? ஒருமுறை கிரியம்மா என்ற குவண்ணா அவளூரின் மூப்பத்தியாக இங்கேயும் மறைந்து வாழ்ந்திருக்கிறாராம்''

''இந்தச் சுவடிகளின் உரிமையாளர்கள் பலரும் இருக்கின்றனர்'' சிறுகண்டன் சொன்னார்.

''கொக்கவ்வாவும் அலங்காரனும் நானும் என் குருநாதனும் அதில் உட்படுவோம்''

''என்னை எதற்குத் தனியே நிறுத்துகிறீர்கள்?''

தர்மசீலன் கேட்டார்.

''என் வம்சத்தின் வேர்கள் தேடி பல நாடுகளிலும் அலைந்தவன் அல்லவா நான்? கிளியூரிலும் அனுராதபுரத்திலும் அவளூரிலும் அது படர்ந்திருக்கிறது. இலங்கையின் வேடரையும் தமிழரான வேலைக்காரரையும் அவை தமக்குள் இணைக்கின்றன. குவண்ணாவின் யக்ஷபுரியிலும் பல இடங்களிலும் பரிச்சயப்பட்ட நாக உலகங்களிலும் அவை சென்று முட்டுகின்றன. இவ்வுலக மனிதரிலும் வேற்றுலகின் யட்சிகளிடமும் எல்லாம் அதன் தொடக்கத்தையும் தொடர்ச்சியையும் காணவில்லையா? இதோ, இந்த மனிதர் அல்லவா என்னுடைய, அல்ல... அல்ல... நம்முடைய ஆதிபூர்வீகன்!''

தன்னுடன் நின்ற பெயர் தெரியாத மனிதனை தர்மசீலன் இன்னும் நெருக்கமாக நிறுத்தினார்.

''யாருக்கும் அவளூரிலிருந்து விடுதலை கிடையாதா?''

அலங்காரனின் பதட்டம் கூடியிருந்தது. தான் விரும்பியல்ல, இதனுடைய பகுதியாக மாறியது. இனியாவது இதிலிருந்தெல்லாம் விடுபட வேண்டும். அப்பாவுடன் ஊருக்குத் திரும்ப வேண்டும்.

அவன், சிறுகண்டன் அருகே சென்றான்.

''அப்பா, இதன்பிறகும் ஏன் இங்கே தொடர வேண்டும்? நாம திரும்பலாம்''

''இல்லை, மகனே''

சிறுகண்டன் உடனடியாக பதில் அளித்தார்.

''என் விதி முன்பே தீர்மானிக்கப்பட்டது. நீ வந்ததனால் கொஞ்சம் காலதாமதம் ஏற்பட்டது, அவ்வளவுதான்''

அலங்காரனின் முகத்தில் துயரம் நிறைந்தது. மீண்டும் அனாதையும் தனியனுமாகிறேன்.

அவன், சிறுகண்டனின் காலைத் தொட்டான். பின்னர், ஆர்யதேவனிடமும் தர்மசீலனிடமும் விடைபெற்றான்.

''கருணையின் காவலர்களே, நீங்கள் என்றும் என்னுடன் இருப்பீர்கள்''

தர்மசீலன் புன்னகைத்தார்.

''விடைபெற வேண்டியதில்லை நண்பரே. நீங்கள் எங்கேயும் போகப் போவதில்லையே''

''இல்லை, பிரிவது மிகவும் சங்கடமாகவே உள்ளது. எப்படியெனினும், நான் போக வேண்டுமே அய்யா. கையிலிருந்த சுவடிகள் மூன்றையும் அவன் நிலத்தில் வைத்தான்.

''இதெல்லாவற்றையும் உரியவர்கள் எடுத்துக்கொள்ளலாம். என்னால் இந்த பாரத்தை இனி சுமக்க முடியாது''

''தியானத்தின் வழியில் காலந்தள்ளும் நான் இந்தச் சுவடிகளைப் பாதுகாத்துப் பயனில்லை. பிக்கு சொன்னதுபோல, இவற்றை அந்த மனிதனுக்குக் கொடுத்துவிடு'' கொக்கவ்வாதான் பேசினார்.

ஆர்யதேவன் சென்று அந்த ஓலைச் சுவடிகளை எடுத்தார்.

''வேண்டாம். இது அவளூரிலேயே இருக்கட்டும். இந்த நாட்டுக்கு இனிமேலும் இதன் தேவை ஏற்படும். வேறு சுவடிகளும் இங்கே இருப்பதாகத் தெரிகிறது. எல்லாவற்றையும் பாதுகாக்கத்தான் வேண்டியிருக்கிறது''

பெயர் தெரியாத மனிதனைத் தோளில் தொட்டு அழைத்து ஆசிரமத்துக்குள் நடக்கும்போதும் தன்னுடைய ஒரு பூர்வீகன், இல்லாமலாக்கின சிலவற்றையெல்லாம் மீட்டெடுப்பதற்கான நியோகமே தன்னுடையதென்று ஆர்யதேவன் அறிந்திருக்கவில்லை. வம்சத்தின் வேர்களில் எங்கேயோ சென்று தொட்டதொரு கூர்மைதான் இலைகளைக்கூட கருக வைக்கிறது என்று சொல்ல பிளர்நாக்குள்ள ஓர் உருவமும் அவரோடு கனியவில்லை.

அலங்காரன், அங்கிருந்து வெளியேறி நடக்கத் தொடங்கினான். எந்தச் சிறப்புமற்ற தன் வாழ்வை நிகழ்வுகளின் குவியலானதொரு கதையாக்க நியதி நடத்திய முயற்சிகள்தானோ இவையெல்லாம்? எப்படியோ இனி இந்தக் கதையிலிருந்து விடுதலையாகிறேன். சூழல் மறந்து அவன் சற்றே சீழ்க்கையடித்தான்.

அவன் நடைக்கு வேகம் கூட்டினான். மரங்களுக்கு இடையே முன்னால் நடந்து போகும்போது கனத்ததொரு சிறகடி ஓசை கேட்டு நடுங்கி நின்றான்.

‘‘அலங்காரா, நீ இன்னும் இந்தக் கதையிலிருந்து விடுதலையாகவில்லை’’

அவள்!

‘‘விடுதலை கிடைக்காதது உன்னிடம் இருந்தல்லவா? இன்னும் எதுக்காக என்ன இப்படி ஒடுக்கிற?’’

‘‘இன்னும் ஒரு தடவை நீ எங்கூட வா’’

‘‘என்னை அடிமையாகக் கண்ட ஓர் உலகத்தில் நான் பிறந்தேன். வெளியே யாருக்கெல்லாமோ அடிமையானேன். உள்ளே உன் அடிமை. என்னால் இதை இனி தொடர முடியாது’’

அலங்காரன் முழு சக்தியுமெடுத்து முன்னால் பாய்ந்தான். ஆனால், உள்ளமன்றி உடல் நின்ற இடத்தை விட்டு அசையவில்லை. அதற்குள் ஒரு காற்று மெல்லிய இரைச்சலோடு அருகே வந்தது. அதன் திசைக்கு ஒத்து அவன் கனவில் நடப்பதாக முன்னோக்கி நடக்கத் தொடங்கினான். காட்டைக் கடந்து நடந்து, முன்பொரு ஆறாக இருந்ததாகத் தோன்றிய மணற்பரப்பைக் கடந்து, ஒரு குன்றின் மீதுள்ள உச்சி தகர்ந்த குடிலின் முன்னால் சென்று நின்றான்.

அவன் அதனுள்ளே நுழைந்தான். ஒட்டடையும் தூசியும் சேர்ந்து மறைத்த காட்சிகளை இரு கைகளாலும் தெளிவாக்க முயற்சி செய்தான். ஆங்காங்கே சில மண் பாத்திரங்கள். தரையில் பல இடங்களிலும் கரைந்து நிலம் பற்றியிருக்கும் பனையோலைகள். காலொடிந்துபோன ஒரு வாசிப்புப் பலகை. அறையின் ஓரமாக இருந்ததொரு பெட்டகத்தைப் பார்த்து, அதன் தூசியைத் தட்டி ஒதுக்கிவிட்டு மெதுவாகத் திறந்தான். உள்ளே அடுக்கடுக்காக வைக்கப்பட்டிருந்த ஓலைச்சுவடிகள். ஒரு சுவடியை வைத்துக்கொண்டு நாடெல்லாம்

அலைந்த காலத்தை நினைத்ததால் இருக்கலாம், அவன் அதைப் பட்டென மூடிவிட்டான்.

அவளுடைய வெடிச்சிரிப்பைக் கேட்கவும், அலங்காரன் கோபத்தோடு பார்த்தான்.

"நீ பயப்படாதே. அதை, மறுபடியும் திற"

விருப்பம் இல்லா மனதோடு அவன் மீண்டும் பேடகத்தைத் திறந்தான்.

"மேலே இருக்கிற ஓலைச்சுவடிக் கட்டை எடு"

அவன் அந்தச் சுவடிக்கட்டை எடுத்துத் திறந்து பார்த்தான். முன்பே பரிச்சயமான எழுத்துருக்கள்! மலையாண்மை. அவன் அவசரமாக முதலில் பார்த்த ஓலையை விரித்து வாசித்தான்.

"நூற்றாண்டுகளுக்கு முன்பு உன்னைப் போல அலைந்து இந்த நாட்டை அடைந்த ஒருவன் இருந்தான். அவன் பல வேளைகளில் குறித்திட்ட சிலவே, இந்த ஓலைகள். இதை, நீ இல்லாமல் வேறு யார் வாசிப்பது?"

அவள் குரல் ஆதுரமாய் இருந்தது. அலங்காரன் அந்தச் சுவடிக் கட்டுடன் வெளியேறினான். ஒவ்வொரு ஓலையின் ஓரத்தையும் மூலையையும் துடைத்து வெயிலின் வெளிச்சத்தில் வாசிப்பைத் தொடர்ந்தான். தனக்கு முன்னால் கடந்து சென்ற ஒருவனின் சங்கடங்களின், நியோகங்களின் தொடர்ச்சியை தனக்குள்ளேயே கண்டபோது அவன் பெருமூச்சு வாங்கினான்.

"அலங்காரா, உன் குடியிலிருந்து காணாமல் போன மூத்தோர்களுள் முதலாமவர் இவர். பின் தொடர்ந்தவர்களும் இந்த நாட்டுக்குத்தான் வந்தனர். அவர்களுள் ஒவ்வொருவருக்கும்

ஒவ்வொன்றை நிறைவேற்ற வேண்டியிருந்தது. நீதான், அதை முழுமையாக்கினாய்''

கண்கள் நிரம்பவும் அவன் வாசிப்பை நிறுத்தி அந்தச் சுவடிகளை அடுக்கிக் கட்டினான். திரும்பக் குடிலுக்குள் நுழைந்தபோது துரும்பு பிடித்ததொரு எழுத்தாணியையும் தரையில் சிதறிக் கிடந்து மங்கின சில ஓலைகளையும் கண்டு அவற்றை அடுக்கிக் கையில் எடுத்தான். எதற்காக அப்படிச் செய்தான் என்று அவனுக்கே தெரியவில்லை. அன்பில் நனைந்த அவளுடைய சிரிப்பை அப்போது அவன் கேட்டான். சற்றே வெட்கத்துடன் அவன் மெதுவாகக் குன்றிறங்கினான். வேகமாக நடந்து மணற்பரப்பையும் கடந்தான். ஒரு சுவடிக்கட்டுடன் வந்த தான், வேறொன்றுடன் திரும்புகிறேன்.

காட்டு வழியாக முன்னால் நடக்கும்போது பின்னிலிருந்து அவளுடைய அழைப்பு கேட்டது.

''அலங்காரா, நில். எங்கப் போற நீ?''

''தெரியாது. எங்கு போவதானாலும் இங்கிருந்து தப்பிக்கணும்''

''என்கிட்ட இருந்துன்னு சொல். அதுதானே சரி?''

''ஆமாம். உன்கிட்டயிருந்து விடுதலை வேணும்''

''போய்விடு''

அவள் குரல் பதறியது.

''ஆனால், நீ இன்னும் சுதந்திரன் அல்லன்''

''இன்னும் என்னை எதுக்காக இப்படிச் சிறைப்படுத்தி இருக்க!''

''ஒவ்வொருவரும் ஏதோ வகையில் சிறைப்பட்டவங்கதான்

அலங்காரா. நீ மட்டுமல்ல, நானும். ஒரு சிறையில் இருந்து மற்றொரு சிறைக்கு நீ போகிறாய், அவ்வளவுதான்''

அதற்குள் அவன் நடந்து ஒரு புல் மேட்டினருகே சென்றுவிட்டிருந்தான். அங்கே இருந்தது, வெயிலை இழுத்தெடுத்து தங்கப் பூக்களாக மாற்றத் தெரிந்த ஒரு கொன்றைமரம் மட்டுமே.

''இருந்தாலும் இனியுள்ள சிறைவாசம் உனக்கு விருப்பமானதே. நீ கண்ணனூருக்குப் போகணும்''

''எதுக்காக?''

''ஆயிசா உனக்காகக் காத்திருக்கிறாள்''

அலங்காரனால் நம்ப முடியவில்லை.

''அப்படின்னா அவ... அவ செத்துட்டான்னு சொன்னது?''

''இல்லை. அவள் சாகவில்லை. மைமூன் மட்டும்தான் போயிட்டான். நான் சொன்னது பொய்''

''இல்லை, அவள் இந்த உலகத்தில் இல்லை என்றுதானே ஆதாயியும் சொன்னான்''

''அவன்கிட்ட அப்படிச் சொன்னதும் நான்தான். உன்னை அவளூருக்குத் திரும்பி வரச்செய்ய நான் ஆயிசாவோட அம்மாவாகவும் ஆகவேண்டி இருந்தது''

அலங்காரனின் முகத்தைப் பார்க்காமல் அவள் சற்றே நிறுத்திவிட்டுத் தொடர்ந்தாள்.

''இனிமேல் நீயும் அவளும் ஒன்றாக வாழணும்''

"ஆயிசா..."

உதட்டை அசைக்காமலேயே அவனுடைய உள்ளத்திலிருந்து எழுந்த ஓர் அழைப்பு வெளியிடங்களில் பரவிச் சென்றது. எனினும் உள்ளத்தின் துடிப்பு அடங்கவில்லை.

"அப்புறம் எதுக்காக இந்தப் பொய்யெல்லாம் சொன்ன?"

"கதைகளெல்லாம் முன்னேறிச் செல்வது பொய்களால்தான் அலங்காரா. இங்கே சிலவற்றையெல்லாம் நீ செய்து முடிக்க வேண்டியிருந்தது. ஒவ்வொன்றையும் செய்வதற்காகத் தேர்ந்தெடுக்கப்பட்டவர்கள் அல்லவா நாம் அனைவரும்"

"இதக் கேட்டுகேட்டு எனக்கு வெறுத்தே போச்சு. அது இருக்கட்டும். நீ ஒரு விஷயத்தை என்கிட்ட சொல்றியா?"

"என்ன?"

"நீ யாரு?"

பட்டென அவள் குரல் மாறியது. கடுமையான ஒரு கர்ஜனையைக் கேட்ட அலங்காரன் அதிர்ந்து போனான். அடுத்த நிமிடத்தில் புறப்பட்ட இடியும் மின்னலும் கண்களையும் காதுகளையும் துளைத்துக்கொண்டு ஒரு அக்னிக்கோளமாக அவனுடைய முன்னால் வந்து விழுந்தது.

"நீ நிற்கும் இடத்தைப் பார். அங்கு காணும் ரத்தக் கறைகளைப் பார்"

பசும்புற்களின் கீழே சிவப்பும் கருப்பும் கலந்திருந்த மண்ணிலிருந்து ஒரு துர்நாற்றம் உயர்வதாக அவனுக்குத் தோன்றியது.

"நான்கைந்து படைவீரர்கள் சேர்ந்து என்னை இங்கே வைத்துதான் இல்லாமல் ஆக்கினார்கள். அவளூரில் நடந்த போரின் கடைசி இரை"

அவன் மரத்துப்போய் நின்றான்.

"போயிடு. நூற்றாண்டுகள் நீண்ட சிறைவாசத்திலிருந்து எனக்கு விடுதலை தந்தது நீதான். ஆனாலும், இனி ஒருபோதும் நீ என்னைப் பார்க்க முடியாதுதி

"கொஞ்சம் நில்லு"

அலங்காரனின் குரல் இடறியது. ஓராயிரம் பருந்துகள் கீழ்நோக்கி ஒன்றாகப் பறந்து இறங்குவதையும் ஒரு வெண்மணிப்புறா மட்டும் வானத்தை நோக்கிப் பறந்து உயர்வதையும் கண்ட அவன் கைகளை உயர்த்தினான். அதற்குள் பெய்யத் தொடங்கிய மழை, காட்சிகளை மறைத்து விட்டிருந்தது. அவளூரின் எழுத்துகளிலிருந்து அறிந்ததெல்லாம் உள்ளத்தில் கடந்து போனபோது ஓரடிகூட அசைய முடியாமல் அவன் அங்கேயே நின்றான்.

அத்தியாயம் இரண்டு

மழை வேகமாகவே அடங்கியது. பறவைகளை உள்ளே ஒளித்திருந்த மரங்கள் இலைகளை அசைத்தன. மறந்து வைத்துவிட்ட ஒரு வாழ்வையும் முழுமையடையாத ஒரு பயணத்தையும் சட்டெனநினைத்துக் கொண்டதனால் அலங்காரன் முன்னோக்கியே நடந்தான். திரும்பி வரமாட்டாயா? என்று மரங்கள் கேட்டபோது, அவற்றில் ஒன்று கீழே நீட்டிய கிளைகளிலிருந்து ஒரு மாம்பழத்தைப் பறித்தெடுத்து உறிஞ்சிக் குடித்தான். அடுத்தடுத்து கண்ட ஒவ்வொரு மரத்தண்டிலும் சென்று மூக்கினால் உரசினான். வாசத்தின் தேவதைகள் அவனிடம் சங்கடத்தை வெளிபடுத்தின. காடு முடிந்தவரை தடுத்து நிறுத்தப் பார்த்தபோதும், காலில் சுற்றும் ஒவ்வொரு கொடியையும் அவிழ்த்து விட்டுக்கொண்டு அவன் பயணத்தைத் தொடர்ந்தான். பச்சைப் படர்ப்பிலிருந்து வெளியே கடந்தபோதே வெயில் அவனை வரவேற்றது. மலைகளுக்கும் பள்ளத்தாக்குகளுக்கும் இடையிலான கொளுத்தும் வழிகளே பின்னர் வந்தன. தன்னை ஒருமுறை தோளில் உட்கார வைத்துத் தனக்காக தொலைவுகள் தாண்டிய ஒருவன் புறத்தைவிட, அலங்காரனின் அகத்தினைக் கொப்பளிக்கச் செய்து கொண்டிருந்தான்.

முதலில் பயணப்பட்டபோது தடுத்து நின்ற வழிகள் இப்போது ஏறக்குறைய பரிச்சயமானதாக இருந்தது. ஒத்த ஒருவருடைய தோள்களிலிருந்து காண்பது போல் அல்ல, இருபுறங்களிலும் நிழல்படத் தோன்றும் காட்சிகள். நான் மிகவும் சிறியதாகி இருக்கிறேன்.

தொலைவு பழையதைவிடக் கூடுதலாகவும் இருக்கிறது. இப்போது தனக்கு தான் மட்டுமே துணையாய் இருக்கிறேன் என்ற அறிதல், அலங்காரனைச் சற்றே தளர்வுறச் செய்தது. தன்னை இங்கே செலுத்தியவளும் இப்போது இல்லாமல் ஆகி விட்டிருக்கிறாள். எனினும், அவன் அடைந்தவற்றின், இழந்தவற்றின் இடையிலான பாதைகளை நடந்து தீர்த்துக் கொண்டிருக்கிறான்.

நீண்ட பயணத்துக்கு இடையில் அவளூரிலிருந்து வரும் பாதையின் முடிவில் உள்ள மரக்கூட்டங்களைக் கடந்து கண்ணனூருக்குத் திரும்ப வேண்டிய இடத்தை அப்போதுதான் அடைந்திருந்தான். ஓர் ஆரவாரமும் குரவையொலியும் கேட்டு சற்றே நின்றான். அது ஒரு திருமண ஊர்வலம். உடல் முழுக்கப் புடவையைச் சுற்றிக்கொண்டு மரக்குடை பிடித்து ஒரு பெண் தன் கணவனுடன் சேர்ந்து புகுந்த வீட்டிற்குச் சென்று கொண்டிருக்கிறாள். உறவினர்களின் கூட்டம் உடன் செல்கிறது. அவ்வப்போது ‘ஹோய், ஹோய்’ என்று ஓசை எழுப்புகின்றனர். இதுவரையிலான வாழ்வில் எப்போதும் செய்வது போன்றே அலங்காரன் ஒரு மரத்தின் பின்னால் சென்று மறைந்து நின்றான். பூனையைக் காணும்போது ஓர் எலி ஓடி ஒளிவதைப் போன்ற லாவகத்தோடுதான் இந்தக் காலம் முழுவதும் அப்படிச் செய்து கொண்டிருக்கிறான். ஆனால், இப்போது என்னமோ அவனுக்கு மொத்தமாக ஒரு நாணக்கேடு தோன்றியது.

அலங்காரன் அந்த மரத்தடியில் அமர்ந்தான். நல்ல நிழலுண்டு. கையிலிருப்பது மற்றுமொரு ஓலைச்சுவடிக் கட்டுதான். தன்னைப் போன்ற ஒருவன் எழுதியது. ஓலைகளைப் பிரித்து மறுபடியும் ஒருமுறை வாசிக்க வேண்டுமென்று தோன்றுகிறது. ஒருமுறை கண்களை ஓட்டினான். எழுத்துகள் மீண்டும் மற்றொரு காலத்தின் உள்ளும் உயிர்ப்பும் ஆனது. அது தனக்குள் தொடரும் ஒரு வாழ்வானது. பட்டென அவன் எழுதப்படாத சில சுவடிகளையும்

எழுத்தாணியையும் தூசிதட்டி எடுத்தான். விரல்களுக்கிடையில் எழுத்தாணி வலிமையுடன் துடித்துக் கொண்டிருந்தது. எனினும், இடமாகவோ காலமாகவோ உருவம் பெறாத ஒரு சூட்சுமத் துளியை அடையாளப்படுத்துவதற்கப்பால், அதனால் முன்னகர முடியவில்லை.

ஓலையில் எழுத்துகள் பிறவியெடுப்பதற்கு முன்பே, பதிந்ததொரு முழுமையான ஓய்வில் இடங்களும் காலங்களும் சுருங்கி நிற்கின்றன. அவன் மேலே பார்த்தான். அந்திப்பொழுதாகி இருக்கிறது. ஆகாயத்தில் கருப்பும் சிவப்புமாக மேகங்களுக்கு நிறம் கொடுத்துக் கொண்டிருப்பது அவள்தான் என்பது அவனுக்கும் புரிந்தது.

''அப்படி நீ போலாமா? சொன்னதெல்லாம் நினைவில் இருக்கு. ஆனாலும் அங்க வேல முடிஞ்சதுன்னா இங்க வா''

உள்ளிருந்த அழைப்பு, வெளியே ஓசை ஏற்படுத்தாமல் காற்றின் வழிகள் கடந்து வெளியிடத்திற்குச் சென்றது. அப்போதும் அங்கிருந்து அசைவொன்றும் கேட்கவில்லை. காத்திருப்பு, எதிர்பார்ப்பாக வளர்ந்தது. மேகங்களில் பதிந்தது, கறுத்து கெட்டித்துப்போன ரத்தத்தின் நிறமாகுமோ? அவள் தன் உள்ஈரம் கொண்டு எழுதியதாகுமோ அது? இலைப்பரப்புகளுக்கு இடையிலாக பலதரப்பட்ட பூக்களின் வாசனை வந்து உடலில் தங்கி நின்றதை அறிந்த பிறகுதான் அலங்காரனின் துயரம் அடங்கியது.

''நீ வரமாட்டாய் என்றுதான் நான் நினைத்தேன்''

இலை உதிர்வதைப் போல் அவள் சிரித்தாள்.

''உனக்குத் தெரியாமல் பேசுகிறாய். ஒருமுறை உடன் நடந்த யாரையும் முழுமையாக விட்டுவிட்டு ஒருத்தியாலும் போக முடியாது. பார்க்க முடியவில்லையெனினும், ஓசையாகவும் வாசனையாகவும்

அவ்வப்போது வந்து நான் உன் விரல்களைச் சுற்றிக் கொண்டிருப்பேன்''

அலங்காரனுக்கு தான், இந்த உலகத்தில் இல்லையென்று தோன்றியது. அவன் கையிலிருந்த எழுத்தாணி ஓலையின்மீது மெதுவாக நடக்கத் தொடங்கியது. உருண்டும் சாய்ந்தும் இருந்த எழுத்துகள் தனக்காக வேறொரு உலகை உருவாக்கிக் கொண்டிருப்பதை அவன் அதிர்வுடன் பார்த்தான். இடையில் சற்றுநேரம் அசையமுடியாமல், முன்னால் இல்லாமை மட்டுமுள்ள ஒரு முனையில் எழுத்தாணி சற்றே தயங்கி நின்றபோது, தொடர்வதற்கான ஒரு கதையின் முடிச்சுகள் மிச்சமானது. சுவடிகளை அடுக்கிக் கட்டி அவன் எழுந்தான். இனி தொடர வேண்டுமெனில் அவளே கனிய வேண்டும். அதற்கான நேரமும் காலமும் தன் கட்டுக்குள் இல்லை.

கண்ணனூருக்கான வழியில் இருட்டு விழத் தொடங்கியிருக்கிறது. இரவென்றாலும் போகாமல் முடியாது. அவன் அவசரப்பட்டான். திரும்பி ஒருமுறை பார்த்தபோது இலையுதிர்ந்த மரங்களுக்கு அப்பால் ஏற்ற இறக்கங்களும் வளைவுகளுமாக மலைத்தொடர்களுக்கிடையில் மறைகிறது அவளூரின் வழி. அலங்காரன் கொஞ்சநேரம் அங்கேயே பார்த்தபடி அப்படியே நின்றான். மலைகளுக்கு அந்தப் பக்கமிருந்த மரங்களையும் மண்ணையும் ஓலைச்சுவடிகள் அடுக்கி வைக்கப்பட்டிருந்த ஒரு குடிலையும் உள்ளே தெளிவுறச் செய்துகொண்டு அவன் தனக்குத்தானே சொல்லிக்கொண்டான்.

'என்னால் திரும்பாமல் இருக்க முடியாது. தனியாக வருவேன் என்றில்லை. ஒருமுறை வந்துவிட்டால் பிறகு அவளூரிலிருந்து யாருக்குமே விடுதலை இல்லையே!'